बेनब्रिजना त्यांच्या विषयाची उत्तम जाण आहे. मानवी मेंदूची रचना, त्याची गुंतागुंत, त्याची कार्यपद्धती आणि शरीरक्रियाविज्ञान यांसारखे विषय त्यांनी सामान्य माणसाला समजतील, पटतील इतक्या सहजसुंदर ओघवत्या भाषेत, हेवा वाटेल, अशा समर्थपणे मांडले आहेत. टीनएज अवस्थेतील मनोप्रदेशाचा व्यापक धांडोळा.

– न्यू ह्युमॅनिस्ट

तुमच्या स्वत:च्या किंवा तुमच्या मुलांच्या टीनएज अवस्थेकडे पाहण्याचा एक मोहक आणि नवा दृष्टिकोन!

– बी.बी.सी.फोक्स

चिंतायुक्त तरीही आनंददायी बालपणावर अतिशय समर्पक भाषेत प्रकाश टाकून सामान्यजनांकरिता या विषयात सुलभता आणून दिल्याबद्दल डेव्हिड बेनब्रिजचं अभिनंदन!

– टॅब्लेट

टीनएज अवस्थेतील मुलं नेहमी थोडी खिन्न, दुर्मुखलेली, चिडचिडलेली, उदासीन, आत्मघातकी अथवा थोडी गर्विष्ठ, आक्रमक, कामुक असतात. ती तशीच असतात यावर लेखक वाद अथवा उलटसुलट मतप्रदर्शन न करता, ती तशी का असतात या गोष्टीकडे आपलं लक्ष वेधतात. त्याकरिता त्यांचे अतिशय आभार मानायला हवेत.

– संडे टाइम्स

5

टीनएज अवस्थेत शारीरिक आणि मानसिक पातळीवर होणाऱ्या बदलांबद्दल या पुस्तकातून आपल्याला बरंच काही शिकायला मिळतं.

– इव्हिनिंग स्टॅन्डर्ड

लेखकाने स्वत: मानवी उत्क्रांतीच्या बहुविध टप्प्यांचा मागोवा घेताना अनुभवलेला आनंदानुभव पुस्तक वाचनीय, अभ्यासनीय होण्यास कारणीभूत ठरला आहे. हा केवळ टीनएज अवस्थेचा इतिहास नसून मानव, त्याचं जगातील स्थान आणि आयुष्यातील खरं महत्त्व उद्धृत करणारा, विचारप्रवर्तक प्रवास आहे.

– स्कॉट्समन

प्रौढांचा चिडकर प्रश्न असतो, 'कशाला खरं टीनएज?' खरं तर असा प्रश्न आहे की, 'कशाला हवी प्रौढावस्था?' सार्वजनिक ठिकाणी टीनएजर्सना गोंधळ घालताना पाहून आपल्याला स्वत:ची कीव करावीशी वाटते. अशा वेळेस गरज असते, ती टीनएजर्सच्या बाबतीत ठाम व सकारात्मक विचार करण्याची. आपल्या आयुष्यात टीनएज नसतं तर आपण तिशीतच जगाला रामराम केला असता.

पुढच्या वेळेस जेव्हा एखाद्या टीनएजरने धाडकन लावलेल्या दाराचा आवाज तुमच्या कानावर आदळेल, दुसऱ्या एखाद्या टीनएजरने स्वैपाकघरात केलेला प्रचंड राडा तुमच्या नजरेस पडेल, तेव्हा जाणीव ठेवा की तिशीच्या पुढचं आयुष्य मानवाला जगता येतंय तेच मुळी टीनएजमधील अनेक बदलांमुळे.

– न्यू स्टेट्समन

वैज्ञानिक आधार असलेलं हे पुस्तक अतिशय लोकप्रिय झालं आहे. टीनएजमुळे अनेक स्तरांवर गदारोळ होत असतो. शारीरिक आणि बौद्धिक विकास तर अचंबित करतो, त्यात भर असते ती सातत्याने बदलणाऱ्या मूड्सची. अनेक गोष्टींचा अतिरेकदेखील केला जातो. लेखकाने अतिशय सजगपणे आणि अनुकंपेने हा प्रवास आपल्यासमोर मांडला आहे.

– टाइम्स लिटररी सप्लिमेंट

टीनएज दरम्यान आपल्या मेंदूमध्ये व शरीरामध्ये प्रचंड प्रमाणावर बदल होत असतो. प्रचंड विस्मयकारक अशी ही माहिती आहे. तुमच्या घरात टीनएज मुलं असतील, तर तुम्हाला त्यांच्या वागण्याबद्दल अनेक प्रश्न पडत असतील. त्यांना कसं आवरावं, हे तुम्हाला समजत नसेल. त्यांच्याशी कसं वागावं, हे तुम्हाला उमजत नसेल. या पुस्तकातून तुम्हाला अनेक गोष्टी समजतील.

– ईस्टर्न डेली प्रेस

अतिशय विचारपूर्वक लिहिलेलं हे पुस्तक आहे. मात्र आपण काही वेळेस अस्वस्थदेखील होतो. आपल्या इतिहासाच्या नैसर्गिकतेचा बेनब्रिज यांनी अतिशय सुरेख परामर्श घेतला आहे.

– फायनान्शियल टाइम्स

'टीनएजमधील मेंदू हा समस्त मानवजातीचा मध्यबिंदू आहे,' असा बेनब्रिज यांचा विश्वास आहे आणि आपलं म्हणणं सिद्ध करण्यासाठी ते पार उत्क्रांतीपर्यंत जातात.

– आयरीश एक्झॅमिना

टीनएजमध्ये होणाऱ्या शारीरिक व मानसिक बदलांचं विश्लेषण करणारं हे मार्गदर्शन आहे. तुम्ही स्वत: टीनएज ओलांडून अनेक वर्षं लोटली असली, तरी हे सर्व वाचायला तुम्हाला नक्कीच आवडेल आणि तूर्तास जे टीनएजमध्ये आहेत, त्यांना तर या पुस्तकातून स्वत:च्या वागण्या-बोलण्याच्या समर्थनार्थ मोठं घबाडच सापडेल.

– द लंडन पेपर

टीनएजर्स

अ नॅचरल हिस्ट्री

डेव्हिड बेनब्रिज

अनुवाद
डॉ. अस्मी अच्युते

मेहता पब्लिशिंग हाऊस

✆ +91 020-24476924 / 24460313 / Mob. No. 9545000513
Email : production@mehtapublishinghouse.com
Website : www.mehtapublishinghouse.com

TEENAGERS by DAVID BAINBRIDGE
Copyright© David Bainbridge
First Published in English by Portobello Books Ltd in 2009
Translated into Marathi Language by Dr. Asmi Achyute

टीनएजर्स / मार्गदर्शनपर

अनुवाद : डॉ. अस्मी अच्युते
Email : author@mehtapublishinghouse.com

मराठी अनुवादाचे व प्रकाशनाचे हक्क : मेहता पब्लिशिंग हाऊस, पुणे ३०.

प्रकाशक : सुनील अनिल मेहता, मेहता पब्लिशिंग हाऊस,
१९४१, सदाशिव पेठ, माडीवाले कॉलनी, पुणे ४११०३०.

अक्षरजुळणी : इफेक्ट्स, २१/६ब, आयडिअल कॉलनी, कोथरूड, पुणे ३८

मुद्रक : पार्कसन्स ग्राफिक्स

मुखपृष्ठ : मेहता पब्लिशिंग हाऊस

प्रथमावृत्ती : फेब्रुवारी, २०१९

किंमत : ₹ ३५०

P Book ISBN 9789353171957

मी लहानपणापासून ज्या-ज्या
लोकांना ओळखतो
त्या प्रत्येकाला अर्पण...

ओळख

काळ्या ढगाची सोनेरी किनार...

'किशोरवयीन होणं हा जाणून घेण्यासारखा, अतिशय सकारात्मक अनुभव आहे.' अशा शब्दांत टीनएजचं वर्णन क्वचितच कधी केलं जातं, याची जाणीव मला आहे. पण मी केलेल्या विधानाची सत्यता तुम्हाला पटवून देणं, हाच माझा हेतू आहे.

माझं पुस्तक वाचणारा प्रत्येक जण एकतर आधीच टीनएजमधून गेला असेल किंवा आत्ता जात असेल. टीनएजमधल्या घटनांचे पडसाद आयुष्यभर उमटलेले आपल्या सगळ्यांनाच दिसतात. टीनएजचा काळ खरंतर तुमच्या आयुष्यातला अत्यंत रंजक काळ असतो. विज्ञानही असंच म्हणतं. आयुष्यातली ही वर्षं सर्वांत सकारात्मक असू शकतात. तुम्हाला मिळालेल्या काळाच्या या संधीचं तुम्ही काय करता, यावर सगळं अवलंबून आहे.

वयाच्या दहा ते वीस वर्षं या काळात अनेक गोष्टी तुमच्या आयुष्यात कदाचित पहिल्याच वेळेला घडत असतात. त्यातल्या काही चांगल्या असतात, काही वाईट असतात आणि काही गोष्टींना नाण्यासारख्या दोन्ही बाजू असतात. आता टीनएजमध्ये घडणाऱ्या या काही गोष्टींची यादीच पाहा : तारुण्यपीटिका, प्रौढांशी नातेसंबंध, मद्य, मोठमोठाल्या परीक्षा, छातीचा उभार, नैराश्य, बेफाट वेगाने गाडी चालवणं, अमली पदार्थ, दुसऱ्यांच्या अंतरंगात डोकावून पाहण्याची इच्छा, शरीराची वेगाने होणारी वाढ, पालकांपासून सुटका (म्हणजेच स्वातंत्र्य?), हस्तमैथुन, काही जागांवर उगवलेले केस, उत्कटता, अश्लील साहित्याचा वापर, वयात येणं, जबाबदारी, स्व-नियंत्रण, लैंगिकता, अंगाला येणारा विशिष्ट गंध, धूम्रपान, काम... बापरे! या सगळ्यांतून तुमच्यासाठी काय योग्य, काय अयोग्य हे पुस्तक वाचताना तुम्हीच ठरवायचं आहे. वरची यादीही अजून संपलेली नाही. पण आयुष्यातल्या त्या दहा

वर्षांमध्ये काय-काय खच्चून भरलंय याची एक झलक तुम्हाला दाखवली इतकंच.

'काय करावं?' या गोष्टींची यादी करणं हे संकट नाहीये. टीनएजला सामोरे जाणारे फक्त आपण एकटेच नसतो. तुम्ही वयात यायला लागलात की, अचानक तुमच्या आजूबाजूला तज्ज्ञ माणसांचं पेव फुटतं. तुम्ही काय करावं, काय करू नये, कसं-कोणासोबत करावं, यावर प्रत्येकाची आग्रही मतं असतात आणि प्रत्येक जण आपल्याला सल्ला देऊ बघतो. आपल्याला योग्य सल्ला देण्याइतकं, तरी प्रौढांना स्वत:चं किशोरवय आठवतंय का? असा प्रश्न कालांतराने तरुण मनाला पडायला लागतो. हाच संशय पुढे अधिकाराबद्दलच्या अविश्वासाला खतपाणी घालतो. खुद्द प्रौढ स्वत:सुद्धा अशा प्रकारचा अविश्वास बाळगतात, हे जेव्हा किशोरवयीन मुलांना कळतं, तेव्हा मग हा संशयकल्लोळ वाढत जातो. पण प्रौढांना, वीस वर्षं वयाखालच्या मुलांनी मात्र मोठ्यांचंच ऐकलं पाहिजे, त्यांचा प्रौढत्वाचा अधिकार मान्य केला पाहिजे, असं वाटत असतं. परिस्थिती चिघळतच जाते. मग आपली वाढ पूर्ण झाली, आपण मोठे झालो असे समजण्याचा हाच काळ का? प्रौढांनी सांगितलेल्या गोष्टीवर डोळे झाकून विश्वास ठेवणं थांबवायचा नक्की हाच काळ का?

टीनएजमध्ये आंतरिक आणि बाह्य संघर्षाची रुजवात होणं अटळ असतं. 'आपले निर्णय आपणच घ्यायला हवेत' असं वाटण्याइतपत आपण मोठे होतो, तेव्हा आपल्यावर सूचनांचा भडिमार व्हायला लागतो. 'भरपूर कष्ट करा', 'भविष्याचे आराखडे तयार करा', 'मद्यपान करू नका', 'अमली पदार्थ घातक असतात, ते घेऊ नका', 'कोणाशी शारीरिक सलगी करू नका' इत्यादी गोष्टी प्रत्येक जणच आपल्याला सतत सांगायला लागतो. या सूचनांमागची कारणं मात्र क्वचितच स्पष्ट केली जातात. मुलांनी विचारलं किंवा मुलं अगदीच मागे लागली, तर त्यांना दामटलं जातं किंवा उडवाउडवी तरी केली जाते. एक उदाहरणच सांगतो. अमली पदार्थ घेणं, हे बेकायदेशीर कृत्य आहे. प्रकृतीसाठीही ते घातक आहे. आता अनेक माणसं मादक द्रव्यांचं सेवन करताना आणि त्यातून आनंद मिळवताना आपण पाहतो. त्याच वेळी वयात येणाऱ्या मुलांना मात्र असं करणं, ही 'वाईट' गोष्ट' आहे, असं आपण सांगतो. अनेक माणसं ज्यातून आनंद मिळवतात त्या गोष्टीला वाईट म्हणणारा एकतर चुकीचा असला पाहिजे किंवा खोटं बोलत असला पाहिजे, असं संवेदनशील तरुण मनाला वाटणं स्वाभाविक आहे. तेरा (thirteen) ते एकोणीस (nineteen) या विशिष्ट वयोगटातल्या मुलांना आपण 'टीनएजर्स' असंच म्हणू या. याचा अर्थ असा नाही की, टीनएजर्स फार तर्कटपणा करतात; ते फक्त तार्किकदृष्ट्या जाणून घेण्याचा प्रयत्न करत असतात. प्रश्न फक्त तारतम्याचा आहे. टीनएजर्सना दिलेल्या सल्ल्याचं कोणतंही कारण किंवा त्या सल्ल्याला आधारभूत असा पुरावा का दिला जात नाही? प्रौढ सांगतात ते सगळं खरं असं जर मानलं, तर त्या सूचनांमागची

कारणमीमांसा किंवा एखादा पुरावा त्यांना माहीत आहे का?

याच प्रश्नांनी मला या पुस्तकापर्यंत आणलं. कुठे मिळतील या प्रश्नांची उत्तरं? या सूचनांमागचा सबळ पुरावा कुठे शोधता येईल? एक चांगली आणि कदाचित थोडी आश्चर्याची गोष्ट म्हणजे, असा पुरावा आधीपासूनच अस्तित्वात आहे. गेल्या काही, नेमकं सांगायचं तर गेल्या पाच वर्षांतच तो पुरावा गोळा झालेला आहे. टीनएजर्सचा मेंदू, अमली पदार्थ, लैंगिक संबंध, वयात येणं यांबद्दल आपल्याला खूपकाही माहीत आहे. गरज आहे ती या ज्ञानाची नीटस, स्पष्ट मांडणी करण्याची; तरच टीनएजर असताना आपण कसे असतो, आपण कोणते धडे गिरवू शकतो, ते आपण समजून घेऊ शकू. शास्त्रज्ञ, डॉक्टर्स आणि चिकित्सक यांच्या गेल्या काही दशकांमधल्या योगदानाने आपल्या प्रगतीच्या, वाढीच्या प्रक्रियेच्या प्रत्येक टप्प्याबद्दलच्या आपल्या ज्ञानामध्ये क्रांती घडवून आणली आहे. मानवी टीनएजर्स कशी आहे आणि ती तशी का उत्क्रांत झाली आहे, ते आता आपल्याला माहीत झालं आहे. टीनएजर्समधला गोंधळ कधीकधी फार वादळी, तर्कापलीकडचा अगदी विकृत वाटू शकतो. पण त्या प्रक्रियेमागे एक सलग घटनाक्रम आहे. एक सुसंगती आहे. विकासाचं जीवशास्त्र, मानववंशशास्त्र, मेंदूविज्ञान, शरीरविज्ञान, मानसशास्त्र, चिकित्सा आणि राजकारण एवढे विषय हे पुस्तक लिहिता-लिहिता मी कोळून प्यायलो. उपरोक्त विषयांचा कीस काढला. त्यामुळे टीनएजला आपल्या आयुष्यात अनन्यसाधारण महत्त्व आहे, ही माझी समजूत अधिकाधिक पक्की होत गेली.

टीनएज ठळकपणे समजून घेणं आवश्यक आहे, यावर माझा पूर्ण विश्वास आहे. याच टीनएजला मी बिनधास्तपणे 'सकारात्मक' म्हटल्याचं तुम्हाला आठवत असेल.

दुर्दैवाने, रंगीबेरंगी बालपण आणि परिपक्व प्रौढत्व यांच्यातलं एक संकट म्हणून लोक टीनएजकडे पाहतात. आयुष्याच्या दहा ते वीस वर्षांमध्ये करण्यासारख्या गोष्टींकडे आपण उत्तम संधी म्हणून पाहू शकतो. मानवी उत्क्रांती आणि मानवी समाजाच्या इतिहासाचं आपलं ज्ञान या सकारात्मक, उच्च दृष्टिकोनाला आधारभूत ठरतं. वयाच्या दोन अवस्थांमधलं वेदनादायी आणि अनिश्चित असं संक्रमण म्हणून टीनएजकडे पाहण्याऐवजी, दोन्ही अवस्थांमधल्या सर्वोत्तम गोष्टी मिळण्याचा काळ म्हणून पाहणं उचित राहील. टीनएजमध्ये आपण लहान मुलाचा खळाळता उत्साह, कुतूहल आणि प्रौढांचं आश्वासक स्वातंत्र्य या दोन्ही गोष्टी अनुभवू शकतो.

इतर प्राण्यांच्या तुलनेत मानवाला प्रौढत्वापूर्वी बराच काळ मिळाला आहे. 'दुर्दैवी काळ' असं याला म्हणणं जरा दुष्टपणाचं ठरेल. उत्क्रांतीकडून मानवाला टीनएज अवस्था मिळालेली आहे, ती फार चांगल्या कारणासाठी. या विधानाला पुष्टी देणारे सबळ पुरावेसुद्धा आहेत. एक 'व्यक्ती', 'माणूस' म्हणून यशस्वी

होण्यामध्ये टीनएजचा बराच मोठा वाटा आहे. (आपण 'माणूस' म्हणून घडावं याचसाठी तर उत्क्रांती असते!) आपण खेळणं, जगणं आणि वाढणं यांची मजा एकत्रित चाखू शकतो. धोके आणि ताण यांनी भरलेला भयंकर काळ म्हणजे टीनएज असं चित्र आपल्यासमोर निर्माण केलं जातं. अर्थात, धोका पत्करल्याशिवाय काहीच मिळत नाही. पण टीनएजर होणं म्हणजे आपण स्वत:, जग आणि माणसं यांच्यावर प्रयोग करण्याची एकमेवाद्वितीय संधी आहे ही जाणीव आपण कधीही विसरता कामा नये. त्या-त्या वेळेनुसार गोष्टी खूप गंभीर वाटू शकतात, पण त्यावर आपण टीनएजमध्ये जी प्रतिक्रिया देतो, त्याचे परिणाम पुढच्या आयुष्यातही भोगावे लागतात. आपण कधीकधी टीनएजर्सना इतकं घाबरवतो की, ते नवीन गोष्टी करून पाहायलाही धजावत नाहीत. टीनएज अवस्था इतकी भयंकरही नसते. आयुष्य जगून पाहण्यासाठीच तर असतं ना! विसाव्या वर्षापर्यंत प्रत्येकाने थोडंसं बेदरकार वागून पाहायला हरकत नाही.

तर, मी हे पुस्तक का लिहिलं? मला या विषयावर का लिहावंसं वाटलं?

टीनएजकडे पाहण्याचा माझा दृष्टिकोन वेगळा आणि नि:पक्षपाती आहे, असा विश्वास तुम्हाला देण्यासाठी मला माझ्याबद्दल थोडं तुम्हाला सांगितलं पाहिजे. 'मीही टीनएजमधून गेलो आहे. अनुभवी आहे. मग मी तुम्हाला सल्ला देऊ शकतो.' अशी प्रौढी मीही मिरवू शकतो. किंबहुना ते खरंही आहे. पण मी तुम्हाला जरा सविस्तर सांगू इच्छितो. माणसाने चंद्रावर पहिल्यांदा पाऊल ठेवायच्या नऊ महिने आधी माझा जन्म झाला. इंग्लंडच्या दक्षिण भागात मी वाढलो. मी एक हसरा, आनंदी मुलगा होतो आणि सगळे टीनएजर जे करतात तेच उपद्व्याप करत मी मोठा झालो. अल्पवयीन असताना पबमध्ये गेलो, ज्यांच्याकडे गाड्या होत्या त्यांच्याबरोबर भटकलो, थोडीफार भांडणंही केली. पण एकंदरीत मजा केली. विद्यापीठात गेल्यावर तर अजूनच धमाल केली. मला अतिशय तल्लख स्मरणशक्ती लाभलेली होती. त्याचमुळे पशुवैद्यक शास्त्राच्या प्रशिक्षणाला मी जाऊ शकलो. त्यातूनच आक्रमक केसाळ प्राण्यांना हाताळायला मी सरावलो. मला उत्क्रांतीबद्दल कुतूहल निर्माण झालं. लाखो-हजारो-कराडो वर्षांच्या उत्क्रांतीने आपल्याला मानव म्हणून कसं घडवलं याचं मला कायमच आश्चर्य वाटत आलं होतं. मला या विषयाची भुरळ पडली. अगदी आता हे पुस्तक लिहीपर्यंत या विषयाची माझ्यावरची मोहिनी कायम आहे.

नंतर एक वर्षभर मी पशुवैद्य म्हणून काम केलं. कोणतंही शास्त्रीय प्रशिक्षण नसलेल्या माणसांना, परंतु उत्सुकता असणाऱ्यांना जीवशास्त्र शिकवण्यात माझा बराचसा वेळ जाई, जे मी माझ्या पुस्तकांमध्ये आता करतो. नंतर मी लंडनमधील 'प्राणिशास्त्र संस्था' (Institute of Zoology), ऑक्सफर्डमधील प्रसूतीचा दवाखाना

आणि लंडनमधीलच 'पशुवैद्यक शाळा' (Vet school) इथे शास्त्रीय संशोधनासाठी गेलो. एकीकडे मी विद्यापीठातल्या विद्यार्थ्यांना शिकवत होतो. दुसरीकडे शालेय विद्यार्थ्यांना त्यांच्या भविष्यातील व्यवसायाबद्दल विचार करण्यासाठी सल्ला देण्याचंही काम मी करू लागलो. नंतर हेच माझं मुख्य काम बनलं आणि आता मी केंब्रिज येथे विद्यार्थ्यांना सल्ला देण्याचं व शिकवण्याचं पूर्णवेळ काम करतो.

हे सगळं चालू असतानाच मी सर्वसामान्य लोकांसाठी जीवशास्त्राची पुस्तकं लिहू लागलो. माझं पहिलं पुस्तक गर्भारपणाबद्दल होतं. दुसरं लैंगिकतेवर होतं आणि तिसरं मेंदूबद्दल होतं. जीवशास्त्र लोकांना सोपं करून सांगण्याच्या माझ्या जुन्या कौशल्याला मी कष्टाने आकार दिला. त्या कौशल्याला जरा घासून-पुसून लख्ख केलं. माझ्या या चौथ्या पुस्तकात हेच दिसून येईल, अशी मला आशा आहे. तुम्ही प्रयत्न केलात, मोठाल्या गोष्टी कापून लहान-लहान तुकड्यांमध्ये मांडल्या आणि गोष्टीरूपात सांगितल्या तर जीवशास्त्रातली कोणतीही गोष्ट सहज आकलनीय, अतिशय रंजक होऊ शकते, हे मला या पुस्तकाच्या लिखाणाने शिकवलं. सगळ्यात महत्त्वाचं म्हणजे, टीनएजचा काळ किती नाजूक असतो आणि त्याबद्दल आपल्याला किती कमी ज्ञान आहे, याची जाणीव मला झाली.

या विचारांतूनच मला हे पुस्तक लिहिण्यासाठी प्रेरणा मिळाली. मीच हे पुस्तक का लिहावं? या प्रश्नामागची कारणंही कळली. माणसाची होणारी वाढ, त्याची बुद्धी, लैंगिकता, आपल्या विचारांची पद्धत यात मला रस आहे. टीनएजर्सची गोष्ट आवर्जून सांगण्यासारखी आहेच. त्यातून कदाचित माणसांना स्वत:ला, स्वत:च्या मुलांना समजून घ्यायला थोडीफार मदत होईल. जरा मोठ्या, पंधरा ते एकोणीस वयाच्या टीनएजर्सवर माझं बरंचसं काम आहे. पाहताक्षणी आकर्षक, बुद्धिमान, आत्मविश्वासपूर्ण वाटणारी तरुण मुलं आतून अस्वस्थता, असुरक्षितता, स्वत:बद्दलचा संशय यांनी पोखरलेली पाहून मी सुन्न होतो. असं का होतं आणि यातून बाहेर पडायचा काही मार्ग आहे का, हे मी या पुस्तकाद्वारे सांगू इच्छितो.

टीनएजर होण्याच्या आनंदामध्ये पडणारं विरजण म्हणजे टीनएज अवस्थेचं केलं जाणारं अतिविश्लेषण. खूप गोष्टींचा कीस पाडून आपण त्या आनंदाचा पार विचका करून टाकतो. वयात येणं, लैंगिकता या विषयांवर आजपर्यंत अनेक पुस्तकं लिहिली गेली असतील. मादक द्रव्यं, व्यसनं, टीनएजमधले नातेसंबंध यावर असंख्य पुस्तकं उपलब्ध असतील. काही पुस्तकं टीनएजमधल्या 'मेंदू'वरही लिहिलेली सापडतील. यातली बरीचशी पुस्तकं खरोखरच चांगली आहेत, पण त्यातून उपरोक्त विषय एकमेकांपेक्षा पूर्णपणे वेगळे आहेत असं चित्र निर्माण होतं. माझ्या आठवणीप्रमाणे टीनएज म्हणजे या सगळ्याचंच एक जाळं होतं. सगळ्याच गोष्टी एकमेकांमध्ये पूर्ण गुंतलेल्या होत्या. मी काही नाती जोडण्याच्या प्रयत्नात

असताना माझ्या शरीरात मात्र काही वेगळ्याच, विचित्र घटना घडत होत्या आणि मेंदू आणखी भलत्याच दिशेने विचार करत होता. (जेव्हा तो मद्य किंवा इतर गोष्टींच्या आहारी गेलेला नसायचा, तेव्हा.) माझं सगळं अस्तित्वच लैंगिकतेने भारून गेल्याची जाणीव मनाला सतत होती. उपलब्ध पुस्तकांमध्ये सांगितलेल्या माहितीपेक्षा घडणारं सारं फार संदिग्ध आणि एकमेकांमध्ये मिसळलेलं होतं. आयुष्यातल्या बाकीच्या अवस्थांपेक्षा अनुभवाची अत्युच्च पातळी गाठण्याच्या अवस्थेप्रत मुलांना आणून सोडण्याइतकी त्या माहितीची पात्रता नव्हती.

मात्र वेगवेगळे असंबद्ध बदल घडून येणारी अवस्था म्हणून टीनएजचा विचार करण्यापासून स्वत:ला परावृत्त करणं गरजेचं आहे. सगळे बदल एकमेकांशी सुसंगत आहेत, एकमेकांसोबत समन्वय राखून आहेत. जसं, तुमची लैंगिकता तुमच्या कामाच्या पद्धतीवर परिणाम करते, तुम्ही लैंगिक संबंधांना देत असणारे प्रतिसाद तुमच्या नातेसंबंधांवर परिणाम करतात, मादक द्रव्य तुमच्या मन:स्थितीवर परिणाम करतात इत्यादी, इत्यादी. सगळीच माहिती पुस्तकात भरताना गोंधळ होऊ नये म्हणून मी पुस्तकाचे काही विभाग केले आहेत. ते पाच भाग अनुक्रमे वाढ, विचारसरणी, मादक द्रव्यं, नातेसंबंध आणि लैंगिकता या विषयांवर आहेत.

विषय ठळक असले तरी सगळ्यांमधील सीमारेषा तशी धूसर आहे. वरच्या सगळ्याच घटना एकाच वेळी घडत असतात. टीनएजच्या प्रत्येक पैलूचे परिणाम इतर सगळ्या पैलूंवर होत असतात. आयुष्यातल्या इतर कोणत्याही काळापेक्षा या काळात अनंत घटना एकाच वेळी वेगवेगळ्या पातळ्यांवर घडत असतात. त्यामुळे टीनएजकडे पाहताना आपल्याला गोंधळायला होतं वा आपला गोंधळ उडतो. टीनएजर धड ना लहान मूल असतं, धड ना परिपक्व प्रौढ माणूस असतो. दोन्ही अवस्थांचं तो एक अजब रसायन असतो. ही वर्षं पोकळ नसतात. जीवनाच्या सगळ्याच रंगांचा अतिशय सुंदर मिलाफ असतो, हा काळ म्हणजे! असं परत कधीच घडणार नसतं!

या मजेदार गोंधळातूनच एक परिपूर्ण प्रौढ माणूस तयार होतो. टीनएजच्या मुशीतून घडल्यामुळे पुढच्या प्रसंगांना सामोरं जायला तयार असणारा एक संवेदनशील पण कणखर माणूस! टीनएजमधून जाणं हाच प्रौढ बनण्याचा सर्वोत्तम मार्ग आहे. आपण कधी ना कधीतरी मरणारच असल्यामुळे आपली जागा घेणारी नवी माणसं आपण घडवतो. दुसऱ्या शब्दांत सांगायचं तर प्रजननाने आपण निर्माण केलेले वारसदार म्हणजे एका अर्थी मृत्यूची फसवणूकच आहेत. मग टीनएजपेक्षा आणखी सकारात्मक गोष्ट दुसरी कोणती असू शकते?

मनात आणलं, समजून घेतलं, तर टीनएजसारखा सुंदर, अमूल्य काळ नाही. तरुण होणं हा शाप नाही, ते निसर्गाचं वरदान आहे.

मनोगत

'सोळावं वरीस धोक्याचं गं...' असं म्हणता-म्हणता मुलं सोळाव्या वर्षाच्या उंबरठ्यावर येतात आणि मुठीतल्या वाळूसारखी हातातून निसटूनही जातात. हा काळ पालक आणि मुलं दोघांसाठीही फार कठीण असतो. तो कठीण वाटतो, कारण आपल्याला 'वयात येणं' म्हणजे काय ते समजलेलंच नसतं. अचानक पालक इतके कठोर का झाले, हे मुलांना कळत नाही आणि मुलं आपल्यापासून अलग का झाली, फटकळ का झाली, हे धास्तावलेल्या पालकांना कळत नाही. मित्रांमध्ये रमणारी मुलं... रात्री उशिरा घरी येणं... अचानक घरावरून उडालेलं लक्ष... काळजीपोटी पालकांकडून होणारा विरोध... आरडाओरडा... कधीतरी, कुठेतरी दोघांचीही सहनशक्ती संपते. तिथे संघर्ष होणं अटळ असतं.

प्रत्येक गोष्ट शास्त्रीयदृष्ट्या समजून घेणारे पालक वयात येणं का समजून घेऊ शकत नाहीत? कारण 'वयात येणं' या घटनेमागे फक्त शारीरिक बदल नाहीत, सामाजिक, सांस्कृतिक, मानसिक, शारीरिक, जीवशास्त्रीय असे सगळेच संदर्भ टीनएजला आहेत. फक्त शारीरिक बदल म्हणून वयात येण्याकडे पाहणं, हे संघर्षात तेल ओतण्यासारखं आहे. संदर्भांपैकी एकही संदर्भ वगळून आपल्याला चालणार नाही. उत्क्रांतीपासून सामाजिकतेपर्यंत सगळीकडेच टीनएजची पाळंमुळं घट्ट रुजलेली आहेत. किशोरवयातल्या अलीबाबाच्या गुहेमधला विचारांचा, भावनांचा खजिनाच आपल्यासमोर येतो. एरवी पालकांसाठी 'प्रवेश निषिद्ध' असणाऱ्या किशोरवयीन मुलांच्या अद्‌भुतरम्य जगाची सफर या पुस्तकाने घडवून आणली आहे. एखादं न सुटणारं अवघड कोडं सोडवताना जसा आनंद मिळतो, तसाच आनंद निसर्गाने घातलेलं कोडं सोडविण्यात आहे. 'टीनएज'चं तर्कापलीकडचं गणित उकलताना जगण्याच्या प्रत्येक पायरीवर आपण अधिकाधिक समृद्ध होत जातो. एकूण विषयालाच लेखकाकडून जो प्राणिशास्त्रीय दृष्टिकोन मिळाला आहे, त्याने माणसाची सगळ्याच विश्वाशी सांगड घातली आहे. या व्यापकतेनेच आपण 'माणूस' म्हणून स्वत:कडेच नव्याने पाहतो... अंतर्मुख होतो... सजग होतो... आणि इथूनच आपला प्रवास सुरू होतो – स्वत:कडेच!

या विलक्षण, विश्वव्यापी प्रवासाचा हा सफरनामा!

– डॉ. अस्मी अच्युते

अनुक्रमणिका

१. अडथळ्यांची शर्यत

मोठं होणं खरंच इतकं अवघड आहे का?

तलावाकाठचं संभाषण –

माझा नऊ वर्षांचा भाचा : तुझी नुन्नी कुठे आहे?

माझी तीन वर्षांची मुलगी : मला नाही तुझ्यासारखी नुन्नी.

माझा नऊ वर्षांचा भाचा : मग तू शू कशी करतेस?

चौदा ते अठरा याच वयात फक्त मी डायरी लिहिली आहे. खरंतर मुलांमध्ये हे वय काही काम करत राहण्याचं नाहीये. जसजसं मी लिहीत गेलो आणि तेच परत-परत वाचत गेलो तसं माझ्या लक्षात आलं की, माझ्याही नकळत मला काहीतरी झालं होतं. माझे अनुभव, माझे दृष्टिकोन, माझ्या भावना वाऱ्यावर स्वार व्हायला लागल्या होत्या. माझ्याही नकळत मी कोणीतरी वेगळाच झालो होतो. ते सगळे बदल एकत्रितपणे पाहताना लहान मूल असणारा मी आणि अठरा वर्षांचा मी यांच्यातले अडथळे वाढत होते. आपण अजून लहानच आहोत, याच समजुतीला मी कवटाळून बसलो होतो – जे मी अजूनही कधीकधी करतो म्हणा! – पण घडणाऱ्या घटना मात्र त्या समजुतीविरुद्ध होत्या. लहान मूल म्हणूनही मी खूप धमाल केली आणि अठरा वर्षांचं होण्यातलं सुखही अनुभवलं, पण दोन्ही आनंदांमध्ये जमीन-अस्मानाचा फरक होता – बालपणाकडे परतण्याचे सगळेच रस्ते बंद झाले होते.

मी हे सगळं सांगतोय, कारण त्यामुळे कदाचित तुम्ही स्वत:तल्या बदलांचा विचार करायला लागाल. सुरुवातीचं संभाषण तुम्हाला तुम्ही किती बदलला आहात (किंवा बदलताय.) हे कळण्यासाठी दिलं आहे. असं काहीतरी इतक्या निरागस सहजतेने तुम्हीही अनेक वर्षांपूर्वी, फार लहान असताना बोलला असाल. आपण असं काहीतरी बोललो असू अशी कल्पना करणंही तुम्हाला अवघड वाटेल. पण

तुम्ही तसे होतात हे सत्य आहे आणि आता परत तुम्ही ते निरागस लहान मूल होऊ शकत नाही. त्या तीन ओळी तुम्हाला बालपणाबद्दल खूपकाही सांगून जातात – भाबडी लैंगिकता, इतरांच्या आयुष्याविषयीचं निर्हेतुक कुतूहल किंवा सगळेच आपल्यासारखे असतात हे गृहीतक... तेव्हाचे तुम्ही आणि आत्ताचे तुम्ही यात बदलांचे उंच पहाड उभे असल्याचंही तुम्हाला जाणवेल. बहुधा आपण सगळेच मानसिक, भावनिक आणि लैंगिक गिर्यारोहक असल्याच्या भावनेने आपली टीनएज पार पाडतो.

मी वरचं संभाषण सांगण्याचं अजून एक कारण म्हणजे शारीरिक, मानसिक वाढीबद्दल. त्यातून काही महत्त्वाचं समजतं. वरवर पाहता तलावाकाठचं संभाषण म्हणजे स्त्री आणि पुरुषांच्या लैंगिकतेतला फरक आहे इतकं साधं वाटेल. पण 'लैंगिकता' हा विषय मुलं किती सहजतेने घेऊ शकतात ते त्या संभाषणातून कळतं. पण त्यातून हेही लक्षात येतं की, मुळातच मुलं आपल्यापेक्षा वेगळा विचार करतात आणि वेगळं वागतात. सर्वसाधारणपणे टीनएज म्हणजे समागमाची सुरुवात नव्हे. लैंगिकता आयुष्यातला महत्त्वाचा भाग नक्कीच आहे. आणि बरेच लोक टीनएज अवस्थेतच त्यांच्या लैंगिक आयुष्याची सुरुवात करतात, हेही खरं आहे; पण टीनएज म्हणजे समागमाच्या प्रशिक्षणाचा काळ नाही. त्याहीपलीकडे खूपकाही शिकण्यासारखं आहे. टीनएजर्सची अनेक पैलूंनी वाढ होणं गरजेचं आहे, या मुद्याकडे मी पुस्तकात पुन्हा-पुन्हा वळणार आहे. शारीरिक, मानसिक, लैंगिक, बौद्धिक, भावनिक, आध्यात्मिक असे सगळेच पैलू विकसित होणं आवश्यक असतं. या सगळ्या प्रक्रिया एकत्रच होतात. टीनएजर होताना तुम्हाला लैंगिकतेची जाणीव होऊ लागते. तद्वतच बुद्धिमत्ता, भावनिकता आणि आध्यात्मिकतादेखील जाणवू लागते. आणि हो! हे सगळं करता-करता तुम्हाला मोठंही व्हायचं असतं.

टीनएजबद्दल इतकं काही वेगळं सांगण्यासारखं आहे की, तिच्याकडे जीवनपद्धतीतील एक महत्त्वाची अवस्था म्हणून पाहणंच योग्य ठरेल. टीनएज हे खास मानवी वैशिष्ट्य आहे. मानव आणि प्राण्यांमधला तो मूलतःच जीवशास्त्रीय फरक आहे. टीनएजर हा समाजाच्या रचनेचा एक अविभाज्य भाग आहे. दुसऱ्या महायुद्धापर्यंत असं समजलं जायचं की, माणसं बालपणातून थेट प्रौढत्वाकडे प्रवेश करतात. टीनएज वगैरे काहीही नसतं. गेल्या काही वर्षांमध्ये टीनएजअवस्थेकडे पाहण्याचा समाजाचा दृष्टिकोन खूपच बदलला आहे. विसाव्या शतकापर्यंत टीनएज अस्तित्वात नव्हती असं नाही, तरीही टीनएजर्सची कृतिशीलता दुर्लक्षित केली जात होती किंवा दडपली जात होती. टीनएज किंवा टीनएजर एक वेगळा भाग म्हणून अस्तित्वात असल्याची उदाहरणं साहित्यातही सापडतात, पण ती त्या-त्या काळाला अनुसरून आहेत. प्राचीन ग्रीक आणि रोमन लोकांनी त्यांच्या समाजातील तरुणाईला

मध्यवर्ती ठेवून अनेक नाटकं लिहिली. तुमचा कदाचित विश्वास बसणार नाही, पण शेक्सपिअरनेही आपल्या 'रोमिओ-ज्युलिएट' या प्रसिद्ध महाकाव्यात प्रौढांविषयीचं आकर्षण, विरोधाभासी जिद्द, ऊर्मी या टीनएर्ज भावनांचा खुबीने वापर केला आहे. लक्षात घ्या, टीनएजर ही एक सामाजिक कल्पना अजिबातच नाही, तर टीनएजर हे सर्वांपेक्षा निराळं असं व्यक्तिमत्त्व आहे.

टीनएजर्स आले कुठून? टीनएज अवस्थेचा उगम कसा झाला? या प्रश्नांची उत्तरं देण्याचा प्रयत्न पुस्तकाच्या पहिल्या भागात केला आहे. टीनएजर्सच्या अनुभवाची कठीणता पाहता अनेक संलग्न मार्गांनी या प्रश्नाचं उत्तर देता येईल. शोधाच्या सुरुवातीला आपण टीनएज कधी अस्तित्वात आली ते पाहण्यासाठी जीवाश्मांच्या नोंदी पाहणार आहोत. 'खरा टीनएजर' निर्माण होण्यासाठी काय आवश्यक होतं याचा इतिहासात शोध घेणार आहोत. नंतर, आधुनिक टीनएजर्समध्ये वयात येण्याची आणि टीनएज अवस्थेची सुरुवात ज्या प्रक्रियेमुळे होते, ती प्रक्रिया समजून घेणार आहोत. मग या सगळ्या बदलांचे शरीरा-मनावरचे परिणाम लक्षात घेणार आहोत. यामध्ये कुठेच आपण लैंगिकता या विषयाला हात घालणार नाही. कारण त्याआधी आपल्याला बरंच काही समजून घ्यायचं आहे. आपण लैंगिकतेऐवजी शरीराच्या, मनाच्या वाढीचा विचार करणार आहोत. कारण बहुतेकदा टीनएजर्स बाकी महत्त्वाच्या गोष्टी सोडून आणि खरोखरीचा संभोग वगळता 'सेक्स'विषयी विचार करणं, सेक्स हवासा वाटणं, आपल्याला सेक्स का हवासा वाटतोय याची काळजी करणं, याच्यातच वेळ घालवतात. सध्यातरी आपण आपल्या शरीरात घडणाऱ्या बदलांबद्दल विचार करणार आहोत आणि पुस्तकाच्या पाचव्या भागात 'सेक्स'ची इत्थंभूत माहिती घेणार आहोत. जीवाश्म आणि जीवशास्त्रीय खुणा यांच्यावरून टीनएजर्स का अस्तित्वात आले आणि त्यांचं स्थान काय, या मूलभूत प्रश्नांची उत्तरं आपण शोधणार आहोत.

टीनएजर्सना ज्या शारीरिक बदलांना सामोरं जावं लागतं, समजावून घ्यावं लागतं, त्या बदलांची माहिती आपण पुस्तकाच्या पहिल्या भागात करून घेणार आहोत. त्यातूनच हे बदल आनंदाने स्वीकारण्याची मानसिकता त्यांच्या ठायी निर्माण होणार आहे. मी तुम्हाला सुचवेन की, तुम्ही जरा तुमच्या तारुण्यातल्या डायऱ्या, कविता, लिखाण चाळा. तेव्हाच्या आणि आत्ताच्या व्यक्तिमत्त्वातल्या बदलांनी तुम्ही स्तिमित व्हाल. कृपा करून ते लिखाण, त्या नोंदी गहाळ करू नका. जी घोडचूक मी केली, ती तुम्ही करू नका. मला त्या काळी डायरी लिहिण्याची संकल्पना खूपच भावली होती, पण आता ती हरवल्याबद्दल मी छोटासा सुटकेचा निःश्वास टाकला आहे. ती डायरी आता कुठे आहे आणि कोण माझ्या टीनएर्ज रहस्यांची उकल करतं आहे, याची सध्यातरी मला कल्पना नाही.

टीनएज अवस्थेचा उगम

टीनएज अवस्थेला सुरुवात कुठून झाली, असं विचारणं जरा विचित्र वाटेल. वीस वर्षं जगणारा कोणताही प्राणी टीनएज अवस्थेतूनच जातो. तेरा ते चौदा या वयात येणं म्हणजे 'टीनएजर' होणं हा संकुचित विचार आहे. 'थर्टीन ते नाइनटीन' या विशिष्ट वयात होणाऱ्या उलथापालथींमुळे या कालावधीला 'टीनएज' अशी संज्ञा पडली आहे. हाच विशिष्ट वयोगट आपण पुस्तकात अभ्यासणार असल्यामुळे आपणही 'टीनएज' हीच संज्ञा वापरू या. ही आकडेवारी झाली, पण मानवी टीनएज हा आकडेवारीच्या पलीकडचा अनुभव आहे. टीनएज अवस्थेत 'काहीतरी खास' असं मानवी अस्तित्वाचं उल्लेखनीय, काहीसं जगावेगळं असं हे वैशिष्ट्य आहे. टीनएज अवस्थेची स्वतःची एक भूमिका आहे आणि तिला उत्क्रांतीचा विरोधाभासी इतिहासही आहे. मानवजातीचं यश ज्यावर उभारलेलं आहे, असं महत्त्वाचं वैशिष्ट्य म्हणजे टीनएज, असं म्हणण्याइतका सबळ पुरावा आता आपल्याकडे आहे.

टीनएज अवस्थेची पाळंमुळं खणून काढायची असतील, तर आपल्याला मानवी आयुष्याकडे व्यापक दृष्टिकोनातून पाहावं लागेल. टीनएज अवस्थेच्या उगमाचा शोध घेताना आपल्याला जाणवेल की, याच वैशिष्ट्याने मानवजात इतरांपेक्षा वेगळी आहे. मग आपल्या प्रजातीचं वेगळेपण नेमकं कशात आहे, याचा विचार आपल्याला करावा लागेल. गेल्या दहा हजार वर्षांत मानवाने मिळवलेले गुणधर्म आपण समजून घेतले तर त्या वैशिष्ट्यांचा, गुणधर्मांचा अभ्यास करण्याच्या दिशेने पुढचं पाऊल आपण टाकू शकू. टीनएज अवस्थेला त्याच वैशिष्ट्यांपैकी एक वैशिष्ट्य आपण आत्ता-आत्ता समजायला लागलो. इतर वैशिष्ट्यांशी टीनएज अवस्थेला सांधणारे काय दुवे आहेत, ते आता आपण या पुस्तकात पाहणार आहोत.

पशुवैद्यकशास्त्राचं प्रशिक्षण घेतलेल्या पशुवैद्यकशल्य विशारद (व्हेटर्नरी सर्जन) म्हणून माणसाकडे 'फक्त एक वेगळी जात' अशा दृष्टिकोनतून पाहणं मला फार मोठा तात्विक आनंद देऊन गेलं. माणूसही एक प्राणीच आहे आणि जीवशास्त्राचे सगळे नियम इतरांप्रमाणे त्यालाही लागू होतात. मग इतर प्राण्यांसारखाच माणसाचाही अभ्यास झालाच पाहिजे, नाही का? मानवी सर्वोच्चतेच्या संकल्पनेलाही माझा स्वाभाविक विरोध आहे. कारण याच गैरसमजुतीने माणसाला क्रूर आणि अतिगर्विष्ठ बनवलं आहे. जसजसा मी मानवी जीवशास्त्राचा अभ्यास करू लागतो, तसतसं आपण किती विचित्र आहोत, हे मला जाणवायला लागतं. खरोखरच अशी काही गुणवैशिष्ट्यं आहेत, ज्यांनी इतर प्राण्यांच्या तुलनेत माणसाला श्रेष्ठ बनवलं आहे. अर्थात, मी हे मोठ्या कष्टाने मान्य करतो आहे. सगळ्याच वैशिष्ट्यांमध्ये टीनएज अवस्थेचा काही ना काही सहभाग आहे. कोणती वैशिष्ट्यं आहेत ही? आपण त्यांना चार गटांत विभागून पाहू.

हालचाल	**मेंदू**	**प्रजनन**	**आयुष्यमान**
द्विपाद चालणं	आकलन क्षमतेमध्ये वाढ	मासिक पाळी	दीर्घायुष्य
		'माजा'वर येण्याचा काळ नाही	अन्न इत्यादी स्रोतांची पालकांकडून व्यवस्था
	भाषा	लैंगिक संबंधासाठी प्रजननाशिवाय इतरही हेतू असतात	मुलं जन्माला घातल्यावरही दीर्घकाळ आयुष्य
		रजोनिवृत्ती	वारसाच्या अवलंबित्वाचा प्रदीर्घ कालावधी

मानवाचं पहिलं वैशिष्ट्य म्हणजे आपली चालण्याची पद्धत. माणसं दोन पायांवर चालतात. चालण्याची पद्धत सहा लाख वर्षांपूर्वी उत्क्रांत झाली असावी. 'द्विपाद' म्हणून ओळखली जाणारी मानवाची ही क्षमता सस्तन प्राण्यांसाठी नवीन

नाही. बरेच कृदन्त आणि पिल्लाला पिशवीत बाळगणारे कांगारूसारखे प्राणी मागच्या दोन पायांवर उभे राहून उडी मारतात. बऱ्याचशा प्रायमेट्सने ठरवलं तर ते दोन पायांवर चालू शकतात, पण फारच क्वचित ते दोन पायांवर चालताना दिसतात. माणूस मात्र व्यवस्थितपणे सर्वकाळ दोन पायांवर चालत असतो. शरीराने प्रबळ जात म्हणून माणसाचा विचार सहसा केला जात नाही, पण लांब अंतर धावण्याची माणसाची क्षमता फारच थोड्या प्राण्यांमध्ये आढळते. मानवी द्विपादतेची कहाणी अतिशय रंजक आहे, पण तो आपला मुख्य मुद्दा नाही. द्विपादतेचा टीनएज अवस्थेशी अप्रत्यक्ष संबंध आहे. दहा महिन्यांची होताहोताच मुलं नीट चालायला, पळायला लागतात. मग इथेच आपलं दोन पायांवर चालणं महत्त्वाचं ठरतं. कारण त्यामुळे आपण आपल्या सहकाऱ्यांना अन्न नेऊन देऊ शकतो. अन्नापर्यंत पोहोचू शकतो आणि महत्त्वाचं म्हणजे हात इतर साधनं वापरण्यासाठी मोकळे ठेवू शकतो. आपल्या लहान मुलांना कडेवर घेऊ शकतो.

वैशिष्ट्यपूर्ण मानवी गुणधर्मांचा दुसरा गट मेंदूशी संबंधित आहे. मेंदूशी संबंधित वैशिष्ट्य मानवाचं इतर प्राण्यांपासूनचं वेगळेपण अधोरेखित करतात. खरंच आपल्या मेंदूमुळे आपण इतके यशस्वी झालो का? या प्रश्नाचं उत्तर आपण पुस्तकाच्या दुसऱ्या भागात शोधू. इतर कोणाच्याही तुलनेत मानवी मेंदू अपवादात्मक मोठा आहे. (मेंदूची तुलना करण्यासाठी अनेक गणिती मार्ग उपलब्ध आहेत.) मेंदूच्या मोठ्या आकारातच आपल्यात असलेल्या प्रचंड आकलनक्षमतांचं स्पष्टीकरण दडलेलं आहे. आपल्या ज्ञानेंद्रियांकडून मिळालेल्या माहितीवर प्रक्रिया करणं, ती समजून घेणं, मनात त्या माहितीशी संबंधित काही प्रतिमा निर्माण करणं, काहीएक आराखडा बनवणं आणि संकटाचं वा समस्येचं निवारण करण्यासाठी त्या सगळ्याचा उपयोग करणं या माणसाच्या क्षमतेसाठी 'आकलन' ही संज्ञा वापरली जाते. आपण कितीही हुशार वाटत असलो, तरी इतर सस्तन प्राण्यांचं आणि माणसांचं आकलन मूलतःच सारखं असण्याची शक्यता आहे. माणसाचं आकलन जरा विस्तृत आहे इतकंच. पण मानवी मेंदूच्या 'भाषा' या सर्वश्रेष्ठ यशाबद्दल आपण साम्य दाखवू शकत नाही. भाषा ही केवळ मानवालाच मिळालेली देणगी आहे. इतर अनेक प्राणी 'ध्वनी'च्या माध्यमातून एकमेकांशी संवाद साधतात. पण बोलल्या जाणाऱ्या भाषेची एक सुसंबद्ध प्रणाली फक्त माणसाकडेच आहे. या प्रणालीमध्ये स्वर किंवा व्यंजनांचा एक लहान गट सतत बदलणाऱ्या क्रमात एकत्र उच्चारला जातो. त्यातूनच वाक्य, व्याकरणाची निर्मिती होते. अमूर्त संकल्पनांना शब्दबद्ध करता येतं. प्राण्यांच्या वर्तणुकीतून मिळालेले काही पुरावे, भाषाशास्त्र, सांकेतिक लिपीशास्त्र, सगळ्यातून हेच दिसून येतं की, 'भाषा' हे मानवाचं एकमेवाद्वितीय वैशिष्ट्य आहे.

वैशिष्ट्यांचा तिसरा गट प्रजननाशी संबंधित आहे. आता तुम्हाला वाटेल की,

प्रजननाचा इथे काय संबंध? पण प्रजननाला आपण मानवी आयुष्यमानातून वगळू शकत नाही. पुस्तकाच्या शेवटपर्यंत हा भाग मानवी कथेत परत डोकवत राहणार आहे. या गटातलं पहिलं वैशिष्ट्य म्हणजे मासिक पाळी. फार थोड्या प्रायमेट प्रजातींमध्ये मासिक पाळी हा प्रकार आढळून येतो. तसंच मानवी स्त्रीचं बीज परिपक्व असतं. प्राणिजगतात इतकं वैचित्र्य भरलं आहे की, आपल्यासारख्या जगावेगळ्या प्राण्यांच्या प्रजनानाची वैशिष्ट्यं ही जगावेगळीच असणार. बाकीच्या प्राण्यांच्या माद्यांप्रमाणे मानवी स्त्री 'माजावर' येत नाही. म्हणजेच जोपर्यंत शास्त्रशुद्ध माहिती मिळत नाही, तोपर्यंत स्त्री प्रजननक्षम झाली हे तिला आणि पुरुषाला दोघांनाही कळत नाही. (स्त्रीला मासिक पाळी आल्यावर ती गर्भधारणेस योग्य असू शकते हे प्राचीन ग्रीकमधल्या लोकांना माहीत होतं.) आपल्या सगळ्यांनाच हेसुद्धा माहीत आहे की, मुलं जन्माला घालण्याव्यतिरिक्तही अनेक कारणांसाठी माणसं संभोग करतात. प्रायमेट्समध्ये असं काही आढळल्याची नोंद नाही. त्यामुळे 'प्रजननाच्या हेतूशिवायही संभोग' हे मानवाचं वैशिष्ट्य म्हणता येईल. शेवटचं असं की, मानवी स्त्रीची प्रजननक्षमता एका दीर्घ कालावधीनंतर 'संपते.' त्याला 'रजोनिवृत्ती' म्हणतात. मानवांमध्येच रजोनिवृत्तीची घटना आढळून येते. काही गोरीला आणि व्हेल माशांमध्येही रजोनिवृत्ती दिसून येत असल्याचा दावा काही जण करतात. आपण करत असणारी सर्वांत महत्त्वाची गोष्ट म्हणजे 'प्रजनन.' डार्विनचा 'नैसर्गिक निवडीचा सिद्धान्त' नक्कीच उपयोगी आहे.

चौथा आणि शेवटचा गट आहे आपल्या आयुष्यमानाशी संबंधित वैशिष्ट्यांचा. 'आयुष्याचा इतिहास' असं याला म्हटलं जात असलं, तरी आपण त्याला 'जीवनपद्धती' म्हणू या. कारण आपण कोणत्या पद्धतीने आपलं आयुष्य जगतो त्यामागे काही कारणं असतात. इतर प्राण्यांच्या आणि आपल्या जीवनपद्धतीत असलेला फरक इतर मुद्द्यांपेक्षा समजायला जरा सोपा आहे; पण तितकाच रंजकही आहे, असं मला वाटतं. ज्या उत्क्रांतीच्या – जीवशास्त्राच्या वैशिष्ट्यांनी आपल्याला 'मानव' म्हणून घडवलं, त्याचं सहजसोपं, दैनंदिन प्रात्यक्षिक म्हणजे आपली जीवनपद्धती. आपण आपल्या जीवनपद्धतीची किती काळजी करतो, ही अजून एक मजेशीर गोष्ट. आपलं चालणं, बोलणं, विचार करणं, मुलं जन्माला घालणं, या पायाभूत गोष्टी तर आपण गृहीतच धरलेल्या असतात. पण तरीही आपण मुलांच्या भविष्याविषयी विचार करतो, आपल्या लैंगिक जोडीदाराशी चर्चा करतो, मोठं होताना आपल्याला काय वाटतंय याबद्दल बोलतो. असं बोलणं, आपल्या भावना, भविष्याबद्दल चर्चा करणं हेच मानवी जीवनपद्धतीचं वैशिष्ट्य आहे. आपण दीर्घकाळ जगणारी प्रजात आहोत. आपल्या प्रायमेट भावंडांपेक्षा आपलं जीवनमान किमान दुप्पट आहे. आपण दीर्घायुषी असलो, तरी अन्नपाणी गोळा करण्याची आपली पद्धत तेव्हाही वेगळी होती.

साधारणपणे सगळ्याच वयाचे प्राणी आपापलं अन्न स्वत: गोळा करतात. पण कंदमुळं, फळं, शिकार यांवर जगणाऱ्या मानवी समाजात वीस ते पन्नास वयोगटातल्या व्यक्ती अन्न गोळा करून आणत. मुख्यत्वेकरून यात पुरुषांचं प्रमाण जास्त होतं. समाजातल्या इतर वयोगटातल्या व्यक्तींचं पोषण करून त्यांना अन्नाचा आधार देऊन ते त्यांच्या समाजातल्या घडामोडींना पोसत होते. मानवी वैशिष्ट्यांचं हे वेगळेपणच नाही का! मुलं जन्माला घालून झाल्यावर जन्मादात्या स्त्री आणि पुरुषाच्या दीर्घ आयुष्यासाठीही हा पोषणात्मक आधार महत्त्वाचा असे. मूल जन्माला घातल्याचं नैसर्गिक कर्तव्य पूर्ण केल्यावरही जन्मदाते खूप काळ जिवंत राहणं, ही घटना इतर प्रजातींमध्ये तशी दुर्मीळ आहे. आणखी एका गोष्टीसाठी पोषणात्मक आधार गरजेचा आहे. ती म्हणजे आपल्या संथपणे विकसित होणाऱ्या गर्भाचं पालनपोषण. या घटनेचा आपण सखोल परामर्श घेणार आहोत. दुसऱ्या कोणत्याही प्रजातीत मूल त्याच्या वयाच्या विसाव्या वर्षापर्यंत इतरांवर अवलंबून नसतं. (हा आयुष्याचा तसं म्हटलं तर एक-तृतीयांश एवढा काळ झाला.) माणसाचं आयुष्य कसं दीर्घ आणि वेगळं आहे, हेच इथे स्पष्ट होतं. मानवजातीत सुदृढ आणि सक्षम असलेल्या व्यक्तींचा एक गट दोन समाजघटकांना एकाच वेळी सांभाळत असतो, आधार देत असतो.

पहिला घटक – म्हाताऱ्या व्यक्तींचा मोठा समूह.

दुसरा घटक – गर्भ, मुलं, किशोर, तरुण यांचा संथ, वेदनामय मार्गाने परिपक्वतेकडे प्रवास करणारा, सतत वेगवेगळ्या मागण्या करणारा गट.

कशी विचित्र सामाजिकता आहे आपली!

थोडक्यात काय, तर आपण इतरांपेक्षा बरेच वेगळे आहोत. इतर प्रजातींपेक्षा वेगळ्या असणाऱ्या प्रजातीचा विचार करणं अवघड आहे. वर उद्धृत केलेल्या वैशिष्ट्यांकडे आपण पुस्तकाच्या ओघात परत वळणारच आहोत. पण टीनएज अवस्थेचा उगम कसा झाला? या प्रश्नाला भिडताना मुळात मानवी जीवनपद्धती आणि उत्क्रांती याबद्दल आपल्याला काय माहीत आहे, हे पाहावं लागेल. मानवी वारसांच्या त्यांच्या पालकांवरील अवलंबित्वाच्या वीस वर्षांच्या काळाबद्दल आपल्याला कितपत ज्ञान आहे, याचा विशेषत्वाने विचार करावा लागेल. आता मानवी जीवनपद्धतीचे पुरावे जीवाश्मांप्रमाणे सापडू शकत नाहीत. पण मानवी टीनएज अवस्थेच्या उत्क्रांतीबद्दल मानववंशशास्त्रज्ञ आपल्याला काय सांगतात, हे पाहणं गरजेचं आहे.

गेल्या दोनशे वर्षांत खूपकाही बदललं. आपल्या समजुती बदलल्या, आपल्या ज्ञानात भर पडली. मानवसदृश प्राणी – ज्यांना शास्त्रीय भाषेत 'प्रायमेट्स' म्हणतात – त्यांच्यापासून मानवाची उत्क्रांती झाली. शरीररचनात्मक आणि रेण्वीय (mol-ccules) साधर्म्यं तर आपल्याला समोर दिसतातच. माकडासारखे प्राणी मानवप्राण्यात

कसे रूपांतरित झाले, हे आपल्याला जीवाश्मांच्या नोंदींवरून कळतं. पण कोणत्याही चांगल्या सिद्धान्ताच्या बाबतीत जे घडतं, तेच इथेही आढळतं. शास्त्रज्ञ या नोंदींमधल्या उणिवांकडे आपलं लक्ष वेधण्यासाठी अधिक उत्सुक आहेत. 'माणूस' म्हणून आपली असणारी खास वैशिष्ट्यं आपण गेल्या दहा लाख वर्षांमध्ये मिळवली असावीत. पण जीवाश्मांच्या नोंदींमध्ये काही पोकळ्या आहेत. माकडांपासून माणसाचं वेगळेपण कळू लागलं, दोन्ही प्रजातींची रेषा वेगळी झाली, त्या वेळचे किंवा 'होमो' या प्रजातीचं जनुक निर्माण झालं, त्या वेळचे काही जीवश्मीभूत संदर्भच उपलब्ध नाहीत. जीवाश्मांवर जो कोणी अभ्यास करतो, त्याने लक्षात ठेवायला हवं की, आपल्याला निसर्गाने ठरवलेले, निवडलेलेच जीवाश्म पाहायला मिळतात. आपल्याला हवेत ते नव्हे. मानवी जीवाश्मांच्या नोंदीमध्ये जशा काळाच्या फटी आहेत, तशा काही भौगोलिक पोकळ्या पण आहेत. आफ्रिकेतल्या काही ठिकाणच्या वातावरणातील घटकांनी आपल्या पूर्वजांच्या अवशेषांचा पार भुगा करून टाकलाय. त्यामुळे तिथे काही नोंदी सापडू शकत नाहीत. उत्क्रांतीच्या सुरुवातीच्या काळात मानवी वस्त्या प्रचंड विस्तृत भूभागावर अगदी तुरळक अशा विखुरलेल्या होत्या. मग जीवाश्मांची नोंद कशी सापडेल? त्यामुळे आपल्याकडे इतिहास जाणून घेण्याचे फार थोडे मार्ग शिल्लक आहेत. पण सध्या या समस्या आपण थोड्या बाजूला ठेवू या.

सतत बदलणाऱ्या आफ्रिकन वातावरणात जगण्याची धडपड करताना आपल्या पूर्वजांना अनेक संक्रमणांमधून जावं लागलं. मानव आणि चिंपांझीचे एकत्रित पूर्वज घनदाट जंगलांमध्येच राहिले. त्यांच्या मेंदूचा आकार चारशे मिलीलीटर्स, म्हणजे जवळजवळ एका संत्र्याच्या आकाराएवढा होता. सहा लाख वर्षांपूर्वीपर्यंत असंच चित्र होतं. अजूनही चिंपांझीच्या मेंदूचा आकार एका संत्र्याइतकाच आहे. त्या काळानंतर मात्र काहीतरी महत्त्वाचं घडलं, ज्यामुळे चिंपांझी त्या घनदाट जंगलातच राहिले. त्यांच्या भगिनी प्रजाती मात्र जंगलाच्या सीमेवर असणाऱ्या, कमी घनतेच्या गवताळ प्रदेशात वास्तव्यास आल्या. या प्रजातींमधले महत्त्वाचे गट एकत्र आले आणि त्यांच्यातून पुढे 'ऑस्ट्रॅलोपिथेकस' या प्रजातीची पोटजात निर्माण झाली.

चार ते दोन लाख वर्षांपूर्वीच्या काळात हे ऑस्ट्रॅलोपिथेकस आफ्रिकन भूखंडावर विखुरले. कदाचित अजूनही त्यांच्यासाठी झाडावर चढणं महत्त्वाचं होतं, पण त्याच काळात त्यांनी द्विपाद चाल ठळकपणे अंगीकारली, जिचा आनंद आपण आज घेतो आहोत.

त्यानंतर मात्र काहीतरी भयंकर अघटित घडलं. आफ्रिकेचं वातावरण खूपच रूक्ष झालं. जंगलं कमी झाली. वाळवंटं विस्तारू लागली. अस्तित्व टिकवून ठेवण्यासाठी आपले पूर्वज कोरड्या, विरळ, खुरट्या झुडपांच्या प्रदेशात स्थलांतरित झाले. साधारण दोन लक्ष वर्षांपूर्वी असं घडलं. हा मोठा बदल स्वीकारण्यासाठी,

त्यातून पार पडण्यासाठी अर्थातच जास्त हुशारीची गरज होती. मग आपला मेंदू आठशे मिलीपर्यंत वाढला (दोन संत्र्यांएवढा!). तोवर माणूस साधनांचा सफाईदार वापरही करू लागला होता. चिंपांझीपेक्षा अवघड, कल्पक साधनं मानव वापरू लागला होता. आधुनिक मानवाशी साधर्म्य प्रस्थापित करण्यासाठी त्याला 'होमो' हे नामाभिधान प्रदान करण्यात आलं आहे. त्यानंतर जवळजवळ दोन लाख वर्षं 'होमोइरेक्ट्स' नावाची प्रजात अस्तित्वात होती, जिची वैशिष्ट्यं आफ्रिका, युरोप आणि आशिया खंडांच्या भौगोलिक रचनेतून निर्माण झाली होती.

त्यानंतर मात्र उत्क्रांतीच्या प्रक्रियेने वेग घेतला. अडीच लाख वर्षांपूर्वीचा 'होमोसेपियन', होमोइरेक्टसपेक्षा जास्त पुढारलेला होता. त्याचा मेंदूही आकारमानाने तीन संत्र्यांइतका झाला (१२०० मिली). विविध यंत्रं, उपकरणं हाताळण्याचं तंत्रही आता होमोसेपियनला अवगत झालं होतं. आश्चर्य म्हणजे, एक-दीड लाख वर्षांमध्येही आपला मेंदू फारसा बदललेला नाही. त्यामुळे आजमितीला आपण अश्मयुगीन मेंदू घेऊनच जगत आहोत. कदाचित तीन संत्र्यांएवढ्या मेंदूची मुळातली रचनाच इतकी चांगली असेल की, निसर्गाला त्यात बदल घडवून आणायची गरजच वाटली नसेल. तर 'मागास' म्हणता येईल इतका जुना असणारा आपला मेंदू प्रचंड जुळवून घेणारा, व्यावहारिक बुद्धिमत्ता बाळगणारा ठरला. त्याने विविध परिस्थितींतून जगण्यासाठी मार्ग काढले. त्यातूनच बारा हजार वर्षांपूर्वी शेती उदयाला आली. नगरं वसली. त्यानंतर घडला तो इतिहास होता, उत्क्रांती नव्हे. तो इतिहास आपणा सगळ्यांनाच ठाऊक आहे.

पण या कहाणीत टीनएज अवस्थेचं स्थान कुठे आहे? मानवी उत्क्रांतीतल्या किशोरवयातली पहिली पिढी कशी, कुठे नांदली? तेव्हाच्या विशाल भूखंडावर अज्ञानाच्या, संकटाच्या परिस्थितीत त्यांना प्रकाशाचा किरण कुठे दिसला? पृथ्वीतलावर दूरवर विखुरलेले आपल्या पूर्वजांचे दात आणि त्यांची तुटकी-फुटकी हाडं या अवशेषांमध्ये टीनएजर्सची कथा शोधणं हा जरा जास्तच आशावादी दृष्टिकोन झाला. पण असं करणं आता शक्य झालं आहे.

आपल्या प्रजातीचा इतिहास कायमच खडतर होता. सततच्या संघर्षांमुळे आपले काही पूर्वज टीनएज अवस्थेत येण्यापूर्वीच मरण पावले. पण टीनएज अवस्थेतल्या मानवाचे काही जीवाश्म आपल्यासाठी त्यांनी मागे ठेवले. म्हणूनच 'प्राचीन मानववंशशास्त्र' आपल्याला टीनएज अवस्थेच्या उगमापर्यंत पोहोचण्यासाठी साहाय्यभूत ठरू शकेल असं मला वाटतं. सापडलेल्या किशोरवयीन जीवाश्मांची पूर्ण छाननी, कसून तपासणी अर्थातच केली गेली. पण विखुरलेल्या समाजातून सापडलेल्या एखाद-दुसऱ्या जीवाश्मावरून आपण त्या काळचं टीनएज अवस्थेचं वय आणि विकास यांच्याबद्दल काय कितपत निष्कर्ष काढू शकू याबद्दल शंका

आहे. वाढीच्या वयातल्या मुलांच्या सांगाड्यामध्ये वैशिष्ट्यपूर्ण बदल दिसतात हे आपल्याला माहीत आहे. विशेषत्वाने दात, कवटीची हाडं आणि लांब हाडांचे वाढणारे भाग यांच्या साहाय्याने तरुण सांगाड्यांचं निश्चित वय ठरवता येतं. त्याच धर्तीवर चिंपांझींचा शोधदेखील घेता येतो, पण त्यांच्या जीवनपद्धतीतल्या बदलांचा काळ आपल्यापेक्षा वेगळा असतो.

१९८४मध्ये केनियात १.६ लक्ष वर्षांपूर्वीचा तरुण होमोइरेक्टसचा जीवाश्म सापडला. त्याला 'तुर्काना मुलगा' असं म्हटलं जातं. जेव्हा तरुण मानवी जीवाश्म सापडला, तेव्हा वरचेच सगळे निष्कर्ष त्याच्याही बाबतीत लागू करण्याचा मोह सगळ्यांना होत होता. मानवी जीवनपद्धतीची उत्क्रांती समजून घेण्याची गुरुकिल्ली, या आशेने तुर्काना मुलाच्या जीवाश्माकडे पाहिलं जात होतं. पण त्यातून उत्खननशास्त्रातल्या वादविवादांना सुरुवात झाली, जे आजपर्यंत चालू आहेत. न्यायवैद्यक प्रमाणानुसार तुर्काना मुलगाच पहिला किशोरवयीन जीवाश्म आहे असं वाटलं. किती आश्चर्यकारक शोध आहे नाही! होमोइरेक्टसही त्याच्या टीनएजमध्ये अपरिपक्वच असल्याचा ढळढळीत पुरावाच आहे. पण हा दावा ज्या निकषांवर केला गेला होता, ते निकष एकमेकांशी विसंगत होते. त्याचे दात, कवटी आणि हाडं अनुक्रमे दहा, तेरा आणि पंधरा अशी वयाची वेगवेगळी अनुमानं देत होती. बाकीच्या अभ्यासावरून त्या मुलाचं वय दहा वर्षं असू शकत होतं. वेगवेगळ्या व्यक्तींच्या वाढीचा वेगदेखील वेगवेगळा असतो आणि त्यामुळेच जीवाश्मीभूत हाडांचं वय ठरवणाऱ्या न्यायवैद्यकीयशास्त्राच्या अचूकतेबाबत संदिग्धता निर्माण झाली. एका दृष्टीने हे वाईटच झालं.

आधुनिक मानवाचं वय ठरवण्याची प्रणाली जीवाश्मांनाही लागू करण्यात खूपच समस्या आहेत. मानवाच्या वाढीचं वैशिष्ट्य पाहून जीवाश्माचं वय ठरवणं म्हणजे आपल्या पूर्वजांच्या वाढीची पद्धत, वैशिष्ट्य आणि कालावधी आपल्याचसारखा होता हे गृहीतच धरण्यासारखं आहे. पण होमोइरेक्टसच्या वाढीचा आराखडा चिंपांझीसारखा असेल आणि नंतर होमोसेपियनमध्ये मानव उत्क्रांत झाल्यावर त्याच्या वाढीची पद्धत आपल्यासारखी असेल, तर वरची पद्धत वय ठरवायला कुचकामी ठरेल. मला जर तुर्काना मुलाची तुलना चिंपांझीशी केली, तर असं दिसतं की, तो मरण पावला तेव्हा फक्त नऊ वर्षांचा होता. आता यात तो चिंपांझीसारखा होता हे आधीच गृहीत धरलेलं आहे, जे कदाचित खरं नसेलही. पण त्याला चिंपांझीसारखं गृहीत धरल्यामुळे आपल्या उत्तरात निदान सुसंगती येते आहे. तुर्काना मुलगा जर दहा वर्षांच्या आतला असेल तर आपल्याला हवा असणारा जीवाश्म हा नव्हे. आपल्याला 'टीनएजर जीवाश्मां'च्या उमेदवाराचा शोध नव्याने सुरू करावा लागेल.

मानवी जीवाश्म मरण पावला तेव्हा त्याचं वय काय होतं, हे जाणून घेण्याचा

मार्ग कोणता आहे, असा तुम्ही विचार करत असाल. लाखो वर्षं ज्याचे अवशेष जमिनीखाली पुरलेले आहेत अशा मुलाचं वय आपल्याला ठरवायचं आहे. माणूस किंवा माकडाशी असणारं त्यांचं साधर्म्य सोडून त्याचं खरोखरीचं वय आपल्याला शोधून काढायचं आहे. जरा अशक्य कोटीतली गोष्ट वाटते ना? पण आता हे करणं शक्य आहे आणि तेही अचूकतेने! वय शोधून काढण्यासाठी आता आपल्याकडे किशोरवयीन जीवाश्म असण्याचीही गरज नाही.

आपल्या प्रश्नाचं उत्तर शरीराच्या सहजपणे जीवाश्मीभूत होणाऱ्या भागात दडलेलं आहे – ते म्हणजे आपले दात. दातांवरचं सर्वांत बाहेरचं चमकदार आवरण शरीरातील सर्वांत कठीण भागांपैकी एक आहे. दिसताना हे आवरण निष्क्रिय, मृत उतींसारखं दिसतं. पण दात हिरडीतून बाहेर यायच्या आधी 'अमिलोब्लास्ट' नावाच्या पेशींच्या पातळ थरातून दंतावरण बाहेर टाकलं जातं. दंतावरण तयार करायचा अमिलोब्लास्टचा दर वेगवेगळा असतो. दंतावरणाच्या प्रमाणात सातत्य नसतं. अमिलोब्लास्टकडून दिवसाच्या निरनिराळ्या वेळांना निरनिराळ्या प्रमाणात दंतावरण स्रवतं. या अनियमिततेमुळे दंतावरणाच्या थरांची एक रचना तयार होते. वर्षभर बदलत्या प्रमाणात वाढणाऱ्या झाडांच्या लाकडामधल्या वर्तुळांप्रमाणेच दंतावरणाची रचना दिसते. अर्थातच दंतावरणाचे थर अतिशय पातळ असतात. पण दाताचे पातळ पापुद्रे काढले आणि एकाच दिशेने येणाऱ्या प्रकाशझोतात ते सूक्ष्मदर्शीखाली पाहिले तर स्पष्टपणे वेगळे कळून येतात. दातांची 'वाढीची वर्तुळं' मोजली तर तो दात तयार होण्यासाठी किती वेळ (काळ) लागला ते कळू शकतं.

दातांच्या कालमापन पद्धतीवर आता सगळ्यांचा खूपच विश्वास बसला आहे. जिवंत प्रायमेट्‌समध्ये या पद्धतीतून मिळालेले निष्कर्ष त्यांच्या जीवनपद्धतीच्या काही वैशिष्ट्यांशी निगडीत आहेत. दीर्घ आयुष्य आणि वयात येण्याचा कालावधी या महत्त्वाच्या वैशिष्ट्यांशीही हे निष्कर्ष जुळतात. मग आपले पूर्वज आणि नातेवाईक (अर्थात माकड, एप, चिंपांझी इत्यादी.) यांची किती वेगाने वाढ झाली याबद्दल दंतकालमापन पद्धती काय सांगते? दातांवरच्या जाड आवरणामुळे होमोइरेक्टस आणि होमोसेपियन्सची सारख्याच संथ गतीने वाढ झाली असं आपण समजतो. कारण होमोइरेक्टस, होमोसेपियन्स आणि आपण, या सगळ्यांचं दंतावरण जाड असतं. पण पटापट वाढ होणाऱ्या चिंपांझींचं दंतावरण मात्र त्या मानाने पातळ असतं. आता दंतकालमापनाने आपल्याला दाखवलं की, होमोइरेक्टसने खूपच लवकर त्यांच्या जाड दंतावरणाचा त्याग केला. हे सगळं फारच थोड्या कालावधीत घडलं. आपण दोघंही 'होमो' असलो, म्हणजे मानव असलो, तरी फक्त आपली 'सेपियन' ही प्रजात संथ गतीने वाढते.

दातांची वाढ आणि शरीर-मनाची संथ गतीने होणारी वाढ मानवामध्ये उशिरा

उत्क्रांत झाली आहे. या उत्क्रांतीच्या थोडाच काळ आधी मेंदूने आपला निश्चित असा तीन संत्र्यांएवढा आकार धारण केला होता – साधारणपणे अडीच लक्ष वर्षांपूर्वी. मग टीनएजची सुरुवात एखाद्या ठळक शारीरिक बदलाशी निगडीत असेल तर ती आपल्या मेंदूच्या आकारमानाच्या वाढीशीही संबंधित असली पाहिजे. पण हे सगळंच फार थोड्या कालावधीत, कोणाला काही समजायच्या आतच घडलं. मेंदूच्या वाढलेल्या आकाराचा परिणाम म्हणजे टीनएज नाही; कारण तो आकार वाढायच्या आधीच टीनएज अवस्थेचा उदय झाला होता. पण आता अशी संकल्पना रुजते आहे की, मेंदूला ही मोठी उडी मारण्यासाठी टीनएज अवस्थेने भाग पाडलं. वाढलेल्या मानसिक क्षमतेमुळे टीनएज निर्माण झालं असं म्हणणं हा विरोधाभास ठरेल; पण प्राचीन दंतांचा अभ्यास आपल्याला हेच सांगतो आहे. पुस्तकाच्या दुसऱ्या भागात आपण या संकल्पनेकडे वळू.

गेल्या काही वर्षांतल्या प्राचीन दात आणि हाडांच्या अभ्यासावरून आपल्याला दिसलं की, 'पहिले सांख्यिक टीनएजर्स', म्हणजे जे बारा वर्षांपेक्षा मोठे असूनही अपरिपक्व होते ते, होमोइरेक्टस ते होमोसेपियन या संक्रमणाच्या काळात दिसून आले. पण ते खऱ्या अर्थाने टीनएजर्स होते का? मानवाची वैशिष्ट्यपूर्ण संथ वाढ कधीपासून होऊ लागली याचा शोध आपण घेतला. पण टीनएर्ज म्हणजे फक्त बारा वर्षांवरची मोठी मुलं नसतात. लहान मुलांपेक्षा टीनएर्ज मुलांमध्ये वेगळे गुण दिसून येतात. ते गुण कोणते तेही आपण अजून स्पष्ट केलेलं नाही आणि त्यांची उत्क्रांती कशी झाली यावरही बोललेलो नाहीत. टीनएजर्स 'वेगळे' असतात हे आपल्या सगळ्यांनाच माहीत आहे. पण तो वेगळेपणा स्पष्ट करणं किती कठीण आहे, ते आपण पुढे पाहणार आहोत. अचानकपणे भराभरा वाढू लागलेलं, बदलू लागलेलं शरीर, सामाजिक, भाषिक, बौद्धिक कौशल्यांमध्ये होणारी वाढ आणि वयात येताना शरीरात होणारी लैंगिक उलथापालथ या सगळ्याच गोष्टी टीनएज अवस्थेच्या 'वेगळेपणा'त समाविष्ट आहेत. टीनएज अवस्थेची व्याख्याच करायची म्हटली तर पूर्णपणे वेगवेगळे असे किती बदल एकत्र करावे लागतील! टीनएज अवस्थेला आपल्या जीवनपद्धतीत स्थान मिळण्याइतका संथपणा मानवाच्या विकासात कधी झाला हे आपण आतापर्यंत शोधून काढलं. टीनएज अवस्थेला तिचे वेगळे गुणधर्म, तिची खास वैशिष्ट्यं कधी प्राप्त झाली ही एक वेगळीच कथा आहे. टीनएजर्सच्या उत्क्रांतीची गोष्ट इथेच थांबत नाही. 'ही तर नुकतीच कुठे सुरुवात आहे... येणाऱ्या काळात बरंच काही घडणार आहे...!'

लैंगिकतेची भावना कशाने चेतवली जाते?

एकदा मी टोकियोतल्या भुयारी रेल्वेत बसलो असताना एक स्थानिक तरुणी माझ्यासमोर येऊन बसली. मोठ्या शहरांत सर्वत्र दिसणाऱ्या फॅशनेबल तरुणींसारखीच ती होती. तिच्या हातातली उंची बॅग 'चीची बुटीक'मधून घेतलेली होती. जपानी व्यवसायातला तो असा काळ होता की, आपली अभिरुची मिरवण्यासाठी बरेच लोक स्थानिक इंग्रजी भाषेतले काही फुटकळ चुटके, लहान-लहान तुकडे बोलण्यात वापरत असत. ती एक 'कॉस्मोपॉलिटन स्टाईल'च होती म्हणा ना! पण बऱ्याचदा भाषेचा अर्थ लक्षात न घेता अत्यंत निष्काळजीपणे ती वापरलेली असे. मग त्यातून विनोदच निर्माण होई. प्रौढी मिळवण्यासाठी वापरलेल्या भाषेचे अत्यंत हास्यास्पद परिणाम होत. आपणही अर्थ माहीत नसलेले जपानी कांजी भाषेतले शब्द टी-शर्टवर छापून घेऊन असाच मूर्खपणा करत असतो. असो, तर त्या मुलीला जरा निरखून पाहणाऱ्या कुणालाही तिच्या रंगरूप-वेशभूषेवरून कळलं असतं की, ती वयात येण्याच्या मार्गावर आहे. तिची कपड्यांची निवड 'अर्ली प्युबर्टी'च्या प्रभावाखाली तिने केली आहे.

वयात येण्याच्या प्रक्रियेला 'प्युबर्टी' अशी शास्त्रीय संज्ञा आहे. 'प्युबर्टी' हा टीनएजचा एक अविभाज्य भाग आहे. टीनएज अवस्थेची पाळंमुळं आणि तिचं स्वरूप यांचा शोध घेण्याचा उत्तम काळ म्हणजे प्युबर्टी. 'सांख्यिक' टीनएजर्सचा, म्हणजे या विशिष्ट वयाचा सुरुवातीपासून शोध घेताना आपण जो दृष्टिकोन वापरला होता, तो इथे वापरून चालणार नाही. आता आपल्याला एका वेगळ्या नजरेने टीनएज अवस्थेकडे पाहायला हवं. टीनएज अवस्थेचे जीवाश्म तयार होत असल्यामुळे वयोमर्यादेच्या पलीकडे जाऊन आपल्याला विचार करावा लागेल. जीवाश्मीभूत पुराव्यांचा अभाव वगळता प्राणी पहिल्यांदा अस्तित्वात आले तेव्हापासून प्युबर्टीशी साधर्म्य असणारं काहीतरी होतं, हे निश्चित. प्राण्यांच्या आयुष्यात दोन अवस्था

असतात –

१. गर्भावस्था किंवा बालपण, ज्यात प्राणी प्रजननक्षम नसतात.

२. प्रौढत्व, ज्या अवस्थेत प्राणी प्रजननक्षम असतात.

नवीन जीव जन्माला घालण्यापूर्वी प्राणी परिपक्व, योग्य वाढ झालेले असे असणं गरजेचं असतं. दुसरा सजीव जन्माला घालण्यासाठी स्वत:च्या शरीराची योग्य वाढ व्हायलाच हवी. नाहीतर पुढच्या काही पिढ्यांमध्येच प्राणी आकाराने लहान लहान होत जातील. म्हणूनच अगदी प्राचीन काळापासूनच, परिपक्व होईपर्यंत हेतुपुरस्सर प्रजनन पुढे ढकललं जाणं बऱ्याच प्राणिजातींमध्ये आढळून यायला लागलं. त्याला महत्त्व प्राप्त झालं. उशिराच्या प्रजननामागे काही कारणही होतं. जसं, रक्ताच्या नात्यातले लैंगिक संबंध टाळता यावेत किंवा सुयोग्य वेळेला गर्भारपण यावं, जेणेकरून बाळ आणि आईच्या जिवाला धोका नसेल किंवा पूर्ण वाढ झालेल्या परिपक्व स्पर्धकाशी लैंगिक कारणांवरून संघर्ष होऊ नयेत – यामागची कारणं कोणतीही असली तरी उशिरा, प्रौढ वयात प्रजनन हे वैशिष्ट्य प्राणिजातीत सातत्याने दिसून आलं आहे. प्युबर्टीच्या काळात प्रजननविषयक परिपक्वता येणं ही घटना सगळ्याच प्राण्यांमध्ये दिसते. मानवांमध्ये साधारणपणे किशोरवयात हे घडतं.

सस्तन प्राण्यांमधली प्युबर्टी म्हणजे आजूबाजूचं वातावरण आणि प्रजनन यांच्यातला समन्वय साधण्याची संधी असते. आपल्याला उपलब्ध असणारी वर्षं, कालावधी, सक्षम जोडीदारांची उपलब्धता, आपल्या शारीरिक विकासाची एकंदर परिस्थिती, आपल्या आजूबाजूचं जग या सगळ्याचं आपण निरीक्षण करत असतो. या माहितीचं पृथक्करण करून लैंगिक अर्थाने कार्यान्वित होण्याचा निर्णय आपलं शरीर घेतं. निरीक्षण करणारी आणि निर्णय घेणारी आपली सर्वोत्तम शरीरप्रणाली म्हणजे आपला मेंदू. त्यामुळे आपल्या प्युबर्टीवर मेंदूचं नियंत्रण असतं. आपण या पुस्तकात पुढे अनेक वेळा पाहणारच आहोत की, मेंदू हाच आपला प्राथमिक प्रजननक्षम अवयव आहे.

पृष्ठवंशीय प्राण्यांच्या जवळच्या प्रजातींकडे आपण पाहिलं तर एक आश्चर्यकारक गोष्ट पाहायला मिळते. आपल्या मेंदूचा जो भाग सगळ्यात आधी उत्क्रांत झाला, तो कदाचित आपली प्रजननप्रणाली नियंत्रित करणारा भाग होता असं दिसून येतं. आता ही जवळची प्रजात कोणती? तर ते 'लॅन्सेलेटस'. पहिल्या दृष्टिक्षेपात हे प्राणी माशांच्या पिल्लांसारखे दिसतात. या विचित्र प्राण्याचं जवळून परीक्षण करताना लक्षात आलं की, त्यांना माशासारखा आकार आणि शेपटी असली तरी डोकं, डोळे, मेंदू आणि जबडाच नाही. अगदी 'बिनडोक' असं शब्दश: म्हणता येईल असे हे प्राणी असतात. पण आपल्या मज्जारज्जूसारखी दोरी त्यांच्या पाठीत असते. या

दोरीच्या पुढच्या टोकाला पेशींचा एक पुंजका असतो. हा पुंजका वातावरणातल्या सूचनांचा वापर लॅन्सेलेटची आतली जीवप्रणाली चालवण्यासाठी करतो. थोडा गूढच पुंजका आहे हा. आपल्या मेंदूतही खोलवर असा एक भाग आहे, जो आपल्या अनेक शरीरांतर्गत प्रक्रिया – विशेषकरून प्युबर्टीवर नियंत्रण ठेवतो. हाच प्राचीन प्रजनन नियंत्रक म्हणजे 'हायपोथॅलॅमस': जेमतेम लहान द्राक्षाएवढा असणारा हा भाग तुमच्या डोक्याच्या अचूक मध्यभागी असतो.

वाढत असणाऱ्या गर्भाच्या पुढच्या टोकाकडे दिसणाऱ्या हायपोथॅलॅमिक पेशी या प्रजनन नियंत्रित करण्यासाठीच निर्माण झालेल्या असतात. माशांवर केलेल्या अभ्यासात हे दिसून आलं होतं. गर्भाच्या पुढच्या टोकावर असणारा पेशींचा हा पुंजका हळूहळू डोक्याच्या केंद्रभागाकडे सरकतो. या पुंजक्याला 'प्लॅकोड' असं म्हणतात. डोळे, कान आणि नाक ही महत्त्वाची ज्ञानेंद्रियं निर्माण करण्यात 'प्लॅकोड'चा मोठा वाटा असतो. प्लॅकोडच्या नंतर ज्या पेशी असतात त्या नाकाच्या आतल्या बाजूला गंधसंवेदनक्षम पेशींचं अस्तर तयार करतात. प्लॅकोड आणि या पेशींचा परस्परसंबंध खूपच रंगतदार आहे. आता तुम्ही म्हणाल की, गंधाचा आणि प्युबर्टीचा काय संबंध? पण टीनएजर्सच्या लैंगिक साहसांमध्ये, शृंगारिक भावनांमध्ये गंधाची भूमिका फार महत्त्वाची असते. आपण ते पुढे पाहणारच आहोत. गंध आणि प्रजनन यांच्या उगमामध्ये जो संबंध आहे, त्याला वैद्यकीय महत्त्वही आहे. 'कालमन सिंड्रोम' नावाचा आजार झालेलं मूल वासही घेऊ शकत नाही आणि ते मूल कधी वयातही येत नाही. कारण या आजारामध्ये मुलाच्या नाकामध्ये गंधसंवेदनशील पेशींचं अस्तर नसतं. त्याचप्रमाणे हायपोथॅलॅमसमध्ये प्युबर्टी नियंत्रित करणाऱ्या पेशींचाही अभव असतो. दोघांमध्ये नक्कीच काहीतरी दुवा आहे.

एकदा गंधाच्या पेशींपासून सुट्टे होऊन मेंदूच्या मुळाशी असणाऱ्या हायपोथॅलॅमसमध्ये या पेशी स्थानापन्न झाल्या की, या भटक्या पेशी लवकरच मज्जापेशींमध्ये बदलतात. मग पूर्ण प्रजननप्रणाली नियंत्रित करण्यासाठी वापरता येईल असं संप्रेरक त्यांच्यातून स्त्रवायला लागतं. हे संप्रेरक म्हणजे 'गोनॅडोहॉफिन रिलीजिंग संप्रेरक'(GnRH). फक्त दहा अमिनो आम्लांपासून बनलेले हे संप्रेरकांचे रेणू म्हणजे लहान पेप्टाईड्स असतात (बऱ्याच पेप्टाईड साखळ्या खूप मोठ्या असतात, ज्यांना आपण 'प्रथिनं' म्हणतो.). पेप्टाईडच्या साखळ्या लहान असल्या तरी GnRH संप्रेरकाचे प्राण्यांवर खूप परिणाम होतात. हायपोथॅलॅमसच्या मज्जापेशींचं कार्यच प्युबर्टीवर नियंत्रण ठेवतं.

GnRH लहानही आहे आणि ते प्रजनन प्रणालीवर थेट कार्यही करत नाही. इतर संप्रेरकांप्रमाणेच, ते रक्तप्रवाहात सोडले जाते आणि काही अंतरावर असणाऱ्या पेशींना ते सापडल्यावर संप्रेरकाचं कार्य घडतं. GnRHच्या बाबतीत दुसऱ्या पेशी काही मिलीमीटर अंतरावरच्या पिट्युटरी ग्रंथीमध्ये असतात. पियुषिका ग्रंथी (पिट्युटरी)

मेंदूच्या आतल्या बाजूला लटकत असते. हायपोथॅलॅमिक मज्जापेशीला रक्तकेशिकांच्या जाळ्यामध्ये सोडतात. तिथून ते संप्रेरक थेट पियुषिकेत असणाऱ्या विशेष पेशींपर्यंत पोहोचविले जाते. पियुषिकेतल्या विशेष पेशी GnRH मुळे उत्तेजित होतात आणि 'गोनॅडोट्रॉफिन' नावाचं संप्रेरक रक्तात सोडतात. (Gonodotrophin – जननेंद्रियांना पोषण देणारे.) हे संप्रेरक थेट अंडकोष किंवा बीजकोषांवर कार्य करतं. GnRH पेक्षा गानॅडोट्रॉफिनमध्ये पेप्टाईडच्या साखळ्या मोठ्या असतात, ज्यात जवळजवळ दोनशे अमिनो आम्ले असतात.

प्रजननावरचं संप्रेरकांचं नियंत्रण इथेच संपत नाही. टीनएजर मुलगा किंवा मुलगी असणं, हे अंडकोष किंवा बीजांडकोश कार्यान्वित होण्यापुरतं मर्यादित नाही. जननेंद्रिय कार्यान्वित होण्याच्या पलीकडे टीनएज समजून घ्यावं लागेल. तरुण स्त्री आणि पुरुषाच्या शरीराची बांधणीच फार वेगळी असते आणि दोन्ही लिंगांमधल्या प्रत्येक भागाचं कार्य वेगवेगळं आहे. पियुषिकेतून स्त्रवणाऱ्या गोनॅडोट्रॉफिन्सना प्रतिसाद म्हणून आपल्या जननेंद्रियातून जी संप्रेरकं स्त्रवतात, त्यांचं नियंत्रण आपल्या शरीराच्या बहुतांशी भागांवर असतं. आता उलटा विचार करता पिट्युटरी ग्रंथीवरच मेंदूतल्या GnRH मज्जापेशींचे नियंत्रण असते. आपल्या लैंगिक 'स्व'ला नियंत्रित

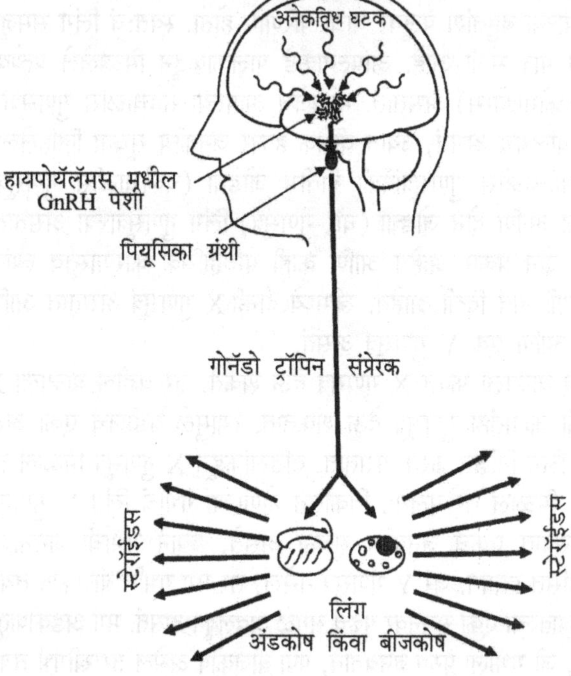

करणारी एक सुनिश्चित आज्ञासाखळीच तुम्हाला दिसून येईल.

सगळ्यावर नियंत्रण करणाऱ्या या नियंत्रक प्रणालीला निरतिशय महत्त्व आहे. बालपणातल्या शांततेनंतर प्युबर्टीच्या दरम्यान ही प्रणाली पूर्णपणे कार्यान्वित होते असं आता शास्त्रज्ञही म्हणतात. अर्थात, ही खळबळ म्हणजे प्युबर्टीला कारणीभूत असणाऱ्या मेंदूतल्या हायपोथॅलॅमसच्या GnRH मज्जापेशींचं कार्य असतं. तरच संप्रेरक प्रणाली सुरू होऊ शकते. मेंदूवर ताबा मिळवणाऱ्या मज्जारज्जूच्या टोकावरचा तो पेशींचा पुंजका हीच आपल्या आयुष्यातल्या नाट्यपूर्ण बदलांची गुरुकिल्ली आहे.

प्युबर्टीची प्रक्रिया सुरू करण्यासाठी हायपोथॅलॅमस उतावीळ झालेला असतानाच आपण इथेच थोडं थांबू या, मुलं आणि मुलींमधल्या फरकाबद्दल काही जाणून घेण्यापुरतं. दोन्ही लिंगांसाठी सारखीच असणारी प्युबर्टीची प्रक्रिया मेंदूत सुरू होते, पण आपण आपल्यासाठी स्त्री आहोत का पुरुष हे ठरवण्यावर मेंदूचं नियंत्रण नसतं. आपल्याला आपलं लिंग नीटपणे माहीत होण्याच्या प्रक्रियेची गोष्ट फारच रंगतदार आहे. माझ्या याआधीच्या 'द X इन सेक्स' या पुस्तकात मी ती सांगितली आहे. बाकीच्या प्राण्यांमध्ये स्वत:चं लिंग ओळखण्याची प्रक्रिया खूपच अवघड असली तरी माणसांसाठी ती सोपी आहे. स्वत:चं लिंग ठरवण्यासाठी माणूस साधी 'जनुकीय बायनरी' पद्धत वापरतो. या पद्धतीला खूपच जीवशास्त्रीय महत्त्व आहे आणि आपल्या आयुष्याच्या बहुतांश पैलूंवर याचा परिणाम होतो. स्वत:चं लिंग समजून घेण्याची प्रक्रिया मात्र सोपी आहे. आपल्याकडे पालकांकडून मिळालेले प्रत्येकी तेवीस गुणसूत्रं (क्रोमोझोम्स) असतात. म्हणजेच आपल्या सेहेचाळीस गुणसूत्रांचं एक भलंमोठं ग्रंथालयच असतं, ज्यात वीसेक हजार जनुकीय सूचना लिहिलेल्या असतात. या सेहेचाळीस गुणसूत्रांपैकी बावीस जोड्या (चव्वेचाळीस गुणसूत्रं) सामान्य असतात आणि दोन जोड्या (चार गुणसूत्रं) लिंग गुणसूत्राच्या असतात. लिंग गुणसूत्रांचे दोन प्रकार आहेत आणि काही ऐतिहासिक कारणास्तव त्यांना X आणि Y अशी नावं दिली आहेत. स्त्रीमध्ये दोन्ही X गुणसूत्रं असतात आणि पुरुषात एक X आणि एक Y गुणसूत्र असतं.

आई तिच्या बाळाला फक्त X गुणसूत्र देऊ शकते, तर वडील बाळाला X किंवा Y यांपैकी कोणतंही गुणसूत्र देऊ शकतात. त्यामुळे वडीलच एका अर्थी त्यांच्या बाळाचं लिंग निश्चित करत असतात. वडिलांकडून X गुणसूत्र मिळालं तर मुलगी होते, Y मिळालं तर मुलगा. विकसित होणाऱ्या गर्भाचं लिंग Y गुणसूत्र ठरवतं. Y गुणसूत्रात एकच जनुकीय सूचना असते, ज्याने गर्भाची जननेंद्रियं अंडकोषात विकसित होतात. जर Y गुणसूत्र नसेल, तर मग गर्भात बीजकोष तयार होतात. Y गुणसूत्रातल्या एका सूचनेवर पुढचं सगळं अवलंबून असतं. मग अंडकोषातून संप्रेरकं स्रवतात, जी गर्भाला पुरुष बनवतात, पण बीजकोष असेल तर स्त्रीगर्भ तयार

होतो. अशा प्रकारे विकसित होणाऱ्या बाळात एक लैंगिक साचा तयार होतो, ज्यावर आपला मेंदू जवळ-जवळ दहा वर्षांनी कार्य करणार असतो.

प्युबर्टीचं वैशिष्ट्य म्हणजे ती एक नवी सुरुवात असते. पुरुष किंवा स्त्री असली तरी जन्मानंतरची पहिली दहा वर्षं दोघंही जवळजवळ सारखेच आणि लहान, अपरिपक्व दिसतात. लिंगातला फरक फारसा लक्षात येत नाही. नंतर मात्र बदलांची सुनिश्चित, सुसंगत अशी साखळीच तयार होते. त्यामुळे ही लहान मुलं प्रौढ स्त्री किंवा पुरुषांत रूपांतरीत होतात. प्युबर्टी येण्याचा काळ, म्हणजेच वय व्यक्तिपरत्वे बदलतं. काहींना बाराव्या, चौदाव्या तर काहींना वयाच्या दहाव्या वर्षीही प्युबर्टी येते. मात्र एकदा प्युबर्टी आली की, पुढच्या घटनांमध्ये फारसा बदल होत नाही. बराच काळ लैंगिकदृष्ट्या सुप्त राहूनही शरीराला प्युबर्टी कधी सुरू करायची हे कसं काय कळतं? याचं शास्त्रज्ञांना नेहमीच आश्चर्य वाटत आलं आहे. आता या प्रजननाच्या जादूई प्रारंभामागची कारणमीमांसा हळूहळू आपल्याला समजू लागली आहे. प्युबर्टी कशी सुरू होते, याचं कारण खुद्द मेंदूच्या परिपक्वतेत, तर हायपोथॅलॅमसमधले GnRH मज्जापेशी आपल्या संकल्पनेच्या केंद्रस्थानी असाव्यात, असं वाटतं आहे. मज्जापेशी निद्रिस्त असल्यामुळे लहान मुलं लैंगिकदृष्ट्या कार्यक्षम नसतात. जेव्हा GnRH कार्यान्वित होतं, तेव्हा प्युबर्टी सुरू होते. जर आपल्याला कशामुळे प्युबर्टी सुरू होते ते जाणून घ्यायचं असेल, तर मज्जापेशी कशामुळे कार्यान्वित करतं ते शोधावं लागेल.

GnRH मज्जापेशींचं कार्य मेंदूच्या इतर भागांकडून नियंत्रित केलं जातं असं दिसतंय. शरीरावर कसं नियंत्रण ठेवायचं याच्या सूचना सतत हायपोथॅलॅमसला येतात. साधारणपणे मेंदूत इतरत्र असणाऱ्या मज्जापेशींकडून ते सिग्नल्स येत असावेत. हायपोथॅलॅमसला दिले जाणारे 'सल्ले' ही तशी आश्चर्याची घटना नाही. कारण शरीराच्या आतून-बाहेरून येणारी माहिती गोळा करणं, हेच हायपोथॅलॅमसचं मुख्य कार्य आहे. आता मेंदूच्या कोणत्या भागाकडून GnRH मज्जापेशींना माहिती पुरवली जाते, हे स्पष्ट करणं अतिशय किचकट काम आहे. पण आपण तांत्रिक अडचणींखाली दबून जाणं अपेक्षित नाहीये. या प्रयोगांमधून प्युबर्टीला चालना देणारे अंतर्गत मार्ग तर आपण शोधू शकूच, पण महत्त्वाचं म्हणजे बाह्य प्रभाव आणि अंतर्गत स्वास्थ्य यांच्याशी प्युबर्टी कशी संलग्न आहे तेही आपण जाणून घेऊ शकतो. प्युबर्टी काय आहे आणि ती कधी येते, या प्राथमिक प्रश्नाकडून ती का येते? या गाभ्यातल्या प्रश्नाकडे आपण प्रगती करू शकू.

GnRH मज्जापेशींपर्यंत येणारे मज्जातंतू कोणते आहेत, ते आपण त्यांच्यातून स्त्रवलेल्या विविध रसायनांद्वारे ओळखू शकतो. ती रसायनं दोन गटांमध्ये विभागली जाऊ शकतात –

१. GnRH मज्जापेशींना सुप्तावस्थेत ठेवणारी रसायनं (कदाचित बालपणात)

२. GnRH मज्जापेशींना उत्तेजित करणारी रसायनं (कदाचित प्युबर्टीच्या वेळची)

ही रसायनं 'एक चालू असलं की दुसरं बंद' या तत्त्वावर कार्य करत नसतील. पण दोघांच्या प्रमाणातला आणि प्रभावातला हळूहळू पडत जाणारा फरक प्युबर्टी येण्याला कारणीभूत ठरत असेल.

काही दबाव आणणारे पदार्थ GnRH मज्जापेशींवर जमा होतात. उदा. गॅमा-अमिनोब्युटीरिक आम्ल नावाचं रसायन सगळ्याच हायपोथॅलॅमसचं कार्य मंदावण्यासाठी कारणीभूत ठरतं. या आम्लांना GABA असं संक्षिप्त नाव आहे. (टीनएज अवस्थेत स्किझोफ्रेनिया किंवा फीट येण्याची सुरुवात कदाचित GABAचे परिणाम कमी होत असल्यामुळे होत असावी.) या प्रणालीला दडपणारा दुसरा घटक म्हणजे मेलॅटोनीन. मेंदूच्या वरच्या भागात असणाऱ्या पिनियल ग्रंथीमधून हे संप्रेरक स्रवतं. मेलॅटोनीनचा स्राव नेहमी अंधार असतानाच होतो. प्युबर्टीच्या सुरुवातीला लिंग संप्रेरकांची निर्मिती दिवस-रात्रीच्या चक्राशी निगडीत असते. ते आपण पुढे पाहणारच आहोत. मेंदूच्या अनेक भागांत निर्माण होणारी ओपॉईड, मॉर्फिनसारखी रसायनं तिसऱ्या प्रतिबंधात्मक (inhibitory) गटात मोडतात. सध्यातरी या रसायनांचा प्युबर्टीमधला सहभाग तितकासा स्पष्ट नाही. मग मेंदूत मॉफ्रिनसारखे काहीतरी पदार्थ का तयार होतात? या प्रश्नाकडे आपण पुस्तकाच्या तिसऱ्या भागात वळू. रसायनांच्या यादीतली शेवटची गोष्ट खूपच रंजक आहे. त्याला उपहासाने 'न्यूरोपेप्टाईड वाय' असं म्हटलं जातं. प्रजनन आणि पोषण यांच्यातला एक महत्त्वाचा दुवा म्हणजे 'न्यूरोपेप्टाईड वाय.' या घटकाचे प्रजननप्रणालीवरचे परिणाम समजून घ्यायला फारच अवघड आहेत. पाचव्या प्रकरणात प्युबर्टी येण्याच्या काळात जे बदल होतात, त्या बदलांवर प्रभाव पाडणारे अनेक घटक आपण पाहू. तेव्हाच आपण पाहू की, शरीरातली चरबीची कोठारं किती महत्त्वाची असू शकतात. न्यूरोपेप्टाईड वाय हा शरीरातली चरबी आणि फलनक्षमता यांच्यातला अतिशय महत्त्वाचा दुवा असू शकतो.

GnRH मज्जापेशींना प्रतिबंध करणारे घटक आपण शोधून काढले. हायपोथॅलॅमसचा सखोल अभ्यास करताना अजून काही रसायनं सापडली, जी प्युबर्टीच्या वेळी GnRH मज्जापेशींना कार्यान्वित करू शकतात. उदा. ग्लूटामेट नावाचं रसायन अनेक हायपोथॅलॅमिक पेशींना जागृत करतं, पेशींवर ठळक परिणाम करतं आणि त्याचे गुणधर्म GABAच्या प्रतिबंधात्मक परिणामांच्या विरुद्ध असतात. दुसरा घटक म्हणजे रक्तात असणारं इन्सुलीन हे संप्रेरक. इन्सुलीनचाही GnRHवर चांगला प्रभाव पडतो. त्याचं बाकीचं कार्य अर्थातच आपल्याला माहीत आहे. मधुमेहाच्या विकारासाठी इन्सुलीन कारणीभूत आहेच, पण आपल्या चयापचय क्रियेतही ते महत्त्वाची भूमिका बजावतं. एकाच संप्रेरकाशी प्युबर्टी आणि चयापचय

क्रियेचा घनिष्ठ संबंध असण्याचा दुसरा काय अर्थ असू शकतो? म्हणजेच आपण चयापचयाच्या दृष्टीने पूर्ण तयार असलो की, प्युबर्टी सुरू करण्याची परवानगी शरीर स्वत:ला आणि मेंदूला देतं. सगळ्यात शेवटी आहे, तो 'किसपेप्टीन' अशा गोड नावाचा घटक. प्रजननसंस्थेवरच्या वैशिष्ट्यपूर्ण परिणामांमुळे सध्या याकडे सगळ्यांचं लक्ष वेधलं जातं आहे. किसपेप्टीनचं इंजेक्शन दिलं की, प्रजननसंप्रेरकांच्या प्रमाणात वाढ होते आणि त्याचे परिणाम थांबवले, तर प्रजननसंप्रेरकांच्या पातळीत घट होते. पण बाकीच्या प्रणालींवरही त्याचे इतर परिणाम होतातच. किसपेप्टीनमुळे विविध गाठींच्या शरीरात होणाऱ्या प्रसाराला आळा बसतो, असं दिसतं.

प्युबर्टीच्या लैंगिक जागृतीबद्दलची जाण आपल्याला आता हळूहळू होते आहे. त्यावर बऱ्याच चर्चा, संशोधनं सध्या चालू आहेत. सध्या प्युबर्टीला प्रतिबंध करणाऱ्या आणि प्युबर्टीला चालना देणाऱ्या अशा दोन्ही प्रकारच्या रसायनांची यादी आपल्याकडे आहे. त्यातल्या प्रत्येकावर सविस्तर, सखोल संशोधन सुरू आहे. प्युबर्टीचं एक पायाभूत तत्त्व मात्र आपण जाणून घेतलं. आईच्या पोटात गर्भाच्या स्वरूपात असताना पेशींचा जो एक लहान पुंजका आपल्या मेंदूत खोलवर जाऊन बसला, ज्याने आपल्या मेंदूला आक्रांत केले, त्या GnRH पेशींच्या कार्यान्वित होण्यामुळे मुलांना आणि मुलींना स्वत:च्या लिंग आणि लैंगिकतेची जाणीव होते.

प्युबर्टी सुरू करण्यासाठीचा अंतिम निर्णय उहेंप पेशीच घेतात. मेंदूच्या इतर भागांनी त्यांना सल्ला द्यायचा असतो किंवा आवश्यक ती माहिती पुरवायची असते. या सगळ्या प्रक्रियेचा शोध घेणं म्हणजे मोठंच यश मिळवणं होतं. या संशोधनाने आपल्या प्युबर्टीच्या ज्ञानाला सत्याच्या जवळ नेलं.

वयात येणं आपल्या आयुष्यातला अत्यंत महत्त्वपूर्ण, नाजूक बदल आहे. संक्रमणच म्हणा ना! – कदाचित सगळ्यात महत्त्वाचा, नाजूक आणि सगळ्या प्रक्रियांमध्ये अतिप्राचीन असणारा बदल... माणसाचा मेंदू प्युबर्टी योग्य वेळेलाच सुरू करतो, याबद्दल शंकाच नाही. उत्क्रांतीचा इतिहास पाहिला तर याची खात्री होते. हायपोथॅलॅमसमधल्या अंतर्गत प्रक्रियांचा अभ्यास करण्याने पुढे आपल्याला प्युबर्टीदरम्यान काय गोष्टी घडतात आणि त्या का घडतात, याचं उत्तर मिळेल.

शरीरातील बदल : काही हवेसे, काही नकोसे

आपण भलेही आत्ता वयात येण्याच्या या कारणांचा शोध घेत असू – पण आपल्याला त्याचे परिणाम माहिती आहेत. हार्मोन्स म्हणजेच संप्रेरकं, आपल्या शरीरात प्रलय निर्माण करणारी गोष्ट आहे, जी अक्षरश: वादळासारखी तरुण शरीराभोवती घोंघावत असते. बहुतेकांच्या मनात हार्मोन्स म्हणजे आपल्याला आपल्या निरागस बाळपणातून खेचून काढणारी गोष्ट, अशी प्रतिमा तयार झालेली असते.

टीनएजमध्ये येणारा घाम, नव्याने उगवणारे केस, तेलकट त्वचा हे बदल पाहिले की वाटतं, निसर्ग आपल्या क्षमतेचा वापर करून जाणूनबुजून आपल्याला धक्के देतो आहे.

वयात येताना होणारे बदल हे विचित्र किंवा त्यापेक्षाही निर्दय, कठोर वाटतात; पण आपण आता हळूहळू या बदलांचे अर्थ लावतो आहोत. या बदलांच्या प्रक्रिया समजून घेण्याचा, त्यांची सुसंगती लावण्याचा प्रयत्न गेल्या काही दशकांमध्ये आपण केला आहे. तसंच आधुनिक माणसाच्या उत्क्रांतीसाठी हे बदल कसे कारणीभूत आहेत, हे जाणून घेण्यास आपण सुरुवात केली आहे.

आपली लैंगिकता ही अप्रत्यक्ष आणि त्याचमुळे आनंददायक आहे. बळकट स्नायूंनी तयार झालेला हात, स्त्रीची आकर्षक डौलदार मान, आपल्या साथीदाराच्या शरीरामुळे मिळणारा मानसिक आनंद या सगळ्या गोष्टी निश्चितच सुखावणाऱ्या आहेत. इतर प्राण्यांच्या तुलनेत मानवी लैंगिकता फार पुढारलेली आहे. मानवी लैंगिकतेमधील गुंतागुंत आणि आपला तिच्याकडे पाहण्याचा एकंदरीत दृष्टिकोन या गोष्टींनी आपलं मन व्यापलं आहे आणि या सर्वांचं मूळ आपल्या लैंगिकतेमध्ये आहे. या अवस्थेत होणारे बदल कितीही नकारात्मक वाटले तरी त्यांच्याचमुळे टीनएज ही मानवी यशाचा परमोच्च बिंदू ठरते.

'लैंगिक क्रियांचा कार्यान्वित होण्याचा काळ' म्हणून आता आपण टीनएज अवस्थेकडे पाहतो. वरवर पाहता आपली प्रजनन प्रणाली अस्थिर वाटत असली तरी वयात यायच्या आधी ती पूर्णपणे निष्क्रिय कधीच नसते. खरंतर जन्मल्यानंतर लगेचच ती सर्वाधिक क्रियाशील असते. नवजात अर्भकाच्या सर्व प्रणालींच्या आजूबाजूला ही प्रजनन संप्रेरकं मोठ्या प्रमाणात खळबळत असतात. परिणामी मुलींमध्ये पाळीशी आणि स्तनपानाशी साधर्म्य दाखविणाऱ्या काही खुणा आढळतात. या घटनेला पूर्वी 'चेटकिणीचं दूध' म्हणत असत ते याचसाठी. मुलींच्या तुलनेत लहानपणी मुलांमध्ये असे बाह्य पुरावे कमी दिसत असले, तरी तेच मुलींपेक्षा या संप्रेरकांच्या जास्त प्रभावाखाली असतात. आयुष्याच्या पहिल्या काही महिन्यांमध्ये मुलींपेक्षा मुलांच्या पिट्युटरी ग्रंथींमधून गोनॅडोट्रॉपिन संप्रेरकं स्रवतात, जी लैंगिक विकासाच्या दृष्टीने महत्त्वाची असावीत. कदाचित ती वृषणांच्या वाढीला अथवा पुरुषी मेंदूच्या विकासासाठी कारणीभूत असावीत. (याचा सविस्तर विचार आपण पुढील भागात करणार आहोत.)

नवजात बालकांच्या या प्रजनन संप्रेरकांच्या गोंधळानंतर काही वर्षांसाठी शारीरिक गोष्टी स्थिरस्थावर होतात. मुलांचे मेंदू या जगातील आपली जागा शोधण्यासाठी सतत प्रयत्नशील असतात. त्याच्या तुलनेत या कालावधीमध्ये त्यांचं शरीर लैंगिकदृष्ट्या निष्क्रिय असतं. त्यामुळे भविष्यातली आपली लैंगिक स्थिती काय असेल, हे जाणून घेण्यासाठी मुलं ही वर्षं वापरू शकतात. हे लक्षात घेणं महत्त्वाचं आहे की, आपल्या निरागस भाबड्या प्रयोगशीलतेमुळे आपलं शरीर नक्की कसं आहे? कशासाठी आहे? याचीही भाबडी कल्पना ते करू शकतात. जास्त संप्रेरकं असणारी गर्भावस्था ते त्याहून जास्त संप्रेरकं असणारी टीनएज हा सारा प्रवास सलग, एकसंधपणे घडताना दिसतो. या पार्श्वभूमीवर आपली बालपणीची अलैंगिक वर्षं ही एक वैशिष्ट्यपूर्ण मानवी प्रगती असू शकते.

मानवी विकासाची पुढची पायरी ही जरा विचित्र तरीही वैशिष्ट्यपूर्ण आहे. आपल्या बालपणीच्या काळातही आढळते आणि ज्याला आपण प्रजनन संस्थेचा भाग समजत नाही, त्या अॅड्रेनल ग्रंथीचा यात मोठा सहभाग असतो. या प्रक्रियेला 'अड्रेनार्की' म्हणतात. या दोन लहान ग्रंथी दोन्ही मूत्रपिंडांच्या वर असतात. साधारणपणे मुलींमध्ये सातव्या वर्षी आणि मुलांमध्ये नवव्या वर्षी या कार्यक्षम होतात. या अॅड्रेनार्कीमुळे 'डिहायड्रो-एपिअँड्रो-स्टेरॉन' (DHEA), ज्याला आपण सोयीस्करपणे DHEA म्हणतो, या सेक्स हार्मोनची निर्मिती होते. हा घटनाक्रम आपल्या विशीतही चालू राहतो. पण दुर्दैवाने या हार्मोनचं कार्य आपल्याला अजून खातरीशीरपणे कळलेलं नाही. DHEA हे तितकंसं शक्तिशाली नसल्याने लहानपणी आढळणारे वाढीचे झटके हे त्याच्यामुळे यायची शक्यता वाटत नाही. अॅड्रेनार्कीच्या अभावीदेखील

मुलं अपेक्षित वेगाने वयात येतात. त्वचाग्रंथींचा स्राव वाढविण्यात अथवा विरळ अशा जननेंद्रियांवरील केसांची वाढ (प्युबार्च) होण्यामध्ये DHEAचा हात असू शकेल. बहुधा येऊ घातलेल्या तारुण्याच्या या पहिल्या खुणांचं स्पष्टीकरण आपल्याला DHEAच्या अभ्यासातून मिळू शकेल.

वयात येण्याची सुरुवात होताना चरबीचे (अॅड्रेनार्की) काही साठे आपल्या शरीरात जमा केले जातात, जे कदाचित DHEAमुळे असू शकेल. काही शास्त्रज्ञ असाही दावा करतात की, मानवी बालकाच्या वेगाने वाढणाऱ्या मेंदूची उत्क्रांती होण्यामागे 'अॅड्रेनार्की' प्रथम सूत्रधार आहे.

आपण आयुष्याच्या दुसऱ्या दशकात प्रवेश करू लागलो की, आपली पिट्युटरी ग्रंथी अधिक प्रभावी व्हायला लागते. आपल्या जननेंद्रियामध्ये गोनॅडोट्रॉपीनचा स्राव वाढायला लागतो. आपल्या मेंदूमधले GnRHचे मज्जारज्जू कार्यान्वित झाल्यामुळे असं घडतं. (त्या घटनेला 'गोनॅडार्च' म्हणतात.) काही कारणाने हे गोनॅडोट्रॉपीन सुरुवातीला फक्त रात्रीच स्रवतं, तसंच त्यामधील वाढ ही मुलींपेक्षा मुलांमध्ये उशिरा दिसून येते. हा उशीर कदाचित आपल्याला सांगू शकतो की, बरेचदा मुली ठरावीक वयाच्या आधी आणि मुलं त्या वयाच्यापेक्षा उशिरा वयात का येतात.

तसे पाहता शरीरातल्या बऱ्याचशा उतींवर हे गोनॅड्रोट्रॉपीन प्रत्यक्षरीत्या परिणाम करत नाही. पण त्याच्यामुळे बीजकोष आणि अंडकोष यांच्यामध्ये लैंगिक संप्रेरकांची निर्मिती चालू होते. उत्क्रांतीच्या दृष्टिकोनातून पाहता, ही संप्रेरकं फार प्राचीन आहेत. बऱ्याचशा प्राण्यांमध्ये आपल्याला ही आढळून येतात. किशोरवयातील अनेक उतींमध्ये ती निश्चितपणे कार्यशील असतात. स्टेरॉइड्स हे रासायनिकदृष्ट्या मिळते-जुळते समूह असतात. कारण ते कोलेस्टेरॉल या एकाच कच्च्या पदार्थापासून बनलेले असतात. ते चरबीचे रेणू असतात. सर्व संप्रेरकांमध्ये हे स्टेरॉईड्स सर्वाधिक प्रसिद्ध आहेत. त्यामुळे त्यांच्याबद्दल तुम्ही आधी ऐकलं असेलच. बीजांडकोष किंवा अंडकोषातल्या पेशी या कोलेस्टेरॉलमध्ये एन्झाइम्स (मोठी प्रथिनं)च्या साहाय्याने रासायनिक बदल घडवून आणतात. त्यांना लहान तुकड्यांमध्ये कापतात. काही नवीन छोट्या-छोट्या गोष्टी त्यात घालतात आणि यातून 'प्रोजेस्टेरॉन' नावाचं पहिलं सेक्स स्टेरॉईड तयार होतं. पुढील पानावर प्रोजेस्टेरॉनच्या रासायनिक संघटनाची दिलेली आकृती पाहा. बहुतांश रेणूंप्रमाणेच प्रोजेस्टेरॉनही कार्बन अणूंच्या चौकटीच्या पायावर उभे आहे. त्याच्या आजूबाजूला हायड्रोजन अणूंचे घोसही झालेले असतात. (ते संख्येने जास्त असल्यामुळे या आकृतीत दर्शवलेले नाहीत.) कार्बन अणूंची एकत्र आलेली चार वर्तुळं, बाजूला टांगल्यासारखे दिसणारे जास्तीचे ऑक्सिजन आणि कार्बन अणू यांनी प्रोजेस्टेरॉन तयार होते. द्विमितीय आकृतीमुळे हे संघटन चपटं आहे असं वाटतं. पण खरंतर प्रत्येक षटकोन आणि पंचकोन हा अशा प्रकारे

वळलेला आहे की, या रेणूला एक गुंतागुंतीचा त्रिमितीय आकार मिळतो.

आपल्याला माहीत आहे की, या रेणूची डाव्या बाजूची वरची कड हा यातला महत्त्वाचा भाग आहे. ज्या पेशी स्टेरॉईड्सना प्रतिसाद देतात अशा पेशींमधला

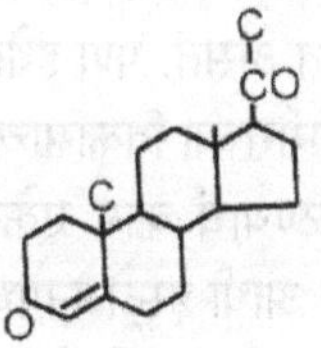

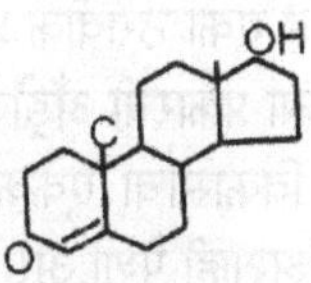

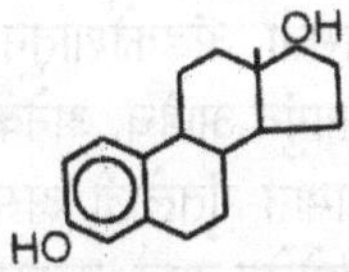

स्त्री संप्रेरक पुरुष संप्रेरक स्त्री संप्रेरक इस्ट्रोजेन

रिसेप्टर रेणूंना कार्यान्वित करण्याचं काम हा भाग करतो.

कधीकधी बीजांड आणि अंडकोषातल्या पेशी एक पाऊल पुढे जातात. या पेशी प्रोजेस्टेरॉनचे काही कार्बन अणू कापून टाकतात आणि त्याला अ‍ॅंड्रोजन रेणूचे स्वरूप देतात, जसे टेस्टोस्टेरॉन किंवा DHEA. आकृती पाहून तुम्हाला असं वाटेल की, दोन्ही खूपच सारखे दिसतात. पण त्यांच्यामधल्या याच लहानशा फरकामुळे अँड्रोजेन पूर्णपणे वेगळा परिणाम साधतं. सर्वांत शेवटी या अँड्रोजेनच्या रेणूमध्ये कदाचित अजून काही बदल घडवून इस्ट्रोजेन तयार केलं जाऊ शकतं. दोघांच्या आकृतीमध्ये तर वेगळेपण आहेच. पण त्यांच्यात अजूनही काही फरक आहेत. इस्ट्रोजनची सर्वांत डावीकडची कार्बनची चकती हेच ते वेगळेपण आहे. ही चकती 'सुगंधी' आहे. हिच्या सपाट, समतोल आकाराने इस्ट्रोजेनला जगावेगळी वैशिष्ट्यं प्रदान केली आहेत. मजेची गोष्ट म्हणजे बीअरमध्येसुद्धा इस्ट्रोजेनशी साधर्म्य दाखविणारी सुगंधी रसायनं असतात.

स्टेरॉईड्सच्या चरबीयुक्त रेणूंचा हा असा हालचालींचा खेळ तुम्हाला रहस्यमय वाटू शकेल. पण संप्रेरकांच्या या एकमेकांमधल्या खेळामुळेच तारुण्यामधले सगळे बदल घडून येत असतात. या परस्परसंबंधांची जेव्हा तुम्हाला जाण येईल, तेव्हाच या खेळामागचं रहस्य तुम्हाला उलगडेल. ही स्टेरॉईड्स नक्की कशी काम करतात हे आपल्यासमोर नेहमीच साध्यासोप्या पद्धतीने मांडलं जातं. जसं प्रोजेस्टेरॉन व इस्ट्रोजेन ही संप्रेरकं आहेत. (ज्यांच्यामुळे स्त्रीत्व प्राप्त होतं.) आणि अँड्रोजेन पुरुष-संप्रेरक आहे. पण आयुष्य यापेक्षा अधिक गहन आहे. किशोरावस्थेच्या सुरुवातीला स्त्री आणि पुरुष दोघांच्याही शरीरात प्रोजेस्टेरॉन अँड्रोजेन आणि इस्ट्रोजेन तयार होत असतात. परंतु कोणाचाच विशेष प्रभाव दिसून येत नाही. त्याहीपेक्षा या संप्रेरकांचं परस्परांमधलं माप, तयार झालेल्या रेणूंची कार्यशक्ती आणि या रेणूंना प्रतिसाद द्यायला तयार असलेल्या पेशी या गोष्टींवर स्त्री व पुरुष यांमधला भेद ठरत असतो.

याही पुढे जाऊन आपल्या गोंधळात भर घालणारी गोष्ट अशी की, स्टेरॉईड्स फक्त बीजांड व अंडकोषातून तयार होत नाहीत, तर अॅड्रेनल ग्रंथींमध्येही तयार होतात.

मुलींच्या मानाने मुलांमध्ये बऱ्याचशा गोष्टी खूपच साध्या असतात. किशोरावस्थेतल्या पुरुषांमध्ये आढळणारे पीळदार सौष्ठवपूर्ण स्नायू हा बहुतांशी अँड्रोजेनचा परिणाम असतो. अंडकोशातून अँड्रोजेन हे एका ठरावीक प्रमाणात स्रवत असतं. पण इथेही गुंतागुंत आहेच. अनेक वेगवेगळ्या प्रकारची अँड्रोजेन्स पुरुषी शरीराच्या विकासाच्या कामात गुंतलेली असतात. या विकासाचा एकेक पैलू सांभाळण्याचं काम एकेक अँड्रोजेन करतं. उलटपक्षी काही अशाही पेशी असतात की, त्या आधी इस्ट्रोजेनमध्ये रूपांतरित होऊन मगच अँड्रोजेनला प्रतिसाद देतात. किशोरवयीन मुली हे तर संप्रेरकांचं अजब रसायनच आहे. स्त्री शरीरातील लैंगिक परिपक्वतेला इस्ट्रोजेन्स नक्कीच चालना देतात, परंतु मुलींची बीजांडं आणि अॅड्रेनल ग्रंथी लक्षात येण्याजोग्या प्रमाणात अँड्रोजेन्ससुद्धा तयार करतात. वयात येण्याच्या प्रक्रियेमध्ये अँड्रोजेन आवश्यक असतात. कालांतराने प्रोजेस्टेरॉनसुद्धा कार्यान्वित होतं. मुलींना मासिक पाळी येईपर्यंत प्रोजेस्टेरॉनचं प्रमाण जास्त नसतं. मासिक पाळी सुरू झाल्यानंतर मात्र सतत एकानंतर एक तयार होणाऱ्या इस्ट्रोजेन व प्रोजेस्टेरॉनच्या चक्रात मुली अडकतात. हे चक्र त्यांच्या प्रजननक्षम आयुष्याच्या शेवटपर्यंत (किंवा रजोनिवृत्तीपर्यंत) चालू राहतं. या सेक्स स्टेरॉईड्सचा एकमेकांमधला गोंधळ सोडला, तर बाकी किशोरावस्थेतील सगळ्या संप्रेरकांची लय सातत्यपूर्ण असते. याच सातत्यपूर्ण लयीने ही सगळी संप्रेरकं पुढे जात असतात. स्त्री आणि पुरुषाचा वयात येण्याचा काळ भलेही वेगवेगळा असेल, पण किशोरवयाच्या अवस्था आणि त्यातले बदल मात्र ठरावीक क्रमानेच होतात. मुलांमध्ये याप्रमाणे बदल होतात – अंडकोषाच्या आकारात वाढ, लिंगाची वाढ, जननेंद्रियांवर केसांची वाढ, वीर्यनिर्मिती (स्पर्माकी), चेहऱ्यावर व बगलेत केस येणं, शरीर जोमाने वाढीला लागणं, पूर्ण शरीरावर केस येणं, हृदय व स्नायूंची वाढ होणं. मुलींमध्ये हा क्रम असा असतो – स्तनाग्रांचा विकास (थेलार्की), जननेंद्रियांवर केस, जननेंद्रियांची परिपक्वता, स्त्रीसुलभ गोलाई, शरीराची जोमाने वाढ, स्तनांची विशेष वाढ, शरीरावर केस, मासिक पाळी (मेनार्की) आणि पूर्ण फलधारणेची क्षमता असणारं मासिक पाळीचं चक्र. या सगळ्या वाढीच्या क्रमामध्ये इतकं सातत्य असतं की, यातला बदलाचा एक जरी क्रम चुकला तरी ते अनैसर्गिक मानलं जातं. तसंच किशोरावस्थेकडे या क्रमवारीच्या दृष्टिकोनातून पाहिलं की, ही अवस्था किती मोठी आहे हेही कळून येतं. मुलींमध्ये बऱ्याचदा आठव्या वर्षीच स्तनांची वाढ होते, पण त्यांच्यातल्या अनेक मुली अठरा वर्षांच्या होईपर्यंत प्रजननक्षम नसतात. गमतीची गोष्ट अशी की, मुलांमध्ये या बदलांचा वेगही अत्यंत संथ असतो. मुलांमध्ये विसाव्या वर्षापर्यंतही मोठे पुरुषी

स्नायू विकसित झालेले दिसत नाहीत. पूर्ण प्रौढावस्थेतही मुलांच्या अंगावरच्या केसांची पद्धत बऱ्याचदा बदलते. तारुण्य किंवा किशोरावस्था ही अचानक घडणारी घटना नाहीतर संथपणे होत असणारा बदल आहे.

या बदलांचा क्रम ठरलेला वाटत असला तरी शरीरात प्रत्यक्ष होणारे बदल आपल्याला मंत्रमुग्ध करतात. आपण आता या बदलांकडे पाहणार आहोत आणि ते का घडून येतात, हे लक्षात घेणार आहोत. तुम्हाला कळेल की, नकोसे वाटणारे हे बदल प्रत्यक्षात शरीराला हितकारकच असतात. उत्क्रांतीचं फळ म्हणून तुम्ही किशोर वयाकडे पाहाल तेव्हा किशोरवयात जे घडतं त्यातल्या बऱ्याच गोष्टींचा अर्थ तुम्हाला लागायला लागेल. अजून एक मोठं आव्हान म्हणजे टीनएज अवस्थेतील बदलाचं. एक सार्वत्रिक गृहीतक. मुलींच्या आणि मुलांच्या शरीरामध्ये वेगळेपण आणणारी अवस्था म्हणजे टीनएज हे आपण गृहीतच धरलेलं आहे. सत्य हे आहे की, टीनएज सुरू झाल्यापासूनच मुलांच्या आणि मुलींच्या अप्रजननक्षम उती फार वेगळ्या असतात. आधीपासूनच अस्तित्वात असलेल्या फरकांपेक्षा टीनएज अवस्थेमुळे होणारे बदल हे जास्त लक्षणीय असतात हे मान्य, पण मुलांचा आणि मुलींचा वयात येण्याचा काळही वेगळा असतो आणि म्हणूनच स्त्री आणि पुरुषांना एकमेकांचं इतकं आकर्षण का वाटतं, हे आपल्याला या किशोरावस्थेच्या ओघात समजणार आहे.

मुलामुलींचा वेगळेपणा

वयात येताना काही शारीरिक बाबी इतर गोष्टींच्या तुलनेत जास्ती बदल दर्शवितात. प्रजननक्षम अवयव परिपक्व होणं, हे अर्थातच यामध्ये अंतर्भूत आहे, पण याहीपेक्षा नाट्यमय बदल होतात ते आपल्या बाह्य स्वरूपामध्ये, विशेष करून आपली त्वचा व शरीराचा आकार या दोन गोष्टींमध्ये.

आपल्या वयात येण्याकडे बघण्याच्या दृष्टिकोनावर आपल्या त्वचेच्या रंगरूपाचा मोठा पगडा असतो. जगासमोर आपल्या जवळच्या व्यक्तींसमोर आपलं अस्तित्व प्रकट करणाऱ्या या त्वचेमध्ये टीनएज अवस्थेत जरुरीपेक्षा जास्तच अनाकलनीय बदल होताना दिसतात. कित्येक महत्त्वाचे त्वचाबदल अथवा त्यांची सुरुवात ही वयात येण्याच्या अगदी सुरुवातीच्या काळात होते आणि या वयात हे बदल समजून घेण्याइतके आपण लैंगिक अथवा भावनिकदृष्ट्या परिपक्व नसल्याने हे चित्र अत्यंत विसंगत वाटू लागतं.

त्वचाबदलांविषयीचं अज्ञान लक्षात घेता ही दुर्दैवाची गोष्ट म्हटली पाहिजे की, वयात येतानाच पहिला बदल हा लैंगिक अवयवयांच्या आसपास केस येणं हा असतो. मुलींमध्ये हे केस सर्वप्रथम 'लॅबिया'वर (योनी आवरणावर) येतात तर मुलांमध्ये लिंगाच्या वरील पृष्ठभागावर आणि हळूहळू लिंगाच्या वरील त्रिकोणी जागेमध्ये पसरून नंतर मांडीवरही येतात. तसंच मुलांमध्ये एका रेषेच्या स्वरूपात वाढत बेंबीपर्यंत पोहोचतात. हे लिंग आणि योनीभागाच्या आसपास वाढणारे केस (ज्यांना यापुढे आपण सोयीसाठी 'प्युबिक केस' म्हणू.) शरीरावरच्या इतर केसांपेक्षा अत्यंत वेगळे आणि सामान्य भाषेत सांगायचं झालं तर 'छोटे आणि कुरळे' असतात. या प्युबिक केसांची वाढ ही स्त्री-पुरुष दोघांमध्येही 'अँड्रोजेन' या संप्रेरकामुळे नियंत्रित होते. परंतु शरीरावरील इतर केसांच्या तुलनेत अत्यंत वेगळा पोत असल्याने या केसांच्या नक्की कार्याविषयी जीवशास्त्रज्ञ अजूनही साशंकच आहेत आणि दुर्दैवाने

याविषयी आपल्याकडे अजूनतरी सत्यापेक्षा सिद्धान्तच जास्त आहेत. परंतु एक गोष्ट मात्र नक्की आहे की, उत्क्रांतीच्या वाटेवर आपल्या शरीरावरचं जवळपास सर्व केसाळ आवरण निघून गेलं असताना हे काही तुकडे अजून का राहिले आहेत, हे कळण्यासाठी आपल्याला सबळ पुराव्याची गरज आहे. एका जुन्या व प्रचलित सिद्धान्तानुसार हे प्युबिक केस आपल्या लिंगाजवळील ग्रंथीतून उत्सर्जित होणारे उत्तेजक वास पसरवून त्या उत्सर्जित तेलाला वाऱ्यापासून वाचविण्याची भूमिका पार पाडतात. हे जरी पटण्यासारखं असलं आणि प्युबिक केस व उत्तेजक ग्रंथी दोन्ही एकाच ठिकाणी असल्याचं कारण जरी यातून मिळत असलं, तरी आपले नातलग वानरांमध्ये मात्र या ग्रंथींच्या जवळपास असे वैशिष्ट्यपूर्ण केस का आढळत नाहीत हा मोठा प्रश्न उभा राहतो आणि खरं पाहता बहुतांश प्राण्यांच्या या ग्रंथींच्या जवळ माणसाच्या तुलनेमध्ये अगदीच विरळ केस असतात आणि हेच स्पष्टीकरण आपल्या काळातल्या केसांना लागू केलं तर लक्षात येतं की, काखेतल्या घामाच्या, तेलाच्या उत्सर्जनामुळे निर्माण होणारा वास हा साध्या झुळकेनेही दूरवर पसरतो, कारण तिथले केस हे लांब व मऊ असतात. याच उलट प्युबिक केसांच्या कुरळेपणामुळे लिंगाच्या जवळपास तयार होणारा वास हा केवळ शारीरिक जवळीक साधणाऱ्यांनाच येऊ शकतो.

अजून एका उपयुक्तवादी सिद्धान्तानुसार, प्युबिक केसांमुळे उष्णात टिकून राहण्यास मदत होते; परंतु लिंगावरच्या त्रिकोणी भागाला उष्णता टिकवून ठेवण्याची गरज का असावी, हे मात्र स्पष्ट होत नाही. असाही एक दावा केला जातो की, प्युबिक केसांमुळे योनीमध्ये घाण, मळ शिरण्यास अटकाव होतो, परंतु या दाव्यामुळे पुरुषांचे प्युबिक केस जास्ती ठळक असले तरीही निरुपयोगी आहेत, असं चित्र उभं राहतं. काही जण सुचवतात की, प्युबिक केसांमुळे हवा खेळती राहते आणि लिंग/योनीच्या आसपासच्या त्वचेचं आरोग्य चांगलं राहतं. तसं पाहता काख आणि जांघ या त्वचेच्या संसर्गाला सहज बळी पडणाऱ्या जागा असल्यामुळे या स्पष्टीकरणात थोडं तथ्य जाणवतं. एका (अति) हुशार सिद्धान्तानुसार ज्याप्रमाणे आज वानरांचे नवजात शिशु त्यांच्या आयांचे केस घट्ट पकडून त्यांना चिकटून राहतात, तसंच मानवी पूर्वजांमध्ये असून आजचे हे प्युबिक केस हे त्या धरून ठेवण्यात येणाऱ्या केसांचे राहिलेले अवशेष आहेत. याचाच एक वेगळा आणि थोडासा यांत्रिक पैलू लक्षात घेता एक दावा असाही केला जातो की, प्युबिक केस हे मांड्या व लिंगाचं होणारं घर्षण रोखण्याचं काम करतात. त्यामुळे कदाचित टीनएज अवस्थेत लिंगाच्याही आधी प्युबिक केस विकसित का होतात, याचं कारण मिळू शकेल. मानवाचं वैशिष्ट्य असणाऱ्या, जोडीदाराचा चेहरा समोर असण्याच्या अवस्थेत होणाऱ्या समागमामध्ये हे केस घर्षण कमी करतात का, हा एक प्रश्न उभा राहतो. अर्थात

सध्याच्या काळात बरीच जोडपी स्पर्शसुख वाढविण्यासाठी प्युबिक केस काढणं पसंत करतात. बाकीच्या बऱ्याच सिद्धान्तांमध्ये प्युबिक केसांचा धारकाला असलेला उपयोग, यापेक्षाही त्यामधून बाकीच्यांना मिळणारा संदेश हा प्रमुख विचार आहे. सर्वप्रथम आपण हे लक्षात घेऊ की, प्युबिक केस हे लैंगिक आकर्षणाचा भाग असण्याची शक्यता फारच कमी आहे. कारण स्त्री व पुरुष दोघांमध्येही त्याचं स्वरूप साधारण सारखंच असतं. दोन्ही लिंगांमधील फरक हे मुख्यत्त्वे आकर्षणाचे प्रमुख बिंदू असतात, साम्य नव्हे; त्यामुळे या प्युबिक केसांना आकर्षण बिंदूऐवजी लैंगिक परिपक्वतेची एक खूण म्हणू शकतो.

अजून एक सिद्धान्त, ज्याला 'योनीगुप्तता' सिद्धान्त असं म्हटलं जातं, त्यानुसार प्युबिक केस हे आपल्या मानवी उत्क्रांतीचं सर्वांत प्रमुख कारण आहे. जेव्हा मनुष्य दोन पायांवर उभं राहून चालू लागला, तेव्हा या स्थितीमुळे स्त्री-योनी ही पुरुषापासून नजरेआड राहू लागली. इतर प्राण्यांच्या चतुष्पाद स्थितीमध्ये स्त्री-योनी ही कायम उघड्यावर, सहज दिसू शकेल अशी असते. पण मानवाच्या या बदलामुळे स्त्री-योनी ही पुरुषाच्या नजरेपासून कायम दडवली जाऊ लागली आणि त्यामुळे जोडीदार निवडीच्या प्रक्रियेवर स्त्रीचं नियंत्रण राहू लागलं. प्युबिक केसांमुळे योनी भाग अजूनच लपविला जाऊ लागला आणि या गूढतेमुळे वाढणारं लैंगिक आकर्षण वापरून स्त्रियांना, पुरुषांना हवं तसं वागायला लावण्यास जमू लागलं. याचा परिपाक म्हणून मानवी समागमाची क्रिया ही केवळ शारीरिक न राहता त्याला भावनिक, वैचारिक असे गुंतागुंतीचे पैलू येऊ लागले. संवादाचं महत्त्व वाढलं आणि म्हणूनच आपल्यामध्ये भाषेचा, भावनांचा आणि पर्यायाने उच्च बौद्धिक क्षमतांचा विकास झाला. आता या सिद्धान्तामध्ये काही त्रुटी असल्या, तरी तो विचार करायला लावणारा आहे, हे नक्की.

प्युबिक केसांचा सांस्कृतिक इतिहास व पर्यायाने आपला त्यांच्याकडे पाहण्याचा दृष्टिकोन ही मोठी रंजक गोष्ट आहे. नक्की काळ ज्ञात नसला तरी प्राचीन रोम व ग्रीसमध्ये प्युबिक केस काढून टाकण्यास सुरुवात झाली. कलेच्या क्षेत्रामध्ये आपला प्युबिक केसांविषयीचा दृष्टिकोन पूर्ण बदललेला दिसून येतो. पाश्चात्त्य कलेच्या बहुतांश इतिहासामध्ये प्युबिक केस हे उच्च दर्जाच्या नग्न चित्रांमधून, शिल्पाकृतींमधून वगळण्यात येत होते. याच उलट अगदी विसाव्या शतकापर्यंत अश्लील साहित्यामध्ये प्युबिक केस सररास दाखवले जात होते. पण साधारण अठराव्या शतकाच्या शेवटापासून उच्च दर्जाच्या कलेमध्येही प्युबिक केस दिसू लागले आणि जणूकाही हा थारेपालट पूर्ण व्हावा म्हणून की काय, पण आधुनिक अश्लील साहित्य, चित्रपट यामधून प्युबिक केसांचं अस्तित्व जवळपास नष्ट झालं आहे. या अशा बाह्य जगातील बदलांचा टीनएजर्सवर नक्कीच परिणाम होत असतो. कारण स्वतःला

सोडल्यास ते सर्वप्रथम अशा चित्रांमधून व साहित्यकृतीतूनच दुसरा नग्न माणूस/बाई पाहत असतात आणि या दृष्टिकोनातील बदलांचा प्रवाह पाहता आपण प्युबिक केसांचा स्वीकार केला आहे असं वाटत नाही. पण याचं प्रमुख कारण पुरुषांपेक्षा स्त्रीचे प्युबिक केस हे असावं. कदाचित टीनएजर्स स्त्रीच्या/मुलींच्या प्युबिक केसांकडे एक पुरुषी वैशिष्ट्य/गुणधर्म म्हणून पाहत असण्याची शक्यता नाकारता येत नाही.

बाकी शरीरावरील आणि चेहऱ्यावरील केस मात्र पूर्णपणे वेगळे आणि टीनएज अवस्थेच्या बऱ्यापैकी नंतरच्या काळात येणारे असतात. या केसांचं स्वरूप प्युबिक केसांपेक्षा वेगळं असतंच; परंतु स्त्री व पुरुष यांच्यामध्येही यात बराच फरक दिसतो. कदाचित अँड्रोजेन संप्रेरकांच्या प्रमाण व प्रकारामुळे असेल, पण स्त्रीच्या चेहऱ्यावरील व शरीरावरील केस हे अत्यंत पातळ असतात आणि थोडी वाढ होताच ते गळून जात असल्यामुळे पुरुषांच्या तुलनेत ते अदृश्यच राहतात. पण पुरुषांमध्ये मात्र हे केस बरेच दाट, मोठे आणि संख्येने खूप जास्त असतात. यामागचं कारण अजून माहिती नसलं, तरी फार कमी स्त्रियांना पुरुषांच्या अंगावरचे केस आकर्षक वाटत असल्याने लैंगिक आकर्षण हा याचा उद्देश नसावा असं वाटतं. कदाचित मांजरं जशी घाबरल्यावर पाठीवरील केस फुलवून स्वत:चा आकार मोठा असल्याचं भासवतात, तसंच हे केस पुरुषांचा आकार थोडासा मोठा करून दाखवत असावेत, असं काही जणांना वाटतं. आपल्या पूर्वजांचं जीवनमान लक्षात घेता शिकारीसाठी सतत बाहेर राहणाऱ्या पुरुषांच्या त्वचेचं ऊन-पावसापासून रक्षण होण्यासाठी हे केस निर्माण झाले असाही एक पर्यायी मतप्रवाह आहे आणि याच मतानुसार पुरुषांच्या दाट व मोठ्या भुवया कपाळावरील घाम/पाणी डोळ्यांत जाण्यापासून अडवतात असं मानलं जातं. तसंच पुरुषांची दाढी हादेखील एक अनुत्तरीत प्रश्न आहे. जर दाढी हे पौरुषत्वाचं लक्षण मानलं, तर मग बऱ्याच पुरुषांना त्याची लाज वाटून ते ती काढून का टाकतात हेही एक गूढच आहे. एकंदरीतच आपल्या शरीरावरील केसांविषयीची आपली मतं विचित्र आहेत, हेच खरं.

केसांबरोबरच आपल्या त्वचेतील स्रावग्रंथींमध्येही वयात येताना बदल घडत असतात. आपल्या शरीरात एक्राईन घर्मग्रंथी, ॲपोक्राईन घर्मग्रंथी व सेबाशियस ग्रंथी या तीन प्रमुख ग्रंथी असतात. या तिघांमध्ये वेगवेगळ्या प्रमाणात बदल होतात. एक्राईन ग्रंथी त्यांच्यासाठीच्या वेगळ्या त्वचा रंध्रांमधून पाणचट व क्षारयुक्त घाम बाहेर टाकायचं काम करतात. बहुतेक प्राण्यांमध्ये एक्राईन ग्रंथी या पंजांच्या त्वचेच्या पृष्ठभागावर आढळतात. कारण त्यातून स्रवणाऱ्या ओलसर घामामुळे त्यांना पकड घेण्यास मदत होते. परंतु मानवामध्ये मात्र एक्राईन ग्रंथींच्या घामाचा प्रमुख उपयोग बाष्पीभवनाद्वारे शरीराचं तापमान कमी करण्यासाठी होतो. आपल्या पावलांना येणारा वैशिष्ट्यपूर्ण घामाचा वास (आपला दोन-तीन दिवस न धुतलेला मोजा आठवून

पाहा.) हा या एक्राईन घामाच्या जीवाणूंकरवी होणाऱ्या विघटनातूनच निर्माण होतो. हे जीवाणू या घामाचं विघटन करून मिथेनडाथोल व आयसो-क्लॅरिक आम्ल तयार करतात, ज्यामुळे आपल्याला हा वास येतो. लहान मुलं व टीनएज पार केलेले प्रौढ यांच्याही पायाला हा घामाचा वास येत असल्याने, या एक्राईन ग्रंथींमध्ये टीनएज अवस्थेमुळे फारकाही बदल होत नाहीत, हा तर्क आपण सहज करू शकतो.

ॲपोक्राईन ग्रंथी मात्र वेगळ्या असून त्यांच्यात टीनएज अवस्थेमुळे बराच बदल घडतो. या ग्रंथींमधून स्रवणारा घाम हा अधिक तेलकट असतो आणि तो केस उगवण्याच्या छिद्रामध्येच उत्सर्जित होतो. त्यामुळे आपोआपच, उगवणाऱ्या केसांवर या स्रावणाऱ्या घामाचं आवरण तयार होतं. माणसामध्ये या ॲपोक्राईन स्रावाचं काम, एक्राईन घामाला पटकन वाहू जाऊ देण्याऐवजी त्याचा पातळ थर तयार करण्याचं आहे, असं दिसून येतं. एक्राईन घाम पातळ थराच्या स्वरूपात असताना त्याचं बाष्पीभवन झाल्यास तापमान नियंत्रणास जास्ती मदत होते. या ॲपोक्राईन घामाचा स्राव वाढतो, तसंच त्या घामातील चरबीयुक्त आम्लांची रचनाही बदलते. याचमुळे टीनएज अवस्थेत घामाला वास येऊ लागतो. किंबहुना बरेचदा ही वयात येण्याची पहिली खूण ठरते. या वासाचं दुर्गंधीमध्ये होणारं रूपांतर मात्र जीवाणूंमुळे होतं. हे जीवाणू या घामाचं विघटन करून जी रसायनं सोडतात, त्यामुळे ही दुर्गंधी तयार होते, जी आपल्या मेंदूला नक्कीच जाणवते. परंतु ॲपोक्राईन घामाचा मूळचा वास दुर्गंधीयुक्त नसतो, ही माहितीसुद्धा दिलासा देणारी आहे. त्यामुळे टीनएज अवस्थेतील घामाच्या दुर्गंधीवर उगाच महागड्या उपायांपेक्षा साध्या अंघोळीनेसुद्धा नियंत्रण ठेवता येतं, हे लक्षात ठेवा.

ॲपोक्राईन ग्रंथींप्रमाणेच सेबॅशियस ग्रंथीदेखील या केस उगवण्याच्या छिद्रांमध्ये आपला स्राव निर्माण करतात. बाकी दोन्ही ग्रंथींच्या तुलनेमध्ये सर्वांत तेलकट असून त्याला 'सीबम' म्हणतात. हा सीबम स्राव केसांवर आवरण तयार करतोच, पण एकाच वेळी त्वचेचा ओलसरपणा टिकवणं व तिला जलावरोधी करणं, अशी दोन्ही कामं करतो. विशेषत: या जलावरोधाच्या कार्यामुळे या ग्रंथी मुख्यत्वे छाती, चेहरा, मस्तक, पाठीचा वरचा भाग येथील त्वचेमध्ये जास्त संख्येने का आढळतात, हे समजू शकतं. कधीही पाऊस आल्यावर या भागांमधली त्वचा सगळ्यात पहिले भिजत असल्याने जलावरोधाची गरजही जास्त असते. सेबॅशियस ग्रंथीची कार्यक्षमता ही स्त्री व पुरुष दोघांमध्ये अँड्रोजेनमुळेच वाढते आणि यामुळेच टीनएज अवस्थेतील दोन अत्यंत नावडते बदल आपल्यात घडतात. पहिला म्हणजे, बहुतेकांचे केस या सीबमच्या वाढलेल्या पातळीमुळे तेलकट होतात. खरंतर यामुळे आपल्या केसांचं काही नुकसान होत नसतं, पण केवळ अज्ञानामुळे म्हणा वा भीतीमुळे आपल्याला हा बदल नकोसा असतो आणि आपल्या याच भावनेवर केसांची काळजी घेण्याचा

दावा करणाऱ्या उत्पादनांची उलाढाल बेतलेली असते. आपल्या स्वत:च्या केसातील, त्वचेवरील स्त्रवणाऱ्या तेलामुळे खरंतर आपलाच फायदा होतो; परंतु तो न जाणून घेता आपण जाहिरातींमधील भूलथापांना फसतो. शाम्पू, साबण, जेल यामधील ग्लुटीनयुक्त जेलचं कार्य, अँड्रोजेनमुळे केलं जाणारं सिबेशियस ग्रंथींचं कार्य थांबवणं हेच असतं, हे आपण लक्षात घेतलं पाहिजे.

दुसरा आणि अगदी पिढ्यान्पिढ्या नकोसा असणारा बदल म्हणजे तारुण्यपीटिका. सेबॅशियस ग्रंथींची त्वचेवर उघडणारी छिद्रं बुजतात तेव्हा त्यांचा दाह होऊन या पुटकुळ्या अथवा तारुण्यपीटिका तयार होता. अँड्रोजेनचं प्रमाण व पर्यायाने सेबॅशियस ग्रंथी मुलांमध्ये जास्त प्रमाणात असल्यामुळे त्यांना या पुटकुळ्यांचा त्रास जास्ती होतो. मुलींमध्ये तारुण्यपीटिकांचं प्रमाण जरी कमी असलं, तरी त्यांना अगदी प्रौढपणीसुद्धा प्रत्येक मासिक पाळीच्या आधी थोड्या प्रमाणात पुटकुळ्या येत राहतात. या तारुण्यपीटिकांचं कारण असणारी संप्रेरकं जरी माहिती असली, तरी त्या तयार होताना त्वचेमध्ये नेमके काय बदल होतात आणि ते सर्वांमध्ये सारखेच होतात का, हे प्रश्न मात्र अनुत्तरीतच आहेत.

तारुण्यपीटिकांच्या निर्मितीसाठी साधारण ३-४ गोष्टी कारणीभूत ठरतात असं दिसून आलं आहे. पहिली म्हणजे अँड्रोजेनमुळे. त्यातही विशेषत: टेस्टोस्टेरॉनमुळे होणारी सीबमच्या पातळीतील अत्याधिक वाढ/सीबमची अत्याधिक निर्मिती. पण खरं पाहता हे तारुण्यपीटिकांच्या निर्मितीसाठी फार कारणीभूत ठरत नाही. दुसरं कारण म्हणजे केस उगवण्याचं व सीबम स्त्राव बाहेर येण्याचं छिद्र मृत पेशींच्या आवरणामुळे बंद होऊन जाणं. त्वचेवरील मृतपेशी पडून जाणं, ही जरी सामान्य आणि आयुष्यभर घडणारी क्रिया असली, तरी कधीकधी त्यांच्या वाढलेल्या प्रमाणामुळे त्या त्वचारंध्रांमध्ये अडकून त्यांना बंद करू शकतात आणि मग या मृत पेशींच्या पिवळसर आवरणाखाली अडकलेल्या सीबमचं ऑक्सिडीकरण होऊन त्याला वैशिष्ट्यपूर्ण काळा रंग प्राप्त होतो. काही लोकांमध्ये या बंद छिद्रांमध्ये जीवाणूसंसर्ग व्हायचीदेखील शक्यता असते. या संसर्गामुळे येणाऱ्या पुटकुळ्यांना 'प्रोपिओनी बॅक्टेरियम पुटकुळ्या' असं भलंमोठं नाव आहे. चौथी आणि शेवटची गोष्ट म्हणजे बऱ्याच टीनएजर्समध्ये ही बंद झालेली छिद्र फुटतात आणि आतील खराब झालेला सीबम आजूबाजूच्या त्वचेमध्ये पसरून दाह निर्माण करतो आणि याच खराब सीबममुळे त्वचेवर कायमस्वरूपी व्रण/डाग पडू शकतात. चेहऱ्यावरच्या या पुटकुळ्या मुद्दामहोऊन फोडू नका असं मोठी माणसं टीनएजर्सना ओरडतात, ते काही उगाच नाही.

तारुण्यपीटिकांची निर्मिती अशी गुंतागुंतीची असल्यामुळे त्यावर उपचार करणंसुद्धा तितकंच अवघड ठरतं. प्रतिजैविकांमुळे जीवाणू संसर्गापासून जरी रक्षण होत असलं, तरी सीबमच्या अति वाढलेल्या स्त्रावावर त्याचा काहीच परिणाम होत नाही.

या गोष्टीसाठी बरेचदा बेन्झॉइल पॅरॉक्साइड उपयुक्त ठरू शकतं. आपल्याकडे थेट अँड्रोजेनचा परिणाम कमी करणारीसुद्धा औषधं आहेत. परंतु अँड्रोजेनची आपल्या शरीरविकासात असलेली अत्यंत महत्त्वाची भूमिका लक्षात घेता या औषधांचा टीनएज अवस्थेतील शारीरिक वाढीवर विपरीत परिणाम व्हायची शक्यता नाकारता येत नाही. या सगळ्या पैलूंमुळे तारुण्यपीटिकांवर रामबाण औषध सांगणं शक्य नाही आणि खरंतर आपल्या शरीरात घडत असणाऱ्या मोठ्या व महत्त्वपूर्ण बदलांचा हा एक तात्पुरता परिणाम असल्याने याची फार काळजी करण्याचीही गरज नाही. पण शेवटी 'टीनएजर्स' असल्यामुळे याचं भांडवल करून गोष्टी नैराश्य अथवा अगदी आत्महत्येपर्यंतदेखील पोहोचतात. अर्थात त्याबद्दल पुढे बघू.

टीनएज अवस्थेतील होणारा अजून मोठा बदल म्हणजे स्तनांची वाढ. आपल्याला वाटत नसलं तरी स्तन हे खरं पाहता त्वचाग्रंथीच आहेत. ज्यांची उत्क्रांती ॲपोक्राईन ग्रंथींपासून झाली असं मानण्यात येतं. मुलींमधील स्तनांची वाढ ही अंडाशयातील ॲस्ट्रोजेन व पिट्युटरी ग्रंथीतल्या प्रोलॅक्टीन या संप्रेरकांमुळे होते. वयात येण्याच्या बाकीच्या बऱ्याच लक्षणांप्रमाणे स्तनांच्या निर्मितीची सुरुवात वयाच्या दहाव्या वर्षाच्या आसपास चालू होते. सुरुवातीला स्तनाग्रांच्या खालील भागाची थोडी शंकाकृती वाढ चालू होते आणि बरेचदा या भागात थोड्या वेदनाही जाणवायला लागतात. नंतर हा भाग हळूहळू अजून वाढत जातो, ज्यामुळे स्तनाग्रं ही थोडी बाजूला सरकल्यासारखी वाटतात आणि हे वाढ झालेले स्तन लोंबकळल्यासारखे दिसायला लागतात. बरेचदा स्तनाग्रांचा भाग सपाट होऊन वाढलेल्या स्तनांमध्ये मिसळून जातो. या पूर्ण वाढीच्या दरम्यान स्तनांच्या आतमध्ये झाडांच्या फांद्यांप्रमाणे दिसणारी दुग्धनलिकांची रचना तयार होत असते. फक्त या दुग्धनलिका गर्भधारणेनंतरच कार्यान्वित होतात. मुलांमध्येही अगदी कमी प्रमाणात असली तरी अशी नलिकांची रचना तयार होताना दिसते, त्यामुळे मुलींप्रमाणेच मुलं/पुरुषदेखील स्तनांच्या कर्करोगाला बळी पडण्याची शक्यता असते.

मानवी स्तन हे बऱ्याच गोष्टींमध्ये अत्यंत वैशिष्ट्यपूर्ण असतात. मानवी स्तन हे मुख्यत्वे चरबीने बनले असल्याने बाकी कुठल्याही प्राण्यांच्या तुलनेत मोठे व लोंबकळणारे असतात. बाकी जवळपास सर्व प्राण्यांमध्ये पहिल्या गर्भधारणेच्या आधी स्तनांचा आकार हा अत्यंत छोटा असून नंतरदेखील फक्त दुग्धनिर्मितीच्या काळातच तो मोठा होतो. प्रत्येक स्त्रीमध्ये स्तनांच्या आकारात एवढा वेगळेपणा का दिसून येतो हे जरी ज्ञात नसलं, तरी टीनएज अवस्थेमध्ये तो सर्वांत ठळक असतो हे नक्की. तसं पाहता टीनएज अवस्थेतील मुलींमध्ये दुग्धनिर्मिती होत नसते किंवा त्या गर्भ धारण करण्याएवढ्या प्रजननक्षमदेखील नसतात.

स्त्रियांचे स्तन एवढे मोठे का असतात याविषयी अनेक वादविवाद आहेत. ही

सर्व मतं, सिद्धान्त हे साधारण दोन प्रकारचे आहेत. एक आहे बाळाची काळजी घेण्याच्या दृष्टिकोनातून आणि दुसरा म्हणजे लैंगिक आकर्षणाच्या दृष्टिकोनातून. पहिल्या प्रकारातील सर्वांत जुन्या मतप्रवाहानुसार मानवी नवजात शिशूंची हनुवटी खूप छोटी असते. त्यामुळे सपाट छातीवरील स्तनाग्र चोखताना अवघड जाऊ नये म्हणून स्तनांचा आकार वाढला. पण खूप छोट्या हनुवट्या असलेली माकडांची पिल्लं सुखनैव आईच्या सपाट छातीवर असणाऱ्या स्तनाग्रांमधून दूध पिताना दिसतात. त्यामुळे या विचारात फारकाही तथ्य नाही. तरीपण मानवी नवजात बाळं स्तनपानाच्या बाबतीत वेगळेपणा दाखवतात हे नक्की. स्तनपान करताना बाळांनी उपजत ज्ञानानेच आईचा स्तन तोंडात धरणं अपेक्षित असतं; परंतु हे घडत नाही अशीच बहुतांश आयांची तक्रार असते. अजून एका समजुतीनुसार मानवाच्या द्विपाद अवस्थेमुळे बाळांना हातात धरलं जातं अथवा कंबरेवर आणि या स्थितीमध्ये स्तनपान करणं बाळासाठी सोप्पं व्हावं म्हणून स्तनांचा आकार वाढून स्तनाग्रांना पुढे ढकलण्यात येतं. ब्रेसिअरचा शोध लागण्यापूर्वीच्या काळात स्तन लोंबकळून खाली ओघळण्याचं प्रमाण अधिक होतं. यामुळे काखोटीला मारलेल्या बाळाच्या ओठात स्तनाग्र आपसूकच जात असेल का? काही मानववंशशास्त्रज्ञ असं मानतात की, उत्क्रांतीच्या एका टप्प्यावर मानव अर्धजलचर अवस्थेत प्राचीन आफ्रिकेच्या किनाऱ्यांवर राहत होता. हा सिद्धान्त ते मानवाच्या अनेक वैशिष्ट्यांची उकल करण्यासाठी वापरतात. त्यानुसार तरंगत्या अवस्थेत आईला पकडून राहून स्तनपान करण्यासाठी मानवी स्तन मोठे व लोंबकळणारे झाले. पण हे मान्य केलं, तर बाकी कुठल्याही सस्तन जलचर प्राण्यामध्ये असे लोंबकळणारे स्तन का आढळत नाहीत आणि बहुतांश स्त्रियांना स्तनपान करताना बाळाने स्तनांना धरणं का आवडत नाही, या प्रश्नांची उत्तरं हा सिद्धान्त देऊ शकत नाही.

बाळाच्या दृष्टिकोनातून मांडलेल्या या मतप्रवाहांमध्ये दोन प्रश्नांची उत्तरं मिळत नाहीत. एक म्हणजे गर्भधारणा आणि स्तनपान चालू होण्याआधीसुद्धा स्तनांचा आकार मोठा का असतो आणि लैंगिकदृष्ट्या स्तन एवढे संवेदनशील का असतात? या त्रुटींमुळे स्तनांचा विकास पुरुषांसाठी आकर्षण म्हणून झाला असण्याची मोठी शक्यता आहे. हा सिद्धान्त 'लैंगिक निवडप्रक्रिया' या संकल्पनेवर आधारला आहे. नैसर्गिक निवडप्रक्रियेनुसार ज्या प्राण्यामध्ये इतरांच्या तुलनेत परिस्थितीशी जुळवून घेण्याचे जास्त गुण असतात, त्याचं प्रजनन जास्त होऊन त्याच्या पिल्लांमध्ये हे गुण उतरतात आणि या प्रक्रियेद्वारे परिस्थितीनुसार प्रत्येक जातीचे गुणधर्म बदलत जातात. तर 'लैंगिक निवडप्रक्रियेनुसार ज्या प्राण्यांमध्ये विरुद्धलिंगी जोडीदाराला आकर्षित करण्याचे गुण असतात, त्यांचं प्रजनन इतरांपेक्षा जास्त होतं.' या गुणांचा आजूबाजूच्या परिस्थितीशी संबंध असेलच असं नाही. उदाहरणार्थ, मोराचा पिसारा.

अशी अजून अनेक उदाहरणं आपल्याला निसर्गात आढळून येतात. त्यामुळे स्त्रीच्या स्तनांची वाढ हीसुद्धा पुरुषाला आकर्षक वाटत असल्यामुळे झाल्याची शक्यता नाकारता येत नाही. काही शास्त्रज्ञ असा दावा करतात की, वयात येताना मुला-मुलींमध्ये दिसणारे व विकसित होणारे जवळपास सर्व फरक हे एकमेकांना आकर्षक वाटतात म्हणूनच निर्माण होतात.

पुरुषांना आकर्षक वाटतात म्हणून होणारी स्तनांची वाढ या सिद्धान्ताला, स्त्रियांच्या प्रजननक्षम होण्याच्या आधीच वाढणाऱ्या स्तनांमुळे पुष्टीच मिळते. काही मानवी जमातींमध्ये तर मुलीचे स्तन हे लग्न होईपर्यंत झाकलेले ठेवतात आणि लग्नानंतर योग्य जोडीदार मिळाल्यामुळे तिला ते उघडे टाकण्याची मुभा असते. पण मुळातच पुरुषांना मोठे स्तन का आवडू लागले, याचं उत्तर या सिद्धान्तामधून मिळत नाही. कदाचित स्त्रीच्या कमनीय बांध्याकडे आकृष्ट होणाऱ्या पुरुषांना वाढलेल्या स्तनांमुळे कमनीयतेत भर पडल्यासारखी वाटत असावी. अजून एका कल्पनेनुसार, आपल्यामध्ये उत्क्रांत झालेल्या समोरासमोरच्या समागम पद्धतीचा विकास होत असताना, स्त्रीच्या गोलाकार पार्श्वभागाची प्रतिकृती म्हणून स्तनांची वाढ झाली. पण या विचारामागे एकतर तसा काहीच सबळ पुरावा उपलब्ध नाही. आणि मुख्य म्हणजे स्त्रीमध्ये स्तनांची वाढ व गोलाकार पार्श्वभाग यांपैकी कशाची निर्मिती आधी झाली, हेच अजून माहिती नाहीये. दुसऱ्या (आणि वरच्यापेक्षा अधिक तर्कशुद्ध वाटणाऱ्या) मतानुसार पुरुष हे स्त्रीच्या वाढलेल्या स्तनांकडे आपल्या संततीसाठी दुग्धनिर्मितीची क्षमता या दृष्टीने आकर्षित झाले. पण मुळातच स्तनांचा आकार आणि त्यांची दुग्धनिर्मितीची क्षमता यांचा परस्परसंबंध अजून अस्पष्ट आहे, तसंच स्तनांच्या आकारमानातील विविधतेचं कारणही यातून समजू शकत नाही आणि तशा बऱ्याच पुरुषांना, मुलांना स्त्रियांचे छोट्या आकाराचे स्तन आवडत असल्यामुळे हे मत आपल्याला बाद करावं लागेल.

अखेर या सर्वांच्या परिपाकातून जो लैंगिक निवडप्रक्रियेचा सिद्धान्त तयार होतो, तो दोन्ही बाजूंची बरीच उत्तरं देत असल्याने बराच समाधानकारक वाटतो. या सिद्धान्तामध्ये स्त्री-पुरुष दोघांनाही जोडीदार निवडीचं असलेलं स्वातंत्र्य, जोडप्यांमधील दीर्घकाळ टिकणारं परस्पर सहकार्य आणि पुरुषाची पिता झाल्यावर जोडीदार व संततीसाठी तरतूद करण्याची वृत्ती या गोष्टींची सांगड घातलेली आहे. यानुसार आधी सांगितलेल्या कुठल्याही एका कारणामुळे अथवा बीजांडनिर्मितीची एक खूण म्हणून पुरुष वाढलेल्या स्तनांकडे आकृष्ट झाले. त्यानंतरच्या पायरीमध्ये स्त्रिया अशा पुरुषांना जास्त पसंत करू लागल्या. कारण आधीच वाढलेल्या व गर्भधारणेनंतर अजूनच मोठ्या होणाऱ्या स्तनांच्या निमित्ताने का होईना, पण हे पुरुष बराच काळ त्यांच्या आसपास राहू लागले व त्यांच्या गरजा पुरवू लागले आणि या चक्राचा

परिणाम म्हणून सर्वच स्त्रियांमध्ये स्तनांची वाढ चालू झाली. त्यामुळे कदाचित खरोखरच टीनएज अवस्थेतील मुलींची स्तनवाढ ही योग्य जोडीदार शोधण्याच्या हेतूने होत असावी.

एकंदरीत पाहता टीनएजर्सचं बाह्यस्वरूप बदलून टाकणं, हे टीनएज अवस्थेमध्ये घडणारं प्रमुख कार्य आहे हे लक्षात येतं. त्वचाबदल हा त्यातला एक पैलू आपण पाहिला. दुसरा पैलू आहे शरीराचा आकार. वयात येण्याअगोदर मुलं आणि मुली दोघांचे शरीराकार तसे सारखेच असतात. पण टीनएज अवस्थेनंतर मात्र त्याला पुरुष अथवा बायकी आकार आलेला असतो आणि तशी प्रजनन करण्यासाठी जरी या बदलांची फारशी गरज नसली, तरी विरुद्धलिंगी जोडीदार आकर्षित करण्यामध्ये मात्र यांचा मोठा वाटा असतो. पाचव्या भागात आपण बघणार आहोत की, आपल्या मेंदूमध्ये विरुद्धलिंगी जोडीदार आकर्षक वाटण्यासाठी काही विशिष्ट रचना तयार झालेल्या असतात आणि आकर्षक वाटण्यासाठी मुलांनी अगदी मदनाचा पुतळा अथवा मुलींनी रतीचा अवतार असण्याची काही गरज नाही. पण काही-काही छोट्या पण महत्त्वाच्या गोष्टी घडणं, मात्र नक्कीच आवश्यक आहे.

वयात यायच्या आधीसुद्धा मुलामुलींच्या शरीरातील फरक छोट्या स्वरूपात का होईना पण अस्तित्वात असतात. याचं उत्तम उदाहरण म्हणजे कमरेच्या वरचा भाग. मुख्यत्वे छाती आणि हात. अँड्रोजेन्सच्या प्रभावाखाली मुलांमध्ये छातीचा विस्तार वाढतो. ज्यामुळे त्यांना त्यांच्या मोठ्या हृदयाद्वारे शरीरामध्ये जास्ती ऑक्सिजन घेऊन रक्तात खेळवण्यास मदत होते. तसंच स्त्रियांसाठी एक आकर्षक पुरुषी वैशिष्ट्य आणि इतर पुरुषांपेक्षा आपला वरचढपणा दाखविण्यासाठीही छातीचा उपयोग होतो. विस्तृत छातीमुळे वाढलेलं खांद्यांमधील अंतर हेसुद्धा एक पुरुषी वैशिष्ट्यच आहे. खास पुरुषी कपडे, उदाहरणार्थ जॅकेट्ससुद्धा ही पुरुषी वैशिष्ट्यं वाढवून दाखवत असल्यामुळे लोकप्रिय होतात. याउलट मुलींचे कपडे मात्र छोटी छाती, गोलाकार खांदे व लांब, नितळ मान अशी खास स्त्रीवैशिष्ट्यं ठळक करून दाखविणारी असतात आणि सध्याच्या कमरेपर्यंत खाली जाणाऱ्या जीन्ससुद्धा खास स्त्रीचं वैशिष्ट्य असलेलं लांब पोट (ज्याचा गर्भधारणेच्या वेळी उपयोग होतो.) ठळक करून दाखवत असल्यानेच स्त्रीवर्गात एवढ्या प्रिय आहेत.

अजून एक मोठा फरक म्हणजे स्त्रियांच्या तुलनेत बरेच मोठे असलेले पुरुषांचे स्नायू, ज्याला अँड्रोजेन कारणीभूत आहे. या अँड्रोजेन्समुळे वयात येण्याआधीच मुलीपेक्षा ताकदवान असलेली मुलं वयात आल्यावर अजूनच बलवान होतात. एका पुरुषाची पकड ही स्त्रीपेक्षा दुप्पट शक्तिशाली असते. या वाढलेल्या स्नायूंमुळे पुरुषी शरीराचा बाह्याकारदेखील बदलतो. या बदलांमध्ये रुंद खांदे, सपाट पोट (असं म्हणतात खरं!) स्नायुमय मांड्या आणि पार्श्वभाग या गोष्टी स्त्रियांना लैंगिकदृष्ट्या

अत्यंत आकर्षक वाटतात. पण दुर्दैवाने टीनएजर मुलं इथे मात्र मागे पडतात. कारण ही स्नायूंची वाढ टीनएज अवस्थेच्या अगदी शेवटच्या काळात आणि कधीकधी अगदी विशीनंतरही होते. यामुळे टीनएज अवस्थेत मुलं तशी लुकडीच दिसतात आणि यातील मेख अशी आहे की, ही स्नायूंची वाढ थांबल्यावर पुरुषाची चयापचयाची क्षमताही बदलते. मी कित्येक विद्यार्थी बघतो की, जे काहीही आणि कितीही खाल्लं तरी आपलं वजन वाढत नाही, या (तात्पुरत्या) अवस्थेमुळे निर्धास्त राहून कॅलरीज/उष्मांकांचं प्रचंड प्रमाणात सेवन करत असतात (विशेषतः बिअरचं). पण साधारण विशीच्या नंतर स्नायूंची वाढ थांबून चयापचय मंदावला की, मग हे अनावश्यक उष्मांक आपले रंग दाखवायला लागतात. या वाढलेल्या स्नायूंमुळे पुरुषांच्या शरीराची लवचीकताही कमी असते. त्यामुळे स्त्रियांच्या नाजूक, लवचीक चालीच्या तुलनेत पुरुषांची चाल दाणदाण पाय आपटल्यासारखी वाटते. आपल्या पूर्वजांच्या जीवनमानात होणारी स्त्री-पुरुषांची कामाची वाटणी म्हणजेच पुरुषांची शिकार व संरक्षणाची आणि स्त्रियांची अन्नप्रक्रिया आणि संगोपनाची भूमिका मान्य केली, तर या बऱ्याचशा फरकांचं आपल्याला स्पष्टीकरण मिळू शकतं.

या बदलांचा अजून एक भाग म्हणजे शरीरातील चरबी. ऑस्ट्रोजेन संप्रेरकामुळे मुलींच्या मांड्यांवर आणि पार्श्वभागावर चरबी साठू लागते. मुलींमध्ये चरबीचं प्रमाण मुलांपेक्षा पन्नास टक्क्यांनी जास्त असून ही चरबी त्वचेखालच्या आवरणामध्ये साठवली जाते. या चरबीच्या आवरणामुळे स्नायूंचे आकार झाकले जातात आणि स्त्रियांच्या शरीराला गोलाई प्राप्त होते. त्यामुळे चरबी (अनावश्यक नव्हे.) हे स्त्री-शरीराचं वैशिष्ट्य म्हणावं लागेल आणि काही स्वरूपांमध्ये पुरुषांना ती अत्यंत आकर्षक वाटू शकते. पण शरीराचा आकार बदलण्याच्या या काळात चरबीविषयीच्या अज्ञानामुळे अनेक मुली वेड्यावाकड्या 'डाएट'च्या योजना वापरून स्वतःचं नुकसान करून घेतात. लाखो वर्षांच्या उत्क्रांतीदरम्यान स्त्रियांना पुरुषांसारखी शिकार व संरक्षणासाठी पळापळ करावी लागली नसल्याने त्यांच्यामध्ये ही अतिरिक्त चरबी जमा झाली असं मानतात. याचमुळे स्त्रियांमध्ये स्नायूंचा आकार छोटा असतो, तसंच त्यांच्या फुप्फुसांचाही. आणि या सर्वांचा एकत्रित परिणाम म्हणून स्त्री-पुरुषांच्या शारीरिक खेळांच्या क्षमतेत फरक दिसून येतो, असा दावा केला जातो. तसंच पूर्वीच्या काळी स्त्रीला इतर कामांपेक्षा गर्भावस्था आणि दुग्धपान यांचा शारीरिक ताण जास्त असे. त्यामुळे चरबीचा हा साठा या काळामध्ये ऊर्जा मिळवण्यासाठी केला जातो असंही मानतात. पण यामुळे मुलांच्या तुलनेमध्ये मुलींनी थोडं जरी अतिरिक्त उष्मांकांचं सेवन केलं तरी त्यांचं वजन पटापट वाढतं आणि शेवटी अजून एका विचारात पाडणाऱ्या सिद्धान्तानुसार या मांडी व पार्श्वभागावरील वाढीव चरबीमुळे स्त्रियांचा गुरुत्वाकर्षण बिंदू खाली सरकतो, ज्याचा उपयोग गर्भवती असताना तोल

सांभाळण्यासाठी होतो.

आपण पाहिलं की, मुलामुलींमध्ये वयात येण्याच्या आधीपासून असलेले फरक टीनएज अवस्थेत संप्रेरकांमुळे अजूनच ठळक होत जातात. स्त्रियांच्या तुलनेमध्ये पुरुषांचे हातपाय जास्त लांब असतात. अर्थात पुरुषांची प्राचीन काळातील शिकार संरक्षणादी कामं लक्षात घेतली, तर याची गरज लगेच लक्षात येते. तरीपण स्त्री-पुरुषांमध्ये असलेल्या काही फरकांचं स्पष्टीकरण आपल्याला सापडत नाही. जर तुम्ही स्त्री व पुरुष दोघांनाही हाताचे तळवे वरच्या दिशेला ठेवून हात सरळ करायला सांगितलंत, तर तुम्हाला हा आश्चर्यकारक फरक लगेच लक्षात येईल. पुरुषांचा हात बऱ्यापैकी सरळ रेषेत दिसतो, तर स्त्रीचा हात कोपरापासून बऱ्याच अंशांनी वाकलेला असतो. तुम्ही निरीक्षण केलंत तर पुरुष जड सामान उचलताना हात काटकोनात वाकवून तळवे मागच्या दिशेला घेऊन उचलतात, तर स्त्रिया हात सरळ ठेवून तळवे पुढच्या दिशेला ठेवून पिशवी धरल्याप्रमाणे जड सामान उचलण्याचा प्रयत्न करतात. कदाचित ही सहजप्रवृत्तीच या फरकाला कारणीभूत असावी. जी गोष्ट कोपरांची, तशीच गुडघ्यांचीदेखील आहे. याच कोनातील फरकामुळे माझी नऊ वर्षांची चिमुरडीदेखील खास बायकी चालीत चालते. तसंच नजीकच्या काळातील संशोधनातून पुढे आलेला एक फरक म्हणजे हाताच्या बोटांची लांबी आणि हा फरक वयात येण्याच्या आधीपासूनच अस्तित्वात असतो. कदाचित जन्मापूर्वी संपर्कात येणाऱ्या ॲंड्रोजेनचा परिणाम असेल, पण मुलांमध्ये करंगळीशेजारील बोट (ring finger) हे पहिल्या बोटापेक्षा (index finger) लांबीला जास्त असतं आणि स्त्रियांमध्ये हे प्रमाण बरोबर उलटं असतं. ज्या मुलांच्या पालकांची मुलाच्या चिडखोरपणा आणि आक्रमक वागणुकीविषयी तक्रार असते, अशा मुलांमध्ये करंगळीशेजारील हे बोट अतिलांबलचक असल्याचं आढळलं आहे आणि एक अत्यंत आश्चर्याची गोष्ट म्हणजे ज्या स्त्रियांमध्ये समलिंगी प्रवृत्ती आढळते, त्यांच्यामध्ये बोटांच्या लांबीचं प्रमाण पुरुषांप्रमाणे असल्याचं दिसून आलं आहे.

पण मुलामुलींच्या शरीररचनेमध्ये आढळून येणारे दोन अगदी ठळक असे फरक म्हणजे पेल्वीस (पाठीची खालची हाडं आणि मांडीची पार्श्वभागामधील हाडं यांमध्ये तयार झालेली खळग्याच्या आकाराची पोकळी, ओटीपोट) आणि पाय या दोन गोष्टींमुळे अगदी वयाच्या अठराव्या महिन्यापासूनच मुलामुलींची चाल वेगळी लक्षात येते आणि टीनएज अवस्थेत तर हा फरक अजूनच ठळक होतो. वानरांच्या तुलनेमध्ये माणसाचा पेल्वीस भाग परिपक्व होण्यासाठी खूप काळ जातो. या पेल्वीसमध्ये टीनएज अवस्थेत नाट्यमय बदल घडतात आणि या बदलांचं स्वरूप मुलं व मुलींमध्ये अत्यंत वेगळं असतं. जेव्हा मुलांमध्ये मोठे आणि जोमदार खुब्याचे सांधे विकसित होत असतात, त्याच वेळी मुलींमध्ये मात्र जन्मनलिकेचा विस्तार

वाढायला लागतो. या मानवी वैशिष्ट्यांचा विकास कसा झाला, यावर प्रचंड वादविवाद आहेत. कारण आपला पेल्वीस भाग हा दोन कारणांमुळे इतर प्राण्यांपेक्षा अत्यंत वेगळा आहे. एक म्हणजे आपली द्विपाद अवस्था आणि दुसरं म्हणजे जन्माच्या वेळेला बाळाचं मोठं मस्तक. या दोन कारणांमुळे आपल्या पेल्वीसवर वेगवेगळ्या प्रकारे आणि एकमेकांशी विसंगत असे दबाव येत असतात. आपल्या 'ऑस्ट्रॅलोपिथेकस' पूर्वजांमध्ये द्विपाद अवस्थेची जवळपास सर्व लक्षणं आधुनिक मानवाप्रमाणेच दिसत असली तरी विस्तारलेला पेल्वीसचा भाग आणि बाळाचं मोठं मस्तक या दोन गोष्टी मात्र नंतर 'होमोइरेक्टस' आणि 'होमोसेपियन्स'च्या काळामध्ये उत्क्रांत झालेल्या आढळतात. त्यामुळे टीनएज अवस्थेत मुलींच्या पेल्वीसची झपाट्याने वाढणारी मोजमापं ही नक्कीच मोठ्या डोक्याच्या बाळाला यशस्वीरीत्या जन्म देण्यासाठी महत्त्वाची असतात. तसंच स्त्रीच्या शरीरातील जन्मनलिका ही नुसतीच विस्तृत नसून टोकाशी वळलेलीदेखील असते. त्यामुळे बाळाचा जन्म ही एक बिकट गोष्ट होऊन बसते.

आणि या सगळ्या गोष्टींमुळेच मुलींची चाल मुलांपेक्षा वेगळी होते, असं आपण समजतो. जन्मनलिकेच्या विस्तारामुळे मुलींचे खुब्याचे सांधे एकमेकांपासून लांब ढकलले जातात. या अंतरामुळे पेल्वीस आणि मांडीच्या हाडांवर पडणारा दबाव वेगळ्या प्रकारे विभागला जातो. म्हणून कमरेच्या काही दुखापतींना स्त्रिया पुरुषांपेक्षा जास्त बळी पडताना दिसतात. वयात आलेल्या अथवा येणाऱ्या मुली, मुलांपेक्षा वेगळ्या प्रकारे चालतात हे जरी माहिती असलं, तरी नक्की किती वेगळ्या याविषयी मात्र अजिबात एकमत नाही. जरी आपण, मुली कमरेला हेलकावे देत चालतात असं म्हणत असलो, तरी त्याची नक्की मोजमापं करणं मात्र अवघड आहे. एकाच गोष्टीवर जैवतंत्रज्ञांचं एकमत आहे, ते म्हणजे मुलींच्या पावलांमधील अंतर आणि चालण्याचा वेग, दोन्ही मुलांपेक्षा कमी असतात आणि यालाच मोठ्या, गोलाकार नितंबांची जोड मिळाल्यामुळे मुलींची चाल एवढी वेगळी वाटत असावी. याबरोबरच उंच टाचेची पादत्राणं वापरल्याने मुलींची चाल अजून आकर्षक होते का? हा एक अत्यंत वादग्रस्त मुद्दा आहे. अशा पादत्राणांमुळे मुलींच्या पाठीला कमान येऊन नितंबांची हालचाल जास्ती वळणदार होते असं आपण समजत असलो, तरी खरंतर त्याच्यामुळे गुडघ्यांवर अत्यंत चुकीच्या पद्धतीने दाब पडत असतो. पण चाल आकर्षक करण्याच्या मोहात पडलेल्या मुली एवढा विचार थोडाच करतात. त्यामुळे स्टिलेटोज (टोकदार टाचांच्या चपला) घालणाऱ्या मुलींमध्ये चाल संथ होऊन पाय लांब दिसण्यापलीकडे (जे खरंतर पुरुषी वैशिष्ट्य आहे.) विशेष वेगळं काही घडत नाही.

मुलामुलींच्या संरचनेमधला शेवटचा ठळक फरक हा टीनएज अवस्थेत

चेहऱ्यामध्ये होतो. अँड्रोजेन्स आणि संबंधित संप्रेरकांमुळे पुरुषाचा चेहरा हा ठसठशीत, राकट होतो. भुवया आणि हनुवटी बाहेर आलेल्या व टोकदार अशा विकसित होतात. मुलांचे दातही जास्त मोठे असतात आणि हा फरक टणक दंतावरणामुळे नसून त्यांची मूळची ठेवणच मोठी असते. अँड्रोजेनमुळेच मुलांमध्ये स्वरयंत्राच्या पोकळीचा आकार वाढून स्वरतंतूही जास्त जाड होतात. त्यामुळे अख्खं स्वरयंत्र खाली लोंबल्यासारखं दिसतं आणि पुरुषांच्या कमी लांबीच्या गळ्यामध्ये एखाद्या टेंगळाप्रमाणे दिसू लागतं. यालाच आपण 'कंठमणी' (Adom's apple) म्हणून ओळखतो. याउलट मुलींमध्ये गोलाकार चेहरा, छोटे दात, लांब आणि नितळ मान ही लहानपणीचीच वैशिष्ट्यं कायम राहतात.

ही लहानपणातील वैशिष्ट्यं कायम राहण्याच्या प्रकाराला आपण 'पेडोमॉर्फोसिस' (pedomorphosis) म्हणतो. दुर्दैवाने काही लोक याचा चुकीचा अर्थ लावून स्त्रिया बालिश असतात असा निष्कर्ष काढतात. परंतु आता संपूर्ण मानवजातच या पेडोमॉर्फोसिसमधून उत्क्रांत झाली आहे, या मतापर्यंत आपण पोहोचलो आहोत. आपली कित्येक खास मानवी वैशिष्ट्यं, उदाहरणार्थ घुमटाकार डोकं, छोटी हनुवटी, ठळक भुवया, विरळ केस इत्यादी वानरांच्या नवजात शिशूंमध्ये आढळतात. त्यामुळे खरंतर स्त्रिया बालिश नसून उलट मानवी उत्क्रांती पुढे चालवत आहेत म्हटलं तर वावगं ठरू नये. (पण यातूनच एक अत्यंत अस्वस्थ करणारा प्रश्न उभा राहतो की, जर पुरुषी मेंदूची रचना नाजूक अवयव, नितळ त्वचा, उंच पट्टीतला आवाज, गोलाकार चेहरा ही वैशिष्ट्यं आकर्षक वाटण्यासाठी झाली असेल, तर लहान मुलांवरील लैंगिक अत्याचारांचा याच्याशी संबंध आहे का? हे अत्याचारी पुरुष खरोखरच पाशवी वृत्तीचे असतात, का केवळ स्त्रियांच्या टीनएज अवस्थेतील वैशिष्ट्यांपेक्षा त्यांनी लहानपणापासून जपलेल्या गोष्टींकडे जास्त आकर्षित होणारे असतात, असा मोठा पेच यातून उभा राहतो.)

पहिल्या भागाच्या शेवटच्या प्रकरणात आपण स्त्रीच्या परिपक्वतेच्या दृष्टिकोनातून टीनएजर्सच्या विकासाकडे पाहणार आहोत. आत्तापर्यंत आपण टीनएजर्सचा विकास कधी झाला, वयात येण्यामागे कुठल्या-कुठल्या संप्रेरकांचा वाटा असतो आणि टीनएज अवस्थेतल्या बदलांचे भविष्यातील भूमिकांशी काय संदर्भ आहेत, या प्रश्नांची उत्तरं समजून घेतली. तरीसुद्धा वयात येणं आणि परिपक्वता येणं, यांच्यामध्ये फरक असतोच आणि या दोन्ही गोष्टी एकत्र केल्या तरी 'टीनएजर्स'चं पुरेसं स्पष्टीकरण द्यायला असमर्थ आहेत. टीनएजर्स म्हणजे या दोन्हीपेक्षा अजूनही बरंच काही असतात. म्हणूनच मानवामध्ये टीनएज का विकसित झाली? आणि टीनएजर्स नक्की कशासाठी आहेत? या प्रश्नांच्या उत्तरांचा शोध चालू राहतो.

मुली जास्त परिपक्व का असतात?

टीनएज अवस्थेबद्दलच्या दोन गोष्टी आतापर्यंत तुमच्या लक्षात आल्या असतील. पहिली म्हणजे, ही आश्चर्यकारकरीत्या दीर्घकालीन प्रक्रिया आहे आणि दुसरी म्हणजे मुलग्यांची वाढ संथ गतीने होते. त्यांच्या अ‍ॅड्रेनल ग्रंथी आणि जननेंद्रिय उशिरा कार्यान्वित होतात आणि एकूणातच पुरुषाचं शरीर आळसावलेल्या, संथ गतीने विकसित होतं. मला आठवतं, टीनएजमध्ये असताना माझ्या वयाच्या मुली इतक्या मोठ्या दिसायच्या की, त्यांच्याइतकं मोठं व्हायला मला अजून काही वर्षं लागतील असं मला वाटायचं. ही फक्त टीनएजमध्ये वाटणारी चिंता नव्हती, तर खरोखरच तसं घडतं – टीनएजमधले बदल मुलींनंतर काही वर्षं उशिरा मुलांमध्ये घडून येतात. मुलांच्या संथ वाढीच्या विरुद्ध एकच अपवादात्मक गोष्ट आहे – फलनक्षमता (fertility). फलनक्षमता सोडली तर इतर सगळ्याच बाबतीत लागू होणारा हा संथ वाढीचा नियम आपल्याला टीनएजर्सना समजून घेताना उपयोगी पडतो. मुलांच्या वाढीचा संथ वेग एका प्रकारे उपकारकच ठरतो.

निसर्गाचे तथाकथित 'नियम' जेव्हा शास्त्रज्ञांना समजून घ्यायचे असतात, तेव्हा ते नेहमीच नियमाचे अपवाद शोधतात. अभ्यास करताना हे अपवाद फारच मदतीचे ठरतात. त्यामुळे मुलांची संप्रेरक-प्रणाली कमी विकसित असतानाही मुलींच्या आधी ते फलनक्षम (fertile) का होतात, हे आपण समजून घेऊ शकतो. पुरुष प्रजनन प्रणालीचा सोपेपणा आणि मुलींच्या प्रजनन प्रणालीतली गुंतागुंत यात या प्रश्नाचं उत्तर दडलेलं आहे. फक्त वीर्य तयार करणं एवढंच पुरुषांच्या जननेंद्रियांचं कार्य असतं. टीनएज अवस्थेच्या मध्यापर्यंत ही सातत्याने घडणारी प्रक्रिया व्यवस्थित पूर्ण होते आणि दिवसाला जवळजवळ दहा लाख शुक्राणू निर्माण करते. ही प्रक्रिया अँड्रोजेनकडून चालवली जाते. पूर्ण आयुष्यात या प्रक्रियेत फारसा बदल होत नाही. मुलांमध्ये वृषणं (testies) असतात आणि शुक्राणू निर्माण करण्याचं त्यांचं काम

ते सतत करत राहतात.

स्त्री-प्रजननात भरपूर गुंतागुंत असल्यामुळे मुली म्हणजे वेगळेच नमुने असतात. मुलांमध्ये शुक्राणू निर्माण होतात, तसं मुलींमध्ये बीजांड निर्माण होतात. पण गर्भारपणाला आवश्यक ती संप्रेरकं निर्माण करण्याचं दुसरं महत्त्वाचं कार्यही स्त्रीला करायचं असतं. स्त्री-प्रजननसंस्था हा जणूकाही सेक्स आणि गरोदरपणा यांच्या द्वंद्वासाठी बनवलेला आखाडाच असतो. दोन्ही गोष्टी (सेक्स आणि गर्भारपण) सहजपणे हाताळण्याची क्षमता स्त्रीकडे असते. ही क्षमता मुलींच्या मासिक पाळीमुळे त्यांना प्राप्त होते. पाळीत दोन आठवड्यांच्या कालावधीत इस्ट्रोजेनचं वर्चस्व असतं – यातून फलनक्षम बीजाची निर्मिती होते. यानंतरच्या काळात प्रोजेस्टेरॉन सत्तेवर येतं. प्रोजेस्टेरॉन या काळात प्रजननसंस्था, गर्भाशयात आढळलं नाही, तर पाळी सुरू होऊन रक्तस्राव होतो आणि पुन्हा पुढचं चक्र चालू होतं. बायकांमध्ये ही पाळीची चक्रं का असतात, याचंच कारण म्हणजे फलनक्षमता आणि गर्भधारणेची शक्यता यांमध्ये तळ्यात-मळ्यात चालू असतं. मुलांना सातत्याने शुक्राणू निर्माण करण्याव्यतिरिक्त काहीच काम नसतं. मुली मात्र प्रजननातल्या एका सतत अनिश्चित असणाऱ्या अवस्थेत असतात.

टीनएज मुलांना फलनक्षम होण्यासाठी इतका काळ का लागतो, या प्रश्नाचं उत्तर आपल्याला मुलींच्या मासिक पाळीच्या चक्रांमध्ये मिळतं. मुलींना नेहमीच्या संप्रेरक प्रणालीव्यतिरिक्त बीजांडकोश आणि पियुषिका ग्रंथी (पिट्युटरी) यांच्यातल्या देवाणघेवाणीच्या विकासासाठी जास्तीचे प्रयत्न करावे लागतात. मुलांमध्ये एकदा संप्रेरकांची मांडणी झाली की, आयुष्यभर त्यात बदल सहसा होत नाहीत. जास्तीच्या काही कामाची मुलांच्या शरीरात गरजच पडत नाही. मुलींमध्ये बीजांड अंडकोशातून बाहेर येण्याच्या काहीकाळ आधी बीजांडकोश आणि पिट्युटरी एका अत्यंत अस्थिर अवस्थेत प्रवेश करतात. जगावेगळ्या अस्थिर अवस्थेत या दोन्ही ग्रंथी एकमेकींना उत्तेजित करतात. या अवस्थेला 'सकारात्मक अभिप्राय' (positive feedback) असं म्हणतात. या अवस्थेमुळे खूप मोठ्या प्रमाणात संप्रेरकांचा अनियंत्रित स्राव होतो. हा स्राव ओव्ह्युलेशन चालू असताना कळसाला पोहोचतो. याच वेळी पाळीच्या चक्रात प्रोजेस्टेरॉनचं राज्य चालू होतं. फक्त स्त्रियांमध्येच आढळणारी आणि स्त्री-फलनासाठी आवश्यक असणारी 'सकारात्मक अभिप्राय' ही अतिशय वैशिष्ट्यपूर्ण घटना आहे. साधारणपणे मुलांपेक्षा मुली उशिरा फलनक्षम होतात, कारण त्यांना हा सगळा घटनाक्रम विकसित करण्यासाठी वेळ हवा असतो. अनेक टीजएजर मुली प्रजननाच्या दृष्टीने प्रौढ, परिपक्व दिसत असल्या तरी त्या फलनक्षम नसतात. या मधल्या कालावधीमध्ये त्या अपूर्ण चक्रांमधून जात असतात. यादरम्यान त्या एकतर ओव्ह्युलेट होत नाहीत किंवा गर्भार राहण्यासाठीची संप्रेरकं त्यांच्यात नसतात.

एवढ्याच बाबतीत मुलं परिपक्व असली तरी इतर गोष्टींमध्ये मात्र विकासाची गती संथ असते. उंची हे याचं उत्तम उदाहरण आहे. टीनएजमधल्या मुलांसाठी सगळ्यात ओशाळवाणी गोष्ट कोणती असेल, तर ती समवयस्क मुलींपेक्षा कमी असणारी उंची. वाढीच्या काळात काही वर्षं मुलं मुलींपेक्षा फारच बुटकी असतात. आधीच मुलांना लहान, कोवळं ठरवणाऱ्या अनेक गोष्टी घडत असतात आणि आजूबाजूला वावरणाऱ्या उंच पायांच्या मुली हा त्या ओशाळवाणेपणाचा कळस असतो. मुलींच्या मानाने अपरिपक्व असणाऱ्या मुलांबद्दलची आपली समजूत टीनएजमधल्या वाढीपाशी येऊन थांबली आहे. मुलं अपरिपक्व असतानाही जास्त फलनक्षम का असतात? दोन लिंगांमधला परिपक्वतेचा फरक 'टीनएजर' या संकल्पनेला कसं काय स्पष्ट करू शकतो? हे प्रश्न अजून आहेतच.

वयात येणाऱ्या प्राण्यांची वाढ खूप वेगाने होते. कुत्र्यांमधल्या मोठ्या जाती, मोठे न उडणारे पक्षी, व्हेल मासे यांची गणना उत्तम वाढ होणाऱ्या प्राण्यांमध्ये होते. या प्राण्यांची पिल्लं भराभर वाढतात आणि एका बिंदूपाशी येऊन वाढीच्या टोकावर थांबतात. या वेळी त्यांच्या आहारातला कोणताही बदल त्यांना विकृती किंवा अपयशाकडे घेऊन जाऊ शकतो. माणसाची मुलं जरी 'एरंडा'सारखी वाढत असली तरी इतरांपेक्षा मानव ही संथ गतीने वाढणारी प्रजात आहे. आपण अंगापिंडाने मोठे होतोच, पण एवढं वाढण्यासाठी वीस वर्षांइतका वेळ आपण घेतो. टीनएजरएवढ्याच आकाराचे अनेक सस्तन प्राणी मात्र एवढ्या वेळात पूर्ण वाढतात आणि तीन वर्षांचे होईपर्यंत त्यांना पिल्लूही झालेलं असतं. आपल्या प्रजातीच्या या संथ वाढीविषयी पुस्तकात पुढे येणारच आहे. आत्तापुरतं तरी तुम्ही एवढंच लक्षात ठेवा की, मानवाला वाढण्याची कसलीच घाई नसते.

आपला जन्म झाल्यानंतर पुढे वाढत जाणारी आपली उंची ही 'ग्रोथ प्लेट्स' नावाच्या रचनांची करामत असते. आपल्या हातापायातल्या बहुतांश लंबास्थींच्या दोन्ही टोकाला या ग्रोथ प्लेट्स असतात. याच प्लेट्स आपल्या मणक्यांमध्येही असतात. लांब हाडांमध्ये दोन ठिकाणी ग्रोथ प्लेट्स असतात.

१) हाडाच्या दोन्ही टोकांना असणाऱ्या उंचवट्यावरचं कूर्चेचं आवरण (कार्टिलेज शीट)

२) मधला नळीसारखा भाग (tubular shaft)

त्यांची मधली रचना ही खूपच व्यवस्थित असते. त्या ग्रोथ प्लेट्स वीस वर्षं नवीन मोठं हाड तयार करण्यात जुंपलेल्या असतात. त्यामुळे हाडाच्या मधल्या लंबगोलाकार नळीसारख्या भागाची लांबी वाढते. मुलांची किंवा टीनएजर्सची वाढ अशा प्रकारे होते. पिट्युटरीमधून स्रवणाऱ्या ग्रोथ हार्मोनद्वारे हाडांचीही वाढ होत असते. या प्रक्रियेत अँड्रोजेन आणि इस्ट्रोजेन्सचासुद्धा सहभाग असतो. मुलींमध्ये

वयाच्या अठराव्या वर्षी आणि मुलांमध्ये वयाच्या एकविसाव्या वर्षी या ग्रोथ प्लेट्सचं कार्य थांबतं. त्यांच्या जागी एक कठीण व्रण तयार होतो. म्हणून आपण वाढायचे थांबतो. ग्रोथ प्लेट्सची वाढ थांबायला इस्ट्रोजेन कारणीभूत आहे, असं आपल्याला वाटतं. (काही व्यक्ती मात्र इस्ट्रोजेनचं न ऐकता वाढतच राहतात.) आणि त्यामुळे बहुधा मुलींची वाढ लवकर थांबते.

हाडांची लांबी वाढण्याचं तंत्र समजून घेणं, ही मानवी टीनएजरच्या वाढीच्या विचित्र कथेची फक्त सुरुवात आहे. वेगवेगळ्या वयात आपण किती आणि कसे वेगाने वाढतो हे पाहिलं की, गरगरायला होतं. खालची आकृती तेच दर्शविते. आयुष्याच्या पहिल्या वीस वर्षांत मुलं आणि मुलींमध्ये प्रत्येक महिन्यात झालेल्या वाढीचा आलेख मिलीमीटर्समध्ये दाखवला आहे.

मुलं आणि मुलींसाठीच्या वक्राकार रेषा अर्थातच वेगळ्या आहेत. बाकी

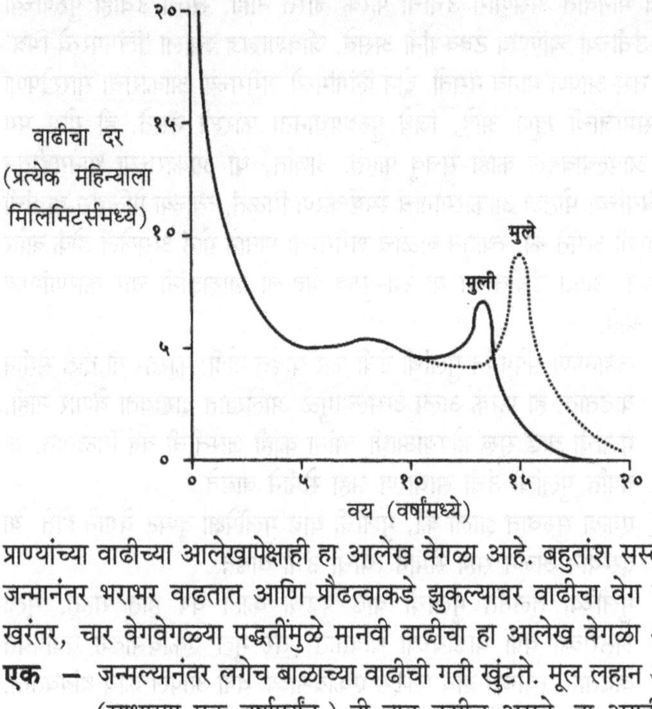

प्राण्यांच्या वाढीच्या आलेखापेक्षाही हा आलेख वेगळा आहे. बहुतांश सस्तन प्राणी जन्मानंतर भराभर वाढतात आणि प्रौढत्वाकडे झुकल्यावर वाढीचा वेग मंदावतो. खरंतर, चार वेगवेगळ्या पद्धतींमुळे मानवी वाढीचा हा आलेख वेगळा आहे.

एक – जन्मल्यानंतर लगेच बाळाच्या वाढीची गती खुंटते. मूल लहान असेपर्यंत (साधारण एक वर्षापर्यंत.) ही वाढ कमीच असते. हा अगदी मानवी आळशीपणा म्हणता येईल.

दोन – आठ ते नऊ वर्षं वयादरम्यान हा वाढीचा दर परत एकदा वेग घेतो. ही लहानपणातली जाणवण्याजोगी वाढ म्हणता येईल.

तीन – ही सगळ्यात नाट्यमय अवस्था म्हणता येईल. या टीनएज वर्षांमध्ये वाढीला परत एकदा वेग येतो. टीनएज अवस्थेतली ही अचानक झालेली वाढ अतिशय वादग्रस्त, मात्र वाखाणण्याजोगी असते.

चार – ही शेवटची अवस्था म्हणजे मुली आधी परिपक्व होतात या विधानाचा पुरावा आहे. या आलेखात मुलांपेक्षा मुलींची वाढ काही वर्षं आधी झालेली आढळते.

या चार गोष्टींना वेगळं काढून अभ्यासलं तरी टीनएजर्सच्या वाढीबद्दलच्या अनेक गोष्टी स्पष्ट होऊ शकतील.

टीनएजमधल्या मुला-मुलींच्या उंचीत जो फरक असतो, त्यावर या आलेखाने प्रकाश टाकला आहे. हे स्पष्ट आहे की, मुलींची उंची अचानक खूप वाढते, पण शेवटी मुलंच उंच होतात. तसं असलं तरी अनेक प्रायमेट प्रजातींशी तुलना करता लिंगपरत्वे मानवात असणारा उंचीचा फरक जास्त नाही. स्त्रीची उंचीही पुरुषाच्या साधारण उंचीच्या त्र्याण्णव टक्क्यांनी असते. जीवशास्त्रज्ञ ज्याला 'लिंगपरत्वे भिन्न' म्हणतात तसे आपण मानव नसतो. दोन लिंगांमध्ये शरीराच्या आकाराचा सारखेपणा ही प्राणिसमाजाची खूण आहे, जिथे पुरुषप्रधानता फारशी नसते. ही गोष्ट मग नक्कीच आपल्याबद्दल काही सुचवू पाहते. अर्थात, या आकाराच्या भानगडीतून मानवी स्त्रियांच्या मोठ्या आकारमानाचं स्पष्टीकरण मिळतं. त्यांच्या पेल्व्हिस हाडांची रचनाच अशी असते की, त्यातून बाळाचं शरीराच्या मानाने मोठं असलेलं डोकं बाहेर येऊ शकेल. आता उंचीतल्या या स्त्री-पुरुष भेदाला शास्त्रज्ञांनी चार कारणांमध्ये विभागलं आहे.

एक – लहानपण संपेपर्यंत मुलांची उंची फार वाढत नाही. फारतर ती दीड सेमीने वाढतात. हा फरक अल्प असल्यामुळे आलेखात दाखवता येणार नाही.

दोन – मुलांची वाढ सुरू होण्याआधी त्यांना काही जास्तीची वर्षं मिळतात. या वर्षांत मुलांची उंची साधारण सहा सेमीने वाढते.

तीन – एकदा सुरुवात झाली की, मुलांची वाढ मुलींपेक्षा दुप्पट वेगाने होते. या दरम्यान अजून सहा सेमीने त्यांची उंची वाढते.

चार – मुलींच्या तुलनेत मुलांची वाढ पुढची काही वर्षं होत राहते. मुली अठराव्या वर्षी वाढायच्या थांबतात, तर मुलं एकविसाव्या वर्षापर्यंत वाढतात. त्यांच्या ग्रोथ प्लेट्स एकविसाव्या वर्षी आपलं कार्य थांबवतात. या तीन वर्षांमध्ये मुलं अजून दीड सेमीने उंची कमावतात.

टीनएज अवस्थेतलं स्त्री-पुरुषांचं आकारमान एवढी एकच गोष्ट लक्ष वेधण्यासारखी आहे असं नाही. या वाढीच्या वर्षांमधला फरक आणि सर्वंकष वाढ हे घटकही चकित करणारे आहेत. मानवाच्या वाढीबद्दल शास्त्रज्ञ भरपूर काथ्याकूट करतात,

पण मानवी वाढीचा आलेख वेगळा आहे, याबद्दल सर्वांचं एकमत आहे. काही जण असंही म्हणतात की, टीनएज अवस्थेत होणारी वाढ ही मानवाला मिळालेली देणगी आहे. तसंच हे खरंतर आपल्या प्रजातीच्या आयुष्यरेषेची व्याख्या ठरवणारं वैशिष्ट्य आहे. मी त्यांच्याशी सहमत आहे.

इतर प्रायमेट प्रजातींमध्ये मुलं लहान असताना वाढीच्या दरात बदल होत असतात. पण माणसांचा वाढीचा आलेख आणि प्रत्येक लंबास्थीवर त्या वाढीचा होणारा परिणाम या गोष्टी खरोखर जाणून घेण्यासारख्या आहेत. एका वर्षात टीनएज मुलाच्या वाढीचा वेग दुप्पट होऊ शकतो. कल्पना करा, महिन्याला मुलं एक सेमीने वाढतात. या दोन टोकाच्या गोष्टींनी शास्त्रज्ञांना गोंधळात पाडलं आहे. पण वाढीच्या बदलत्या दराने मानवाला आयुष्यात दोन अपूर्ण अवस्था बहाल केल्या आहेत, असं शास्त्रज्ञ म्हणतात. बहुसंख्य प्राण्यांमध्ये तीन अवस्था पाहायला मिळतात.

(१) बालक (स्तनपान करणारे)

(२) किशोर (प्युबर्टीआधीचे)

(३) प्रौढ (प्युबर्टीनंतरचे)

माणसांमध्ये मात्र दोन अवस्था अजून दिसतात. प्रदीर्घ बालपण (स्तनपानाच्या नंतर, पण तरी पालकांवर अवलंबून असणारे)

टीनएज (ना धड बालक, ना धड युवक अशी ही काहीशी त्रिशंकूसारखी अवस्था असते.)

पण टीनएज अवस्थेतच असा वाढीचा विलक्षण झटका का येतो? मानवामध्ये अशी कोणती गोष्ट आहे जिने ही विचित्र प्रणाली उत्क्रांत करायला भाग पाडलं? यावर काही जण असं म्हणतात की, टीनएज अवस्थेत वाढीचा झटका येतो. पण असं होण्यामागे मला तरी काही कारण दिसत नाही. एकतर बारा वर्षांचं मूलही चालण्या-पळण्यात तरबेज असतं. मग त्याचा इथे काय संबंध? खरंतर मुलांमध्ये एका झटक्यात जी थोडीफार वाढ होते, ती त्यांना चालणं आणि पळणं जमण्यासाठी मदत करते असं आपण समजतो. मुलांमधल्या वाढीच्या दरम्यान त्यांचे फक्त पायच लांबीने वाढत असतात. गेल्या काही दिवसांमध्ये माझ्या लहान मुलीत मी हे बदल पाहतो आहे.

बालपणीतल्या संथ वाढीनंतरची 'कॅच-अप' अवस्था हे टीनएज अवस्थेतल्या वाढीच्या झटक्यासाठीचं दुसरं स्पष्टीकरण आहे. ही कॅच-अप अवस्था म्हणजे वाढीला गतिमानता मिळून वयाच्या योग्य वेळेत वाढ पूर्ण करणं. हा सिद्धान्त मांडताना मानवात बालपण कसं उत्क्रांत झालं, हे सगळ्यांना माहीत असल्याचं गृहीत धरलं गेलं आहे आणि बालपणाविषयीचे सगळे सिद्धान्त मेंदूशी संबंधित आहेत. भोवतालच्या परिस्थितीतून वाचणं मानवाची ताकद किंवा वेळ यांमुळे घडत

नाही, तर ते मानवाच्या अक्कलहुशारीमुळे घडत असतं. तुमच्या डोक्यातल्या तीन संत्र्यांच्या आकारमानाएवढ्या घट्ट जेलीमुळे तुमचं नशीब ठरणार असतं. ही जेली परिपक्व होण्यासाठी दोन दशकं घेते. आपण दुसऱ्या भागात त्याचा परामर्श घेणार आहोत. हा वेळ आणि मेंदूच्या वाढीचा वेग म्हणजे हुशार होण्यासाठी आपण मोजलेली किंमत असते. आता असं वाटतं की, मानवामध्ये 'मूल' ही अवस्था मेंदूचे छोटे-छोटे इन्क्युबेटर आहेत. मुलं आकर्षक असतात, निरुपद्रवी असतात, सर्जनशीलतेच्या दृष्टीने त्यांचे मेंदू अजून वाढायचे असतात आणि मुलं लहान असल्यामुळे ती फार अन्नही खात नाहीत. मग असं असेल, तर शक्य तितका काळ त्यांना लहान ठेवणंच योग्य नाही का? कारण दिवसभर बडबड करणं, अनेक वस्तू तोडणं आणि मोठ्यांना दमवणं हाच त्यांचा उद्योग असतो. पण निसर्गापुढे आपलं काही चालत नाही ना! कधी ना कधी मुलं मोठी होतातच आणि याच वेळी टीनएज अवस्थेतला वाढीचा झटका येणं अपेक्षित असतं. मुलं ही निसर्गतःच लहान असतात आणि त्यांना मोठं करण्याचा निर्णय निसर्ग घेतो, तेव्हा शक्य तितक्या लवकर त्यांना मोठं व्हायचं असावं. मग टीनएज अवस्थेतली वाढ म्हणजे मुलांना ओढून-ताणून प्रौढ बनवण्याचा निर्दय मार्ग तर नव्हे?

या कॅच-अप कल्पनेत काही तथ्य असेलही, पण टीनएज हा बालपणाचा दुष्परिणाम (साइड इफेक्ट) आहे, हे स्पष्टीकरण पटत नाही. टीनएज म्हणजे 'कॅच-अप' अवस्था या संकल्पनेवर काही निश्चित असे आक्षेपही आहेत. एकतर टीनएज अवस्थेच्या सुरुवातीला कोणत्याही अर्थाने मेंदूची वाढ, विकास संपत नाही. उलट, बालपणातल्या मेंदूची परिपक्व होण्याची प्रक्रिया अतिशय सहजतेने, नकळत टीनएज अवस्थेतल्या परिपक्वतेच्या प्रक्रियेत विलीन होते. दोन्ही प्रक्रियांची तीव्रता सारखीच असते. त्यामुळे अचानक मेंदूच्या विकासाला पूर्णविराम मिळतो आणि मग मानवाला मधला काळ भरून काढावा लागतो. (कॅच-अप करायचा असतो.) असं काही मुळातच घडत नाही. दुसरं असं, बालपणातली हळूहळू होणारी वाढ भरून काढायची म्हणून वाढीचा झटका असेल, तर मुली मुलांच्या किमान दोन वर्षं आधी कशा काय परिपक्व होतात? शेवटी टीनएज अवस्थेतल्या वाढीच्या झटक्याबद्दल आवर्जून सांगण्यासारखी गोष्ट म्हणजे मानवाला प्रौढ आकार आणि उंची मिळावी म्हणून वाढ होत नाही. जननेंद्रियांशिवाय जन्मलेली मुलं किंवा वैद्यकीय कारणासाठी जननेंद्रियं काढावी लागली, अशा मुलांमध्ये टीनएज अवस्थेतला वाढीचा झटका आलेला दिसत नाही. पण तरीही ते योग्य ती उंची गाठतात. मग आपल्या वाढीला मदत करण्यासाठी हा वाढीचा झटका आला आहे, असंही म्हणता येत नाही. आता या सगळ्याचा योग्य अर्थ काय?

कदाचित टीनएजमधल्या वाढीचा आपण चुकीच्या मार्गाने विचार करत असू.

आपण या ग्रोथ स्पर्टमुळे वाढतो म्हणून ती महत्त्वाची असेल असंही नाही. कदाचित तो महत्त्वाचा आहे, याचं कारण दोन लिंगांमध्ये तो वेगवेगळ्या वयात दिसून येतो हेच फक्त असू शकेल. मुली मुलांपेक्षा आधी वाढतात म्हणजे प्रौढ समाज मुलींची क्षमता लवकरात लवकर वापरून घेऊ शकतो, असाही एक प्रवाद आहे. टीनएजमधल्या मुलीच्या उंचीचा तिच्या पेल्व्हिसच्या व्यासाशी जवळचा संबंध असतो. म्हणजे अर्थातच याचा तिच्या उत्तम रीतीने मूल धारण करण्याच्या क्षमतेशीही संबंध असतो. आपले पूर्वज टीनएजमधील मुलींची देवाण-घेवाण करत असत. त्याच पद्धतीला या सिद्धान्ताने पुनर्जीवन दिलं आहे. पण मुलींच्या पेल्व्हिसच्या व्यासाचं – थोडक्यात वंश वाढवण्याच्या दृष्टीने टीनएजमधल्या मुलींचं मूल्यमापन केलं जाणं आवश्यक आहे. मुली त्यांच्या प्रौढ उंचीच्या जवळपास असतानाच त्यांची देवाणघेवाण व्हायला हवी आणि हाच मधला काळ अलीकडे सरकला आहे. पण या सगळ्या प्रकरणात मुलांचा आणि त्यांच्या पेल्व्हिसवाढीचा विचारच केलेला दिसत नाही.

मला वाटतं, या सगळ्या वाढीच्या प्रकरणाला स्पष्ट करणारा एक सिद्धान्त आहे. जरा धाडसी अंगाने जाणारी ही संकल्पना या सर्व पुराव्यांना सामावून घेते. टीनएज मुला-मुलींमध्ये असा ग्रोथ स्पर्ट का दिसतो आणि त्यात आधी मुलींची वर्णी का लागते, याचं योग्य स्पष्टीकरण या हायपोथेसीसमधून (सिद्धान्त) मिळतं. दोन लिंगांमध्ये वाढीच्या वेळेत आढळणारी तफावत हेच ग्रोथ स्पर्टच्या अस्तित्वाचं कारण असेल, तर किशोरवयीन मुली प्रौढ दिसणार आणि मुलं कोवळीच दिसणार. हा सिद्धान्त असंही म्हणतो की, प्युबर्टीचा प्रदीर्घ कालावधी आणि दोन लिंगांमधला परिपक्वतेचा फरक या दोन्ही गोष्टी टीनएज अवस्थेचाच अर्क आहेत.

या सिद्धान्तानुसार परिपक्व दिसावं, यासाठीच मुलींमध्ये लवकर ग्रोथ स्पर्ट दिसतो. टीनएज अवस्थेच्या मध्यावर आल्यावर मुली उंच, थोड्या घाटदार दिसतात, स्तनांचा उभार जाणवू लागतो. त्या मोठ्या दिसल्यामुळे प्रौढांच्या सामाजिक वर्तुळात लवकर स्वीकारल्याही जातात. जेणेकरून मुलींना त्यांच्या भविष्यातल्या भूमिकांचा सराव करण्याची संधी मिळते. आपण दुसऱ्या भागात पाहू की, कधीकधी स्त्रीचा मेंदू परिपक्वतेचं सोंग आणतो. हे खरं असो वा नसो, मुलांच्या तुलनेत या वयातील मुली समाजाचा मूल्यवान ठेवा असतात. त्या कठीण वर्षांबद्दल आपल्या सगळ्यांनाच माहीत आहे. अनेकदा मुली आपल्यापेक्षा मोठ्या मुलांबरोबरच डेटिंग करतात हेसुद्धा आपण जाणलं (जखमेवर मीठ?); पण गंमत म्हणजे मुली या वेळी फलनक्षम नसतात. निसर्गाने केलेला हा उपहासच आहे. मुली जेव्हा परिपक्वतेचा बुरखा पांघरून हिंडत असतात, तेव्हा खरं म्हणजे त्या गर्भार राहण्यासाठी सक्षमच नसतात. स्त्री-प्रजननसंस्था खूप गुंतागुंतीची आहे, ती याचसाठी!

मुलांमध्ये दुसऱ्या पद्धतीने या गोष्टी घडतात. सर्वसाधारण टीनएजच्या मध्यावरचा

मुलगा हा बुटका आणि अंगावर तुरळक लव असणारा असतो. ही लव अतिशय अनाकर्षक असते. (थेट आणि खरं बोलतोय, क्षमस्व!) त्यांच्याकडे सामाजिक कौशल्यंही कमी असतात. मुलगा अनाकर्षक दिसत असला तरी तो फलनक्षम असतो. पण त्याची फलनक्षमता कसोटीला उतरवावी, असं त्याचं व्यक्तिमत्त्व नसतं. त्याला थांबावं लागतं. लैंगिक शस्त्रास्त्र असणाऱ्या बायकांना वेडं करणाऱ्या पुरुषात त्याचं रूपांतर एक दिवस होणार असतं. पण ही ती वेळ नसते. टीनएज मुलांच्या बाबतीत एकच गोष्ट त्यांच्या बाजूने असते, ती म्हणजे ती स्वत: धोकादायक नसतात. संकटं ओढवून घेणारीही नसतात. त्यामुळे मुलांच्या विकासाचा वेग संथ असतो. ज्या जगात आपल्या अवतीभोवती ताकदवान नर ऐटीत वावरत आहेत, तिथे तर असं 'कातडीबचाऊ' धोरण फारच उपयोगी पडतं. टीनएज मुलं वादावादी टाळून, परिपक्व होईपर्यंत जगात टिकून राहण्यासाठी उत्क्रांत झाली आहेत, असं या सिद्धान्ताचं म्हणणं आहे. या काळात मुलं केवळ आला दिवस घालवत असतात.

टीनएज अवस्थेच्या व्याख्येच्या जवळ जाणारं काहीतरी आपल्या हातात येऊ पाहतं आहे, पण तिथपर्यंत पोहोचायला आपल्याला अजून थोडा वेळ लागेल. ही सगळी प्रक्रिया लांबलचक आहे आणि साध्या बदलापेक्षा जास्त गुंतागुंतीची आहे. याच काळात जीवनाश्यक प्रक्रियांची रास एका ठरावीक वेळेत, ठरावीक क्रमाने रचली जात असते. प्युबर्टीची प्रक्रिया जवळजवळ दशकभर चालते. आयुष्याच्या दहा ते वीस वर्षं या कालावधीत प्युबर्टीचा जो ठसा उमटतो, ती मानवी टीनएज अवस्थेतील वाढीची जगावेगळी कहाणी आहे. टीनएज अवस्थेतच मुलामुलींमधली विचित्र वाढ सुरू होते. टीनएज मुलामुलींना शक्य तितकं वेगळं बनवते, जेव्हा त्यांची लैंगिकता त्यांच्या हाताबाहेर जाऊन कार्य करत असते. अर्थातच काही वेळा याचा त्रास होतो.

आधीच आपण पाहिलं की, टीनएजर असणं ही फार गुंतागुंतीची गोष्ट आहे. टीनएज अवस्थेची व्याख्याच करायची झाली तर ती वेगवेगळ्या, एकसमयावच्छेदेकरून चालणाऱ्या प्रक्रियांच्या संबंधाने करावी लागेल. मानवजातीच्या अनेक वैशिष्ट्यांना एकत्र गुंफणं नक्कीच चांगलं आहे. पण अजूनपर्यंत आपण टीनएज अवस्थेतले शारीरिक बदलच पाहिले आहेत. फक्त उंच होण्याने आणि प्युबर्टी आल्याने कोणी प्रौढ होत नसतं. परिघातून बाहेर पडून समाजात वावरणं, जोखीम पत्करणं, स्व-मीमांसा आणि संघर्ष यांचं काय? या पुस्तकाच्या दुसऱ्या भागात आपण शरीरातून मनाच्या राज्यात प्रवेश करणार आहोत. प्रौढत्वाला पोहोचण्यासाठी आणखी कोणते बदल घडून यावे लागतात, ते आपण त्यात पाहू. हे सगळे बदल एकमेकांशी आणि शारीरिक बदलांशी सुसंगत असायला हवे. जर हे जाळं चुकीच्या पद्धतीने तयार झालं तर टीनएज अत्यंत कठीण होऊ शकतं.

२. वैचारिक मंथन, जोखीम, मस्ती

टीनएजर्सच्या मेंदूचं वेगळेपण

आसन्न-मरण अवस्थेत आज अंतरी दाटल्या गत ऊर्मी,
नव्याने उभारू पाहणाऱ्या भावना आता घेऊ पाहत आहेत ताबा,
ढासळणाऱ्या या तनुचा

– विल्यम शेक्सपिअर, रोमिओ ॲन्ड ज्युलिएट

दोन ताज्या घटना

पहिली बातमी आहे ती सफोक नावाच्या परिसरात राहणाऱ्या एका तरुणांच्या गटाला शिक्षा झाल्याची! गटातले सगळेच तरुण विशीच्या आसपासचे होते. एका नाइटक्लबमधून रात्री उशिरा बाहेर पडणाऱ्या दोन माणसांवर गंभीर हल्ला केल्याबद्दल त्यांना दोषी धरण्यात आलं होतं. दुर्दैवाने अशा घटना वारंवार घडतात; परंतु या विशिष्ट घटनेचे काही वेगळे पैलू माझ्या लक्षात आले. पहिली गोष्ट म्हणजे हा संपूर्ण प्रसंग सीसीटीव्ही कॅमेरामध्ये चित्रित झाला. चित्रफितीमध्ये जमिनीवर लोळागोळा होऊन पडलेल्या बळींना आरोपी लाथाबुक्क्यांनी मारहाण करताहेत, असं स्पष्ट चित्रित झालं होतं. त्यामुळे फिर्यादी पक्षाची केस जास्त लक्षवेधक झाली. स्थानिक बातमीपत्रांमध्येही थोडंफार चित्रीकरण दाखवण्याएवढी जागा त्याला मिळाली. तेव्हा मी या पुस्तकाचा आराखडा रेखाटत असल्यामुळे या केसच्या काही वेगळ्या पैलूंनी माझं लक्ष वेधून घेतलं. केसचा निकाल देताना माननीय न्यायाधीशांनी एक विधान केलं ते असं, "ही तरुण मुलं माणसासारखी नव्हे, तर अविवेकी टीनएजर्ससारखी वागली."

दुसरी बातमी एका तरुण माणसाची चमत्कारिक अवस्था सांगणारी होती. 'सरी' भागात राहणाऱ्या तरुणाचं आयुष्य त्याच्या सतराव्या वर्षापासून संकटात सापडलं होतं. एका रात्री टीव्ही पाहत असताना एका वृद्ध महिलेवरील एक कार्यक्रम त्याने पाहिला. तिच्यावर निर्दयी हल्ला झालेला होता. त्या हल्ल्याच्या क्रूरतेने तो तरुण हबकून गेला. हे दृश्य त्याच्या मनातून पुसलं जाईना. अशी क्रूर

गोष्ट किती भयंकर वाटत असेल, हा विचार त्याच्या मनावर कोरला गेला.

तो तरुण कधीच हिंसक नव्हता. पण हिंसेची ती कल्पना त्याच्या डोक्यात इतकी घट्ट रुजली की, वृद्ध महिला पाहताच तो हतबल होऊ लागला. स्वत:लाच घाबरू लागला. लहानखुरी वृद्ध महिला पाहिली की, तिला टाळण्यासाठी तो स्वत:च रस्ते बदलू लागला. त्याला वृद्धांना दुखवायचं नव्हतं, पण आपणच कदाचित त्यांच्यावर हल्ला करू अशी भीती त्याच्या मनात बसली होती. पुढे-पुढे तर वृद्ध महिला पाहताच त्याला भीतीचे झटके येऊ लागले, तो बेशुद्ध पडू लागला. नंतर तो स्वत:च मनोरुग्णालयात जाऊन भरती झाला. त्या वॉर्डमध्ये अनेक वृद्ध बायका होत्या. शेवटी तो आपणहून तुरुंगात जायला लागला. स्वत:ला छळणाऱ्या त्या वयोवृद्धांच्या तावडीतून सुटण्याचा हाच मार्ग त्याला योग्य वाटला. आता तो स्वत: बाप झाला आहे, पण आपल्या मुलांना बागेत खेळायला घेऊन जायची त्याला भीती वाटते. कारण जवळून जाणाऱ्या एखाद्या वृद्धेचं आपण काहीतरी भयंकर करून बसू अशी त्याला धास्ती वाटते.

या वादळात टीनएजर्सची बुद्धी कशी काय भरकटते? टीनएज बुद्धीवर प्रौढांकडून क्रूरतेचा, पशुतेचा कलंक का लावला जातो? घडणाऱ्या गोष्टींमुळे आपण समाजात निष्क्रिय, निष्प्रभ ठरू शकतो याची जाणीव असतानाही टीनएजर्सकडून नको त्या गोष्टी कशा घडतात? टीनएजर्सचा मेंदू हा बाहेरच्या जगाला विरोधाभासाचं जाळं वाटत असतो; कोडगा आणि अनियमित, विचारहीन आणि अंतर्मुख, भरघोस वाढलेला आणि नैराश्याने ग्रासलेला... सगळं एकाच वेळी दिसत असतं. टीनएजर्सच्या दृष्टीने ही एक साधी समस्या असते. त्यांना जे करायचं आहे, ते त्यांच्या बुद्धीला करायचं नसतं. मुलांचा आणि प्रौढांचा मेंदू त्यांच्या जगाशी व्यवस्थितपणे जुळणारा असतो, पण टीनएजर्सचा मेंदू मात्र जरा गूढ, रहस्यमय, वैतागवाणा असा वाढतो. याचं कारण मी या भागात स्पष्ट करणार आहे. प्रौढ माणसं स्वत:चे निर्णय तर घेतातच आणि शिवाय मुलांचेही निर्णय घेतात. अर्थातच टीनएजर्स या सगळ्या निर्णयप्रक्रियेच्या मध्येच कुठेतरी अडकलेले असतात. टीनएजर्सना जसजसं थोडंथोडं स्वातंत्र्य मिळतं, तसतसं त्यांनी आपल्याला मिळालेल्या स्वातंत्र्याचा नक्की कसा उपयोग करावा हे शिकायला हवं. या शिक्षणाला साहाय्य म्हणून मानवी मेंदूच्या बदलाच्या कहाणीत एका उत्कंठावर्धक बिंदूपाशी टीनएजर्स येऊन थांबतात. मानवाचा मेंदू आयुष्यभर बदलतच असतो, पण दहा ते वीस वर्षं वयामधला बदल अधिक महत्त्वाचा, गुंतागुंतीचा असतो. सध्याचे शास्त्रीय शोध अशा निष्कर्षाप्रत येऊन पोहोचले आहेत की, टीनएज हा मानवी मेंदूचा सर्वोच्च बिंदू आहे. टीनएज अवस्थेमध्ये मेंदूचा आकार सर्वांत मोठा असतो, मेंदू सर्वांत लवचीक आणि बदलांना अनुकूल असतो. आपली बुद्धी, जी ठोकून योग्य त्या आकाराची बनवता

येते, ती बुद्धीच टीनएज वर्षांमधला आपला अमूल्य ठेवा असते. टीनएजर्सच्या शरीरात घडणारे बदल आहेतच, पण मानवाच्या दृष्टीने विचार करता अजूनही मेंदूत होणारे बदल जास्त महत्त्वाचे आहेत.

गेल्या काही वर्षांत टीनएज बुद्धीवर बरंचसं लिखाण केलं गेलं. पण टीनएज बुद्धीवर जे तर्ककुतर्क केले, जे दावे केले त्यांना शास्त्रीय माहितीचं पाठबळच नाही. प्रकाशित केलेल्या मूळच्या संशोधनपत्रांमध्ये आपला मुद्दा स्पष्ट करणारी एखादी कारणपरंपरा, सांख्यिक साधर्म्य, एखादा प्रसंग किंवा घटनाक्रम नमूद करण्याची काळजी मेंदूतज्ज्ञांनी घेतली आहे. पण पुस्तकं किंवा माहिती लिहिली जाताना मूळ मजकुरातली बरीचशी स्पष्टता लोपली आहे. बऱ्याचदा शास्त्रज्ञांच्या लक्षवेधक सूचनासुद्धा लोकप्रिय समजुती बनतात. टीनएजर्सचा मेंदू कसा बदलतो याची खूपच माहिती आपण मिळवली, पण ते बदल टीनएजर्सच्या वर्तणुकीशी कसे संबंधित आहेत, ते जाणून घेण्याची आपली प्रक्रिया बरीच संथ वेगाने होते आहे. मानवी टीनएर्ज वर्तणूक, जे मेंदूच्या प्रक्रियेतलं शेवटचं उत्पादन आहे, तेच आपल्यासाठी महत्त्वाचं आहे. टीनएजमध्ये आपण ज्या अनेक विचित्र आणि बेजबाबदार गोष्टी करतो, त्या नंतरच्या आयुष्यात आपल्याला घाबरवत नाहीत, पण काही घटना मात्र खोलवर ठसा उमटवून जातात. संपूर्ण पुस्तकभर माझं हेच म्हणणं राहील की कोवळ्या, लवचीक टीनएजमध्ये आपण जी वर्तणूक शिकतो, जसे प्रतिसाद देतो त्याचे पडसाद पुढच्या आयुष्यभर आपल्यावर उमटत राहतात.

पण सुरक्षित बालपण आणि स्वतंत्र प्रौढत्व यांच्यामधली एक संक्रमणावस्था म्हणून टीनएजकडे पाहणं उचित ठरणार नाही. टीनएजर्स संवेदनशील, उत्साही मुलं असतात, ज्यांची बुद्धी वेगळ्या मार्गांने चालते. धोक्यांकडे पाहण्याचा टीनएजर्सचा दृष्टिकोन, त्यांच्या समजुती, त्यांचे आनंद प्रौढांपेक्षा पूर्णपणे वेगळे असतात. असं का ते आता आपल्याला माहीत आहे. रस्त्याच्या मधल्या पांढऱ्या पट्ट्यांवर झोपणं, आयुष्यामध्ये पहिल्यांदाच किंवा फक्त अंतर्वस्त्रांवर जुलै महिन्यातला सूर्योदय पाहायला मैदानात उभं राहणं यांसारख्या आचरट गोष्टींनी माझी टीनएज भरली आहे. टीनएजमधलं जीवन अतिशय रंगीत, चमकदार आणि तात्कालिक असतं. सगळ्याच प्रौढांच्या त्यांच्या टीनएजमधल्या आठवणी सारख्याच असतात. कारण प्रौढ लोक वयाच्या चष्म्यातून त्यांच्याकडे त्रयस्थासारखे पाहत असतात. तेव्हाच्या वागणुकीचा विपर्यास केला जातो. आठवणींमध्ये हरवल्यामुळे किंवा स्मृतिभ्रंशामुळे हा विपर्यास नसतो, तर तो आपल्या मेंदूत झालेल्या बदलांमुळे असतो. त्या आठवणी अशा काळातल्या आहेत, जेव्हा आपण आणि आपला मेंदू पूर्णपणे निराळे होतो. काय असेल ही टीनएज बुद्धी? पुढच्या प्रकरणात आपण टीनएजर्सच्या मेंदूबद्दल जाणून घेऊ या.

टीनएजर्सची बुद्धी इतरांहून अधिक का?

सर्वोच्च स्थान मिळविण्यासाठीच्या मेंदूच्या झगड्यात टीनएज मध्यवर्ती भूमिका बजावते. टीनएज अवस्थेची भूमिका समजून घेताना आपल्याला मेंदूची काही वैशिष्ट्यंही विचारात घ्यावी लागतील. आपण मानव हे एकमेवाद्वितीय, विशेष करून निवडलेले, इतर प्राण्यांना न लाभलेली मन:शक्ती मिळालेले असे नमुने आहोत, असं आपल्याला वाटायला लागतं. मानवांना अशा बुद्धिमत्तेची ताकद मिळाली आहे, जी इतर प्राण्यांकडे नाही – मानवांना मिळालेलं हे वरदानच आहे. अनेक वेळा समस्येची उकल करणं किंवा माणसांकडे ओळखीचा कटाक्ष टाकणं यासारख्या गोष्टी प्राण्यांकडून केल्या जातात. माणसाच्या आणि प्राण्यांच्या वागण्यातला नक्की फरक काय, असा प्रश्न आपल्याला पडायला लागतो. मग मानवी बुद्धिमत्तेच्या श्रेष्ठतेला काही शारीरिक गोष्टी कारणीभूत आहेत का, याचा विचार व्हायला हवा.

मानवी मेंदूत अशी कोणतीही रचना नाही, जी प्रायमेट्सच्या मेंदूत नाही. ही बाब खचितच उल्लेखनीय आहे. प्रायमेट्सच्या मेंदूत नक्कीच काही वेगळ्या प्रकारच्या पेशी असतात, पण इतर सस्तन प्राण्यांच्या मेंदूत सामान्यपणे आढळणाऱ्या काही पेशींची ती थोड्याफार फरकाने असणारी रचना आहे. मासे, उभयचर प्राणी, सरपटणारे प्राणी, पक्षी आणि सस्तन प्राणी – या सगळ्याच पृष्ठवंशीय प्राण्यांचे मेंदू एकाच साच्यातून काढल्यासारखे असतात. माझ्या याआधीच्या 'बियाँड द झोन्युल्स ऑफ झिन' या पुस्तकात या सर्वसाधारण रचनेचं वर्णन मी विषद केलं आहे. मात्र इथे आपल्याला लक्षात घ्यायचं आहे की, आपल्या चेतासंस्थेचा सर्वांत वरचा भाग, म्हणजे आपला मेंदू (खालचा भाग म्हणजे मज्जारज्जू) हा मेंदू खालपासून वरपर्यंत मोठ्या होत जाणाऱ्या अधोमेंदू, मध्यमेंदू, आंतरमेंदू आणि पार्श्वमेंदू यात विभागला गेला आहे. पार्श्वमेंदू दोन असतात आणि सर्वसाधारणपणे

ते मेंदूचे अर्धगोल किंवा सेरेब्रल हेमिस्फिअर (मेंदूचे अर्धगोल) म्हणून ओळखले जातात. अनंत वळकट्यांनी बनलेले हे अर्धगोल मानवी मेंदूचा मोठा हिस्सा व्यापतात. काही प्रजातींमध्ये मेंदूचे काही भाग इतरांपेक्षा मोठे असतात. जसं कुत्र्यांमध्ये घ्राणेंद्रियांशी संबंधित भाग, घारींमधला तीक्ष्ण नजरेशी संबंधित भाग किंवा कॅफ्फीशमधला चवींशी संबंधित भाग. पण सगळ्या पृष्ठवंशीय प्राण्यांमध्ये मेंदूचे सगळे भाग अस्तित्वात असतात. तुम्हाला वाचून आश्चर्य वाटेल, पण मानवी मेंदूचे सगळे तुकडे थोड्याफार फरकाने बेडूक, साप, शहामृग, व्हेल मासे यांच्यातही असतात. प्राण्यांच्या शरीररचनेचा अभ्यास करणाऱ्यांना या साधर्म्यामुळे आधी वैताग यायचा. त्यांचा गोंधळ उडायचा. त्यांनी त्यांची संपूर्ण आयुष्यं मानवी मेंदूची विविध वैशिष्ट्यं विषद करण्यात घालवली, पण आपल्या बुद्धीमध्ये काहीच रचनात्मक वेगळेपण नाही, याचं गूढ मात्र कायम आहे.

अर्थातच, मेंदूची रचना म्हणजे सगळं काही असं मुळीच नाही. त्यामुळे मानवाचा मेंदू आकाराने मोठा असल्यामुळे तो जास्त हुशार असं आपण मानतो. तुम्हाला मी पहिल्या प्रकरणात सांगितलेली एका संत्र्याच्या आकाराचा मेंदू असलेल्या 'ऑस्ट्रॅलोपिथेकस'ची गोष्ट आठवत असेल. त्याच्यात बदल होऊन दोन संत्र्यांच्या आकाराचा 'होमोइरेक्टसचा मेंदू' तयार झाला. तो वाढून तीन संत्र्यांच्या आकाराएवढा झाला व होमोसेपियन्सचा मेंदू तयार झाला. पण असं असलं तरी अस्तित्वात असणाऱ्या सगळ्या मेंदूंमध्ये मानवाचा मेंदू सर्वांत मोठा नाही. बाटलीसारखं नाक असणाऱ्या डॉल्फिनचा मेंदू चार संत्र्यांच्या आकाराएवढा असतो, तर स्पर्मव्हेल माशाचा मेंदू म्हणजे वीस संत्र्यांची गच्च भरलेली पिशवीच असते. अर्थातच हे दोन्ही प्राणी अतिशय हुशार आहेत, पण आपल्याइतके नाहीत. कदाचित ते प्राणीच मोठे आहेत म्हणून त्यांचे मेंदू मोठे आहेत. प्राण्यांच्या आकाराप्रमाणेच त्यांच्या मेंदूचा आकार असतो. एका सूत्राद्वारे त्यांच्या मेंदूचं वजनही सांगता येतं. त्यासाठी सस्तन प्राण्यांचं वजन माहीत असणं आवश्यक आहे. मोठ्या प्राण्यांचे मेंदू मोठे का असतात, हा एक अनुत्तरीत प्रश्नच आहे. पण शरीराचं वजन आणि मेंदूचं वजन यात स्पष्ट संबंध आहेत, हे मात्र नक्की.

काही प्राणी मात्र याला अपवाद आहेत. उदा. प्रायमेट्सचा मेंदू त्यांच्या आकारापेक्षा कितीतरी मोठा असतो. त्यामुळे वरचं सूत्र इथे उपयोगी पडणार नाही. प्रायमेट्सचं गुंतागुंतीचं जग आणि त्यांचा शरीराच्या प्रमाणात मोठा मेंदू यांमध्ये काहीतरी घनिष्ठ संबंध आहे. एका दृश्य त्रिमितीय झाडांच्या जगात वावरताना त्यातून स्वत:चं अन्न शोधणं, सामाजिक स्थान निर्माण करण्यासाठी झगडणं आणि त्याच वेळी उंचावरून पडणं, साप चावणं यांसारख्या प्राणघातक संकटांपासून स्वत:चं रक्षण करायला शिकणं, यासाठी काहीतरी खास यंत्रणा माकडाच्या मेंदूला

असावीच लागणार ना! मोठ्या माकडांमध्ये महाकाय ओरांग उटान, चिम्प आणि गोरीलांमध्ये मेंदू अजूनच मोठा होतो, पण माणसाचा मेंदू मात्र सस्तन प्राण्यांच्या मेंदूच्या आणि शरीराच्या आकाराच्या प्रमाणात फारच वेगळा आहे.

मेंदू मोठा म्हणजेच गुंतागुंत आली. पाच हजार वर्षांपूर्वीची मेंदूवर लिहिली गेलेली माहिती सापडली, तेव्हापासून मानवी मेंदूच्या सुरकुत्या, वळ्या असलेल्या पृष्ठभागाबद्दल आश्चर्य व्यक्त करण्यात आलेलं आहे. आपल्या मेंदूचा पृष्ठभाग वळ्या आणि खोल चर यांनी बनलेला आहे. ही रचना पाळीव प्राणी, घोडे, मांजरी, कुत्री यांच्यापेक्षा अतिशय ठळक आहे. घड्या असलेली ही रचना म्हणजे आपल्या बुद्धिमत्तेची खूण मानली जात होती. आता आपल्याला माहीत झालंय की, मेंदू जितका मोठा, तितक्या त्याच्यावरच्या वळ्या जास्त असतात. कारण आपल्या मेंदूचा अंतर्भाग दोन उतींनी बनलेला असतो.

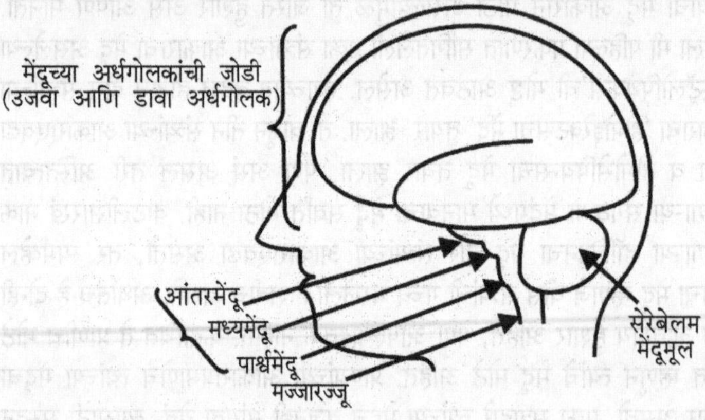

ग्रे मॅटर आणि व्हाइट मॅटर

ग्रे मॅटर म्हणजे मज्जापेशी, तर व्हाइट मॅटर म्हणजे पेशीकडून पेशीकडे जाणाऱ्या तंतूंचे गठ्ठे. आता पेशी आणि तंतूंचं अशा प्रकारे विभाजन कसं झालं ते आपल्याला माहीत नाही. पण जेव्हा आपण टीनएजरचा मेंदू पाहायला सुरुवात करू तेव्हा हे ग्रे-व्हाइट विभाजन महत्त्वाचं ठरेल.

सस्तन प्राण्यांच्या मेंदूच्या अर्धगोलांमध्ये पृष्ठभागावरच्या मज्जापेशींच्या पातळ आवरणात बरचसं ग्रे मॅटर जमा होतं. त्यालाच 'सेरेब्रल कॉर्टेक्स' असं म्हणतात. त्याच्या खाली व्हाइट मॅटरच्या तंतूंचं दाट जाळं असतं. जसा मानवाचा मेंदू मोठ्या प्रमाणात उत्क्रांत झाला, तसं ग्रे मॅटरचं आवरणदेखील वाढत गेलं. परिणामतः

त्याच्या पृष्ठभागाचं क्षेत्रफळ वाढलं. अर्थात, जशी मेंदूची घनता वाढते, तसं क्षेत्रफळ वाढावंच लागतं हे साधं गणिती सत्य आहे. मेंदूच्या वाढलेल्या घनतेशी मिळवून घेण्यासाठी सेरेब्रल कॉर्टेक्सचं पृष्ठफळही वाढतं, त्याला घड्या पडतात आणि मेंदू वळ्या पडल्यासारखा दिसतो. मानवी कॉर्टेक्स आता इतका सुरकुतीयुक्त झाला आहे की, त्याचा दोन-तृतीयांश भाग वर दिसतो. त्यामुळे मेंदूच्या वळ्या म्हणजे बुद्धिमत्तेची खूण नसून मेंदूच्या घनतावाढीचा तो फक्त एक परिणामस्वरूप आहे.

मानवी मेंदू अनपेक्षित मोठे असले तरी त्याची रचना बाकीचा अनेक प्राण्यांसारखीच असते. रचनेनी सारख्याच असणाऱ्या मेंदूचे विशिष्ट भाग विशिष्ट प्राण्यांमध्ये अधिक कार्यक्षम असतात. मग तसा माणसाच्या मेंदूचा भाग कोणता? शक्य त्या सगळ्या शरीरांतर्गत प्रक्रियांचा ताबा मेंदूकडे सोपविण्याकडे आपला कल असतो. हीच घटना सगळ्याच पृष्ठवंशीय प्राण्यांमध्ये घडते, जिला 'सेफलायझेशन' (cephalization) म्हणतात. सस्तन प्राण्यांच्या मेंदूच्या मुळाने (brain stem) ज्या क्रिया करणं आवश्यक आहे, त्या क्रिया माणसांमध्ये मोठा मेंदू करतो. मेंदूच्या अर्धगोलकांमध्ये या क्रिया घडतात. उदा. पाळीव प्राण्यांमध्ये चालणं या क्रियेसाठी मेंदूमूळ (brain stem) वापरलं जातं, तर आपण आपल्या मेंदूचे अर्धगोलक यासाठी वापरतो. मानवाने या अर्धगोलकांवर जास्त भर दिल्यामुळे आपल्या शरीराच्या हालचालींची पूर्ण प्रणालीच इतर प्राण्यांपेक्षा वेगळी झाली आहे. अर्धगोलकांमध्ये खोलवर पुरलेल्या ग्रे मॅटरच्या गठ्ठ्यांमुळे आपल्या द्विपाद चालण्याच्या आणि हस्तकौशल्याच्या नियंत्रणाला मदतच झाली आहे.

मानवी कॉर्टेक्सच्या आकारवाढीला हालचालींव्यतिरिक्त इतरही कारणं आहेत. भाषेवर प्रक्रिया करणारे आणि सामाजिक प्रश्नांची उकल करणारे मेंदूचे प्रदेश आपल्या कॉर्टेक्सवर कसे स्वामित्व गाजवतात हे आपण पुढे पाहूच. पण आकलनावर मेंदूचा असलेला भर अभ्यासण्यासारखा आहे. ज्ञान मिळवणं, अर्थ समजून घेणं, भावना, व्यवस्थापन आणि कृती, थोडक्यात म्हणजे आकलन – यावर मेंदूचा सर्वांत अधिक भर आहे. तसं बघितलं तर मेंदूच्या विविध भागांमध्ये आकलनाचं काम होत आहे. इतकंच नाही, तर पूर्वी कॉर्टेक्सचे काही भाग आपल्या उच्च विचारप्रक्रियेसाठी विशेष महत्त्वाचे आहेत. यातलाच एक भाग म्हणजे प्री-फ्रंटल कॉर्टेक्स-सेरेब्रल अर्धगोलकांच्या अगदी पुढचा भाग. मानवामध्ये प्री-फ्रंटल कॉर्टेक्स खूपच मोठं असतं. त्यामुळे मानवी मेंदू पुढच्या बाजूने मोठा वाटतो. मेंदूच्या ज्या भागांमध्ये आकलन क्षमता नव्हती तिथेही ती होऊ लागली आहे. उत्क्रांतीच्या या प्रकाराला 'फ्रंटलायझेशन' असं म्हणतात. प्री-फ्रंटल कॉर्टेक्स हा टीनएज अवस्थेतला अत्यंत महत्त्वाचा भाग आहे. कारण टीनएजमध्ये जे-जे काही जगावेगळं घडतं, त्याला प्री-फ्रंटल कॉर्टेक्सची बैठक असते. टीनएजचं केंद्रच आहे ते. आपण हे

आता पाहणारच आहोत.

मानवी मेंदूने त्याचं आकारमान, आकलनक्षमता (cephalization, frontalization) या सर्वांच्या बाबतीत कमाल उंची गाठलेली आहे, हे उघडच आहे. आकलनक्षमतेच्या बाबतीत तर मानवी मेंदू ऊर्जाकेंद्रच म्हणावा लागेल. पहिल्या भागात आपण पाहिलं की, या उत्क्रांती कथेचा शेवटचा टप्पा हा पहिल्या मानवी टीनएजर्सच्या पाठोपाठ प्रकट झाला. या गोष्टींवरून असा अंदाज लावणं साहजिक आहे की, टीनएज अवस्थेच्या उदयामुळेच मानवी मेंदूच्या उत्क्रांतीचे शेवटचे टप्पे साकार होऊ शकले. पण खरोखरच असं झालं का, याचं उत्तर शोधण्यासाठी जसं आपल्याला कैक वर्षांपासून मानवी मेंदूची उत्क्रांती कशी झाली हे बघावं लागणार आहे, तसंच आपली वाढ होत असताना आपल्या प्रत्येकाचा मेंदू एकमेकांपेक्षा निराळ्या, नवीन तऱ्हेने कसा विकसित होतो, या आश्चर्यकारक बाबीकडेदेखील लक्ष द्यावं लागणार आहे.

प्राणी आणि माणूसही विकासाच्या कित्येक टप्प्यांमधून जात असतो. पहिली असते गर्भावस्था, ज्यामध्ये एक फलित बीजांड अत्यंत काळजीपूर्वक व सुसंगतीने, स्वतःच्या प्रतिकृती करणं, त्या योग्य जागी स्थापित करणं, त्यांना आकार देणं इत्यादी क्रिया पार पाडतं. ज्यामुळे तो पेशीसमूह हळूहळू छोट्या प्राण्याचा आकार घेऊ लागतो. माणसांमध्ये ही अवस्था साधारण नऊ आठवड्यांची असते, ज्याच्या शेवटी-शेवटी हा पेशीसमूह इंच, दीड इंचाचा होतो आणि त्यामध्ये सर्व प्रमुख अवयव योग्य आकारात, योग्य जागी असून वाढण्यास तयार असतात. उरलेल्या गर्भावस्थेच्या काळामध्ये या सर्व प्रमुख अवयवांची योग्य त्या आकारमानात वाढ होणं, हीच प्रमुख प्रक्रिया असते.

मानवी गर्भाचा अथपासून इतिपर्यंतचा विकास हा जरी या पुस्तकाचा मूळ विषय नसला, तरीसुद्धा मेंदू व शरीराच्या विकासातील काही मुद्दे नक्कीच लक्षात घेण्यासारखे आहेत. जवळपास संपूर्ण शरीरासाठी गर्भावस्थेचे दोन प्रमुख भाग असतात. पहिल्या भागात अत्यंत पटापट वाढणारा, आकार येणारा असा सुसंघटित पेशीसमूह असतो, तर दुसऱ्या भागात हळूहळू वाढ होणारा गर्भ! बाळांना ते अगदी छोट्या आकाराचे असतानाच त्यांचं शरीर आराखड्यानुसार घडवावं लागतं. कारण ज्या रसायनांच्या मदतीने ही क्रिया केली जाते, ती फक्त काही मिलीमीटरच प्रवास करू शकतात. मेंदूचा विकास मात्र या सगळ्यापेक्षा अगदी वेगळ्या तऱ्हेने होत असून तो या दोन अवस्थांच्या आराखड्याशी कुठंच जुळताना दिसत नाही. नऊ आठवड्यांच्या पहिल्या अवस्थेत मेंदू अत्यंत अपूर्णावस्थेत असतो. त्यामुळे गर्भावस्थेच्या पूर्ण नऊ महिन्यांच्या कालावधीत त्याला आपली अंतर्गत जडणघडण चालूच ठेवावी लागते. विकासाच्या वा वाढीच्या दृष्टिकोनातून मेंदू हा अत्यंत सुस्त अवयव

आहे. आपण असंही म्हणू शकतो की, बाकी अवयव जेव्हा 'गर्भ' या अवस्थेमध्ये पोहोचलेले असतात, तेव्हा मेंदू मात्र 'अविकसित पेशीसमूह' याच अवस्थेत असतो. या नाजूक, किचकट जडणघडणीच्या इतर अवयवांच्या तुलनेत वाढलेल्या काळामुळे मेंदू हा शरीरांतर्गत कमतरता, विषबाधा यांना बळी पडण्याची दाट शक्यता असते. म्हणूनच जन्मतः असणाऱ्या व्यंगांमध्ये मेंदूमधील व्यंगाचं प्रमाण खूप जास्त आहे.

गर्भावस्थेतील मेंदूची सुस्त वाढ ही तसं पाहता सर्वच सस्तन प्राण्यांमध्ये आढळते; परंतु जन्मानंतर मात्र मानवी मेंदूत आश्चर्यकारक वेगळेपण दिसून येतं. बाकी प्राण्यांमध्ये जन्मानंतर मेंदूची वाढ पटकन खालावते/मंदावते आणि याच्या उलट माणसामध्ये मात्र जन्मानंतर दोन वर्षांपर्यंत ती अत्यंत वेगाने होत असते. हेच मानवी मेंदूच्या मोठ्या आकाराचं प्रमुख कारण आहे. या जन्मानंतरही लांबलेल्या अद्वितीय आणि विलक्षण मेंदूविकासामुळे काही शास्त्रज्ञ असाही दावा करतात की, जन्माच्या वेळी मेंदूच्या प्रचंड वाढलेल्या आकाराला मातेच्या पेल्विसच्या छोट्या आकारामुळे मर्यादा पडू नयेत यासाठी मानवी बाळ हे अपूर्ण असतानाच बाहेरील जगात पाठवलं जातं, त्यामुळे खरंतर मेंदूविकासाच्या या काळात ते 'बाळ' नसून 'मातेच्या शरीराबाहेर वाढणारा गर्भ' या अवस्थेतच असतं. नवजात मानवी बाळाच्या मेंदूच्या गरजा प्रचंड असतात. विश्रांती घेत असलेल्या नवजात बाळाचा मेंदू हा शरीरातल्या एकूण ऊर्जेमधील तब्बल सत्त्याऐंशी टक्के ऊर्जा वापरत असतो आणि त्याच्या तुलनेत प्रौढ माणसांमध्ये फक्त वीस टक्के विकसित होणारा मानवी मेंदू हा चयापचयाच्या दृष्टीने चिंपांझीपेक्षा पाचपट जास्ती कार्यक्षम असतो. साधारण संत्र्याच्या आकाराच्या नवजात मानवी मेंदूमध्ये दर सेकंदाला वीस हजार चेतापेशी वाढतात आणि त्यांच्यामध्ये होणाऱ्या जोडण्या तर त्याहून कित्येक पटीने जास्त! मेंदूच्या वाढीच्या या प्रचंड वेगामुळे बाल्यावस्था संपण्याआधीच आपल्या मेंदूचं आकारमान जवळपास पूर्णत्वाला पोहोचलेलं असतं. आपल्या वयाच्या सहाव्या वर्षापर्यंत मेंदू आपल्या कमाल आकाराच्या ९५ टक्के आकाराचा झालेला असतो. त्यामुळे मुलं ही मोठ्या डोक्याची छोटी माणसंच असतात असं म्हणायला हरकत नाही.

पण या सगळ्या गोष्टींमुळे टीनएज अवस्थेविषयी काही अत्यंत आश्चर्यकारक गोष्टी आपल्याला कळतात. आपल्याला हे माहितीच आहे की, टीनएज अवस्थेचा विकास हा आपल्या मोठ्या 'होमोसेपियन' मेंदूच्या विकासानंतर लगेचच झाला आहे. पण मेंदूची वाढ ही मात्र टीनएज यायच्या आधीच जवळपास पूर्ण झालेली असते. यातून आपल्याला असं समजतं की, आपल्या मोठ्या व अत्यंत यशस्वी मेंदूच्या वाढीमध्ये टीनएज अवस्थेचा प्रत्यक्षरीत्या फार कमी वाटा आहे. त्यामुळे फक्त मेंदूचा आकार वाढण्यासाठी टीनएज अवस्थेची गरज फारशी नाही असं

आपण म्हणू शकतो. त्यामुळे मेंदू मोठा करण्याऐवजी बाल्यावस्थेत प्राप्त झालेल्या भल्यामोठ्या, ऐसपैस मेंदूच्या योग्य त्या जुळण्या करून त्याला पूर्णत्वाला नेणं हे टीनएज अवस्थेचं प्रमुख कार्य आहे, हेही आपल्याला लक्षात येतं. तसंच एक अत्यंत महत्त्वाची गोष्ट समोर येते की, नुसता मोठा आकार याहीपलीकडे मेंदूच्या बाबतीत बऱ्याच गोष्टी आहेत. तुम्हीच सांगा, जरी मेंदूचा आकार मोठा असला तरी वय वर्षं सहा असलेल्या मुलाला खरंच ९५ टक्के प्रौढ म्हणू शकता?

तर मानवी मेंदूचा विकास हा विलक्षण संथ गतीने होतो आणि तो विसंगतींनी भरलेला आहे. जन्मापर्यंत इतर अवयवांपेक्षा अत्यंत मागास अथवा अविकसित असणारा मेंदू जन्मानंतर सहा वर्षांमध्ये आश्चर्यकारक वेगाने पूर्ण झालेला असतो, तरीही चलनवलनाच्या बाबतीत मात्र नवजातच राहतो. यानंतरच्या बाल्य आणि टीनएज अवस्थेत मेंदूला स्वतःचा आकार न वाढवता स्वतःला प्रौढ अवस्थेमध्ये परिवर्तित असतं. मेंदूच्या आकारमानाच्या दृष्टीने बघता टीनएज बरीचसे स्थिर असते, जे खरंतर आश्चर्यकारक आहे. कारण याच काळात आपल्यामध्ये नाट्यमय मानसिक बदल असतात. या सर्व मुद्द्यांमुळे यापुढे आपण टीनएज अवस्थेकडे मेंदूच्या वाढीशिवाय होणाऱ्या बदलांचा काळ म्हणून पाहणार आहोत.

पण मेंदूविकासाच्या अभ्यासातून एक अत्यंत चमत्कारिक गोष्ट समोर आली आहे ती म्हणजे, माणसाच्या आयुष्यातील सर्व अवस्थांपैकी टीनएज अवस्थेत मेंदूचा आकार सर्वाधिक असतो. वयाच्या सहाव्या वर्षानंतरही अत्यंत संथ गतीने मेंदू उरलेली पाच टक्के वाढ पूर्ण करत असतो, जी टीनएज अवस्थेच्या सुरुवातीच्या काळात पूर्ण होते. मुलींमध्ये ही वाढ बाराव्या वर्षी, तर मुलांमध्ये साधारण चौदाव्या वर्षी पूर्ण होते. (मुलांमध्ये संप्रेरकांच्या बाबतीत आढळणारा उशीर आपल्याला इथेही आढळून येतो.) आणि यानंतर मात्र मेंदूचा आकार हळूहळू आक्रसायला लागतो आणि हे सत्र उर्वरित आयुष्यभर चालूच राहतं. आता हे वाचून प्रौढ जरी अस्वस्थ झाले, तरी टीनएजर्स मात्र 'आम्हाला तर हे माहितीच होतं मुळी!' असं वाटून खूश होतील याची मला खात्री आहे.

मानवी मेंदूविकासाचा हा अत्यंत आगळावेगळा आकृतीबंध व त्याची कारणं हा अत्यंत विवादाचा मुद्दा आहे. आपण ही शक्यता आधीच गृहीत धरली आहे की, वानरांना त्यांच्या गुंतागुंतीच्या पर्यावरणाशी व सामाजिक देवाणघेवाणीशी जुळवून घेण्यासाठी मोठ्या मेंदूची गरज भासली. पण मग माणसाला त्यापेक्षाही मोठ्या मेंदूची गरज का भासली असावी? एका लोकप्रिय सिद्धान्तानुसार आपलं शरीर आणि एकंदरीतच जीवनमानाचा विकास हा आपल्या आहारप्रणालीला केंद्रस्थानी ठेवून होत असतो. त्यानुसार भूतकाळाच्या कुठल्यातरी वळणावर उच्च पोषणमूल्य असलेला पण मिळवायला मात्र अवघड असा आहार आपण स्वीकारला आणि या

आहारात असलेल्या विविधतेमुळे आपलं शरीर हे कुठल्याही एका आहारप्रकारासाठी उत्क्रांत न होता अत्यंत ढोबळ आणि म्हणूनच लवचीक असं उत्क्रांत झालं. प्राण्यांच्या तुलनेमध्ये आपली शरीरं कधीच शक्तिशाली, चपळ अथवा भयानक नव्हती, पण वेगवेगळ्या प्रसंगी वेगवेगळ्या प्रकारे वापरता येण्याजोगी नक्कीच होती आणि या लवचीक शरीरावर नियंत्रण ठेवण्यासाठी आपल्याला तेवढ्याच लवचीक, आकलनक्षम आणि काळाच्या ओघात नवनवीन गोष्टी शिकणाऱ्या मोठ्या मेंदूची प्राप्ती झाली. याचे फायदे-तोटे बघता असं लक्षात येतं की, प्राण्यांच्या तुलनेत आपण कुठल्याही एका ठरावीक गोष्टीत सर्वोत्कृष्ट होऊ शकत नाही, पण त्याऐवजी आपण विविध गोष्टी चांगल्या प्रकारे करू शकतो. उदाहरणादाखल चित्ता हा सर्वाधिक वेगानं धावणारा सस्तन प्राणी आहे, पण तो झाडावर चढू शकत नाही अथवा पोहू शकत नाही. याउलट आपण चित्त्याचा वेग गाठू शकतो. नाहीतरी धावणं, पोहणं, झाडावर चढणं या क्रिया अगदी सर्वोत्तमरीत्या नसल्या, तरी चांगल्या प्रकारे नक्कीच करू शकतो.

शिकार-कंदमुळं यांच्यावर जगणाऱ्या समाजाच्या अभ्यासातून असं दिसून आलं आहे की, पुरुषाला शिकार व स्त्रीला अन्नप्रक्रिया, बालसंगोपन शिकण्याकरिता अनेक दशकं लागली. मात्र सहकार्यामुळे आपण पार चंद्रापर्यंत पोहोचलो. मानवी मेंदूच्या जुळवून घेण्याच्या उच्च क्षमतेमागील जैवशास्त्रीय संरचना हळूहळू आपल्याला समजू लागल्या आहेत, तसंच त्याच्या यशामागची आनुवंशिक कारणंही उलगडू लागली आहेत. एका मानवी पेशीमध्ये साधारण वीस हजार जनुकं अस्तित्वात असतात. या वीस हजार सांकेतिक सूचना एका लांब रेणूमध्ये असतात, ज्याला आपण डीएनए म्हणतो. आपण आणि चिंपांझींमध्ये जवळपास ही सर्व वीस हजार जनुकं सारखी असतात. त्यामुळे आपला मेंदूही कुठल्या नवीन प्रक्रियेने तयार न होता या जनुकांबरोबरच उत्क्रांत झाला असं आपण म्हणू शकतो. माणूस आणि चिंपांझींच्या समान पूर्वजाच्या काळापासून जनुकांमध्ये झालेले क्रमवार बदल लक्षात घेता असं दिसून येतं की, मानवी मेंदूच्या जडणघडणीसाठी कारणीभूत असणाऱ्या जनुकांमध्ये काही वैशिष्ट्यपूर्ण बदलांचे संकेत आढळतात. दुर्दैवाने ही जनुकं नक्की काय बदल घडवतात हे आपल्याला आज ज्ञात नसलं, तरी या पुढील संशोधनामध्ये हे उघड होईल नक्की! आणि एकदा का हे संकेत उलगडले की, मानवी मेंदूविकासाची ही कथा एखाद्या पुस्तकाप्रमाणे आपल्याला वाचता येईल.

या जनुकांची मेंदूच्या विकासातील भूमिका समजण्यासाठी आपण एक उदाहरण पाहू. 'मायक्रोसेफॅली' हा जन्मतः आढळणाऱ्या मेंदूविकृतींपैकी एक दुर्मीळ प्रकार आहे. आपली व चिंपांझींची जवळपास सारखी असलेली जनुकं वगळता जी काही जनुकं खूप मोठा फरक दाखवतात त्यांपैकी काही याला कारणीभूत असतात. एरवी

सामान्य परिस्थितीमध्ये ही जनुकं मेंदूतील सेरेब्रल कॉर्टेक्सच्या विकासात प्रमुख भूमिका बजावतात. परंतु जी मुलं या जनुकांमधल्या विकृतीसकट जन्मास येतात, त्यांचे मेंदू एरवीपेक्षा खूप छोटे, कमी वाढ आणि आकलनक्षमता असणारे आढळतात. ही विकृती असलेला मेंदू आकाराने थेट आपल्या पूर्वजांपैकी 'ऑस्ट्रॅलोपिथेकस'च्या मेंदूएवढा, म्हणजे फक्त एका संत्र्याएवढाच असतो. या मोठ्या पुराव्यामुळे आपल्या लक्षात येतं की, मानवजातीचं वैशिष्ट्य असणारा भलामोठा मेंदू हा खरंतर अगदी थोड्या जनुकांमधल्या बदलांचा परिणाम आहे.

पण मेंदू जरी मोठा असला तरी तो जर सुसंघटित आणि सुसंगत नसेल, तर त्याचा विशेष उपयोग होत नाही आणि इथेच टीनएज कामाला येते. आत्तापर्यंत आपण पाहिलं की, रचनात्मक दृष्टिकोनातून मानवी मेंदू अगदी जगवेगळा नक्कीच नाही. फक्त इतर प्राण्यांच्या तुलनेमध्ये आपल्या मेंदूचा शरीरसापेक्ष आकार हा बराच मोठा आहे. कमाल मर्यादेपर्यंत पोहोचलेलं सेरेब्रल कॉर्टेक्स हे आपल्या अत्यंत यशस्वी बौद्धिक प्रक्रियांचं गमक आहे; परंतु कॉर्टेक्सचं हे वस्तुमान वयाच्या सहाव्या वर्षीच जरी मिळत असलं तरी त्याला प्रौढ मेंदू म्हणून काम करायला मात्र पुढची बरीच वर्षं द्यावी लागतात. कॉर्टेक्सच्या या गोंधळात पडणाऱ्या प्रचंड वस्तुमानाची थोडी काटछाट, पुनर्बांधणी करून त्यात सुसूत्रता आणल्यावरच त्याच्यात न्यूटन, पिकासो किंवा प्रिस्लेसारखी विचार करण्याची क्षमता निर्माण होते आणि या मोठ्या तरीही लवचीक मेंदूमुळेच आपल्यात परिस्थितीशी जुळवून घेण्याची विलक्षण क्षमता दिसून येते. आजवर मानवप्रजाती तिच्यासमोर आलेल्या चक्रावून टाकणाऱ्या बदलांमधून यशस्वीपणे पुढे गेली आहे, ती या क्षमतेमुळेच. या जगाशी जुळवून घेण्यासाठी आपल्याला हा परिस्थितीनुसार घडणारा परिवर्तनशील मेंदू मिळाला आहे आणि हेच काम सोपं करण्यासाठी टीनएज अवस्थेचा जन्म झाला आहे.

टीनएजर्स आणि संप्रेरकं : कोण कोणाच्या प्रभावाखाली?

मानवी आकलनाच्या अवकाशात उंच उंच भराऱ्या मारण्याआधी आपण जरा जमिनीवर येऊन वासना आणि फ्लर्टिंगचा वेध घेऊ या. स्त्री आणि पुरुषांच्या मेंदूतील फरकावर अनेक पुस्तकं आजवर लिहिली गेली आहेत. एकंदरीतच चाललेल्या मानसिक गोंधळांमधली लैंगिकतेची भूमिका काही जणांनी स्पष्ट केली. काहींचं असं म्हणणं होतं की, निसर्ग संस्कारांवर किंवा संस्कार निसर्गावर मात करतो, म्हणून लैंगिकता उफाळून येते. आपण अगदी वेगळ्या ग्रहावरून आलो आहोत, असाही दावा काही जणांनी केला. जुन्याच गोष्टींना मुलामा देऊन नवीन स्वरूपात न्याहाळत बसण्यापेक्षा टीनएज अवस्थेतल्या मेंदूच्या बदलांकडे एका नव्या दृष्टीतून पाहण्याची सुरुवात करू या. तीन सूचनांनी मी या नव्या पैलूची सुरुवात करणार आहे.

पहिलं म्हणजे टीनएजमधल्या मुलांचे आणि मुलींचे मेंदू अनेकदा वेगवेगळ्या मार्गांनी चालतात हे साध्या निरीक्षणातूनही कळतं. मी 'अनेकदा' असं म्हटलं, कारण स्त्री आणि पुरुष विचारधारा बहुतांशी एकाच मार्गाने जातात. पण स्त्री आणि पुरुषाच्या मेंदूत, वागण्यात फरक असला तर त्यात आश्चर्य कसलं? खरंतर शरीरातल्या सर्वांत गुंतागुंतीच्या मुख्य अवयवात लिंगपरत्वे भेद नसेल तरच नवल!

दुसरं म्हणजे मेंदूच्या रचनेत असलेल्या अंतर्गत आणि सुस्पष्ट लिंगव्याख्यांचा परिणामस्वरूप स्त्री-पुरुषातला फरक निर्माण होतो. या व्याख्या मेंदूशी घट्टपणे जोडल्या गेलेल्या असतात. तसंच समाजाकडून मुलांना आणि मुलींना जी वेगळी वागणूक दिली जाते, त्याला प्रतिसाद म्हणून मेंदूच्या कार्यामध्ये बदल घडतात. त्याचीही परिणती लिंगपरत्वे भेदामध्ये होते. सामाजिक वागणूक हा खरं म्हणजे 'निसर्ग आणि संस्कार' असा वाद आहे. मेंदूची जडणघडण कशी होते हे शोधायचं

झालंच तर 'थोडी नैसर्गिक आणि थोडी संस्कार, अर्थातच पालनपोषणामुळे' असंच उत्तर येईल. नैसर्गिकरीत्या घडलेला मेंदू ताठर, टणक, निष्क्रिय, प्रतिसाद न देणारा असा असेल, तर पोषण संस्कारांनी घडलेला मेंदू अतिशय नाजूक, अनियमित आणि दिशाहीन असेल. पण संस्कार, पालनपोषण यांचं सामर्थ्य आज सकाळीच माझ्या प्रत्ययाला आलं. मी माझ्या मुलांना बसमध्ये बसवून देत असतानाच एका पालकाचा आवाज माझ्या कानी पडला. तो त्याच्या मुलावर ओरडत होता, 'मुलींसारखे हातवारे करू नकोस'. म्हणजे आपल्यावर संस्कारांचा किती प्रभाव असतो पाहा.

आता तिसरा मुद्दा, तुम्हाला अंदाज असेलच मी काय सांगणार आहे. लिंगांमधला फरक समजून घेण्यासाठी सर्वांत उत्तम काळ म्हणजे टीनएज. कारण याच काळात आपल्या लैंगिक जाणिवा नैसर्गिक, ओबडधोबड स्वरूपात असतात. कोणत्याही समजुती, गैरसमजुतींची पुटं त्यांच्यावर चढलेली नसतात. आपल्या लिंगांबद्दलची विशुद्ध शारीरिक समजूत तेवढी असते.

या तीनही समजुती योग्य आहेत असं गृहीत धरून, मी हे दुसरं प्रकरण लिहिणार आहे.

टीनएज अवस्थेतलं लिंगभेदाचं सत्य उघड होत असतं. लहान मूल असतानाच मुलांच्या आणि मुलींच्या मानसिकतेच्या वेगळेपणाने आपण आश्चर्यचकित होत असतो. पण याच फरकांना टीनएजमध्ये वेगळंच परिमाण मिळतं. टीनएजर्स संप्रेरकांच्या भोवऱ्यात अडकलेले असतात असं त्यांना नेहमीच सांगितलं जातं. पण पुढे आपण पाहणारच आहोत की, टीनएजर्सच्या बदलत्या मनोवस्था म्हणजे फक्त कमीजास्त होणाऱ्या संप्रेरकांचा परिणाम नाही. टीनएर्ज वर्तणूक बदलण्यासाठी इतरही घटक कारणीभूत असू शकतात. लैंगिकतेची नव्यानेच जाणीव होऊ लागलेल्या शरीरातली टीनएजची बुद्धी सारखी जाणिवेला विसरते. मग मेंदू स्त्रीऐवजी पुरुषाच्या शरीरात असेल, तर खरंच तो वेगळ्या पद्धतीने विकसित होईल का? पुढे जाऊन पाहिलं तर दिसतं की, आयुष्यात पहिल्यांदाच टीनएजर्सना लोकांबद्दल लैंगिक आकर्षण वाटायला लागतं. मला माझे टीनएज आठवते. तेव्हा मुली खूपच आकर्षकही वाटायच्या आणि त्या आकर्षणाने मनाला विचित्र वेदनाही व्हायच्या. असं वाटणारा मी अर्थातच एकटा मुलगा नव्हतो. सगळ्या मुलांना मुलींची ती आकर्षकता कुठेतरी छळायची. असो. मुलं जरी लैंगिक भेदामुळे भारावून जात असली तरी आपण तसं भारावण्याची गरज नाही. टीनएजमधल्या मुलांच्या मेंदूचं आणि मुलींच्या मेंदूचं परीक्षण आपण करूच, पण टीनएज अवस्थेतल्या मेंदूचा लिंगभेदाच्या पलीकडे जाऊन मानवी यशात मोलाचा वाटा आहे, हे आपण नेहमीच लक्षात ठेवायला हवं. संभोग तर सगळेच प्राणी करतात, पण त्यातही आपण श्रेष्ठ

आहोत. संभोगही आपण मानवप्राणी फार वेगळ्या पद्धतीने करतो.

मेंदूला किती लवकर त्याच्या शरीराच्या लिंगाची जाणीव होते? गर्भावस्थेतच. हो, गर्भावस्थेतच स्त्री आणि पुरुषाच्या मेंदूच्या पेशींची वर्तणूक वेगळी असते. लिंग गुणसूत्रांपैकी एका गुणसूत्रावर असणारी एक कळ आहे, जी गर्भाच्या मेंदूला लिंगाची जाणीव करून देते, असं अनेक वर्षं आपल्याला वाटायचं. ही कळ दाबली गेली की, पुरुषाची जननेंद्रियं अंडकोषात विकसित होतात. अंडकोषांमधून स्त्रवणारी संप्रेरकं उरलेल्या शरीराला पुरुषी रंगरूप देतात. (किंवा त्याच्या अभावाने स्त्रीगर्भ तयार होतो.) गर्भविकासाच्या सुरुवातीच्या बहुपेशीय अवस्थेतल्या फरकावरून स्त्री किंवा पुरुषगर्भ कळून येतो, पण जनुकीय लिंगनिश्चितीच्या कळीचा अभाव किंवा उपस्थिती हीच गर्भाला स्वतःचं लिंग कळण्याची पहिली खूण आहे, असं आपण समजत होतो. पण आताचा अभ्यास असं सांगतो की, गर्भाला त्याचं लिंग त्याही आधीपासून समजतं. विकसनाच्या सुरुवातीला पायरीच्या आधीपासूनच स्त्री किंवा पुरुष गर्भाच्या मज्जापेशी लिंगसंप्रेरकांना वेगवेगळा प्रतिसाद देतात. उरलेल्या सगळ्या शरीराची रचना व्हायच्या आधीच एका विशेष प्रक्रियेद्वारे मेंदूला त्याच्या शरीरराच्या लिंगाची जाणीव होते. मेंदूच आपला प्राथमिक लैंगिक अवयव असल्याचे अधिक भरभक्कम पुरावे मिळत आहेत.

स्त्री आणि पुरुष गर्भामधले जीवशास्त्रीय फरक निर्माण करण्यासाठी अंडकोषातून स्त्रवणारी अँड्रोजेन आणि इतर संप्रेरकं कारणीभूत असतात हे आता बऱ्याच शास्त्रज्ञांनी मान्य केलं आहे. उदा. पुरुषगर्भामध्ये निर्माण झालेली संप्रेरकं जननेंद्रियांना शिश्न, वृषणं किंवा इतर पुरुषी जननेंद्रियांमध्ये रूपांतरित होण्यासाठी मार्गदर्शन करतात किंवा या पुरुषसंप्रेरकांचा अभाव गर्भाला गर्भाशयादी जननेंद्रियं प्रदान करतो.

मुलांच्या आणि मुलींच्या मेंदूत वेगळेपणा निर्माण करण्यात अँड्रोजेन नियंत्रकाची भूमिका बजावतं, हे आता सर्वमान्य आहे. हे घडतं कसं? याबद्दल अजूनही बरीच अनिश्चितता आहे. या अनिश्चिततेमागे काही कारणंही आहेत. पहिलं म्हणजे 'मेंदूचं लिंग' या संकल्पनेबद्दलचं जे आपलं ज्ञान आहे ते इतर प्रजातींच्या अभ्यासातून आलेलं आहे. विशेषतः प्रायमेट्स आणि कृदन्त प्रजातींवरच्या प्रयोगातून हे निष्कर्ष आपण काढले आहेत. या प्रजाती मानवांप्रमाणेच विकसित होतील असं म्हणता येणार नाही. त्यामुळे पुरुषसंप्रेरकांना मेंदू नक्की कधी प्रतिसाद देतो याबद्दल गोंधळ आहे. कदाचित जन्माच्या आधी असेल, जन्माच्या सुमारास असेल, जन्मानंतरच्या काही महिन्यांत असेल किंवा जन्माच्या आधीपासून जन्मानंतरचे काही महिने असा काळ असेल. हा काळ आपल्याला नक्की माहीत नाही. दुसरी समस्या म्हणजे स्त्री आणि पुरुष मेंदूमधील रचनात्मक फरकाबद्दल असणारी मतमतांतरं. जसं कृदन्त प्राण्यांच्या मेंदूच्या काही भागांमध्ये लिंगपरत्वे ठळक बदल असतात. माणसांच्या

मेंदूतल्या त्याच रचनांमधले बदल मात्र फार ठळक आणि तितकेसे उल्लेखनीयही नसतात. या सगळ्या समस्यांमधून हेच सत्य समोर येतं की, मानवी वर्तणुकीचा अभ्यास करणं मुळातच अवघड आहे. विशेषत: आपलं निरीक्षण केलं जात असताना खूपच सजग असणाऱ्या टीनएजर्सचा अभ्यास करणं महाकर्मकठीण काम आहे. लैंगिक वर्तणुकीविषयी आपल्याला उपलब्ध असणाऱ्या माहितीपैकी उत्तमोत्तम माहिती ही इतर प्रजातींचा समागम किंवा लैंगिक आयुष्याचं निरीक्षण करूनच मिळालेली आहे. समागम हा लैंगिक वर्तनाचा एक भाग असणाऱ्या आपल्यासारख्या सजीवांसाठी, इतर प्रजातींच्या समागमाचे परिमाण वापरणं फारच वरवरचा अभ्यास करण्यासारखं आहे. आणखी एक अडचण म्हणजे अशी कोणतीही ठरावीक वर्तणूक नाही की, ती स्त्रीविशिष्ट किंवा पुरुषविशिष्ट म्हणून ठरवता यावी. माणसांना स्त्री-पुरुषांच्या लैंगिक भूमिकेची अदलाबदल करायला आवडते. आणखी एक म्हणजे तरुण माणसांच्या अवतीभोवती असणाऱ्या माणसांचा, संस्कृतीचा, वातावरणाचा प्रभाव फार पटकन पडतो. त्यामुळे टीनएजर्सच्या लैंगिक वर्तणुकीचा अभ्यास करणं जवळजवळ अशक्य होऊन बसलं आहे.

लैंगिक वर्तणुकीच्या जडणघडणीचा अभ्यास करणं खूप अवघड असलं तरी टीनएजर्सना समजून घेण्यासाठी ते खूपच महत्त्वाचं आहे. संप्रेरकांचे दास म्हणून टीनएजर्सचा विचार करणं म्हणजे या सगळ्या प्रकरणाला खूपच सोपं समजण्यासारखं आहे. पण टीनएजर्स सहा महिन्यांचे असल्याच्याही खूप आधीपासून जी वर्तणूक त्यांच्या मेंदूवर कोरली गेली आहे, ती जाणून घेणं महत्त्वाचं आहे. इतर प्रजातींचा केलेला अभ्यासही या दृष्टिकोनाला पुष्टी देतो. कृदन्त प्राण्यांमध्ये अँड्रोजेनची उपस्थिती आयुष्यातल्या पहिल्या काही महिन्यांसाठी अतिशय निर्णायक ठरते. काही नाट्यपूर्ण बदल घडून त्यांचं शरीर पुरुषी बनतं. नंतरच्या प्रौढत्वामध्ये 'प्रतिस्त्रीत्व' अँड्रोजेन निर्माण करतं. माकडांमध्ये अँड्रोजेनचे परिणाम असेच असतात; पण इतके स्पष्ट नसतात. जन्माच्या आधीच अँड्रोजेन दिल्यावर नंतरच्या आयुष्यात पुरुषी लैंगिक वागणं आणि स्त्रीत्वविरोधी भाव जागृत होतात. पण माकडांचे स्त्रीगर्भ मात्र नंतरच्या आयुष्यात मासिक पाळीच्या ठरावीक चक्रातूनच जातात. अँड्रोजेन ही प्रक्रिया रोखू शकत नाही. गुंतागुंतीच्या प्रक्रियेचा – ज्यात लैंगिकतेचे विविध पैलू संप्रेरकांच्या बदलत्या मात्रांनुसार, संप्रेरकांच्या प्रकारानुसार किंवा संप्रेरकं स्त्रवण्याच्या काळानुसार घडतात – त्या प्रणालीचा हा एक पुरावाच म्हणता येईल.

अर्थातच, संप्रेरकांच्या मात्रांचे असे प्रयोग आपण माणसांमध्ये करू शकत नाही. जरा बुजऱ्या, पण थट्टामस्करी करणाऱ्या टीनएजर्समध्ये पुरुषत्व किंवा स्त्रीत्वविरोधी भाव निर्माण होणं आपण पद्धतशीररीत्या मोजूही शकत नाही. जन्मानंतरच्या काही महिन्यांमध्ये लहान मुलांमध्ये निर्माण होणाऱ्या अँड्रोजेन्समुळे नंतर प्रामुख्याने

पुरुषी कार्य दिसून येतं. काही वेळा डॉक्टर आपल्यासाठी लहानलहान प्रयोग करतात. उदा. गर्भवती महिलांना गर्भारपणातील गुंतागुंत टाळण्याकरिता हार्मोन्स देणं. यातून असं जाणवतं की, तद्वत 'स्त्री'रूपी असणारे सेक्स स्टेरॉईड्ससुद्धा क्रिया-प्रतिक्रियांत भाग घेऊ शकतात. इस्ट्रोजेन आणि प्रोजेस्टेरॉन गर्भधारणेच्या काळामध्ये लैंगिक मानसिकतेमध्ये जाणवण्याइतका बदल घडवून आणतात. मानवांचा अभ्यास करण्यात येणाऱ्या अडचणी सोडता, सतत असंच स्पष्ट होत आहे की, जन्माच्या वेळीच लैंगिकता जाणलेल्या मेंदूच्याच आधारावर टीनएजरची लैंगिक वर्तणूक ठरत असते.

गर्भावस्थेत जागृत होणारी लैंगिकता – मेंदूचं लैंगिकीकरणच म्हणू या – ते बरंचसं अदृश्य असतं. लैंगिकीकरणाने मेंदूच्या रचनेत काहीच बदल घडत नाहीत. पण स्त्री आणि पुरुषाच्या मेंदूत काही स्पष्ट रचनात्मक फरक असतात, जे टीनएज अवस्थेच्या सुरुवातीला कळून यायला लागतात. पुरुषाच्या मेंदूचं सरासरी आकारमान स्त्रीच्या मेंदूच्या सरासरी आकारमानापेक्षा नऊ टक्क्यांनी जास्त असतं. मी आधी सांगितल्याप्रमाणे ही 'व्हेल घटना' असावी : मोठ्या आकाराच्या प्राण्यांचे मेंदूही मोठे असतात. मोठ्या आकारमानाचा गणिती परिणाम म्हणजे वळ्या पडणं. तेच माणसात नराच्या बाबतीत घडतं. म्हणूनच मानवी नराच्या मेंदूला जास्त वळ्या असतात. मेंदूच्या आकारमानातली लिंगपरत्वे तफावत भरून काढण्यासाठी स्त्रियांचं सेरेब्रल कॉर्टेक्स अनेक ठिकाणी पुरुषांपेक्षा जास्त जाड असतं.

मेंदूच्या विशिष्ट भागांच्या आकारातले विशिष्ट फरक जास्त महत्त्वाचे आहेत. पण हे असं का ते अजूनही आपल्याला माहीत नाही. उदा. दोन पायाभूत (बेसल न्यूक्लाय – ग्रे मॅटरचे गोळे, जे मानवी हालचाल आणि आकलनासाठी महत्त्वाचे असतात.) लिंगभेद दर्शवतात. यापैकी ज्या एका केंद्रकाला 'कॉडेट केंद्रक' म्हणतात, ते स्त्रियांमध्ये मोठं असतं आणि ज्याला 'ग्लोबस पलिड्स' म्हणतात, ते मुलांमध्ये मोठं असतं. कॉर्पस कॅलीसम नावाचा व्हाइट मॅटरचा एक गठ्ठा दोन्ही सेरेब्रल अर्धगोलकांना एकमेकांशी सांधतो. मुलींचा कॉर्पस कॅलीसम मोठा असतो, असं म्हणतात. इथे मात्र संप्रेरकांचा प्रभाव असल्याचं जाणवतं. तारुण्यात निर्माण झालेल्या इस्ट्रोजेनमुळे उंदराच्या मादीचा कॉर्पस कॅलीसमचा आकार वाढल्याचं दिसून आलं.

सर्वांत महत्त्वपूर्ण फरक कोणते असतील, तर ते म्हणजे हायपोथॅलॅमसमधले लिंगपरत्वे असणारे फरक. मेंदूच्या बाहेरच्या बाजूला असणारा, शरीराच्या जीवशास्त्रीय/जैविक क्रियांचं नियंत्रण करणारा हाच प्राचीन भाग लिंगभेदात महत्त्वाची भूमिका बजावतो. उदा. स्त्री आणि पुरुषाच्या 'पॅराव्हेन्ट्रिक्युलर केंद्रकांमध्ये' भेद असतो. जन्मवेणा, स्त्रीदुग्धनिर्मिती, संभोगातला अत्युच्च क्षण, आकर्षण आणि विश्वास या

घटनांमध्ये सहभागी असणारं 'ऑक्सिटोसीन' नावाचं संप्रेरक या केंद्रकातून स्त्रवतं. यातल्या काही घटना टीनएज्‌र्सच्या दृष्टीने नक्कीच महत्त्वाच्या आहेत. पण केंद्रकातल्या लिंगपरत्वे असणाऱ्या रचनात्मक भेदांचा अर्थ मात्र अजून अज्ञातच आहे. मेंदूचं 'चोवीस तासांचं घड्याळ' असं ज्याला म्हटलं जातं, त्या 'सुप्राचायस्मॅटीक केंद्रका'मध्येही लिंगपरत्वे फरक आढळतो. त्याबद्दल आपण नंतर पाहू. यातला सगळ्यात गूढ भाग म्हणजे हायपोथॅलॅमसमधला ग्रे मॅटरचा एक पट्टा – ज्याला 'प्रीऑप्टिक केंद्रक' म्हणतात. अनेक प्राण्यांच्या लैंगिक वर्तणुकीमध्ये या केंद्रकाचा सहभाग असतो. मेंदूतल्या इतर कोणत्याही भागापेक्षा जास्त लिंगभेद हा भाग दाखवतो. त्याचा एक भाग तर उंदरापेक्षा मादी उंदरामध्ये पाचपट मोठा असतो. जन्माच्या वेळी निर्माण होणाऱ्या स्टेरॉईड संप्रेरकांमधल्या फरकामुळे नर-मादीतली ही तफावत दिसून येते. माणसांमध्ये हे फरक तितकेसे लक्षणीय नसतात. उंदरांपेक्षा माणसामध्ये लैंगिकतेच्या जाणिवा लवचीक असाव्यात. पण तरीही सगळीच लक्षणं नजरेस पडतात. या संदर्भातला अजून एक विवाद्य दावा म्हणजे समलिंगी पुरुषांच्या प्रीऑप्टिक केंद्रकाचा थोडा भाग हा स्त्रियांसारखा असतो. प्रीऑप्टिक केंद्रकाच्या कहाणीमध्ये रोज नवनवीन गोष्टींची भर पडतेच आहे.

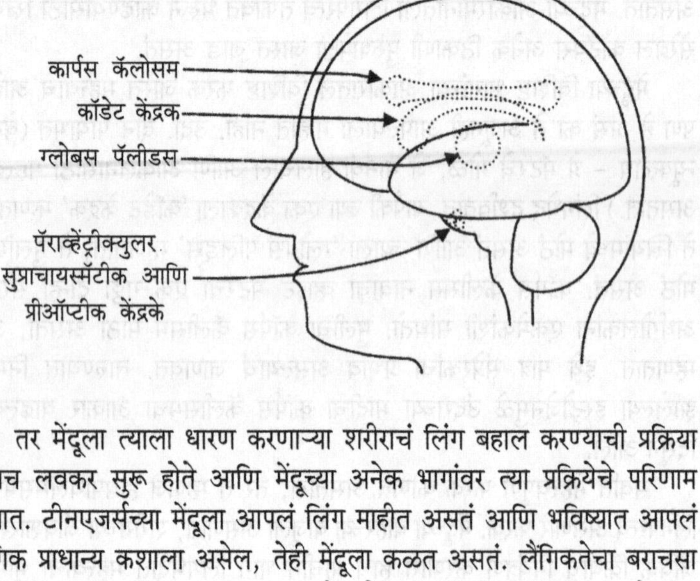

तर मेंदूला त्याला धारण करणाऱ्या शरीराचं लिंग बहाल करण्याची प्रक्रिया खूपच लवकर सुरू होते आणि मेंदूच्या अनेक भागांवर त्या प्रक्रियेचे परिणाम होतात. टीनएज्‌र्सच्या मेंदूला आपलं लिंग माहीत असतं आणि भविष्यात आपलं लैंगिक प्राधान्य कशाला असेल, तेही मेंदूला कळत असतं. लैंगिकतेचा बराचसा भाग बालपणातच सुस्त स्वरूपात असतो, तो आता व्यक्त व्हायला लागतो. मग टीनएज्‌र्सची लैंगिक वर्तणूक किती प्रमाणात सुरुवातीपासून असते, किती प्रमाणात

संप्रेरकांकडून नियंत्रित होते आणि किती प्रमाणात समाजाकडून शिकविली जाते?

अर्थातच आपला रोख संप्रेरकांवर असेल. टीनएजर्सच्या वागण्यावर संप्रेरकांचे जे परिणाम होतात, त्याचं प्रात्यक्षिक करून दाखवणं कठीण आहे. मुलं कोणत्या वयात संभोग करतात, त्या वयाचा अँड्रोजेनच्या फिरत्या पातळ्यांशी संबंध असतो. म्हणजे हजारो मुलांमध्ये, ज्यांच्यात अँड्रोजेनच्या पातळ्या वाढलेल्या असतात, ती मुलं लवकरच्या वयात संभोग करायला लागतात. फक्त अँड्रोजेन एवढंच कारण नाहीये. अँड्रोजेनच्या वाढलेल्या पातळ्या मुलांना लवकर संभोग करण्यासाठी प्रवृत्त करतही असाव्यात किंवा काही मुलांमध्ये मेंदूच्या अतिकार्यक्षम प्रक्रियांमुळे अँड्रोजेनही वाढत असेल आणि लैंगिक क्रियाही उत्तेजित होत असतील. 'लैंगिक वर्तणुकीचा संबंध थेट संभोगाशी नाही' या विधानाचा जेव्हा अभ्यास केला गेला, तेव्हा अँड्रोजेन आणि लैंगिक वर्तणूक यांच्यात काहीच दुवा सापडला नाही. टीनएजर मुलींपेक्षा मुलांमध्ये लैंगिक नैराश्य अधिक प्रमाणात आढळून आलं आणि त्यामुळे त्यांच्या एकाग्रतेवर विपरीत परिणाम झाल्याचंही मुलांनी नमूद केलं. मुलींच्या तुलनेत असणारी मुलांची अपरिपक्वता याला कारणीभूत असावी. लहान वयातच मुलांना संभोगाची कला साध्य होत असल्यामुळे आपल्याला काय मिळत नाहीये हे त्यांना माहीत असतं आणि त्यातून लैंगिक नैराश्याला सुरुवात होते.

टीनएज मुलांमध्ये अशा प्रकारे संप्रेरकं आणि लैंगिक वर्तणूक यात दर्शनी थेट संबंध नसतात. शरीर उत्तेजनेसाठी किंवा लिंगउत्तानतेसाठी सक्षम करण्यामध्ये अँड्रोजेनचा अप्रत्यक्ष संबंध असला तरी तो दिसून येत नाही. खरंतर प्रौढ पुरुषांमध्येही लैंगिक इच्छांवर अँड्रोजेनचा थेट परिणाम होताना दिसत नाही. त्यामुळे अँड्रोजेनच्या भूमिकेबद्दल जरा साशंकताच आहे. पण याउलट पुरुषाची वर्तणूक अँड्रोजेनच्या बदलत्या पातळ्यांनुसार बदलते. प्रौढ पुरुषांमध्ये अँड्रोजेन कमी झाल्यामुळे लैंगिक इच्छा मंदावताना आढळतात. बऱ्याच पुरुषांचे मेंदू अँड्रोजेनने भरलेले असतात. प्रौढ पुरुषांमधल्या लैंगिक अकार्यक्षमतेला अनेक मानसिक घटकही जबाबदार असतात. हीच गोष्ट थोड्याफार फरकाने टीनएज मुलांनाही लागू पडते. फरक पडण्याइतक्या पातळीवर अँड्रोजेन यायला टीनएज मुलांना काही महिने लागतात असं म्हणतात. पण ते 'काही महिने' नक्की कोणते, याची सविस्तर माहिती अभ्यासातून पुढे आलेली नाही. काही मुलांना थोड्या काळासाठी नपुंसक बनवून मग त्यांना टेस्टोस्टेरॉन या पुरुषसंप्रेरकाच्या मात्रा देऊन आपण अँड्रोजेनविषयीचे काही प्रयोग करू शकतो, पण अर्थातच त्यासाठी स्वयंसेवक मिळणं अशक्य आहे.

या सगळ्यात मुली अतिशय गूढ, रहस्यमय असतात. इथेही मुली ज्या वयात संभोगाला सुरुवात करतात ते वय आणि अँड्रोजेनची पातळी यांच्यात काहीतरी संबंध आहे. पण नक्की कशामुळे काय घडतं हे मुलांइतकंच अनिश्चित आहे.

माकडांच्या लैंगिक वर्तणुकीवर काही शोधनिबंध, अभ्यास प्रसिद्ध झाले आहेत. पण संभोगाच्या वारंवारितेवरून संप्रेरकांच्या परिणामांचं मोजमाप करण्याने आपल्याला काहीच समजून येत नाही असं दिसतं. संप्रेरकांमुळे स्त्रिया संभोगात इतका रस घेतात की, संप्रेरकांच्या प्रभावामुळे मुलांना त्या जास्त आकर्षक वाटतात, हे अजून कोडंच आहे. इतर प्रायमेट्सच्या तुलनेत मानवी लैंगिकता अधिक गुंतागुंतीची, क्लिष्ट आहे हेच पुन्हा एकदा दिसून येतं. स्त्रियांना मासिक पाळीच्या चक्रात कोणत्या काळात संभोग करायला आवडतो, यावर प्रश्नमालिकेवर आधारित काही निरीक्षणं केली गेली. संप्रेरकांचा मेंदूवर प्रभाव पडतो म्हणून नव्हे, तर संप्रेरकांच्या चढउतारामुळे शरीराची संभोगाला असणारी प्रतिसादात्मकता बदलते, म्हणून कदाचित स्त्रिया काही विशिष्ट वेळांना संभोग करणं पसंत करत असाव्यात. शरीराच्या प्रतिसादावर अवलंबून नसणाऱ्या लैंगिकतेच्या काही पैलूंचा अभ्यास करण्याचाही प्रयत्न काहींनी केला. मासिक पाळीच्या चक्राच्या वेगवेगळ्या काळात स्त्रियांना उत्तेजक, उत्तान दृश्यं दाखवल्यावर त्यांच्या मेंदूवर त्याचा होणारा परिणाम पाहिला गेला. मासिक पाळीच्या चक्रानुरूप मेंदूचे वेगवेगळे भाग उत्तेजित होताना दिसले. अर्थातच लैंगिकतेला दिलेला प्रतिसाद फक्त मेंदूच्या पातळीवर नसतो, तर तो शरीर पातळीवरही उमटतो. तुम्हाला तुमच्याविषयीची जी 'सेक्सी' भावना असते, त्यात तुम्हाला तुमच्या शरीरराबद्दल काय वाटतं, या भावनेचा मोठा वाटा असतो.

संप्रेरकांची पातळी आणि स्त्रीची लैंगिक वर्तणूक यांच्यात थेट परस्पर संबंध न आढळल्यामुळे पुरुषांच्या बाबतीत काढलेली काही अनुमानं स्त्रियांनाही लागू पडतात, असं म्हटलं गेलं. सर्वसाधारणपणे स्त्रियांच्यात नेहमी जी अँड्रोजेनची पातळी असते, त्याहून अधिक प्रमाणात अँड्रोजेन असेल, तरच स्त्रिया अँड्रोजेनना प्रतिसाद देऊ शकतात. यातून असं प्रतीत होतं की, स्त्रिया लैंगिक वर्तणुकीसाठी अँड्रोजेनच्या अस्तित्वावर अवलंबून नसतात आणि संप्रेरकांच्या सगळ्याच पातळ्या कमी असणाऱ्या टीनएज मुली तर संप्रेरकांच्या तालावर नाचतील ही शक्यताच कमी वाटते.

टीनएजर्सची लैंगिक वर्तणूक आणि संप्रेरकं यांच्यातला दुवा आपण स्पष्टपणे जाणून घेऊ शकत नाही, असं प्रायमेट्सवर संशोधन करणाऱ्या काही संशोधकांना वाटतं. आपली प्रजात जसजशी उत्क्रांत होत गेली, तसतसा तो दुवा नाहीसा होत गेला. या सिद्धान्तानुसार लाखो-हजारो वर्षांपूर्वी जी संप्रेरकं आपल्या लैंगिक वर्तणुकीवर नियंत्रण ठेवत होती, त्यांच्यातला संबंध तुटला. त्यामुळे आता मानवाचं ठळक वैशिष्ट्य असणाऱ्या लैंगिक वर्तणुकीचा संप्रेरकांशी थेट संबंध येत नाही. संप्रेरकं आणि लैंगिकतेत फार मोठी दरी तयार झाली आहे. लैंगिकदृष्ट्या प्रतिसाद देऊ शकणारं शरीर घडवण्यासाठी संप्रेरकंच कारणीभूत असतात, हे आपल्याला माहीत आहेच. अर्थातच सुसज्ज, सुघटित शरीर ही लैंगिक क्रियांची गरज आहेच, पण

तीच संप्रेरकं आपली दैनंदिन लैंगिक वर्तणूक काबूत ठेवत नाहीत. संप्रेरकांच्या नियंत्रणातून मुक्तता झाल्यामुळेच कादचित मानवी लैंगिकता इतकी गुंतागुंतीची/क्लिष्ट, समाजाभिमुख आणि संदिग्ध झाली आहे. टीनएजर्सच्या मेंदूला भिन्नलिंगी व्यक्तीच्या सहवासातल्या आनंदाचा विचार करण्यासाठी संप्रेरकांची एखादी हलकी कोपरखळी पुरत असेल. (समलिंगी संबंधाबद्दल ज्यांना जाणून घ्यायचं आहे, त्यांच्यासाठी मी दिलगीर आहे – आपण ते पाचव्या भागात जाणून घेऊ. पण तिथेही फारसं काही आढळणार नाही. समलिंगी वर्तणुकीवरही संप्रेरकांचा प्रभाव नगण्य असतो.)

एकदा का तुम्ही इच्छित गोष्टींच्या – मग ती व्यक्ती असो, वस्तू असो, चित्र असोत – सहवासात आलात की, मेंदू तुमचा ताबा घेतो आणि नंतर उरलेली लैंगिकता – जसं बोलणं, सामाजिक नातेसंबंधांशी खेळणं, नात्यांना खेळवणं, इतरांचे लैंगिक रस जाणून घेणं – या केवळ मानसिक गोष्टी असतात. त्यात संप्रेरकांचा फारसा प्रभाव नसतो. माणसांमध्ये तर संभोगाची क्रियाही विचारांच्या पगड्याखालची असते. सराव करणं, प्रयोग करणं, एकमेकांना डिवचणं, एकमेकांशी एकरूप होणं हे विचारांमुळे घडतं.

मानवांनी लैंगिकतेला संप्रेरकांपासून अलग केलं आहे हा सिद्धान्तच खूपकाही स्पष्ट करणारा आहे. मनातल्या भावनांप्रमाणे बदलणारी प्रेमाची मानसिक तीव्रता यातून स्पष्ट होते. बऱ्याचशा लैंगिक समस्या मानसिक का असतात, टीनएजमधली लैंगिक वर्तणूक आणि संप्रेरकं यांच्यात आपल्याला ठळक संबंध का सापडत नाहीत, या सगळ्या प्रश्नांची स्पष्टीकरणं आपल्याला या सिद्धान्तातून मिळतात. टीनएजर्स संप्रेरकांच्या प्रभावाखाली असतात या प्रचलित समजुतीला धक्का देणारा हा सिद्धान्त आहे. मग आता आपल्याला टीनएजर्सच्या वेगळ्या वागण्याची निराळी कारणं शोधून काढायला हवीत. भिन्न लिंगांच्या अस्तित्वाचा अर्थ, त्यामागची कारणं आणि दोघांमधले फरक यांचा विचार करण्यासाठी एक मुक्तद्वार या सिद्धान्ताने आपल्याला दिलं आहे. जन्माच्या वेळी तयार झालेल्या लैंगिक साच्यावर हळूहळू टीनएज अवस्थेतल्या सामाजिकतेचा ठसा कसा उमटतो, यावर अजून विचार व्हायला हवा.

टीनएर्ज मुलामुलींची गोडगुलाबी, प्रणयी वर्तणूक आपण पाहिली. आता आपण खोलात शिरून, समाजातून निर्माण झालेल्या घटनेचं विश्लेषण करायला सुरुवात करू या – ती घटना म्हणजे 'प्रेमात पडणं'. प्रेमात पडण्याच्या घटनेत संप्रेरकांचा सहभाग अतिशय अल्प असतो. वयात येण्याच्या अगोदरही मुलांचे काही 'क्रशेस' असतात. मुलांना काही व्यक्तींबद्दल आकर्षण वाटत असतं. वयात येण्याचा प्रेमात पडण्याशी काहीएक संबंध नसतो. म्हणजे अकाली वयात येण्यामुळे

लवकर प्रेम जडतं असं काहीही नसतं. मुलींना पुरुषांमध्ये रस निर्माण होण्यामध्ये महत्त्वाचा घटक असतो 'पालकांची स्वीकृती'. घरी पालकांना मुलीने मुलांशी बोललेलं चालतं की नाही यावर खूप गोष्टी अवलंबून असतात. 'प्रेम' या घटनेवर असणारा सामाजिक पगडा स्पष्टपणे कळून येतो. आपल्या डोक्यातल्या लैंगिक कल्पना किंवा लैंगिकतेची जडणघडणही स्पष्टपणे दिसून येते. उत्तेजक दृश्यं दाखवल्यावर मुलांच्या आणि मुलींच्या मेंदूचे काही भाग कार्यान्वित होतात. यात मुलांच्या मेंदूचे भाग जास्त प्रमाणात उत्तेजित झालेले दिसतात. आयुष्यातल्या अनेक प्रसंगांना प्रतिसाद देण्यासाठी झालेली मेंदूची जडणघडण मुलांमध्ये आणि मुलींमध्ये वेगवेगळी असते. मुलींमध्ये कणव व सहानुभूती अधिक असते, तर मुलांची घडण पद्धतशीर व मूर्तस्वरूप असते. लिंगभेदानुसार पडणारा हा फरक किती मूलभूत आहे, याबद्दल अजून अनिश्चितता आहे. पण टीनएज अवस्थेत मुलं आणि मुलींना वेगवेगळ्या मानसिक समस्या का असतात ते आपण या सिद्धान्तामधून समजून घेऊ शकू.

टीनएजर्सवर संप्रेरकांचा प्रभाव असतो या संकल्पनेला आता आपल्याला बाजूला ठेवावं लागेल. त्याऐवजी असं म्हणू की, जन्माच्या वेळी मानवांमध्ये जी लैंगिकता आकारास येते, तशीच लैंगिक भूमिका टीनएजर्स आयुष्यभर वठवत राहतात. त्यामुळे लैंगिकतेबद्दलचा आपला पारंपरिक दृष्टिकोन कायमच गोंधळलेला राहतो. संप्रेरकांच्या वादळाचा परिणामस्वरूप असणारं टीनएज हे लैंगिक वर्तणूक नाही हे जाणण्यानं एक मोठा दिलासा मिळाला आहे. टीनएज मेंदूकडे पाहण्याची नवी दृष्टी सूचक आहे : असा लैंगिक अवयव, जो गर्भावस्थेच्या गुंगीतून बाहेर येत असतो; टीनएजमधल्या सामाजिक, लैंगिक वावटळीला अचानकपणे सामोरा जातो. विचाराच्या या प्रकाशात टीनएज मेंदू हा स्वातंत्र्यासाठी हट्ट करणारा तरी अतिशय नाजूक दिसायला लागतो. पण थांबा! अजून बदल व्हायचे आहेत. एकीकडे हा सगळा गोंधळ चालू असतानाच मेंदूला स्वत:ची पुनर्रचना करायची आहे.

मित्रांनो, ही तर खरी सुरुवात आहे...!

टीनएजर्सच्या मेंदूचं वेगळेपण

टीनएज बुद्धी आपल्या सगळ्यांनाच माहीत आहे. इतर सगळ्या वयोगटापेक्षा ती कितीतरी अर्थांनी वेगळी आहे. ही बुद्धी कधी उसळणाऱ्या जाणिवा, कधी अचानक तीव्र भावना, तर कधी वेगवेगळे मूड्स अनुभवते. तीव्र सामाजिकता, पूर्ण आत्मकेंद्रितता आणि दर्शनी अविचारीपणा यात टीनएजर्सची बुद्धी हेलकावे खात असते. टीनएज बुद्धी सातत्याने स्वत:चं जगामधलं स्थान शोधत असते – विविध गोष्टींनी स्वत:ला धार लावून लखलखीत ठेवण्याचा प्रयत्न करते. स्वतंत्र, अनिर्बंध अशा टीनएज बुद्धीत सर्जनशीलता कळसाला पोहोचलेली असते, जी आपल्याला प्रौढांमध्ये कधीच दिसून येत नाही. टीनएजर्सच्या डोक्यात खूपच अक्कल भरलेली आहे असंच चित्र दिसत असतं.

टीनएज अवस्थेतला मेंदू आपल्याला आकलनीय अशा सगळ्याच बाबतीत प्रौढांपेक्षा वेगळा असतो. स्वत:चं लिंग, लैंगिकता आणि संप्रेरकांचा स्वत:ला, मेंदूला शोध लागला आहे इतकंच मर्यादित नसतं. मूल-प्रौढांमधली साधी संक्रमणावस्था इतकं सोपंही निश्चितच नसतं. टीनएज अवस्थेतल्या बुद्धीचे सकारात्मक आणि नकारात्मक पैलू निश्चितच फक्त लैंगिकतेशी संबंधित नाहीत. सामाजिकतेचीही दोन परस्परविरुद्ध टोकं या बुद्धीत सापडतात. टीनएज बुद्धी फार वैशिष्ट्यपूर्ण आहे आणि म्हणून ती समजून घेण्यासाठी आपल्याला जीवशास्त्राच्या काही मूलतत्त्वांचा आधार घ्यावा लागेल. टीनएज मेंदू समजून घेणं सोपं नाही. या मेंदूचं वागणं जगावेगळं, गुंतागुंतीचं असतं, इतर कोणत्याही वयापेक्षा या वयात तो आकाराने मोठा असतो. सगळ्यात विशेष म्हणजे मानवजातीने जी बौद्धिक कौशल्यं आत्मसात केली आहेत त्यात टीनएज मेंदूला अग्रक्रम द्यायला हवा. क्रांतीच्या इतिहासात टीनएज मेंदूनेच बाजी मारलेली आहे. टीनएज मेंदू हा मानवजातीचा केंद्रबिंदू असावा असा माझा विश्वास आहे.

हे सगळं ठीक आहे. पण टीनएजर्सच्या खोपडीत नक्की काय चाललेलं असतं हे स्पष्टपणे दाखवणारा पुरावा प्रत्यक्षात आपल्याकडे आहे का? दहा वर्षांपूर्वीपर्यंत मिळालेला पुरावा अतिशय तोकडा होता. अकाली मृत्यू पावलेल्या टीनएजरच्या मेंदूचं विच्छेदन करून जी माहिती मिळाली त्यावर तो पुरावा आधारलेला होता. त्याची तुलना करण्यासाठी खूपच कमी मेंदू उपलब्ध होते आणि अर्थातच अशा मेंदूमधून मृत्यूच्या वेळच्या मेंदूच्या रचनेची केवळ झलक पाहायला मिळत होती. नीट माहिती हातात येण्यासाठी अनेक सुदृढ माणसांच्या आयुष्यातल्या सुरुवातीच्या काही दशकांमधील (जन्मल्यापासून ते तीस वर्षांपर्यंत) मेंदूच्या विकासाचा मागोवा घेण्याची गरज होती, आणि तेही त्यांना जीवे न मारता. एका मोठ्या चुंबकाने आणि काही रेडियो अँटेना यांनी ही करामत करून दाखविली.

मॅग्नेटिक रेझोनन्स इमेजिंग (एमआरआय – चुंबकाच्या लहरींद्वारे शरीरातील भागांच्या प्रतिमा पाहणं.)द्वारे मेंदूची ही माहिती मिळवणं शक्य झालं. मेंदूच्या प्रतिमा प्रत्यक्षात पाहायला मिळतात यावर विश्वास ठेवणं मला अजूनही जड जातं. माझ्या मित्रांपैकी एकाने काही प्रयोग सुरू केले होते. त्या दरम्यान मी या दोन तासांच्या एमआरआय स्कॅन चाचणीतून गेलो आहे. माझ्या बुद्धीचं कोणी पृथक्करण करत आहे याची मला जाणीवही नव्हती, हे मी खात्रीने सांगू शकतो. एका प्रचंड मोठ्या चुंबकाच्या गोलाकार नळीत (डोनटच्या आकाराच्या) मला सरकवलं गेलं आणि नंतर ते यंत्र सुरू झालं. या आकारामुळे प्रोटोन्स माझ्या डोक्यात सोडले जात होते. पाणी आणि चरबी प्रोटॉन्सने भरलेली असते. विशेषत: हायड्रोजन अणूंचा केंद्रभाग प्रोटॉन्सने भरलेला असतो. हे सगळे प्रोटॉन्स एका अक्षाभोवती फिरतात. हा अक्ष चुंबकीय क्षेत्राद्वारे हवा तसा निर्माण केला आणि फिरवला जाऊ शकतो. मग अँटेनाने रेडिओलहरींचा एक पुंजका माझ्या डोक्यात सोडला, ज्याने अक्षाभोवती फिरणाऱ्या प्रोटॉन्सना हलकासा धक्का दिला. या धक्क्यामुळे माझ्या डोक्याचे प्रोटॉन्स अक्षापासून सुटे होऊन निमिषार्धासाठी चुंबकाच्या प्रभावाखाली परत गेले. या घटनेमुळे निर्माण झालेला रेडिओ सिग्नल दुसऱ्या अँटेनाने पकडला. माझ्या डोक्याभोवती तयार केलेल्या त्रिमितीय अक्षांमध्ये लाखो वेळा ही प्रक्रिया परत परत होत राहिली. परत आलेल्या सगळ्या सिग्नल्सची मिळून एक प्रतिमा तयार झाली. अनेक प्रतिमा खरंतर! आणि त्यातली प्रत्येक प्रतिमा माझ्या मेंदूचा उभा-आडवा छेद दाखवत होती.

सुरुवातीला एमआरआयमधून येणाऱ्या प्रतिमा अतिशय कमी रिझोल्यूशनच्या असायच्या. पण तंत्रज्ञान हळूहळू विकसित होत गेलं. प्रतिमांचं रिझोल्यूशन वाढलं. लोकांच्या 'चुंबकीय' डोक्यातून बाहेर फेकले जाणारे असंख्य रेडिओ सिग्नल्स पकडण्यासाठी आधुनिक गणनशक्तीचं सगळं बळ लावलं गेलं. मेंदूच्या वळ्यांची

वाढ आणि त्यांच्या विकृतीचा वर्षानुवर्षं माग काढणं शक्य झालं. जिवंत माणसामधील कॉर्टिकलच्या आवरणाची जाडी आणि घनता मोजणं शक्य झालं. व्यक्तीच्या शरीररचनेतला सूक्ष्म फरकही वेळेत ओळखता येणं खरोखर शक्य झालं. मग फंक्शनल एमआरआय म्हणून नवीन तंत्रज्ञान आलं. यामुळे मेंदूच्या वेगवेगळ्या प्रभागांमधले रक्ताचे प्रवाह आणि पेशीय प्रक्रिया जाणून घेणंही शास्त्रज्ञांना शक्य झालं – आणि हीच प्रक्रिया त्यांनी माझ्यावर केली होती. एकाएकी जिवंत व्यक्तीच्या मेंदूत डोकावून पाहणं आपल्याला शक्य झालं. बालपणापासून टीनएज अवस्थेतून प्रौढत्वाकडे होणाऱ्या मेंदूच्या विकासाचा मागोवा घेण्याची जादूई क्षमता गेल्या दहा वर्षांत आपण मिळवली. ग्रे मॅटर मज्जापेशींनी बनलेलं कॉर्टेक्सचं वळ्या पडलेलं आवरण आणि त्याखाली पांढऱ्या मॅटरच्या मज्जातंतूंचं घनदाट जाळं या सगळ्यातच काहीतरी मजेशीर घडत असतं आणि हे टीनएज अवस्थेतच होतं असं लक्षात आलं.

बालपणाच्या किंवा टीनएज अवस्थेच्या एका बिंदूवर, कॉर्टिकल ग्रे मॅटरची पातळी सगळ्यात जास्त असते असं काही काळ समजलं जात होतं. केवळ न्यूरॉन्सच्या संख्येचा परिणाम शोधण्यापेक्षा मेंदूतले काही धागे जुळणं, काही नवीन कनेक्शन्स मेंदूत विपुल प्रमाणात तयार होणं, त्यामुळे पातळीत वाढ होत असावी असं सगळ्यांना वाटलं. मज्जापेशींमधली मोकळी जागा, जिला 'सिनॅप्सेस' म्हटलं जातं, तीसुद्धा वाढत्या पातळीला कारणीभूत असू शकत होती. आता प्रौढांमधल्या सिनॅप्सेसपेक्षा दोन वर्षं वयाच्या मेंदूमध्ये सिनॅप्सेसची संख्या मुबलक प्रमाणात वाढताना दिसते आणि या विधानावर एमआरआयने शिक्कामोर्तब केलं आहे. बालपणात कॉर्टिकल ग्रे मॅटरची जाडी वाढते असं एमआरआयचे निष्कर्ष सांगतात. आश्चर्य म्हणजे अगदी अलीकडचे एमआरआय निष्कर्ष असं दाखवतात की, ग्रे मॅटरची ही भरघोस वाढ खरंतर टीनएज अवस्थेत कळसाला पोहोचते. त्यानंतर मात्र ग्रे मॅटर पातळ होऊन क्षीण होत जातो.

कॉर्टिकल ग्रे मॅटरच्या पातळीत वाढ किंवा घट होणं हे वाटतं तितकं साधं प्रकरण नाही. मेंदूच्या विविध भागांमध्ये ग्रे मॅटरची पातळी उच्चतेच्या कळसाला पोहोचण्याची वेळही वेगवेगळी असते आणि ही प्रक्रिया व्यक्तिपरत्वे बदलते. या बदलाचा एक अर्थ असा की, सगळे एमआरआयचे निष्कर्ष अतिशय काळजीपूर्वक काढले जायला हवेत. पण तरीही काही निष्कर्ष आता सर्वमान्य झोले आहेत. पहिला म्हणजे ग्रे मॅटरची जाडी कळसाला पोहोचण्याचं सरासरी वय मुलांपेक्षा मुलींमध्ये दोन वर्षं अलीकडे असतं. मुलांमधील उशिराचं अजून एक उदाहरण. दुसरं म्हणजे कॉर्टेक्सचे वेगवेगळे भाग विकासाचे निरनिराळे मार्ग अनुसरतात. गेल्या अनेक शतकांपासून शरीररचनाकारांनी मानवी सेरेब्रल अर्धगोलाला चार स्वतंत्र भागांमध्ये

विभागलं आहे. ऑक्सिपेटल, टेम्पोरल, परायटल आणि फ्रॉन्टल हे ते चार भाग होत. सुदैवाने फार पूर्वी पाडलेले हे भाग म्हणजे मेंदूच्या विविध कार्यांची केंद्रं ठरली.

आपण या चारही भागांची सविस्तर माहिती घेऊ या. यांना 'लोब' असं म्हटलं जातं.

(१) ऑसिपेटल लोब – मेंदूच्या मागच्या बाजूला हे लोब असतात आणि दृष्टीप्रक्रियेत यांचा सहभाग असतो. इतर लोबपेक्षा हे थोडे वेगळे असतात, कारण यांचा ग्रे मॅटर टीनएज अवस्थेत हळूहळू वाढत जातो.

(२) टेम्पोरल लोब – मेंदूच्या खालच्या मांसल बाजूकडून बाहेर येणारे ते टेम्पोरल लोब. स्मृती आणि आवाजाच्या माहितीवर प्रक्रिया करण्यात ते महत्त्वाची भूमिका बजावतात. मानवाकडे असलेलं विशेष कौशल्य म्हणजे भाषेची जाण. याच लोबमधले 'वर्निकेचा भाग' नावाच्या भागात भाषेचं केंद्र आढळून आलं आहे. काही विचित्र घटना, जसे धार्मिक अनुभवांमध्येही टेम्पोरल लोबचा सहभाग आढळून येतो. वयाच्या सोळाव्या वर्षी टेम्पोरल कॉर्टेक्समधल्या ग्रे मॅटरची जाडी सगळ्यात जास्त असते. नंतर ती कमी कमी होत जाते.

(३) परायटल लोब – मेंदूचा वरचा मांसल भाग हा परायटल कॉर्टेक्सने बनलेला असतो. या भागात स्पर्श आणि चव या जाणिवांचं पृथक्करण केलं जातं. जाणिवांच्या सर्वोच्च पातळीवरून येणाऱ्या संदेशांचं एकत्रीकरण आणि त्यांची उकलही इथे केली जाते. अकरा वर्षांच्या वयात पराटल ग्रे मॅटरचं प्रमाण उच्चत्वाला पोहोचतं.

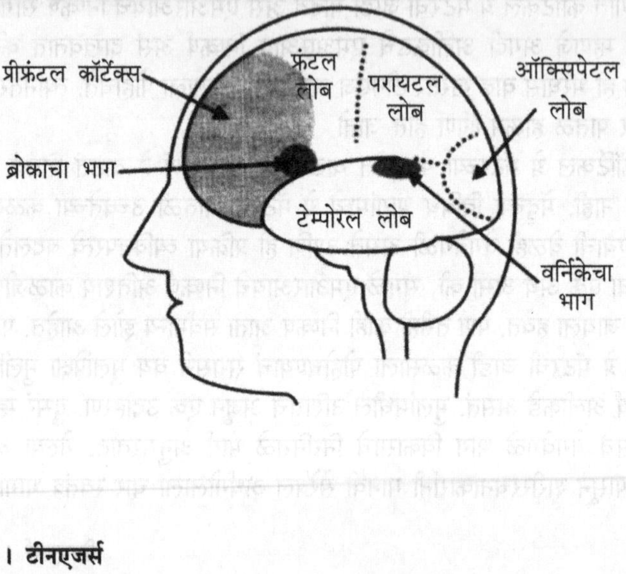

या तीनही भागांची सविस्तर माहिती आपण घेतली. पण प्रत्येक सेरेब्रल अर्धगोलाचा पुढचा अर्धा भाग ज्याने तयार झाला आहे तो मेंदूचा फ्रंटल लोब कायमच लक्षवेधक ठरला आहे. अनेकांना त्याने आकर्षित केलं आहे, असं म्हणायला हरकत नाही. कारण मानवांमध्ये फ्रंटल लोब असामान्यपणे विकसित झाले आहेत. आपण प्राण्यांपेक्षा ज्या कारणांनी वेगळे ठरतो, ती अनेक कार्यं याच भागातून नियंत्रित केली जातात. टीनएज किंवा किशोरवयीन मुलं आणि प्रौढ यांच्यातला फरक अधोरेखित करणारी जागा असं या लोबबद्दल म्हटलं जातं. लोबच्या मागच्या भागाकडून आपल्या हालचालींचं नियंत्रण केलं जातं आणि यात 'ब्रोकाज रीजन' नावाचा भागही येतो, जो आपलं बोलणं सुसंगत गुंफण्यात वाक्‌बगार आहे. आकलनासाठी आवश्यक असणाऱ्या प्रक्रिया करतात म्हणून कदाचित, पण फ्रंटल लोबचा पुढचा भाग बराच महत्त्वपूर्ण आहे. एकाग्रता, लक्षवेधकता, सावध असणाऱ्या 'कामाच्या भागात' विविध संकल्पनांची साठवण, जिथे या संकल्पनांची तुलना आणि पृथक्करण केलं जातं, अशा बऱ्याच गोष्टी या पुढच्या भागांमध्ये असतात. थोडक्यात, ही मोठी उपयुक्त गोष्ट आहे! आपल्याला जे हवं आहे त्याचा विचार करणं हे प्री-फ्रंटल कॉर्टेक्समध्ये घडत असतं. म्हणजे आपलं ध्येय साध्य करण्यासाठी आपण जो विचार, कृती किंवा संवाद करतो, तो क्रमवार लावण्याचं काम प्री-फ्रंटल कॉर्टेक्सकडून होतं. आराखडा बनवण्याच्या या प्रक्रियेचा एक भाग म्हणून प्री-फ्रंटल कॉर्टेक्सकडून आपल्या ऊर्मी आणि अंत:प्रेरणांवर नियंत्रण केलं जातं. याने आपण मनावर ताबा ठेवून भविष्याचा विचार करू शकतो आणि दुसऱ्यांचे विचारही समजून घेऊ शकतो. बालपण सोडल्यावर आपण कसे बदलतो याचा विचार करताना प्री-फ्रंटल कॉर्टेक्सचा विचार 'टीनएज कॉर्टेक्स' म्हणून केला गेला, तर त्यात आश्चर्य कसलं! प्री-फ्रंटल कॉर्टेक्सच्या ग्रे मॅटरचं प्रमाण बाराव्या वर्षापर्यंत उच्चत्वाला पोहोचतं. पण खुद्द कॉर्टेक्समध्येच ही पातळी वाढण्याच्या वेळेत फरक आहे. आपल्या ऊर्मी, अंत:प्रेरणांवर नियंत्रण ठेवणारा भाग काही वर्षं आधी वाढतो, आपण पद्धतशीरपणे आपल्या ध्येयाकडे पोहोचण्यासाठी जो भाग वापरतो, तो नंतर वाढतो.

टीनएज अवस्थेच्या सुरुवातीला मानवातलं कॉर्टिकल ग्रे मॅटर पूर्ण विकसित अजिबात झालेलं नसतं, असं नव्या एमआरआयच्या अभ्यासातून पुढे आलं आहे. ग्रे मॅटर सुरुवातीला तर विकासापासून दूरच असतो. काही भागांमध्ये तर त्यांची बालपणातली भरपूर सिनॅप्सेस तयार होणारी, नवीन जोडण्या तयार होणारी अवस्था संपलेलीच नसते. त्यामुळे मानवी मेंदूच्या त्रासदायक संथ विकासाचं अजून एक उदाहरण म्हणजे कॉर्टिकल ग्रे मॅटरची कहाणी. या सगळ्यातून एकच प्रश्न पडतो की, टीनएज अवस्थेत कळसाला पोहोचलेल्या ग्रे मॅटरला संकुचित व्हायला कोण

भाग पाडतं? ही फक्त एक नैसर्गिक झीज होण्याची प्रक्रिया वाटत नाही, कारण टीनएजर्सपेक्षा प्रौढांकडे मानसिक कौशल्यं जास्त असतात. उलट, भरघोस वाढलेल्या मुलांच्या मेंदूची अतिशय नेमकी, नीट आखणी केलेली पुनर्रचना झाल्यामुळे ग्रे मॅटर आकसतो असं म्हणता येईल.

कॉर्टिकल ग्रे मॅटरची घनता जेव्हा तिच्या सर्वोच्च पातळीला पोहोचलेली असते, तेव्हा मज्जातंतूंचं एक गुंतागुंतीचं जाळंच तयार होतं. इतर कोणत्याही वेळी नसतील इतकी सिनॅप्सेस आता मेंदूत असतात. त्यांचं प्रमाण इतकं जास्त असतं की, मेंदू नीटपणे त्याचं कामही करू शकत नाही. पेशींमधल्या सिनॅप्टिक जोडण्यांच्या हानीमुळे टीनएज अवस्थेतलं ग्रे मॅटरचं आकसणं घडून येत असावं. या प्रक्रियेला 'प्रूनिंग' असं म्हणतात. 'प्रूनिंग' म्हणजे अनावश्यक भागाची छाटणी. सोप्या भाषेत सांगायचं तर या प्रूनिंगमुळे प्रौढत्वात अनावश्यक ठरणाऱ्या सगळ्या जोडण्या साफ करून आवश्यक तितक्याच राखल्या जातात. प्रूनिंगच्या प्रक्रियेचे काही नियम आहेत. काही सिनॅप्सेस खरंतर छाटले जाण्यासच योग्य असतात. जे सिनॅप्सेस खूप वापरले जात नाहीत, जे सिनॅप्सेस न्यूरॉन्सना उत्तेजित करण्याऐवजी दाबून टाकतात, जे सिनॅप्सेस लांबवर पोहोचू शकणाऱ्या न्यूरॉन्सपेक्षा जवळच्याच न्यूरॉन्सवर परिणाम करतात, त्याचप्रमाणे काही कॉर्टिकल भागातले विशेष सिनॅप्सेस या सगळ्यांवर प्रूनिंगची प्रक्रिया होणं आवश्यक असतं. संपूर्ण टीनएजमध्ये बालपणीच्या कॉर्टेक्सची भरपूर वाढलेली झुडपं रानटीपणे कापून काढली जातात. नवे मार्ग सगळ्यातून खणून काढले जातात. यातून आकाराला येतं व्यवस्थित छाटणी केलेलं, निगा राखलेलं एक झाड – आपला प्रौढ मेंदू. याच्या काही मोजक्या शाखा योग्य तेच संदेश परिणामकारक पद्धतीने सगळीकडे पोहोचवतात. हेच ते टीनएजमधलं 'प्रूनिंग.'

अर्थातच टीनएजर्सना या प्रूनिंगमधून मार्ग काढत जिवंत राहायचं असतं. जर आपल्या माहीत आहे की, सगळा फार अवघड अनुभव आहे, तर मग आपला मेंदू असा कसा विकसित झाला? त्याने ही पद्धत का स्वीकारली? तसं पाहता 'आधी अति वाढ आणि काटछाट' ही मेंदूला वाढवण्याची सर्वसाधारण पद्धत आहे. इतर पृष्ठवंशीय प्राण्यांमध्येही हीच पद्धत वापरली जाते. सगळ्या सिनेप्टिक जोडण्या करायच्या, त्या वाढवायच्या आणि नंतर त्यातल्या बहुतांशी तोडून टाकायच्या, छाटायच्या म्हणजे वेळ वाया घालवण्यासारखंच आहे असं वाटेल. पण हीच पद्धत अतिशय प्रभावी ठरली आहे, कारण त्यामुळे मेंदूला अफाट लवचीकता मिळालेली आहे. पहिल्या अवस्थेदरम्यान सिनॅप्सेसची वाढ अनियंत्रित म्हणावी इतकी होते. पण दुसऱ्या प्रूनिंगच्या अवस्थेमध्ये टीनएजर्सकडून असणाऱ्या अपेक्षांना सामोरे जाण्याच्या दृष्टीने मेंदूला योग्य आकार देता येऊ शकतो. अशा प्रकारे काही वर्षांसाठी टीनएजर्सना लवचीक मेंदू मिळतो. यामुळे टीनएजर्स स्वतःच्या जनुकांच्या विधिलिखितावर

मात करून अनुभवाच्या प्रकाशामध्ये त्यांचे मेंदू पुन्हा रचू शकतात. कसं वागावं, संवाद कसा साधावा आणि कसं यशस्वी व्हावं हे शिकून घेऊन; नंतर त्या मेंदूतल्या प्रक्रियांना आधार देणारी जोडणी टीनएजर्स करू शकतात. आपण या पुस्तकाच्या चौथ्या भागात विस्ताराने पाहणारच आहोत. पण आपण आपल्या प्रौढत्वामधली वागणूक टीनएजमध्येच आत्मसात करत असतो. टीनएज अवस्थेत होणारं मेंदूचं प्रूनिंग हे कारण यामागे असू शकतं. टीनएज मेंदू म्हणजे 'वर्तणूक ठरवणारं यंत्र' असतं. प्रौढत्वात फक्त मेंदू लवचीकपणा सोडून मानसिक आणि भावनिक कठोरतेकडे झुकायला लागतो.

टीनएज अवस्थेच्या दरम्यान सगळ्यात जास्त प्रूनिंग होणारा कॉर्टेक्सचा भाग टीनएज वर्तणुकीशी संबंधित असतो. वयाच्या दहा ते वीस वर्षं या दुसऱ्या दशकात परायल कॉर्टेक्सची निर्दयपणे काटछाट केली जाते. हाच तो काळ, ज्यात आपल्या भोवताली असलेल्या जगाच्या ज्ञानाचे आपण सौम्य पण गुंतागुंतीचे अर्थ लावायला लागतो. आपण स्वत: विचार करून बाहेरच्या जगातल्या गोष्टींचे संदर्भ लावायचा प्रयत्न या काळात करत असतो. स्वत:च्या पद्धतीने घटनांचे अर्थ काढत असतो. म्हणूनच बारा वर्षांचा मुलगा कविता करू शकत नाही, सुनीतं रचू शकत नाही. प्री-फ्रंटल कॉर्टेक्सची अजून झीज केली जाते. यामुळे मीमांसात्मक क्षमतांमध्ये वाढ होते; पण टीनएज बुद्धीच्या काही पैलूंमध्ये अडथळा येतो. दूरदृष्टीचा अभाव, भावनिक अस्थिरता, लहरीपणा आणि इतरांचा विचार करण्याची अक्षमता टीनएजर्समध्ये दिसून येते ती याच कारणांमुळे. ग्रे मॅटरच्या पुनर्बांधणीतली सुसंगती आणि टीनएजरमधले मानसिक बदल हा केवळ योगायोग असावा असं वाटत नाही.

आतापर्यंत आपण फक्त ग्रे मॅटरमधले बदलच पाहत होतो. याव्यतिरिक्त अनेक बदल टीनएजर्सच्या मेंदूत होत असतात. ग्रे मॅटरच्या खाली असणाऱ्या व्हाइट मॅटरच्या धाग्यांनाही या काळात बळकटी येत असते. हे धागे मेंदूपासून खूप लांब अंतरापर्यंत संदेश पोहोचवू शकतात. या तंतूंचा रंग पांढरा असतो, कारण ते 'मायलीन' (myelin) नावाच्या चरबीयुक्त पदार्थाने झाकलेले असतात. मायलीन विद्युतरोधक असते. विद्युतरोधनाशिवायही मायलीन महत्त्वाचं कार्य करतं. मज्जातंतू जो सिग्नल वाहून नेतात त्या मार्गात मायलीन बदल करतं. या बदलामुळे बेडूक-उड्यांसारखे मोठे टप्पे घेत नेहमीपेक्षा शंभर पटीने लवकर संदेश पोहोचवला जातो. मायलिनेशनमध्ये संदेशवहनाचं कार्य अधिक उत्कृष्टरीत्या होतं. मात्र त्यासाठी संपूर्ण टीनएज अवस्थेच्या काळामध्ये मेंदूमध्ये पूरक स्थित्यंतर घडत राहतात. टीनएज आणि मायलिनेशन एकाच वेळेस थांबतं, असा आजवर समज होता. मात्र एमआरआयमुळे एक वेगळंच सत्य सामोरं आणलं आहे.

तर जसजसं ग्रे मॅटर पातळ होत जातं, तसतसं त्याखालचं व्हाइट मॅटर जाड

व्हायला लागतं किंवा उलटं म्हणू या हवं तर. खरंतर फक्त सिनॅप्टीक प्रूनिंगमुळेच ग्रे मॅटर पातळ होत नसतं, तर त्याखाली वाढणाऱ्या व्हाइट मॅटरच्या दाबाचाही तो परिणाम असतो. आकसत जाणाऱ्या ग्रे मॅटरच्या काही भागांवर, वाढणाऱ्या व्हाइट मॅटरचा दाब पडतो आणि ग्रे मॅटरचे भाग बाहेर ढकलले जातात. एमआरआयच्या मोजमापांवरून हे सहज कळून येतं. पण याउलट मेंदूचे जे भाग वाढतात, त्यावरचं ग्रे मॅटरही आक्रसताना दिसतं. थोडा विरोधाभासच आहे हा. ग्रे मॅटरमध्ये जसं प्रूनिंग होतं, तसं व्हाइट मॅटरमध्ये मायलिनेशन होतं. दोघांच्याही कार्यपद्धती पूर्णपणे वेगळ्या आहेत. प्री-फ्रंटल आणि परायल भागांकडे व्हाइट मॅटरचं लक्ष नसतं. ते काम ग्रे मॅटरचं. ग्रे मॅटरप्रमाणे सगळी कामं वेगवेगळ्या भागांत वेगवेगळ्या वेळी होत नाहीत. व्हाइट मॅटरच्या कामांचा एक निश्चित पॅटर्न असतो असं म्हणता येईल. साधारणपणे मेंदूचा मागच्या भागाचं मायलिनेशन आधी होतं आणि पुढच्या भागाचं नंतर. आयुष्याच्या दुसऱ्या आणि तिसऱ्या दशकात (दहा ते तीस वर्षं) परिपक्वतेची एक 'लाट' येते. ही लाट मेंदूच्या मागून पुढे अशा मार्गाने जाते. मागचे भाग आधी वाढतात आणि नंतर पुढचे. 'फ्रंटलाईज' होण्याचा मानवी उत्क्रांतीचा गुण या पॅटर्नमध्ये दिसतो. आता हे फ्रंटलाईज होणं म्हणजे नक्की काय? तर लाखो वर्षांच्या कालावधीमध्ये फ्रंटल लोबची कार्यं विकसित होत आहेत. लोबच्या नवनवीन अपूर्व कार्यांवर उत्क्रांती हळूहळू लक्ष देते आणि क्रमाक्रमाने सगळी कार्यं उत्क्रांत होत राहतात. कासवगतीने होणाऱ्या फ्रंटल लोबच्या उत्क्रांतीला 'फ्रंटलाईज' होणं म्हटलं आहे.

निद्रा, जोखीम आणि राग – एवढा अनावर का?

त्या त्या वेळी सगळंच योग्य वाटत असतं नाही का! रविवारी दुपारपर्यंत पांघरुणात लोळणं, आपल्या पालकांवर ओरडणं आणि मग त्याच 'चुकीच्या मुलांबरोबर' परत एकदा उनाडायला जाणं हे सगळंच योग्य वाटत असतं. टीनएजर असताना या सगळ्याच गोष्टी अर्थपूर्ण असतात. पण तरीही प्रौढांच्या मनात या गोष्टींमुळे एक अपराधीपणाची जाणीव निर्माण होऊ शकते. इतर कोणत्याही गोष्टीपेक्षा टीनएजर्सच्या अशा वरवर अकारण वाटणाऱ्या वाहावण्याने त्यांना बदनाम केलं आहे. चेहऱ्यावर राग, शरीरावर उगवलेले केस आणि येणारा गंध – या सगळ्या गोष्टी दुर्दैवी आहेतच आणि नकोशाही. पण याच वागण्यामुळे टीनएजर्सचे बाकीच्या सगळ्यांशी खटके उडायला लागतात.

आपण आत्ताच पाहिलं की, टीनएज अवस्थेतला मेंदू हा 'काम चालू आहे' अशा अवस्थेतला असतो. त्याच्या 'ग्रे मॅटर'ची काटछाट चालू असते आणि 'व्हाइट मॅटर'चं आवरण तयार होत असतं. तरीही टीनएजर्सचं वागणं म्हणजे लहानपण आणि प्रौढत्व यांच्यामधलं नसतं. प्रौढांमधल्या 'सर्वसाधारण अविकास' या प्रकारचंही हे वागणं नसतं. टीनएज अवस्थेतल्या मुलांचं वागणं अतिशय सुस्पष्ट असतं. त्यात सारखेपणा असतो. इतकं की, पालक आपल्या मुलांच्या आळशी, बेजबाबदार वर्तनावर विनोद करू शकतात आणि त्यांना जे म्हणायचं आहे ते दुसऱ्या पालकांना नेमकं कळेल याची त्यांना खात्री असते. ही ठरावीक छापाची टीनएज वर्तणूक आपल्याला सांगते की, सगळ्या टीनएज मेंदूमध्ये काही क्रमवार आणि सातत्यपूर्ण बदल घडून येत आहेत. यातून हे पण सूचित होतं की, यातल्या काही बदलांमागे विशिष्ट कारण असू शकतं.

तर शनिवार दुपारचा भयंकर आळशीपणा, धोका पत्करणं आणि राग या त्रिकुटामधून आपण आपल्या परीने कामाचा मार्ग शोधू या.

आळशीपणा

टीनएजर्सच्या झोपेच्या वेळा, झोपेच्या पद्धती हा कायमच पालकांच्या चिडचिडीचा आणि चिंतेचा विषय असतो. किंबहुना टीनएजर्सची झोप हा नियमाला मोठाच अपवाद आहे. साधारणपणे आपण जसे मोठे होतो, तशी आपली झोप कमी होत जाते. काही वेळाची चुळबुळ सोडली तर मानवी गर्भ पूर्ण दिवस निद्रिस्त असतो. नवजात अर्भक जवळजवळ सगळाच वेळ झोपलेलं असतं. मुलं मोठी होतात तशी ही झोप कमी होते. प्रौढांची झोप मुलांपेक्षा काही तासांनी कमी असते आणि जसं वय वाढतं, तशी झोपेची गरज अजून काही तासांनी कमी होत जाते.

टीनएजर्स मात्र या सगळ्याच्या विरुद्ध असतात. आधी ते इतके आळशी होतात की, सकाळी त्यांना डोळा उघडत नाही. टीनएज अवस्थेच्या शेवटी मात्र त्यांची झोप तुलनेने खूप कमी झालेली दिसते, निदान त्यांनी या कमी झोपेशी जुळवून घेतलेलं दिसतं तरी!

पालकांच्या आरडाओरड्यामुळे मुलं लवकर उठत नाहीत, हे तर एक कारण आहेच, पण त्यांना असं न उठवणं जास्त महत्त्वाचं आहे. हे असं दर्शवतं की, ज्या टीनएजर्सना सकाळी उठणं अवघड जातं, त्यांना त्यांच्या इतर सहकाऱ्यांपेक्षा झोपेची कमतरता जास्त जाणवते. दिवसभरात त्यांना खूपदा झोप येत राहते. अशी मुलं बऱ्याचदा शाळा बुडवतात आणि त्यांची शैक्षणिक पात्रताही कमी असते. तसंच त्यांना सतत दुःखी वाटत राहतं. धोकादायक खेळ किंवा जोखमीच्या कामांमध्ये

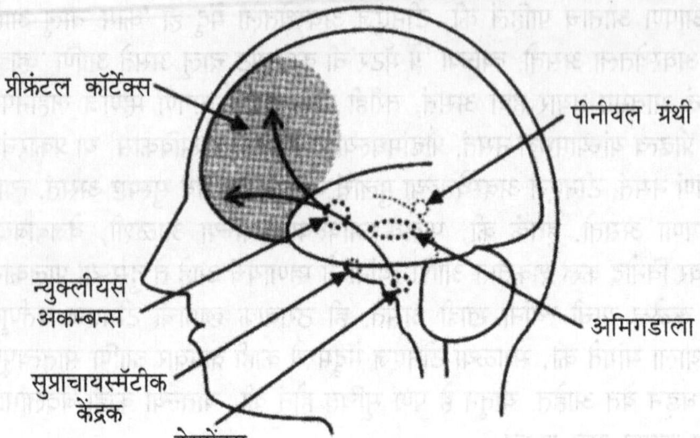

अशी मुलं वाहत जातात आणि अपघात, जखमा, पडझड या गोष्टी ओढवून घेतात. इथे आपल्यापुढे कारण आणि परिणाम दोन्हीही स्पष्ट होणं गरजेचं आहे. इतर मुलांप्रमाणेच टीनएजर्स लवकर उठायला कटकट करत असले, तरी ही लक्षणं खरंतर उशिरा उठण्याने निर्माण होत नाहीत, असं संशोधन सांगतं. या वेगळ्या बहुसंख्य लक्षणांमधला फरक असं सूचित करतो की, टीनएजर्स फक्त आळशी नसतात. आपण असा विचार करू या की, टीनएजर्सच्या झोपेच्या गरजा या वेगवेगळ्या असतात आणि व्यक्तिपरत्वे त्या बदलतात.

आधुनिक मज्जाशास्त्राने (न्यूरोसायन्स) अत्यंत शक्तिशाली साधनांनी ज्या काही मानसिक प्रक्रियांचा शोध घेतला, त्यात झोप ही सर्वांत गूढ समजली गेली आहे. झोपेला तिची गुपितं बहुधा कोणाला सांगायची नसावीत! अजूनही आपण का झोपतो, आपण झोपलेलो असताना आपल्या मेंदूत काय चाललेलं असतं, हे आपल्याला नीटसं माहीत नाही. पण टीनएजच्या झोपेच्या वेळांचा अभ्यास करताना आम्हाला या बाबतीत थोडं यश मिळालं आहे. आपलं चोवीस तासांचं दिवस-रात्रीचं, थोडक्यात दैनिक चक्र मेंदूमधले कोणते दोन भाग बनवतात हे आपल्याला माहीत आहे. यांपैकी एक म्हणजे 'सुप्राचायस्मॅटिक न्युक्लिअस.' याला आपल्या मेंदूच्या हायपोथॅलॅमसचा पूर्वज म्हणायला हरकत नाही. या भागात पेशींचं एक विद्युतमंडळ (सर्किट) असतं, जे आपल्या डोक्यातल्या घड्याळाचं काम करतं. जर तुम्ही एखाद्या जमिनीखालच्या गुहेत राहायला गेलात, जिथे दिवस-रात्र काही समजत नाही, तर हे डोक्यातलं घड्याळ तुम्हाला साधारण चोवीस तासांच्या अंतराने उठवतं आणि त्यामुळे तुम्हालाही दिवस-रात्रीचं चक्र तसंच चालू आहे असं वाटत राहतं. जसे तुम्ही या एकांतवासातून बाहेर येता, तुमच्या डोक्यातलं घड्याळ बाहेरच्या दिवस-रात्रीच्या चक्राशी जुळवून घेतं. ते निसर्गाच्या दिवस-रात्रीच्या लयीपासून दूर गेलेलं असलं तरी ते आजूबाजूच्या वातावरणाशी जुळवून घेतं. लंडन इन्स्टिट्यूट ऑफ झूलॉजीमध्ये मी जेव्हा पीएचडी केलं, तेव्हा माझ्या प्रयोगशाळेशेजारच्या खोलीत काही मोठ्या उंदरांना सतत अंधारात ठेवलं होतं. (ते मजेत दिसत होते खरे!) सतत फिरणाऱ्या चाकांना कॉम्प्युटर्स अडकवले होते. त्यावरच्या दृश्यांवरून लक्षात आलं की, सामान्य उंदीर प्रत्येक चोवीस तासांनंतर जागा होऊन फेरी मारून येतो. तिथे असेही काही उंदीर होते, ज्यांच्या सुप्राचायस्मॅटिक न्यूक्लिअसच्या एका जनुकाला इजा झाली होती. असे उंदीर दर बावीस तासांनी उठत होते. ज्यांच्या दोन जनुकांना इजा झाली होती, अशा उंदरांचं हे चक्र वीस तासांचं होतं. हा सुप्राचायस्मॅटिक न्युक्लिअस म्हणजे मेंदूला नियंत्रित करणारं घड्याळ असतं, हे जवळजवळ नक्की आहे. पण न्युक्लिअस सापडायला कठीण आहे. मानवी टीनएजर्समध्ये तर त्याला शोधून त्याचा अभ्यास करणं अशक्य आहे.

त्यापेक्षा आपण या सुप्राचायस्मॅटिक न्युक्लिअसचा जरा प्रातिनिधिक स्वरूपात अभ्यास करू. त्यासाठी आपल्याला थोडा द्राविडी प्राणायाम करावा लागेल. पिनियल ग्रंथींच्या कार्यावर आपल्याला लक्ष ठेवावं लागेल. ब्रेन स्टेमच्या सर्वांत उंच भागी स्थित असलेल्या या दुसऱ्या भागाचं कार्य डोळ्यातून आत शिरणाऱ्या उजेडाकडून नियंत्रित केलं जातं. परिणामस्वरूपी ही ग्रंथी रात्री एक मेलॅटोनीन नावाचं संप्रेरक निर्माण करते. या संप्रेरकामुळेच या ग्रंथीचा अभ्यास करणं सोपं झालं आहे. आपण या मेलॅटोनीनचं प्रमाण टीनएजर्सच्या रक्त आणि लाळेद्वारे मोजू शकतो. अशा प्रकारे पिनियल ग्रंथीचं कार्य आपण जाणून घेऊ शकतो. हे संप्रेरक तसं सर्वश्रुत आहे. (लोक या मेलॅटोनीनच्या गोळ्या जेट लॅग कमी करण्यासाठी घेतात.) आणि त्याचं कार्यही निश्चित आहे. उदा. हिवाळ्यातल्या लांबलचक रात्रींमध्ये शेळ्या आणि हरणांसारख्या प्राण्यांमध्ये हे मेलॅटोनीन जास्त प्रमाणात स्रवतं. ही त्यांच्यासाठी प्रजननाच्या ऋतूची सूचनाच असते. तसं असलं तरी या दोन्हीपैकी सापडायला सोप्या असलेल्या पिनियल ग्रंथीपेक्षा रहस्यमय सुप्राचायस्मॅटिक न्युक्लिअस जास्त महत्त्वाचा आहे, हे आपल्याला लक्षात ठेवावंच लागेल. (लक्षात घ्या की, सुप्राचायस्मॅटिक न्यूक्लिअस सापडायला अवघड असला, तरी पिनियल ग्रंथीपेक्षा तोच जास्त महत्त्वाचा असावा.)

मग टीनएज अवस्थेतच या दैनिक घड्याळाला काय होतं बरं? टीनएजर्समध्ये या दैनिक घड्याळाबरोबरच पिट्युटरीमधून स्रवणाऱ्या प्रजनन हार्मोन्सचंही वेळापत्रक बिघडतं. याच दरम्यान पिनियल ग्रंथीसुद्धा आक्रसते. उल्लेखनीय भाग असा की, जेव्हा टीनएजर्समध्ये मेलॅटोनीनचं प्रमाण मोजलं तेव्हा एक आश्चर्यकारक गोष्ट लक्षात आली. रात्री भरती आणि दिवसा ओहोटी अशा प्रकारे असणारं मेलॅटोनीनचं वेळापत्रक टीनएजर्समध्ये प्रौढांपेक्षा दोन तासांनी उशिरा सुरू होताना दिसून आलं. सकाळी उठण्याच्या अनिच्छेचं स्पष्टीकरण हा 'टीन लॉग' देऊ शकेल. टीनएजर्सना सकाळचे आठ हे सहा वाजल्यासारखे वाटत असावेत. काही पुस्तकं आणि वृत्तपत्रीय लेखांनी याला दुजोरा दिला असला तरी त्याला सबळ पुरावा मात्र नाही. सगळ्यात महत्त्वाच्या असणाऱ्या सुप्राचायस्मॅटिक न्युक्लिअसची क्रिया जाणून घेण्यासाठी मेलॅटोनीनचं प्रमाण हेच एकमेव आणि अप्रत्यक्ष माध्यम आहे आणि या प्रमाणाद्वारे फक्त सुप्राचायस्मॅटिक न्युक्लिअस आणि पिनियल ग्रंथी यांच्यातला वेगळेपणा कळू शकतो. यापेक्षा जास्त माहिती मिळवण्याकरिता टीनएजर्सच्या हायपोथॅलॅमस (मेंदूचा मागचा व सर्वांत महत्त्वाचा भाग)मध्ये आपण प्रायोगिक तत्त्वावर विद्युत उपकरणं बसवू शकत नाही. टीनएजर्सचे दिवस सव्वीस तासांचे असतात का, हे पाहण्यासाठी त्यांना काही दिवस गुहेत ठेवणं आणि त्यांचं सतत निरीक्षण करणं नक्कीच रंजक ठरेल. अर्थात, हे माझं वैयक्तिक मत आहे.

याची आणखीही काही स्पष्टीकरणं आहेत, जी महत्त्वाची ठरू शकतात. उदा. जास्तीची झोप ही पूर्णपणे मेंदूतल्या घड्याळाकडून नियंत्रित होत नाही. आपण रोज झोपतो ते काही सवयीचे गुलाम म्हणून नाही. आपण झोपतो जेव्हा आपल्याला झोप येते किंवा आपण झोपलं पाहिजे, असं आपल्याला वाटतं. सगळ्यांना माहीतच आहे की, आपण काम केल्यावर खूपच थकून जातो आणि अशा वेळी शांत झोप घेतल्याने शरीरातला थकवा भरून निघण्यास मदत होते. दिवसा साचत जाणारा आणि झोपेमुळे निघून जाणारा थकवा याची तुलना आपण करवतीच्या दात्यांशी करू शकतो. थकवा काढून टाकून दुसऱ्या दिवसाला सामोरं जाण्यासाठी ही झोप आवश्यक असते. आता असं समजलं जातं की, करवतीच्या दात्यांप्रमाणे असणारं झोपेचा आकृतीबंध शरीरांतर्गत दैनिक घड्याळाबरोबर काम करतो. टीनएज अवस्थेतला हा सकाळचा झोपाळूपणा स्पष्ट करण्यासाठी कदाचित हे महत्त्वाचं ठरू शकेल. उदा. प्रौढांपेक्षा टीनएजर्सची झोप ही शरीराची पुनर्बांधणी कमी प्रमाणात करते, म्हणून त्यांना जास्त झोपेची गरज असते. दुसरीकडे टीनएजर्सचा दिवसभराचा थकवा कळत-नकळत साचत असतो. म्हणूनही त्यांना अपेक्षेपेक्षा जास्त झोपेची गरज निर्माण होते. ते जागरण का करतात याचंही स्पष्टीकरण यातून मिळतं. शिवाय महत्त्वाचं म्हणजे टीनएजर्सचं वैशिष्ट्य असलेला सळसळता उत्साहदेखील याला कारणीभूत ठरतो. टीनएजर्स उशिरापर्यंत जागतात, कारण त्यांना असं वाटतं की, करण्यासारखं खूपकाही आहे. यात त्यांना बाकीच्या टीनएजर्सबरोबर वेळ घालवणं, त्यांना समजून घेणं याचंही अप्रूप वाटत असतं. थोडक्यात काय, जेव्हा तुम्ही टीनएजर असता, तेव्हा रात्र भुलवणारी तर सकाळ कंटाळा आणणारी असते. टीनएज मुलींमध्ये अजून एक घटक या टीनएज झोपेचं वेळापत्रक हळूहळू बिघडवत असतो. तो म्हणजे मासिक पाळी. मासिक पाळी सुरू झाल्यापासून ते रजोनिवृत्तीपर्यंत (menopause) झोपेची गुणवत्ता (क्वालिटी) बदलत जाते.

तर काही स्पष्टीकरणांच्या बाजूने सबळ पुरावे उपलब्ध असले तरीही टीनएजमधल्या सकाळच्या झोपाळूपणाच्या अनेक शक्यता आणि स्पष्टीकरणं आहेत. त्यांपैकी कोणतंही स्पष्टीकरण कारणीभूत असो, ही घटना म्हणजे नेहमीच गृहीत धरला जाणारा टीनएज अवस्थेतला आळशीपणा नाहीये, तर त्यामागे अधिक ठोस कारणंदेखील आहेतच. तेव्हा पुढच्या वेळेला तुमच्यातले काही पालक जर मुलांच्या अंगावरून पांघरूण खेचून काढून त्यांना रागावून उठवू पाहतील, तर ध्यानात घ्या की, त्या बिचाऱ्या मुलांचा त्यात काहीच दोष नाही!

धोका पत्करणं

मेंदूतल्या ठरावीक मार्गांसह काही वैशिष्ट्यपूर्ण कार्यांचे नकाशे बनवणं, हा

न्यूरोसायन्सचा एक मोठा विजय म्हणता येईल. गेल्या काही दशकांमध्ये मेंदूतल्या जवळजवळ सगळ्या कार्यांमध्ये कसं दळणवळण चालत असेल, याचा परिणामकारक नकाशा शास्त्रज्ञांनी रूढ केला आहे. आपल्याला हे अजूनही माहीत नाही की काही मार्गांवर माहितीची ये-जा कशी चालते, त्यामुळेच नकाशामधील काही भाग कामचलाऊ आहे. तरीदेखील या नकाशामुळे आपल्या मेंदूच्या अफाट आकलनक्षमतेची धक्कादायक जाणीव आपल्याला होते, हे नक्की!

या नकाशावरच्या महत्त्वाच्या मार्गांपैकी काही, म्हणजे मज्जातंतूंचे गठ्ठे (bundle of nerve fibres). यांचं कार्य साध्य होण्यासाठी डोपामाईन नावाचं रसायन त्यातून स्रवतं. मेंदूत असे चार गठ्ठे आहेत. अगदी आपल्या हालचाली नियंत्रित करण्यापासून ते स्तनपान नियंत्रित करण्यापर्यंतची वेगवेगळी कार्यं मेंदूतले हे चार गठ्ठे करत असतात. म्हणूनच पार्किन्सन्सच्या आजारापासून ते अतिरिक्त दुग्धनिर्मितीसारख्या अत्यंत भिन्न स्वरूपाच्या आजारांमध्ये डॉक्टर डोपामाईनवर परिणाम करणारी ही औषधं वापरत असतात. आपले मूड्स, आनंद, धोके पत्करणं, आपल्या प्रेरणा, कौतुक मिळवणं, या सगळ्या भावनांशी असणाऱ्या मेंदूच्या संबंधांवर या डोपामाईनचं नियंत्रण असतं. म्हणूनच डोपामाईनच्या इतर कार्यप्रणाली या पुस्तकातून सातत्याने आपल्यासमोर येणार आहेत. दिवसभरातल्या आपल्या किती मानसिक प्रक्रिया, तेही विशेषत्वाने टीनएजर्सच्या, या डोपामाईनकडून नियंत्रित केल्या जातात हे पाहिलं तर थक्क व्हायला होतं!

आपला आनंद, आपले मूड्स, धोके पत्करणं, कौतुक मिळवणं आपल्या प्रेरणा, आपले हेतू या सगळ्या परस्परसंबंधित घटना आहेत. जर आपण डोपामाईनचे मार्ग बघायला लागलो तर आपल्या असं लक्षात येईल की, आपल्याला ज्या गोष्टींमुळे आधी आनंद मिळाला आहे, त्या गोष्टी परत शोधायला डोपामाईन आपल्याला प्रवृत्त करतं. आनंद घेणं ही एक महत्त्वाची प्रक्रिया आहे, जी आपल्याला सुखी ठेवते आणि भविष्यातल्या आनंददायक गोष्टी शोधायला लावते. अन्न, लैंगिक संबंध किंवा सामाजिक हितसंबंध याच त्या आनंददायी गोष्टी आहेत असं समजा. मग तुम्हाला कळेल की, युगायुगांपासून मानवाच्या आयुष्यमानासाठी हे डोपामाईनचे मार्ग का महत्त्वाचे ठरत आले आहेत. आपण स्वत:ला 'समजण्यास क्लिष्ट' अशा श्रेणीत मानत असलो तरीही आपलं बरंचसं आयुष्य स्वत:ला आवडणाऱ्या गोष्टी शोधण्यातच जातं आणि तेही अनेकदा किचकट मार्गाने. जसे आपण मोठे होत जातो, तसं जोखीम उचलणं हा इतरांच्या कौतुकास पात्र ठरण्याच्या दृष्टीने एक महत्त्वाचा भाग बनतो. आपण टीनएज अवस्थेत प्रवेश करतो, तेव्हा आपल्याला हव्या असलेल्या गोष्टी सहज उपलब्ध होणं, अवघड व्हायला लागतं. त्या गोष्टी सहजपणे आपल्या आजूबाजूला नसतात किंवा पालकांकडून भेट म्हणूनही त्या

मिळत नाहीत. त्या प्राप्त करण्यासाठी आपल्याला प्रसंगी अपयश झेलावं लागतं. जखमा, अपमान किंवा क्वचितप्रसंगी मृत्यूही स्वीकारावा लागतो. मोठा फायदा मिळवण्यासाठी लहान गोष्टींवर पाणी सोडणं ही प्राण्यांसाठी जोखमीची गोष्ट असते – एका प्रकारे तो जुगारच असतो आणि टीनएज म्हणजे जोखीम पत्करून त्याद्वारे आपला फायदा करून घेण्याचं कौशल्य आत्मसात करण्याचं शिक्षणच असतं. धोक्यांना सामोरं जाऊन त्यांना हाताळायचं कसं हे माणूस टीनएज अवस्थेतच शिकायला सुरुवात करतो.

कौतुक करून घेण्याच्या या सगळ्या प्रकारांमध्ये मेंदूतल्या तीन भागांमधले डोपामाईन स्रवणारे मार्ग सहभागी असतात. मेंदूच्या मुळाजवळचा एक भाग 'टॅगमेंट', मज्जापेशींचे उभारलेले गठ्ठे ज्याला 'अकम्बन्स न्यूक्लाय' (accumbens nuclei) म्हणतात तो भाग. आणि सगळ्यात मोठा, सगळ्याला आवरण करणारा 'प्री-फ्रंटल कॉर्टेक्स' (pre-frontal cortex) नावाचा भाग असे, हे तीन भाग आहेत. टॅगमेंट-अकम्बन्स हा मार्ग आधीच्या जुन्या उत्क्रांतीच्या वेळेचा आहे, असं आपण गृहीत धरतो. कदाचित हा मार्ग आपल्या पूर्वजांच्या अन्न शोधण्याच्या प्रणालीतून निर्माण झाला असावा. टॅगमेंट-अकम्बन्स-कॉर्टेक्स मार्ग त्या मानाने नवा असावा. आपल्याला हव्या असणाऱ्या गोष्टी मिळवण्याचं आव्हान पेलण्याइतकी बुद्धीची क्षमता त्या मार्गामुळेच आपल्याला मिळाली असावी. टीनएजर्सना आजूबाजूच्या वातावरणातून काहीतरी मिळवण्यासाठी हे डोपामाईनचे मार्ग प्रत्यक्ष सहभागी नसतात, तर ते मिळवण्यासाठीच्या इच्छेची तीव्रता कमी-जास्त करणारे नियंत्रक असतात.

टीनएज अवस्थेत डोपामाईन मार्गांमध्ये मोठे बदल घडून येत असतात. प्रयोगशाळेतल्या प्राण्यांच्या अभ्यासावरून याचे काही पुरावे मिळतात आणि मानवी टीनएजर्सकडून जी माहिती आम्हाला मिळाली तिच्यातूनही या बदलांसंबंधीची प्राण्यांसारखीच कथा कळते. सगळी माहिती भयंकर गुंतागुंतीची आणि अवघड आहे. पण याचा सारांश असा – टीनएजच्या सुरुवातीच्या दिवसांमध्ये जुन्या टॅगमेंट-अकम्बन्स डोपामाईन मार्गाच्या कार्यात घट होते, तर नवा टॅगमेंट-अकम्बन्स-कॉर्टेक्स मार्ग जास्त कार्यान्वित होतो. डोपामाईनचे परिणाम कळायला अवघड आहेत, पण जुन्यापासून नव्याकडे झालेला हा प्रवास नाट्यमय आहे. बालपण, टीनएज आणि प्रौढत्व यातून जाताना झालेले मानसिक बदल हे डोपामाईनच्या प्रवासाचे परिणामस्वरूप आहेत असं आम्हाला वाटतं. मुलांसाठी आणि प्रौढांसाठी हा बदल फार सहज असतो – इंद्रियांच्या, पोटातल्या भुकेच्या जाणिवांची पूर्तता ते बौद्धिक, ठाम, आखीव-रेखीव दृष्टिकोन असा हा बदल होतो. टीनएजर्स मात्र मधेअधेच कुठेतरी अधांतरी लटकत राहतात.

चौकस, बुद्धिमान, समाजप्रिय – थोडक्यात मानवी टीनएजरप्रमाणे असणाऱ्या

तरुण उंदरांमध्ये माणसासारखंच डोपामाईनचं स्थित्यंतर दिसून येतं. या स्थित्यंतरामुळे बरेचसे ओळखीचे, आपल्याला माहीत असणारे बदल होतात. जसं बुद्धिभ्रम निर्माण करणारे पदार्थ घ्यावेसे वाटतात, नव्या-नव्या ओळखी करून घ्यायची तीव्र इच्छा होते, नवीन चांगल्या उंदरांना भेटावंसं वाटतं. मानवी टीनएजर्सही अशाच प्रकारचे बदल अनुभवतात. नवी कोर्टेक्सप्रणाली पूर्ण कार्यान्वित होण्याआधी डोपामाईनमुळे अकम्बन्स प्रणाली दडपून टाकली जात असावी. डोपामाईनच्या स्थित्यंतरातून मानवी टीनएजमधलं वागणं निर्माण होण्याचा हा एक मार्ग असू शकतो. या सगळ्या प्रकाराला मोठा प्री-फ्रंटल कॉर्टेक्स येऊन मिळाला की, सगळे टीनएजर्स चौकसपणा आणि निष्काळजीपणाचं भयंकर मिश्रण वाटू लागतात. अजून एक शक्यता असू शकते. डोपामाईनची ही स्थित्यंतरं टीनएजर्सची आनंद घ्यायची क्षमता इतरांच्या मानाने कमी करतात. त्यामुळे आपल्या एकटेपणावर आणि चिडखोर वृत्तीवर मात करण्यासाठी नवनवीन उत्तेजना आणि जास्तीत जास्त धोके टीनएजर्स शोधू लागतात. साहजिकच हे दु:खीकष्टी टीनएजर्स स्वत:ला खोलीत बंद करून घेऊन मोठमोठ्यांदा संगीत ऐकत बसतात. मोठ्या आवाजातले संगीत हा टॅगमेंट कोर्टेक्स या डोपामाईन प्रणालीचा उत्तेजक समजला जातो. हीच तर खरी मेख आहे! धोके पत्करणं, हा मेंदूच्या परिपक्व होण्यातला एक दुष्परिणाम म्हणता येईल... However... master... into human mind.

आपण असं सुचवू की, टीनएजर्सचं हे असं धोके ओढवून घेणं, हा मेंदूच्या प्रगल्भतेचा दुष्परिणामच आहे. मात्र असं म्हणणं म्हणजेच 'धोका ओढवून घेणं हा आयुष्याचा महत्त्वाचा भाग आहे' ही वस्तुस्थिती नाकारणंच आहे. खरंतर हे एक असं कौशल्य आहे, ज्यावर टीनएजर्सनी प्रभुत्व मिळवलं आहे. खरंतर अशीही दाट शक्यता असू शकते की, धोका ओढवून घेण्याची खुमखुमी टीनएजर्समध्ये जाणीवपूर्वकच उत्पन्न करण्यात आली आहे. कारण असं बघा, या वयात हे कौशल्य विकसित झालं तर त्यातून निर्माण होणारं नुकसान हे कायमस्वरूपी असणार नाही, प्रौढपणी कदाचित कायमस्वरूपी असू शकतं. 'धोका स्वीकारणं तसं चांगलं आहे.' या कल्पनेला पाठिंबा देण्यामागे काही अभ्यास कारणीभूत आहे. त्या अभ्यासातून असं लक्षात आलं आहे की, जे टीनएजर्स धोके ओढवून घेतात, त्यांचं स्वत्व आणि समाजाशी मिळवून घेण्याची प्रवृत्ती ही अधिक झळाळून उठते आणि माणूस म्हटलं की, धोका स्वीकारायची मानसिकता ही खोलवर गाडलेली असतेच असते.

अनेक लोक आपण असे पाहतो की, जे आयुष्यभर काही साहसी खेळांमध्ये रमतात. या खेळांमधून त्यांना असं काहीतरी मिळतं की, जे नेहमीच्या आयुष्यात नसतं. रेसचा बुकी आणि कसीनो त्यांच्या ग्राहकांकडून भरपूर फायदा उकळतात, हे माहीत असूनही लोक जुगार खेळतात. अर्थात प्रत्येक जण वेगळा असतो आणि

काही व्यक्ती यासाठी कोणत्याही थरापर्यंत जाऊ शकतात. उदा. पूर्वायुष्यात समाजापासून दूर राहणारे काही टीनएजर्स मोठ्या लाभाच्या लहानातल्या लहान शक्यतेसाठीसुद्धा अकारण धोके पत्करताना दिसतात. (म्हणूनच लॉटरी ही समाजापासून दूर असलेल्यांचा फायदा घेणारी एक संस्था बनली आहे.)

पण धोके पत्करणं हे मूलत: चांगलं असताना इतके टीनएजर्स मारले जातात, जखमी होतात किंवा विध्वंसक वागणुकीच्या दुष्टचक्रात ओढले जातात, असं का? इतकं नुकसान होत असतानाही रिस्क घेणं, हा टीनएज अवस्थेचा सर्वसाधारण भाग कसा होऊ शकतो? मला वाटतं या प्रश्नाला दोन उत्तरं आहेत. पहिलं म्हणजे सगळ्याच गोष्टींत उत्क्रांती होत असताना रिस्क घेण्यातल्या तोट्यांपेक्षा त्याचे होणारे फायदेच जास्त मोलाचे ठरत असावेत. धोके पत्करणारा टीनएजर त्याच्या आजूबाजूच्या वातावरणाचा पुरेपूर उपयोग करून घ्यायला शिकतो. इतरांमध्ये मिसळायला लागतो आणि अशा प्रकारे त्याला कळतं की, जोखीम घेण्यात खरोखर काही लाभ आहे. दुसरं असं, ज्या जगात टीनएजमधलं धोके पत्करण्याची वागणूक उत्क्रांत झाली, त्या जगात मानव आता वास्तव्य करत नाही. मानव शिकार करून, कंदमुळं शोधून त्यावर गुजराण करत होता, तेव्हा टीनएजर्स ज्या धोक्यांना सामोरे जात ते हाताळायला सोपे होते. कदाचित जसं, सिंहाच्या तडाख्यात सापडणं, झाडावरून पडणं, ज्याच्याकडून आशा होती त्या सहकाऱ्याने लैंगिक संबंधाला नकार देणं इत्यादी. आज आपले अश्मयुगातले सेपियनचे मेंदू अशा गोष्टींना तोंड देत आहेत, ज्या गोष्टींना सामोरं जाण्यासाठीची उत्क्रांतीच मेंदूत झालेली नाही – मादक द्रव्यांची इंजेक्शन्स, असुरक्षित संभोग किंवा ओल्या, निसरड्या रस्त्यांवरून गाड्या चालवणं!

तर टीनएजमधलं असं वेडीवाकडी रिस्क घेणं, हा आयुष्यातला एक अपरिहार्य भाग आहे आणि कदाचित हवासा असणारासुद्धा. होमोसेपियनने जे आधुनिक जग तयार केलं, त्यातल्या धोक्यांशी सामना करायला मात्र सेपियनचा मेंदू तयार नाही. आधुनिक जगातल्या रिस्कना सामोरं जायची कुवत आधुनिक मानवांकडे नाही. भीतीखाली वावरणाऱ्या टीनएजर्सच्या काही ॲक्टिव्हिटीज या बऱ्याच सरळ-साध्या असतात, तर काही निरुपद्रवी वाटत असल्या तरी कायमचं नुकसान करू शकतात. आपल्याला कितीही वाईट वाटो, टीनएजर्स रिस्क घेतात हे आपल्याला स्वीकारावंच लागेल. त्याचे दुष्परिणाम टाळण्याचा प्रयत्न करणं, हेच फक्त आपल्या हातात असतं. ही गोष्ट स्वीकारणं कदाचित जड जाऊ शकेल तुम्हाला, पण प्रौढांना ज्या गोष्टी अकारण, अतर्क्य वाटतात त्याच गोष्टी टीनएजर्सनी करणं अपेक्षित आहे, असं अनेक शास्त्रीय पुराव्यांतून कळतं – म्हणूनच मी तुम्हाला स्वीकारायला सांगतो आहे. काही पुरावे तर असंही सुचवतात की, हा स्वीकार कायद्याच्या व्यवस्थेत

अंतर्भूत केला जावा – कारण टीनएजर्स हे जीवशास्त्रीयदृष्ट्या कमी शिक्षेस पात्र असतात.

डोपामाईन संदर्भातल्या विवादाच्या बाबींची ही तर फक्त सुरुवात आहे!

राग

शनिवार दुपारच्या टीनएज यादीतला तिसरा नंबर आहे रागाचा. ही एक अवघडच गोष्ट आहे म्हणा ना! अनेक वेगवेगळ्या कारणांसाठी टीनएजर्स रागावतात किंवा आक्रमक होतात. आपल्याला टीनएज अवस्थेतलं मुलांचं वागणं समजून घ्यायचं असेल, तर या कारणांमधला फरक लक्षात घेणं आवश्यक आहे. या आक्रमकपणामुळे अनेक उत्क्रांतीजन्य फायदे झाले आहेत, याकडे मी सुरुवातीलाच लक्ष वेधू इच्छितो. हा आक्रमकपणा आपल्याला सबळ शत्रूंपासून संरक्षण देतो, आपल्या भक्ष्याला पकडण्यासाठी प्रेरणा देतो. आपल्याला आपले हक्क-अधिकार देतो आणि सामाजिक अन्यायाविरुद्ध प्रतिक्रिया देण्याचं बळ देतो. हायपोथॅलॅमसमध्ये आक्रमकता, राग, भूक आणि लैंगिक वागणुकीसाठी राखून ठेवलेल्या काही जागा हेसुद्धा आक्रमकतेचं महत्त्व अधोरेखित करतं.

आक्रमकतेमागचं सर्वांत मोठं कारण म्हणजे भीती. बऱ्याच प्राण्यांमध्ये बळी जाण्यापेक्षा स्वसंरक्षणासाठी हल्ला केला जातो. ही भीती इतकी महत्त्वाची आहे की, मेंदूमध्ये तिला स्वतंत्र स्थान आहे – बदामाच्या आकाराचे ग्रे मॅटरचे दोन गोळे – ज्यांना 'ॲमिग्डाली' (Amygdalae) असं म्हणतात. या ॲमिग्डालींची अंतर्गत रचना गुंतागुंतीची असते आणि ते अनेक भूमिका बजावतात, पण त्यांच्या अस्तित्वाच्या केंद्रस्थानी मात्र 'भीती' आहे. प्राणी जेव्हा थेट शारीरिक संकटं अनुभवतात तेव्हा ते कार्यान्वित होतात. या ॲमिग्डालींचा नाश केला तर कार्यान्वित अगदी हिंस्र जंगली प्राणीसुद्धा माणसाळवता येतात. स्कॅनवरून (MRI) लक्षात येतं की, आपल्याला भीतिदायक प्रतिमा दाखवल्यानंतर ॲमिग्डाली कार्यान्वित होतात. या ॲमिग्डालींना एक सामाजिक पैलूही आहे – इतर लोकांच्या घाबरलेल्या चेहऱ्यांना या प्रतिसादही देतात. संकटाचं आकलन होण्यात यांचा महत्त्वाचा सहभाग असल्याकारणाने सामाजिक परस्परसंबंध आणि लोकांवर किंवा घटनांवर मानसिक दबाव आणण्यामध्ये ॲमिग्डाली महत्त्वाच्या ठरतात. माणसांमध्ये ॲमिग्डालींच्या मोठ्या कामांपैकी काही कामं मेंदूतलं प्री-फ्रंटल कॉर्टेक्स करत असल्यामुळे हे सगळंच काम ॲमिग्डाली स्वत: करत नाहीत. पण तरी त्यांचं महत्त्व तसूभरही कमी होत नाही.

मानवी विकासाच्या सुरुवातीला फक्त लिंगामधला बदल दिसून यायला लागतो. या ॲमिग्लाडींवर अँड्रोजेन ग्रहण करण्यासाठीचे 'रिसेप्टर रेणू' असतात. म्हणून मुलांमध्ये ॲमिग्डालींची वाढ भराभर होते. मेंदूच्या इतर काही भागांमध्ये इस्ट्रोजेन

रिसेप्टर्स असतात आणि मुलींमध्ये त्यांची लवकर वाढ होते. येणाऱ्या संकटाला तोंड देण्याचे मुलांचे आणि मुलींचे मार्ग वेगळे असतात ते याचमुळे का? कदाचित मुलांचे ॲमिग्डाली मोठे असतात. जेणेकरून त्यांना संकटाची चाहूल लवकर लागावी. कारण शिकार वा अन्न गोळा करून त्यावर राहणाऱ्या समाजामध्ये पुरुषांचा बहुतेक वेळ हिंस्त्र पशूंशी सामना करण्यात तरी जायचा किंवा उच्चपदासाठी (टोळीच्या, जमातीच्या) इतरांशी लढण्यात तरी!

टीनएज अवस्थेतल्या ॲमिग्डालींचा विकास आता एमआरआयच्या अभ्यासावरून पाहता येतो. ॲमिग्डालींची काही ठळक वैशिष्ट्यं असावीत, पण आपल्याला वाटतं त्याहीपेक्षा हे निष्कर्ष जास्त गुंतागुंतीचे आहेत. भीतिदायक चित्र दाखवल्यानंतर लहान मुलं आणि प्रौढांच्या उजव्या-डाव्या दोन्ही ॲमिग्डालींमध्ये ॲक्टिव्हेशनच्या सारख्याच पातळ्या दिसून आल्या. परंतु टीनएज अंमध्ये मात्र उजव्या ॲमिग्डालींचं ॲक्टिव्हेशन प्रामुख्याने दिसून आलं. अशाच प्रकारच्या गोष्टी मुलांमध्ये प्री-फ्रंटल कॉर्टेक्सच्या जवळच्या भागांमध्ये सापडल्या (उजव्या बाजूचं ॲक्टिव्हेशन). सगळ्याच वयोगटाच्या मुलींमध्ये मात्र प्री-फ्रंटल कॉर्टेक्सचे दोन्ही भाग समप्रमाणात प्रतिसाद देतात, असं आढळून आलं. ही उजवी-डावीकडची असमानता समजावण्यास कठीण आहे, तरीही उजवी बाजू ही अस्पष्ट किंवा संदिग्ध आहे, असं म्हणता येईल. खरंतर टीनएजर्स इतके पटकन का रागावतात याच्या न्यूरोलॉजिकल कारणांपेक्षा वरचे निष्कर्ष फारच निराळे आहेत. पण यातून असं दिसून येतं की, टीनएज अवस्थेतल्या भीतीची जात लहान मुलं आणि प्रौढांपेक्षा वेगळी आहे. यातून असं सुचवण्याचा मोह होतो आहे की, अंतर्ज्ञानी ॲमिग्डाली ते अधिक धोरणी असणारं कॉर्टेक्स असं हे स्थित्यंतर असतं – जसं आपण टीनएज अवस्थेतल्या रिस्क घेण्याकडे पाहतो. पण यासाठीचा पुरावा अजून तितकासा स्पष्ट नाहीये. या अनिश्चिततेचं अजून एक कारण असं असू शकतं की, हे ॲमिग्डाली एकसंध गोळे नाहीयेत. असमान घटकांचं ते एक गुंतागुंतीचं एकत्रीकरण आहे, ज्यातल्या प्रत्येक घटकाचं संकटाशी सामना करण्याचं आणि भावनांवर दबाव आणण्याचं कार्य वेगवेगळं आहे. जिवंत माणसाच्या ॲमिग्डालींच्या निरनिराळ्या उपविभागांच्या कामामधले बदल शोधून काढण्याइतकं आपलं इमेजिंग तंत्रज्ञान अचूक नाही.

टीनएजमधल्या आक्रमकतेचं अजून एक कारण म्हणजे मत्सर आणि या बाबतीत मात्र मुलांच्या आणि मुलींच्या ॲमिग्डालीत स्पष्टपणे फरक आढळतो. मानवांचा अभ्यास करणं एका अर्थी सोपं आहे. कारण त्यांना गोष्टी, कथा समजतात. चित्रित केलेली संभाषणं लोकांना दाखवून त्यातल्या पात्रांशी आपण त्यांना समरस व्हायला लावू शकतो. या कृत्रिमरीत्या निर्माण केलेल्या परिस्थितींना लोकांचा मेंदू कसा प्रतिसाद देतो ते पाहू शकतो. लोकांना जेव्हा लैंगिक व्यभिचाराच्या गोष्टी

दाखवल्या जातात, तेव्हा त्यांच्या मेंदूतले काही भाग उजळतात. पुरुषी मेंदूत ॲमिग्डाली (भीती) आणि हायपोथॅलॅमस (इतर काही गोष्टींप्रमाणेच आक्रमकता देखील.) अधिक कार्यान्वित असतात आणि स्त्रीच्या मेंदूमध्ये टेम्पोरल कॉर्टेक्स कार्यान्वित होते. अशा प्रकारे पुरुषांमध्ये लैंगिक मत्सराचा भीती आणि आक्रमतेशी थेट संबंध असतो. पुरुष आपल्या लैंगिक साथीदारावर तुटून का पडतात, विकृतीजन्य मत्सर का बाळगतात किंवा सतत बहाणे करण्यात का गुंतून राहतात, याचं स्पष्टीकरण या गोष्टींमुळे मिळू शकतं, नाही का?

राग येण्यामागे नक्कीच काही कारणं आहेत. परंतु आपल्यापैकी बहुतांशी जणांची खात्रीच आहे. कुठल्यातरी ठरावीक मर्यादेपलीकडे गेलं की, आपला राग भडकतो. कदाचित याला कारणीभूत भीती, नैराश्य, असूया यांपैकी काही असू शकतं. मात्र या भावनांचं केवळ अस्तित्वच नाही, तर त्यांची उच्चतम पातळी गाठली जात असावी. बरं, केवळ याच भावना कारणीभूत ठरतात असंही नाही. व्यक्तिपरत्वे आणि कालपरत्वे त्या बदलतातदेखील. आपण अतिशय श्रमलेलो असलो की भावनांना पटकन बळी पडतो. काही जण अशा वेळेस इतरांच्या तुलनेत अधिक उखडतातदेखील. माणसांच्या राग व्यक्त करण्यातही फरक असतो. टीनएजमधली मुलगी बोलण्यात आक्रमक असेल, तर कदाचित टीनएज मुलगा हिंसेकडे झुकेल. रागाच्या जीवशास्त्रीय आधारावर आपण हळूहळू प्रकाश टाकणारच आहोत, पण इथे किमान हे तरी स्पष्ट झालं आहे की, टीनएजच्या वागण्यावर हार्मोन्सचा प्रभाव असतो.

ज्यांची जननेंद्रियं अजून कार्यान्वित झालेली नाहीत, अशा टीनएजर्सच्या अभ्यासातून हार्मोन्सच्या रागाशी असणाऱ्या संबंधांचे काही पुरावे मिळतात. या टीनएजर्समध्ये सेक्स स्टेरॉईड्सचं प्रमाण तुलनेनं कमी असतं. या टीनएजर्सना ॲंड्रोजेन किंवा इस्ट्रोजेन दिल्यावर ते शारीरिकरीत्या आक्रमक झाले, असं सगळ्या टीनएजर्सनी नमूद केलं. ज्या मुलींना जन्मायच्या आधीच ॲंड्रोजन जास्त प्रमाणात दिलं गेलं, त्या जास्त आक्रमक आणि जास्त स्पर्धाबुद्धीच्या होत्या. एकंदरीत हार्मोन्स थेटपणेही टीनएजर्सच्या वागणुकीवर परिणाम करतात आणि मेंदूतलं तारांचं जाळं घट्ट करून अप्रत्यक्षपणेही परिणाम करतात. खेळाडूंकडून घेतलेल्या माहितीशीसुद्धा हे सगळे निष्कर्ष सांगड घालतात. रक्तात फिरणाऱ्या ॲंड्रोजेनच्या पातळ्या स्पर्धात्मक दृष्टिकोनाशी संलग्न आहेतच. खेळात हरल्याने ॲंड्रोजेनच्या पातळीतही घट झाल्याचं दिसून येतं. उलटपक्षी, खेळात जिंकल्याने ॲंड्रोजेनच्या पातळीत वाढ होते. विशेषत: हे यश एखाद्या आनंदी भावनेशी निगडीत असताना!

ॲंड्रोजेन आणि स्पर्धात्मक दृष्टिकोन यांच्यातले दुवे आपल्याला काही काळजीत टाकणाऱ्या सूचना देतात. जर ॲंड्रोजेनमुळे स्पर्धात्मक वागणं तयार होत असेल

आणि यशामुळे अँड्रोजेन अजून वाढत असेल, तर कदाचित यातून धोकादायक, लोभी वागणूक निर्माण होऊ शकते – गुन्हा! अँड्रोजेनच्या उत्तेजनेमुळे एक यशस्वी गुन्हा आणि त्या यशाच्या आत्मविश्वासामुळे पुढे गुन्ह्यांचं वाढतं प्रमाण असं एक दुष्टचक्रच तयार होईल का? आपण आधीच पाहिलं आहे की, टीनएजर्स बंधन आणि अधिकाराला झुगारून धोके पत्करतात आणि आता आपल्याकडे त्या शक्यतेचा एक आराखडाही आहे. या आराखड्यानुसार बेसावधगिरी आणि जगाचा येणारा संताप या गोष्टी गुन्हा घडवून आणू शकतात. याहून वाईट गोष्ट म्हणजे हिंसक गुन्हेगारांचे प्री-फ्रंटल कॉर्टेक्स हे कमी कार्यक्षम असतात आणि त्यांच्या मेंदूतल्या अनेक रसायनांचं प्रमाणही इतरांच्या तुलनेत कमी-अधिक असतं, असं काही निष्कर्ष सांगतात. हे सगळं अर्थातच धक्कादायक आहे. हे मात्र खरं की, अनेक गुन्ह्यांचं आणि हिंसक गुन्ह्यांचं मूळ पार टीनएज अवस्थेपर्यंत रुजलेलं असतं.

टीनएजमधल्या मुलांना जरा जास्त समस्या असतात. ही मुलं त्यांच्या लैंगिक भावनांबद्दलच्या, स्वत:च्या संथ विकासाबद्दलच्या नैराश्याने ग्रासलेली असतात. त्यांच्या स्वत:च्या क्षमतांबद्दलच्या त्यांच्या कल्पना जरा जास्तच अवाजवी असतात आणि इतरांसमोर त्यांचा देखावा करण्याकडे या मुलांचा कल असतो. या सगळ्या प्रकारामुळे असं सुचवलं गेलं की, मेंदू आणि हार्मोन्समधली साखळी प्रत्यक्ष राग, आक्रमकता किंवा हिंसेशी संबंधित नसून ती अधिकारदर्शक आहे. सगळ्याच माणसांना सामाजिक स्तरावर स्वत:ची ओळख निर्माण करायला आवडतं. आपल्यातले खूप जण बुद्धिमत्ता, विनोदबुद्धी, समाधानी वृत्ती यांच्या जोरावर किंवा एखाद्याची मर्जी संपादन करून अशी ओळख निर्माण करू शकतात. आपल्यापैकी अनेक जणांना राग म्हणजे सामाजिक अपयश मान्य केल्याची खूण वाटते. टीनएजर्सना मात्र आपण फारसे विनोदबुद्धीचे किंवा बुद्धिमान वगैरे नाही असं वाटत असतं आणि म्हणून ते जास्त आक्रमक मार्ग स्वीकारतात.

टीनएजमधल्या वागणुकीची हार्मोनल आणि शरीररचनात्मक कारणं आता हळूहळू स्पष्ट व्हायला लागलेली आहेत. खूप शास्त्रज्ञांना आता असा विश्वास वाटायला लागलेला आहे की, हे वागणं उत्क्रांती आणि प्रजननाच्या दृष्टिकोनातून स्पष्ट करणं शक्य आहे. साहजिक आहे, मुलांची आणि मुलींची लैंगिक भूमिका मूलत:च वेगळी आहे. टीनएजमधल्या मुलांसाठी आयुष्य इतकं कठीण का असतं हे या फरकातून कादचित स्पष्ट होऊ शकेल. मानवी प्रजननाच्या पर्यावरणाच्या अनेक सिद्धान्तांनुसार मुलं एकमेकांशी स्पर्धा करतात, ते प्रियाराधन आणि सेक्ससाठी पुढाकार घेतात; पण मुलींकडून येणाऱ्या नकाराला ते पेलू शकत नाहीत. तसंच प्रजननामध्ये मुलीपेक्षा मुलांचा सहभाग फारच नावापुरता असतो आणि या सगळ्याची सरमिसळ त्यांच्या डोक्यात सतत चालू असते. याचवेळी ते आपल्या जोडीदाराच्या

बाबतीत फारच संरक्षक होतात, हे एक कटू सत्य आहे; ज्याची मुलींना चीड येते. मुलांच्या मेंदूतल्या लैंगिक तारतम्याच्या अभावामुळेच कदाचित ते अश्लील चित्रपट पाहून त्यातून आनंद मिळवतात, वेश्यांकडे जातात आणि लैंगिक सुख मिळवण्याचे विचित्र मार्ग शोधून काढतात. याची सौम्य बाजू म्हणजे मुलांना स्वत:च्या शरीराची लाज मुलींपेक्षा कमी असते. अर्थात, तलावात उड्या मारणाऱ्या नग्न मुलांकडे पाहून लैंगिक भावना जाग्या होत नाहीत. उलट हास्यास्पदच वाटतं. मुलींना मात्र तलावात नागव्याने उडी मारण्यामध्ये आनंद वाटण्याऐवजी संकोच, लज्जा वाटण्याची भावना अधिक प्रबळ असते.

तर असे अनेक घटक एकत्रितपणे टीनएजर्सना चिडचिड किंवा आक्रमक बनवत असतात. जसं भीतीवर मात करण्याचे विचित्र मार्ग, मत्सराकडे कल असणं हे सेक्स हार्मोन्सचे परिणाम असणं शक्य आहे. अनेक उत्तेजना, वरील परिणाम, भावना नियंत्रित करण्याचे अर्धवट विकसित झालेले मार्ग आणि अनेक मानसिक आजारांची सुरुवात या सगळ्यांच्या मिश्रणाने टीनएज हा धोकादायक काळ बनतो. आपण अमेरिकन शाळांमध्ये टीनएजर्सनी हल्ला केल्याच्या बातम्या ऐकतो. त्यांच्या मारामाऱ्या, गुन्हे आणि आत्महत्यांबद्दलही ऐकतो. आपल्यातल्या काही पालकांना मुलांच्या अचानक उडालेल्या रागाच्या भडक्यालाही तोंड द्यावं लागलेलं असेल. तरीही टीनएज अवस्थेतले मूड्स हे गूढ आणि अस्पष्ट आहेत. मानवी जमातच खूप मानसिक गुंतागुंत असणारी आहे आणि टीनएजर्स प्रौढ माणूस होण्यासाठी खूप मनापासून प्रयत्न करत असतात.

आपली सुरुवात टीनएज अवस्थेतल्या रागापासून झाली आणि आक्रमकता, स्पर्धात्मकता, हिंसा, अधिकारदर्शकता आणि लैंगिकता या सगळ्या मुद्द्यांमधून आपला प्रवास झाला. आपल्याला आवडो वा न आवडो, गुंतागुंतीच्या मानवी मेंदूमध्ये या गोष्टी एकमेकांशी निगडीत असतात आणि या काळजीत पाडणाऱ्या गोंधळात आपली टीनएज अवस्थेशी पहिली भेट होते. न सांगता येण्यासारखा न्यूनगंड आपल्यात आहे हे स्वीकारणं आणि तरीही आपण ज्याच्यासोबत जगू शकू अशी स्वत:ची प्रतिमा निर्माण करणं ही दोन सर्वांत मोठी आव्हानं टीनएजर्सना पेलावी लागतात. हे सगळं कसं घडतं हे आपण पुढच्या भागात पाहू या!

टीनएजर्स : नव्या पद्धतीने विचारांची सुरुवात

समाजाला टीनएजर्सकडून एकच गोष्ट अपेक्षित असते – आणि ती म्हणजे टीनएजर्सने त्यांच्या बौद्धिक कौशल्यांचा विकास करणं. आपण असं एक जग बनवलं आहे, ज्यात बऱ्याचदा आपलं यश हे आपल्या प्रचंड शारीरिक कष्टांवर ठरत नाही, तर ते बौद्धिक प्रात्यक्षिक व सामाजिक समस्या सोडवण्याच्या आपल्या क्षमतांवर ठरवलं जातं. अनेक शतकांपूर्वी मुलांच्या, तरुणांच्या आकलनक्षमतेच्या विकासाला चालना मिळावी म्हणून आपण शैक्षणिक पद्धती शोधून काढल्या. तेव्हापासून अगदी आजपर्यंत शाळांमधल्या शिक्षणपद्धतींच्या कामांचा सर्वोत्तम मार्ग आपण शोधत आहोत.

तरीही आश्चर्य म्हणजे आपण शाळेत जे काही करतो, शिकतो, त्यातल्या फार थोड्या गोष्टींचा पाया वैज्ञानिक घटनांवर आधारलेला असतो. ऐकिवात आलेल्या पूर्वापार कथा आणि शिक्षण क्षेत्रातले पूर्वीचे अनुभव यांच्यातच शाळेतल्या सगळ्याची पाळंमुळं रुजलेली असतात. समकालीन शिक्षण पद्धतीचा खूप मोठा भाग अजूनही अठराव्या किंवा एकोणिसाव्या शतकाला शोभणाराच आहे. तो भाग इतका जुना आहे की, जेव्हा आपल्याला 'बुद्धिमत्ता' ही कोणत्या जीवशास्त्रीय घटकांशी संलग्न आहे याची कल्पनाही नव्हती. खरंतर आकलन आणि बुद्धिमत्ता यांबाबतची आपली समजूत अजूनही विस्कळीत, तुकड्यातुकड्यांमध्ये विभागलेली अशीच आहे. टीनएजर्समधल्या मोठ्या बौद्धिक किंवा मानसिक कार्यक्षमतांना आपण किती महत्त्व देतो हे बघितलं, तर आपल्या लक्षात येईल की, त्यातल्या जर थोड्या कार्यांचा जीवशास्त्रीय पाया आपण अभ्यासला आहे. याचा जो थोडाफार अभ्यास आपला आहे, तोही टीनएज अवस्थेतल्या शैक्षणिक यशापयशावर नसून शिक्षणातल्या त्रुटींवर आहे. दोन गोष्टी मात्र खरोखर काळजी करण्यासारख्या आहेत – एक म्हणजे लहान मुलांपेक्षा टीनएजर्स वेगळ्या मार्गाने विचार का करतात याची स्पष्ट कल्पना

आपल्याला नाही आणि दुसरी म्हणजे मानवी इतिहासात पहिल्यांदाच टीनएजर्सच्या मेंदूपेक्षा त्यांचं शरीर जास्त वेगाने परिपक्व होत चाललं आहे – हे का आणि कसं घडतंय हे गूढच आहे. म्हणूनच टीनएजर्सची आकलनक्षमता अभ्यासणं ही तातडीची गरज आहे असं आपल्या लक्षात येईल.

बुद्धिमत्तेची व्याख्या करणं जवळजवळ अशक्य आहे. आधुनिक शिक्षणाच्या नावाखाली भरडल्या जाणाऱ्या मुलांसाठी 'शैक्षणिक यश' हीच बुद्धिमत्तेची व्याख्या असू शकेल. अर्थात, आधुनिक जीवनात शैक्षणिक क्षमता उपयोगी आहेच. (आणि या क्षमता मोजणं तसं सोपं आहे) पण बुद्धिमत्तेची शिक्षणाशी बरोबरी करणं हा फारच संकुचित दृष्टिकोन झाला. शिक्षणात मागे असणाऱ्या, सतत अपयशी ठरणाऱ्या, पण व्यवसायात यशस्वी ठरणाऱ्या किंवा वेगळ्याच वाटेने, वेगळ्या क्षेत्रात चमकणाऱ्या व्यक्ती जगात मोठ्या संख्येने आहेत. स्वत:चं पृथक्करण करण्याची क्षमता, स्वत:च्या बलस्थानांवर भर देणं, स्वत:तले दोष ओळखून त्यांवर उपाययोजना करणं, इतरांशी योग्य रीतीने संवाद साधणं यासाठीदेखील बुद्धिमत्ता आवश्यक असते. एखाद्याच्या सामाजिक वर्तुळात प्रवेश करणं किंवा त्याच्या खाजगी मतांमध्ये, विचारांमध्ये स्थान मिळवणं यांसारख्या क्षमतांवर भर देऊन आपण बुद्धिमत्तेच्या सिद्धान्ताचा फक्त सर्वसाधारण, वरवरचा आढावा घेऊ शकतो आणि टीनएजर्सच्या बुद्धीबाबतीत लवचीक दृष्टिकोन ठेवणंच आपल्यासाठीसुद्धा हिताचंच आहे. फारच झालं तर सोयीसाठी आपण असं म्हणू शकतो की, बुद्धिमत्ता ही आकलनक्षमतेचं परिणामस्वरूप आहे; त्याचबरोबर एखाद्या समस्येला हाताळण्याची आणि त्यावर उपाय शोधण्याची आपली क्षमता हीदेखील बुद्धिमत्ताच म्हणता येईल.

टीनएजर्स कसे शिकतात, कसा विचार करतात, याबद्दलचे सिद्धान्त शैक्षिणिक मानसोपचारतज्ज्ञांनी फक्त तरुणांच्या निरीक्षणातून विकसित केले आहेत. पुस्तकाच्या ओघात आपण पाहणारच आहोत की, साध्यासाध्या कल्पनासुद्धा खूप प्रभावी सिद्ध झाल्या आहेत. उदा. तरुण प्राणीसुद्धा प्रौढ प्राण्यांचं अनुकरण करतात ही कल्पना अनेक वर्षांपासून मांडली जाते. हीच प्रक्रिया खूप साधी वाटत असली तरी माणसांमध्ये मात्र किती महत्त्वाची ठरते! कुत्र्याच्या पिल्लांना शिकवताना 'चांगल्या कामासाठी बक्षीस आणि चुकीसाठी शिक्षा' हे तत्त्व अमलात आणतात. हेच तत्त्व माणसांच्या मुलांनाही तंतोतंत लागू पडतं. प्रशिक्षणाची अजून एक अत्यंत सोपी पद्धत आहे – पावलोची पद्धत. ती आपल्याला हास्यास्पद वाटत असली तरी नेहमीच परिणामकारक ठरते. पावलो नावाचा खूप मोठा मानसोपचारतज्ज्ञ होऊन गेला. त्याने 'वर्तणूक' या विषयावरच्या अभ्यासासाठी नोबेल पारितोषिक मिळवलं. कुत्र्यांच्या वागणुकीवर प्रयोग करून त्याने काही सोप्यासोप्या मानसोपचार पद्धती विकसित केल्या. अनेक महत्त्वपूर्ण सिद्धान्त मांडले. त्याच्या सिद्धान्तानुसार अन्नाची

उत्तेजना मिळाल्यावर त्याला प्रतिसाद म्हणून कुत्रा लाळ गाळतो. आता अन्नाची उत्तेजना दुसऱ्या कोणत्यातरी असंबद्ध गोष्टीशी जोडली जाऊ शकते. जसं, घंटेचा आवाज. मग हळूहळू पुढे घंटेचा आवाज आला की, अन्न मिळणार हे कुत्र्याला माहीत होतं आणि तो घंटेच्या केवळ आवाजासरशी तो लाळ गाळू लागतो. घंटेचा आवाज कुत्र्यासाठी 'अन्न' या नैसर्गिक प्रेरणेशी निगडीत असतो. सोपं असलं तरी आपल्यासाठीही हे खूप महत्त्वाचं आहे. आपण कळायला फार अवघड माणसं आहोत असं आपल्याला वाटत असतं. पण आदर्श व्यक्तिमत्त्वांकडे आपला असणारा ओढा, आदर्श व्यक्तिमत्त्वांची आपल्याला पडणारी भुरळ, बक्षीस मिळवण्याची धडपड किंवा स्वत:लाच पराभूत करण्याची, स्वत:वर विजय मिळवण्याची आपली आग्रही वर्तणूक या सगळ्या वागण्याच्या मुळाशी फार साध्यासोप्या गोष्टी आहेत. हेच पावलोने दाखवून दिले, जे मानवी वर्तणुकीसाठीही तंतोतंत लागू होते.

टीनएज अवस्थेतल्या प्रशिक्षणाच्या मागे कितीही रानटी प्रेरणा असू दे, तरी या काळात जी कौशल्यं आपण आत्मसात करतो, ती फार नाट्यमय असतात. मानवाच्या आकलनशक्तीच्या विकासाची प्रक्रिया म्हणजे नीट रचलेल्या अवस्थांची मालिका असते असं शैक्षणिक मानसोपचारतज्ज्ञ म्हणतात. या मालिकेतल्या 'फॉर्मल ऑपरेशन स्टेज'मध्ये टीनएजर्सनी स्वत:चा शोध घेणं अपेक्षित असतं. (काहींचं असं म्हणणं आहे की, बरीच मुलं या अवस्थेपर्यंत पोहोचतच नाहीत.) खरंतर ही अवस्था खूपच गुंतागुंतीची आहे; परंतु तिला नाव दिल्यामुळे ती जाणून घेणं सोपं जाईल. लहान मुलं ज्या मानसिक कृती करू शकत नाहीत, त्या टीनएजर्स या अवस्थेत करू व हाताळू लागतात. काही अमूर्त संकल्पना तयार करतात, त्यांच्यावर काम करतात, वादविवादातील काही नकारात्मक भावनांना सामोरे जाऊ शकतात. काही गृहीतकांवर आधारलेली विलक्षण विधानं करू शकतात, मोहिमांना पद्धतशीरपणे तोंड देऊ शकतात आणि स्वत:समोर काही ध्येय ठेवू शकतात. टीनएजर्स स्वत:च्याच विचारप्रक्रियेचं पृथक्करण करण्याचं आव्हानात्मक पाऊलही उचलू शकतात. ते स्वत:च स्वत:पुढचे आदर्श तयार करतात. स्वत:च्याच विचारांचा उपहास करून त्यावर टीका करून विचारांमध्ये सुधारणा करतात आणि स्वत:ची या जगातली किंमत जोखत असतात. कहर म्हणजे ते त्यांच्या विचारांना सामाजिकतेचेच आयाम बहाल करतात. टीनएजर्स सगळ्या नात्यांची मीमांसा करू शकतात, ते आपले विचार बाकीच्यांशी सांधून घेऊ शकतात आणि ते 'मेंटलाईज' म्हणजेच मनोमापन पण करू शकतात. म्हणजे इतर लोक कसा विचार करतील हे टीनएजर्स मनातल्या मनात ताडू शकतात.

मुलं म्हणजे बोलू शकणारी आणि थोडासा विचार करणारी लहान लहान माणसंच. पण टीनएजमध्ये आल्याशिवाय आपण मनाने माणूस नाही होऊ शकत.

कारण स्वत:ची मीमांसा करण्याच्या आणि मनोमापनाच्या क्षमता टीनएज अवस्थेतच विकसित होतात. या क्षमता म्हणजे मानवाची अशी गुणवैशिष्ट्यं आहेत, जी टीनएजची उत्क्रांती झाल्यावरच, म्हणजे केवळ काही शतकांपूर्वी निर्माण झाली. म्हणूनच टीनएजर्स हे आपल्या प्रजातीच्या यशाचं गमक आहे असं मला वाटतं. या कौशल्यांना दुसरी बाजूही आहे, जी आपण या पुस्तकाच्या चौथ्या भागात पाहणार आहोत. स्व-मीमांसा आणि मनोमापन या गोष्टी टीनएजर्सना इतक्या भुलवतात की, त्यामध्ये रंगून गेलेले टीनएजर्स समाजात फार काळ वावरू शकत नाहीत, अशीही एक वेळ येते.

टीनएज अवस्थेला जर प्रौढत्वाचं व्यासपीठ म्हटलं, तर मग बुद्धीची सगळी चपळाई येते कुठून आणि कशासाठी? टीनएज बुद्धीचे काही पैलू अतिशय सौम्य, अस्पष्ट वाटत असतीलही. पण आता प्रयोगशाळांमध्ये या पैलूंची परीक्षा पाहण्यासाठीच्या पद्धती विकसित करण्यात मनोविकारतज्ज्ञ यशस्वी ठरले आहेत. मानवी मेंदूला इजा झाल्यावर ही सगळी कौशल्यं कशी बदलतात, हे आता आपण प्रत्यक्ष मोजू शकतो किंवा कोणत्या घटनेने मेंदूचा कोणता भाग उजळतो हे एमआरआय स्कॅनरद्वारे पाहू शकतो. गंमत म्हणजे यातल्या बऱ्याचशा क्षमता आपल्याला माकडं आणि उंदरांमध्येही सापडतात. या सगळ्या अभ्यासामधून एकच निष्कर्ष निघतो : मेंदूच्या खालच्या भागातून वर येणाऱ्या डोपामाईन मार्गिकांकडून मेंदूचे प्री-फ्रंटल कॉर्टेक्स कार्यान्वित होते. या कार्यान्वित (activate) झालेल्या प्री-फ्रंटल कॉर्टेक्समुळे टीनएजर्स बऱ्याचशा आकलनक्षमता विकसित करू शकतात. इतरही काही प्रक्रियांचा विकासात सहभाग असू शकेल. पण डोपामाईन आणि प्री-फ्रंटल कॉर्टेक्सचंच वर्चस्व या सगळ्या प्रकरणावर आहे हे नक्की. उदा. आकलनाच्या काही परीक्षांमध्ये मुलं किंवा प्रौढांपेक्षा टीनएजर्समध्येच प्री-फ्रंटल कॉर्टेक्सचा वापर जास्त होताना दिसतो.

मानसिक कौशल्यं विकसित करताना ती व्यवस्थित जोडीजोडीने, चढत्या क्रमाने परिपक्वतेकडे जात नाहीत. उलट वेगवेगळ्या क्षमतांच्या विकासाचा दर वेगळा असतो. प्रौढांप्रमाणे असंबद्ध माहितीकडे दुर्लक्ष करणं आणि ठळक, महत्त्वाचा भाग लक्षात ठेवणं या क्षमता टीनएजमध्ये सुरुवातीच्या काही वर्षांमध्येच विकसित होतात. पण एकाच वेळी अनेक तुलनात्मक, परस्परसंबंधित संकल्पना मनात ठेवण्याची क्षमता एकोणीस वर्षांपर्यंतही पूर्ण विकसित होत नाही. मानवाच्या चेहऱ्यावर व्यक्त होणाऱ्या भावनांचा अर्थ लावण्याचा वेग टीनएजमध्ये कमी असतो. मुलं आणि प्रौढांमध्ये मात्र तो जास्त असतो. कदाचित टीनएजच्या सुरुवातीला मेंदूमध्ये सिनॅप्सेसचं जे पेव फुटलेलं असतं, त्यामुळे वेग कमी होत असावा. सामाजिक नातेसंबंधांची मीमांसा करून त्यात प्राविण्य मिळवण्याआधी टीनएजर्स काही भौतिक बाबींच्या व्यावहारिक कृतींमध्ये तरबेज होतात. युनिव्हर्सिटी

प्रवेशादरम्यान विद्यार्थ्यांना कुवतीबद्दल पात्र ठरवण्यासाठी, त्यांची निवड करणाऱ्यांपैकी मी एक आहे. त्या पार्श्वभूमीवर मला त्यांच्या या कुवतीबद्दल प्रचंड उत्सुकता आणि स्वारस्य आहे. असं जर असेल, तर त्यातून एक भन्नाट शक्यता निर्माण होते : शास्त्रज्ञांची बुद्धिमत्ता कदाचित कलावंतांपेक्षा लवकर परिपक्व होते.

प्री-फ्रंटल कॉर्टेक्सवर होणारे डोपामाईनचे परिणाम इतके महत्त्वाचे का आहेत, याचं उत्तर टीनएज आकलनाचे पैलू स्वतंत्रपणे अभ्यासण्याने आपल्याला सापडू शकेल.

एकतर टीनएजर्सना जर आकलनात्मक बुद्धिमत्ता आत्मसात करायची असेल, तर त्यांनी लक्ष देणं, मन एकाग्र करणं गरजेचं असतं. पण मन एकाग्र करणं हे टीनएजर्सकरिता अतिशय कठीण आहे. आपल्याला मिळणाऱ्या अनावश्यक माहितीच्या लोंढ्याकडे दुर्लक्ष करून हातातल्या कामाकडे लक्ष देणं हे क्रांतिकारी पाऊलच म्हणायला हवं. काय आवश्यक आहे हे समजून मेंदूने इतर भाग मोकळा करायला हवा. आठवा, लहान मुलांचं लक्ष कसं पटकन दुसरीकडे वळवता येतं. अगदी तसंच टीनएजर्सचं लक्ष एकाच गोष्टीकडे केंद्रित करून ठेवणं कठीण आहे. एमआरआयचे अभ्यास आणि डोपामाईनचं कार्य बंद ठेवणाऱ्या औषधांचे प्रयोग यातून असं दिसून आलं की, प्री-फ्रंटल कॉर्टेक्स हे 'दक्षतेचं' मोठं केंद्र आहे. या केंद्राचा मुख्य नियंत्रक डोपामाईन आहे. एखाद्या गोष्टीवर लक्ष केंद्रित करण्याची आपली क्षमता डोपामाईनमुळे वाढते. यात परायटल आणि टेम्पोरल लोबच्या सीमेवरच्या भागाचाही सहभाग असतो. याच भागात असंबद्ध माहिती आणि आठवणींचा गोंधळ चालू असतो.

आपली ध्येयं निश्चित करणं आणि त्यांना गाठल्यानंतर मिळणारं समाधान या गोष्टीही मानवी आकलनात महत्त्वाच्या ठरतात. प्राण्यांमध्ये अन्न, निवारा आणि मैथुन यांचा शोध घेण्याची तात्कालिक गरज असते. माणूस मात्र या संकुचित क्षेत्राच्या बराच पुढे निघून गेला आहे. आपण दीर्घ मुदतीची ध्येयं आपल्या डोक्यात ठेवतो. त्या ध्येयांना गाठण्यासाठी आपण बौद्धिक, तांत्रिक, सामाजिक आराखडे तपशीलवार तयार करतो. त्यामुळे होतं काय, आपली जुनी टॅगमेंट-अकम्बन्स प्रणाली जाऊन त्याची जागा नवीन टॅगमेंट-अकम्बन्स, प्री-फ्रंटल कॉर्टेक्स ही प्रणाली घेते. या बदलामुळेच आपण आपल्या इच्छापूर्तीसाठी जगावेगळे मार्ग अवलंबू शकतो. स्वत:च्या इच्छा पूर्ण करण्यासाठी कष्ट घेणं हे फक्त मानवांमध्येच आढळून येतं. याचा सखोल अभ्यास करण्यासाठी प्रायमेटच्या प्री-फ्रंटल कॉर्टेक्समधल्या एकेका मज्जापेशीची नोंद घेण्यात आली. त्यात असं दिसून आलं की, उद्दिष्ट तयार करण्यासाठी आणि ते प्राप्त केल्यावर त्याला प्रतिसाद देण्यासाठी काही विशिष्ट न्यूरल सर्किट्स असतात आणि परत एकदा यासाठी डोपामाईनच जबाबदार आहे

असा आपला संशय आहे. आपल्या उद्दिष्टांना ओळखण्याची क्षमता जितकी महत्त्वाची, तितकीच आपला मार्ग बदलण्याची क्षमताही महत्त्वाची आहे. गरज पडली, तर आपण ठरवलेलं उद्दिष्ट तात्पुरतं बाजूला ठेवून इतर उद्दिष्टांवर लक्ष केंद्रित करण्याची आपली क्षमता आहे. उदा. प्री-फ्रंटल कॉर्टेक्सला इजा झाली तर एखाद्या गोष्टींचा प्रचंड पिच्छा पुरवण्याकडे माणसाचा कल वाढतो. खरंतर एकाच गोष्टीच्या पाठीमागे लागण्यापेक्षा ती सोडून देऊन काही काळासाठी बाकीच्या गोष्टीवर लक्ष केंद्रित करणं, हेच शहाणपणा असतं आणि सांगण्यासारखी गोष्ट म्हणजे, एकाच गोष्टीच्या मागे हात धुवून लागण्याचा निष्फळ हेकेखोरपणा करणारी वृत्ती सुधारण्यासाठी डोपामाईन प्रणालीवर कार्य करणारी औषधं वापरली जातात.

आकलनप्रक्रियेचा अजून एक महत्त्वाचा भाग म्हणजे 'सुस्थितीतील स्मृती' (working memory). अनेक वेगवेगळ्या कामांसाठी ही महत्त्वाची असते. यामध्ये स्मृती दीर्घकाळासाठी साठवल्या जात नसून तात्कालिक स्थिती जोपासली जाते. आपल्याला ज्या संकल्पनेचा विचार करायचा आहे, पूर्ण ज्ञान करून घ्यायचं आहे, तिच्या कार्यक्षेत्रामध्ये (workspace) या स्मृती तात्पुरत्या एकत्र आणल्या जातात. जेव्हा या आठवणी आपल्या बुद्धीच्या तळातून वर येऊन जमा होतात, तेव्हाच आपण त्यांची तुलना करू शकतो. विरुद्ध गोष्टी तपासू शकतो. त्यांच्यातले दुवे जोडू शकतो आणि त्यांची पुन्हा मांडणी करू शकतो. काही वेगवेगळ्या संकल्पनांशी खेळण्याची आपली क्षमता टीनएज अवस्थेत अचानक खूप वाढते. कदाचित याचमुळे आपण त्या संकल्पनांमागच्या विषयाचा शोध घेऊ शकतो, संकल्पनांना काही एक चौकट देऊ शकतो. याचमुळे कदाचित आपण सर्जनशील झालो असू, कारण आपण असमान संकल्पना एकत्र करू शकतो. त्यांना निकट आणून त्यातून वेगळं काहीतरी निर्माण करू शकतो. टीनएजर्सची बुद्धी प्रौढांपेक्षा जास्त सर्जनशील आहे हे नक्कीच. त्यामुळे टीनएजर्स गणित आणि लोकप्रिय संगीत या दोन टोकांच्या क्षेत्रात एकाच वेळी सर्जनशीलता कशी दाखवू शकतात याचा आपल्याला उलगडा होतो. खरंतर मला असा संशय आहे की, बऱ्याच माणसांचं आयुष्य त्यांच्या टीनएज अवस्थेतल्या कालावधीमध्ये अंत:प्रेरणांनी आणि सर्जनशीलतेने आखलेल्या मार्गावरूनच जात असतं.

टीनएजचा काळ हा मानसिक प्रयोगांसाठी सर्वोत्तम आणि फार सुंदर असा असतो. याच काळात आपल्यातले बरेच जण स्वत:ला ओळखायला लागतात आणि आपण नक्की कोणत्या दिशेने जात आहोत, आपल्याला कुठे जायचं आहे हे ठरवतात. आपलं उद्दिष्ट साध्य करण्यासाठी आपली सुस्थितीतली स्मृती आपली मदत करते. हीसुद्धा प्री-फ्रंटल कॉर्टेक्स/डोपामाईन संबंधातली घटनाच वाटते. बालपणात मेंदूत आत खोलवर जी केंद्रकं (nuclei) असतात, आणि 'इन्सुला'

(insula) नावाचा गुंडाळलेला, वळ्या असणारा कॉर्टेक्सचा जो भाग असतो, त्यात बदल घडून यायला सुरुवात होते. टीनएज अवस्थेत, बालपणीच्या या स्मृतींमुळे मेंदूचे काही भाग कार्यान्वित होतात, त्यातही मोठमोठे बदल घडून यायला सुरुवात होते. या सगळ्याच बदलांची परिणती प्री-फ्रंटल कॉर्टेक्सच्या परिपक्वतेत होते. प्रौढांमध्ये प्री-फ्रंटल कॉर्टेक्स भागाचं वर्चस्व असतं, पण स्मृती मात्र काही विशिष्ट छोट्या भागांशीच बांधल्या जातात. टीनएज अवस्थेत सगळे मनोव्यापार अनिर्बंधपणे चालू असतात, त्यांच्या प्रौढत्वातील हानीला याच प्रक्रियेला जबाबदार धरायला हवं. कार्यक्षम स्मृतीला उत्तेजित करण्यातली डोपामाईनची भूमिका आत्ताशी नीट कळायला लागली आहे. कार्यक्षम स्मृतीच्या विकासात प्री-फ्रंटल कॉर्टेक्समधले डोपामाईनला एकत्र आणणारे वेगवेगळे रेणू कसे नियंत्रित करतात हे शोधायच्या प्रयत्नात आत्ता आहेत. पण त्यांचा काहीतरी जवळचा संबंध आहे हे नक्की. कारण या बांधणाऱ्या रेणूंची कमतरता कार्यक्षम स्मृतीचा ऱ्हास करते – जणूकाही शस्त्रक्रियेद्वारे फ्रंटल लोबचे तुकडेच केले आहेत.

प्री-फ्रंटल कॉर्टेक्समध्ये घडणाऱ्या टीनएज आणि प्रौढ आकलनाच्या गोष्टी आपल्याला परत परत सापडताहेत. असे काही प्रसंग, ज्याने एमआरआयमध्ये प्री-फ्रंटल कॉर्टेकक्स उजळून निघते, प्री-फ्रंटलला झालेल्या इजेमुळे निर्माण झालेल्या अडचणी, प्री-फ्रंटल कॉर्टेक्समधल्या डोपामाईनच्या कार्यावर परिणामकारक औषधं वापरल्याने शारीरिक कामकाजावर होणारे परिणाम – कित्येक गोष्टी प्री-फ्रंटल कॉर्टेक्सशी निगडीत आहेत. निर्णयक्षमताही इथेच असावी. स्वतःच्या विचारांबद्दल विचार करण्याची प्रक्रिया इथेच होते. 'मनोमापन' म्हणजे इतर लोक कसा विचार करतील त्याचा अंदाज घेणंसुद्धा इथेच घडतं. असेही काही प्री-फ्रंटल भाग आढळले आहेत की, जे गणिताची बैठक म्हणून कार्य करतात. आपल्याला यशस्वी होण्यासाठी जी काही म्हणून मानसिक सामग्री लागते, त्यातली खूपशी सामग्री प्री-फ्रंटल कॉर्टेक्समध्येच कोंबलेली आहे. मेंदूच्या आतून बाहेर शिंपडल्या गेलेल्या डोपामाईनमुळे टीनएज अवस्थेत या सगळ्याचा जणू भडका उडतो. पण डोपामाईनची भूमिका इतकी साधीसुधी नाही. वेगवेगळ्या ठिकाणी डोपामाईनचे परिणाम वेगवेगळे असू शकतात. डोपामाईनच्या प्रयोगाचे निष्कर्ष गुंतागुंतीचे असू शकतात. ते काही असलं तरी डोपामाईन महत्त्वाचं आहे हे निश्चित!

मानवी मनोव्यापाराचा जो पैलू आपल्याला प्राणिजगतापासून वेगळं करतो, तो म्हणजे 'भाषा'. म्हणजेच आपले विचार व हुशारी एकमेकांमध्ये गुंफून एकत्र आणण्याची आपली क्षमता. तुम्हाला आठवत असेल की, भाषा ही मानवाला मिळालेली देणगी आहे हे आपण पहिल्या भागात पाहिलं होतं. आपण ज्याला 'भाषा' म्हणतो, ते वैशिष्ट्य दुसऱ्या कोणत्याही प्राण्याकडे असल्याचं ऐकिवात

नाही. (साध्या आवाजाच्या रचनांमधून आपला जवळजवळ प्रत्येक विचार एकत्र सांधण्याचं लवचीक साधन म्हणजे भाषा, अशी भाषेची साधारण व्याख्या करता येईल.) मानवजातीत 'भाषा' हे जगावेगळं साधन आहे. भाषेमुळे आपल्याला प्राप्त झालेला वेगळेपणा, संवादाचं सामर्थ्य अर्थातच कोण गमावेल? त्याचमुळे कदाचित अशी एकही मानवी जमात नाही की जिच्याकडे भाषा नाही.

प्राण्यांच्या अनेक प्रजातींमध्ये एका प्राण्याकडून दुसऱ्याकडे जनुकीय वारशाद्वारे माहिती पुढे सरकवली जाते. पिल्लांमध्ये वर्तणूक आणि कौशल्यं ही पालकांच्या जनुकांमधून येतात. अनेक सस्तन प्राणी निरीक्षण आणि कृतीतून एकमेकांकडून अनेक गोष्टी शिकून या कौशल्यांमध्ये सुधारणा करतात. तरीही भाषेमुळे मानव सगळ्या प्राण्यांच्या एक पाऊल पुढेच आहे. या नवीन सामर्थ्यशाली मार्गाने आपण इतरांना सावध करू शकतो. सल्ला देऊ शकतो. आपल्याकडे आपल्या पालकांचा वारसा असतोच. शिवाय आपण समवयस्कांची नक्कलदेखील करतो. याव्यतिरिक्त आपल्याला इतरांकडून भाषेच्या स्वरूपात बहुतांशी गोष्टी मिळतात. माहिती पोहोचवण्याचं अ-जनुकीय, अ-वर्तणुकीय साधन माणसाकडे असल्यामुळे तो वेगळा ठरतो.

भाषेचं हे जगावेगळं वरदान बालवयातच बहुतांशी विकसित होतं. ही काही टीनएज अवस्थेत घडणारी घटना नव्हे. दहाव्या वर्षापर्यंत आपली भाषिक कौशल्यं बऱ्यापैकी शिकून झालेली असतात. खूपशी शब्दसंपदा, व्याकरण, जवळजवळ सगळे शब्दोच्चार आणि अर्थ लावण्याची, अर्थपूर्ण वाक्य तयार करण्याची थोडीफार क्षमता आपल्याला वयाच्या दहाव्या वर्षापर्यंत मिळते. मुलांना मूलभूत भाषिक कौशल्यं मिळवण्यासाठी आवश्यक असणारी सेरेब्रल यंत्रणा मुलांच्या मेंदूत मोठ्या प्रमाणात अंतर्भूत असते. मानवी मेंदूत असणारी भाषेची केंद्रं दुसऱ्या कोणत्याही प्राणिजातीत आढळून येत नाहीत. भाषा निर्माण करण्यासाठी आणि त्यांचा अर्थ लावण्यासाठीची वैशिष्ट्यपूर्ण केंद्रं आपल्या कॉर्टेक्सवर ठळकपणे दिसून येतात. मेंदूच्या डाव्या अर्धगोलात या केंद्रांचा प्रभाव जास्त असतो. विशेषत: उजव्या हाताचा वापर जास्त करणाऱ्यांमध्ये असं असतं आणि याचमुळे आपल्यातला उजव्या-डाव्याचा असमतोल दिसून येतो. परंतु बोलणं आणि ऐकणं यांच्याशी थेटपणे संबंधित असणारे मेंदूचे भाग प्री-फ्रंटल कॉर्टेक्समध्ये नसतात, ही लक्षात घेण्यासारखी बाब आहे. म्हणूनच लहानपणीचं भाषा शिकणं आणि टीनएज अवस्थेतला आकलनाचा विकास या दोन्ही गोष्टी मूलत:च वेगळ्या आहेत.

आता या सगळ्यात टीनएजमधल्या भाषेचा काय संबंध? जरी दहा वर्षांचं मूल व्यवस्थित बोलू शकत असलं, तरी ते अठरा वर्षांच्या मुलासारखं 'संवाद' साधू शकणार नाही. टीनएजमध्ये भाषिक कौशल्यांच्या संदर्भात नक्कीच काहीतरी अधिक घडत असणार. बोलण्याची सुरुवात आणि आकलनाच्या मुळातल्या प्रक्रियांना

धक्का लावण्यापेक्षा टीनएजर्स त्यांची भाषाप्रणाली त्यांच्या प्री-फ्रंटल कॉर्टेक्समध्ये विकसित होणाऱ्या आकलनाच्या शस्त्रास्त्रांशी जोडतात. दुसऱ्या शब्दांत सांगायचं झालं तर टीनएजर्स 'चांगलं बोलायला' शिकत नाहीत. कारण त्यांच्या डोक्यात खूपच गुंतागुंतीचे विचार चालू असतात. लहानपणी आत्मसात केलेली कौशल्यं आता हळूहळू त्यांच्या नव्या बुद्धीशी आणि नव्या जगाशी जोडली जायला लागतात. याचं उदाहरण म्हणजे टीनएजर्स त्यांचा संताप, उपहास, वर्मी लागणारं बोलणं, उपरोध व्यक्त करण्यासाठी मार्मिक बोलण्याचे वेगवेगळे मार्ग शोधायला लागतात.

टीनएजर्सच्या भाषेचं अजून एक महत्त्वाचं वैशिष्ट्य म्हणजे भाषेचा वापर करून इतर माणसांना हाताळण्याची, वळवण्याची क्षमता. त्यांना नव्याने मिळालेली मनोमापनाची ही क्षमता. टीनएजमध्ये मग 'गॉसिप' सुरू होतं, चिडवाचिडवी चालू होते. कोणतं चिडवणं आपुलकीचं आहे, मित्रत्वाचं आहे आणि कोणतं आकसाने, द्वेषाने केलेलं आहे हा फरक टीनएजर्स लवकरच शिकतात. इतर लोकांच्या मनात डोकावून पाहण्याचा टीनएजर्सचा आवडता मार्ग म्हणजे विनोद आणि दुसऱ्याला गुंडाळू पाहणं. बाकीची माणसं काय स्वीकारतील, त्यांना काय चालतं, काय चालत नाही हे आजमावून बघण्याचा टीनएजर्सचा प्रयत्न असतो आणि अर्थातच फ्लर्टिंग करणं हा आनंददायी, धमाल उपाय असतोच. फ्लर्टिंग हा टीनएजमधल्या संवादाचा महत्त्वाचा धागा असतो. कारण त्या एकाच संवादाच्या प्रकारात विनोद, चिडवाचिडवी, स्टाईल असं सगळंच सामावलेलं असतं. शिवाय अनेकदा हेतुपुरस्सर, द्राविडी प्राणायाम अनुसरला जातो.

टीनएज अवस्थेतला अजून एक भाषिक बदल म्हणजे टीनएजर्सचं त्यांच्या कुटुंबाशी बोलणं कमी होऊन समवयस्कांशी संवाद वाढणं. एखाद्या गोष्टीचं ज्ञान करून घेऊन मगच बोलण्याएवढी बुद्धी त्यांच्याकडे असली, तरी ते समाजातल्या भिन्न परिस्थितीमध्ये संवादाचे नवे, विलक्षण मार्ग शोधून काढतात. यांच्यातलाच एक मार्ग म्हणजे टीनएजर्स त्यांच्या सामाजिक गटात वापरतात ती भाषा. अतिशय ऐकण्यासारखी आणि अभ्यासण्यासारखी भाषा असते ही! थोडी असभ्यता, काही प्रचलित वाक्प्रचार, थोडी विनोदाची झालर आणि थोडी सांकेतिकता यांवर ती भाषा आधारलेली असते. अशा भाषेमुळे टीनएजर्सच्या गटाची महत्त्वपूर्णता आणि गटातला एकोपा वाढतो. गटामधला एखाद्या व्यक्तीचा वावर दखलपात्र होतो आणि नकोशा व्यक्तींना गटाच्या बाहेर ठेवलं जातं. (यात मुलं आणि प्रौढसुद्धा येतात.) टीनएजर्स खूप वेळा एकमेकांशी इतरांना न कळणाऱ्या अनाकलनीय भाषेत बोलत असतात हे आपल्या सगळ्यांनाच माहीत आहे. पण सहसा ते त्यांना हवं तेव्हा नेहमीच्या भाषेत बोलू शकतात. भाषा सोडून या वागण्याचं दुसरं उदाहरण म्हणजे पॉप संगीत. असं संगीत जे 'त्यांच्याशी त्यांना' समजेल अशा भाषेत बोलतं. मग टीनएजमध्ये

ऐकलेलं संगीत त्यांच्या स्मृतीत दीर्घकाळ राहतं.

मागच्या दशकात टीनएजर्सना त्यांची भाषिक क्षमता दाखविण्याची अजून एक संधी मिळाली. ज्या सहजपणे त्यांनी नवीन आलेलं तंत्रज्ञान स्वत:त सांधून घेतलं, ती सहजता प्रौढांना थक्क करणारी होती. अर्थातच प्रौढ माणसं संगणकाचा माऊस वापरू शकतात किंवा मोबाइलवर संदेश पाठवू शकतात. पण साध्या 'चुका आणि शिका' पद्धतीतून टीनएजर्सनी ज्या वेगाने आणि सहजतेने विद्युतसंदेशवहन आत्मसात केलं आहे, ते कौशल्य वादातीत आहे. समवयस्कांची समबुद्धी असण्याची गरज टीनएजर्स चटकन पूर्ण करू शकतात आणि पालकांसाठी आपली मुलं कळण्याच्या पलीकडे जातात. इलेक्ट्रॉनिक स्वायत्तता ते प्राप्त करतात म्हणा ना! हे सगळं ज्या धूर्ततेनं घडतं त्याला प्रौढ जुळवून घेऊ शकत नाहीत. जगाशी जुळवून घेण्याच्या त्यांच्या संवादपद्धतीत अचानक नवनवे मार्ग येऊ लागतात. इतक्या बेमालूमपणे हे बदल होत जातात की तुम्ही बोलणं, चालणं, लिहिणं, फोनवर तासन्‌तास बोलणं किंवा ई-मेल करणं यातून काहीच अंदाज बांधू शकत नाहीत. उदा. अनेक प्रौढ माणसं फोनवर बोलणाऱ्या मित्राशी आणि त्यांच्या समोर उभ्या असणाऱ्या मित्राशी एकाच वेळी बोलू शकत नाहीत. फेसबुक, मायस्पेस किंवा बेबो अशा साईट्‌सवर (संकेतस्थळ) टीनएजमधली मुलं हेच तर करत असतात. काही दशकांमध्ये कॉम्प्युटर किंवा की-बोर्ड बटणं दाबणारे मानवाचे अंगठे आता जास्त कुशल होत चालले आहेत. हा शारीरिक बदल म्हणजे टीनएजर्सच्या कर्तृत्वाचं ठळकपणे व्यक्त झालेलं उदाहरणच आहे म्हणा ना!

तर टीनएजर्स भाषा शिकत नसतात, तर येणारी भाषा कशी वापरायची ते शिकत असतात. (आपल्याला मानव म्हणून सिद्ध करणाऱ्या भाषेचं पूर्ण व्यक्तिकरण). मानवी जीवनातील टीनएजच्या अस्तित्वामुळे भाषेचं पूर्ण प्रकटीकरण शक्य झालं आहे – जी आज मानवाची ओळख आहे. मानवी भाषा गुंतागुंतीची आहे. मानवी मेंदू जितका आकलनक्षम होऊ शकतो, तितकीच भाषाही क्लिष्ट आहे. ही क्लिष्टता, गुंतागुंत टीनएज अवस्थेतच सुरू होत असते. पण याचा एक तोटा म्हणजे बालपणात लपून असणारे डिसलेक्सियासारखे भाषेशी संबंधित आजार टीनएज अवस्थेत दिसून यायला लागतात. दुसरा बदल म्हणजे टीनएजर्स त्यांची भाषिक कौशल्यं वेगळ्या पद्धतीने विचार करण्यासाठी वापरतात. उदा. कोणत्यातरी अमूर्त संकल्पनांबद्दलची प्रत्यक्ष विधानं टीनएजर्स करतात. टीनएजमध्ये भाषा आणि विचार यांची सुंदर गुंफण तयार होते. ती इतकी मनोहर असते की मानवी संवेदनेची व्याख्या ही खरंतर आपल्या डोक्यात चालू असणाऱ्या अंतर्गत शाब्दिक संभाषणाच्या पायावर केली जायला हवी असं काही जणांना वाटतं.

टीनएजमध्ये भाषिक बदल दिसून येत असले, तरी त्यांना स्पष्ट करणारे

रचनात्मक बदल मेंदूत घडून येत असल्याचे पुरावे नाहीत. प्री-फ्रंटल कॉर्टेक्सची पुनर्बांधणी आणि काही भागांचं चालू-बंद होणं यामुळे भाषिक विकास होत असल्यामुळे कदाचित मेंदूतले बदल दिसत नसावेत. याला एकच अपवाद म्हणजे मुलगा आणि मुलीमधला भाषिक वेगळेपणा. भाषेशी संबंधित असणाऱ्या कॉर्टेक्सच्या काही भागांमधल्या ग्रे मॅटरची जाडी दोन लिंगांमध्ये स्पष्टपणे वेगळी कळून येते. एखादा मेंदू मुलाचा आहे की मुलीचा हे कॉर्टेक्सच्या रचनेवरून सांगता येऊ शकतं. लिंगातला फरक तसा गूढ आहे, कारण त्यातून दोन लिंगांमधला शाब्दिक, भाषिक वेगळेपणा स्पष्ट होतो. बोलण्यात मुली हुशार असतात हे आपल्याला आधीपासूनच माहीत आहे. मुलं प्रात्यक्षिक करून दाखवण्यात हुशार असतात. सध्याचे शैक्षणिक आराखडे स्त्रीत्वाकडे झुकत आहेत, याची मला काळजी वाटते. सध्याच्या शिक्षणपद्धतीत पुरुषप्रधान मार्गांपेक्षा (जोखीम पत्करणं आणि सहामाही परीक्षा) स्त्रीप्रधान मार्गांनाच (टप्प्याटप्प्याने ठरीव प्रगती, सततच्या चाचण्या) प्राधान्य दिलं जातं. आकलन आणि भाषा या दोन्हींत असणारा लिंगपरत्वे फरक चांगल्याच कारणासाठी दिसून येतो असं उत्क्रांतीवादी जीवशास्त्रज्ञ म्हणतात. या फरकामुळे आपल्या पूर्वजांची शिकार करून उपजीविका करा ही प्रणाली होती, तिच्यात सामावण्यासाठी आवश्यक गोष्टी आपल्याला शिकवता आल्या. या प्रणालीत बायका मोठ्या सामाजिक गटात मुलं वाढवत असत, परस्परसंबंध जोपासत असत आणि पुरुषांना फक्त शिकारीसाठी एकमेकांशी बोलण्याची गरज पडे. बायकांनी मुलांचं संगोपन करताना अनाहूतपणे त्यांचं बोलणं कानावर सातत्याने पडल्याचा परिणाम म्हणून मुलं बोलायला शिकली, असं विनोदाने म्हटलं जातं.

बऱ्याचदा दिसून येतं की, टीनएज अवस्थेत मुलं आणि मुली वेगळ्या पद्धतींनी संवाद साधतात, मग त्यापाठीमागची उत्क्रांतीची कारणं काय असतील ती असोत. मुली एकमेकांशी जास्त मित्रत्वाने, जिव्हाळ्याने बोलतात. एकमेकींच्या मनात डोकावून पाहण्याचा त्यांचा मार्ग म्हणजे त्यांच्या भावना आणि अनुभव थेटपणे एकमेकींना सांगणं. टीनएज मुलं मात्र अप्रत्यक्षपणे समवयस्कांचं निरीक्षण करत असतात. आडवळणाने, कोणत्याही विषयावर जसं संगीत, खेळ यांवर चर्चा करून मुलं एकमेकांची मतं जाणून घेतात. टीनएजर्स त्यांच्या पालकांशी बोलत असताना त्यांची जी भाषा असते ती ऐकणंही मोठं गमतीचं असतं. माझा अनुभव असा आहे, जेव्हा पालक कोणतातरी नवीन निर्बंध टीनएजर्सवर लादतात, तेव्हा मुली आधी झालेल्या अन्यायाचा दाखला देऊन, मोठमोठी विधानं करून वाद घालतात. मुलं मात्र बंडखोरी करताना, बोलण्याऐवजी सरळ ते निर्बंध धुडकावून लावतात आणि त्यावर पालकांचा होणारा त्रागा निमूटपणे सहन करतात. मानव प्रजातींनी नेहमीच श्रेष्ठत्वासाठी प्रयत्न केला आहे. टीनएज अवस्थेमधील मुलामुलींचा

आरडाओरडा, आदळआपट, अनेकदा विझून जाणं, घुमेपणा या सर्व बाबी 'त्या' श्रेष्ठत्वाचा अंश असाव्यात.

टीनएज काय आहे ते आता आपल्याला चांगलंच कळलेलं आहे. टीनएज म्हणजे केवळ शारीरिक बदलांचा मोठ्ठा, लांबलचक गट नव्हे, तर आकाराने या अशा मानवी मेंदूची कंटाळवाणी पण आवश्यक अशी विकासप्रक्रिया आहे. इतर प्राण्यांच्या तुलनेने मानवप्राणीच संप्रेरकांच्या जाळ्यात थोडाफार मोकळा आहे असं म्हणता येईल. सगळ्या घटना संप्रेरकांमुळेच घडतात हा जो लोकप्रिय गैरसमज आहे, त्याला मानवच थोड्याफार प्रमाणात अपवाद आहे. मानवी मेंदू, विशेषत: टीनएज अवस्थेतला मेंदू फारच प्रेक्षणीय असतो, कारण त्याची पुनर्रचना अतिशय पाहण्यासारखी असते. विचारांचे, जगण्याचे, जोखीम पत्करण्याचे निरनिराळे मार्ग डोपामाईन शोधून काढते. डोपामाईनच्या परिणामांचा कळस म्हणजे प्री-फ्रंटल कॉर्टेक्सची परिपक्वता. याच घटनेमुळे माणसाच्या डोक्यात गुंतागुंतीची भन्नाट कल्पना आकार घ्यायला लागतात, ज्याद्वारे आपण आपल्याला हवं ते मिळवू शकतो किंवा नको ते टाळू शकतो.

टीनएज अवस्थेतले भावनिक, आकलनविषयक आणि भाषिक बदल मानवी आयुष्याच्या केंद्रस्थानी आहेत. सेरेब्रममधल्या मार्गांचं एक असं जाळं आहे, जिथे आपल्या मानसिक जीवनाचे सगळे पैलू एकत्र येतात. या एकत्र येण्यामुळेच टीनएजर्समध्ये अनेक समस्या उद्‌भवतात. अर्थात, याबद्दल पुस्तकाच्या उर्वरित भागामध्ये बोलणार आहोत. टीनएजर्सचं आयुष्यात अतिशय झटकन बदलतं. त्यांना स्वत:चा तोल सावरावा लागतो. त्यांच्या दृष्टीने हे साधणं म्हणजे अक्षरश: अनिश्चिततेचा सामना करण्याजोगं असतं आणि मग ड्रग्ज, नातेसंबंध, फार काय तर अगदी समागमसुद्धा त्यांच्या आयुष्यावर वेगळा परिणाम करून जातो. त्यांची मन:स्थिती अधिक दोलायमान होते. खरंतर टीनएजर्स ज्या काही गोष्टी करू पाहत असतात, त्यातील बहुतांशी तर अत्यंत निरुपद्रवी असतात. पण थोड्याफार अपवादात्मक बाबी मात्र आयुष्यभरासाठी मनावर परिणाम घडवून जातात. बहुतांशी प्रगत राष्ट्रांमध्ये टीनएजर्सच्या मृत्यूचं अधिकतर कारण म्हणजे अपघात, खून किंवा आत्महत्या हेच असतं. चुका होणं स्वाभाविकच आहे. परंतु मानवी उत्क्रांतीचं शिखर असल्याचा परिणाम म्हणून की काय, टीनएजर्सना त्याची किंमत चुकवावी लागत असावी.

३. कल्पनेच्या पलीकडलं...

मद्य, तंबाखू आणि इतर गोष्टींबद्दलचं सत्य

मित्रांनो, तुम्हाला ठाऊक आहे का,
मद्यपानाच्या विलक्षण आनंदात निमग्न असता
मी पुन्हा एकदा विवाहबद्ध झालो.
माझी शेज सजवणाऱ्या माझ्या पहिल्या पत्नीच्या
वांझोटेपणाला घटस्फोट देता झालो.
आता त्या मद्यार्काची तनया माझी प्रिय पत्नी आहे.

– 'रुबाया' उमर खय्याम

व्यसनाचं मूळ टीनएज अवस्थेतच

गेली अनेक दशकं लोक समाजाला आणि विशेषत: तरुण जनतेला, मादक द्रव्य सेवनापासून परावृत्त करायच्या प्रयत्नात आहेत. तरुणाईला असे सल्ले देण्यासाठी खरंतर सगळेच उत्साहाने पुढे येत असतात; पण पुढे येऊन 'व्यसनाधिनतेला विरोध' करणारी आणि स्वत:ची अशी ठाम भूमिका जबाबदारीने सांभाळणारी एकच व्यक्ती माझ्या पाहण्यात आहे – ती म्हणजे नॅन्सी रेगन. टीनएजर्स मुख्यत्वे दोनच कारणांसाठी मादक द्रव्यांचे प्रयोग करतात. एकतर त्यांना त्यांच्या समवयस्कांमध्ये स्थान मिळवायचं असतं किंवा प्रयोग करण्याची त्यांची ऊर्मी भागवायची असते. टीनएजर्सना व्यसनापासून परावृत्त करायचं असेल, तर त्यांना ही गोष्ट अशा व्यक्तीकडून सांगावी लागेल, जिच्याबद्दल त्यांना आदर, प्रेम, जिव्हाळा वाटतो. ऐंशीच्या दशकात मी टीनएजर असताना मला हे सांगणाऱ्या नॅन्सी रेगन, अमेरिकेची 'फर्स्ट लेडी' माझ्या आयुष्यात आल्या. त्यांचा प्रेमळ, हसतमुख आणि उल्हसित चेहरा पाहूनच दिलासा मिळायचा. 'फक्त नाही म्हणा' या घोषणेच्या रूपात एक

झंझावात घेऊन त्या आल्या होत्या. आणि ऐकणारे आम्ही सारे जण त्यामुळे खूप प्रेरित झालो होतो.

टीनएज अवस्थेवर लक्ष केंद्रित करणं अत्यंत महत्त्वाचं आहे. कारण हा काळ आयुष्यातला अतिशय महत्त्वाचा काळ आहे. त्यामुळे ड्रग्जचा विचार ठळकपणे करणं अत्यंत महत्त्वाचं ठरतं. ड्रग्ज, मद्य आणि तंबाखूच्या अधीन असणाऱ्यांपैकी तीन-चतुर्थांश लोक ड्रग्जची निवड आणि सेवन त्यांच्या टीनएजमध्येच करतात. (मी आता सरसकट सगळ्याच मादक द्रव्यांना 'ड्रग्ज' म्हणणार.) टीनएज अवस्थेच्या काळात मुलांना ड्रग्जचा नाद का लागतो, याची अनेक कारणं आपण देऊ शकतो. पण त्याचबरोबर आपण ही बाब नजरेआड करूच शकत नाही की, टीनएजर्सची कोवळी मनं ड्रग्जच्या विळख्यात अलगद अडकून पडण्याची शक्यता खूप जास्त असते. आपण पहिल्या दोन प्रकरणांमध्ये टीनएजर्सच्या शरीर व मेंदूतील बदलांबद्दल जी चर्चा केली, त्या अनुषंगाने हे असं घडत असावं. आपण जेव्हा प्रतिकार करण्याच्या सगळ्यात निम्नतम पातळीवर असतो, कदाचित प्रतिकार करायला हवा ही जाणीवच नसावी, त्याच स्थितीत ड्रग्ज आपल्याभोवती विळखा घालू शकतात. तसं बघितलं तर मी स्वत: स्वातंत्र्याचा पुरस्कर्ता आहे. उगाच कशात ढवळाढवळ करणं हा माझा पिंड नाही. परंतु गेल्या पाच वर्षांत शास्त्रशुद्ध पाहण्यांच्या निष्कर्षांतून आपल्यासमोर आलेलं सत्य हे हादरवून टाकणारं आहे. टीनएजर्स आणि ड्रग्ज यांच्या संबंधांतील हे निष्कर्ष पाहता आपण त्यासंदर्भात खरोखरच काहीतरी ठोस पावलं उचलणं हे अतिशय आवश्यक बनलं आहे.

आपल्या जवळची माणसं व्यसनी होत आहेत, याहून अधिक भीतिदायक आपल्या आयुष्यात काहीच नाही. व्यसनामुळे आपली माणसं आपल्यापासून दुरावतात, हे लोक त्यांचं स्वत:वरचं नियंत्रण गमवायला लागतात आणि पर्यायाने या सगळ्या प्रक्रियेमध्ये ही माणसं स्वत:लाच हरवून बसतात. आपल्या जगापासून खूप दूर जातात. आपल्याला त्यांच्यासाठी काहीही करता येत नाही. आपल्या रोजच्या जगातल्या आयुष्यासाठी व्यसन ही फारच लांबची गोष्ट आहे. पण आधुनिक मानवी समाज या विचित्र, अनियंत्रित अवस्थेप्रत कसा आला? आपल्या प्रजातीच्या इतिहासात याच पायरीवर आपण व्यसनाधीन का बनलो? ही ड्रग्ज आली कुठून? ड्रग्ज माणसांना त्यांच्या सामान्य आयुष्यापासून खेचून दूर का नेतात? तरुणाईवरच ड्रग्जचा विळखा का पडतो? पुस्तकाच्या या भागात मी हे प्रश्न सोडवणार आहे.

सत्तरच्या दशकापासून आजतागायत एकेका ड्रगची फॅशन आली आणि गेली, पण टीनएज अवस्थेतील मादक द्रव्यांचा वापर सातत्यपूर्ण राहिला आहे. संख्या वाढत नसली तरी डॉक्टरांच्या म्हणण्यानुसार तपासून घ्यायला येणाऱ्या टीनएजर्समधली परिणामांची तीव्रता, गंभीरता पूर्वीपेक्षा जास्त आहे. त्यामुळे अनेक चिकित्सक

काळजीत पडले आहेत. थोडक्यात काय तर गोष्टी बिघडत चालल्या आहेत. ड्रग्जची वाढती परिणामकारकता आणि उपलब्धता यांच्याशी स्पर्धा करण्यासाठी आपण असमर्थ आहोत अशीही काळजी काही जणांना वाटते. अनेकांना ही मानवी अपयशाची खूण वाटते. अनेक मार्गांनी संकटातून पार पडण्याचा जो उत्क्रांतीचा वारसा मानवाला मिळाला आहे, तो वारसा ड्रग्जच्या विळख्यातून बाहेर पडण्यासाठीही आपल्याला मदत करेल का?

वास्तविक पाहता हाच उत्क्रांतीवादी दृष्टिकोन आपला संरक्षक ठरेल, असा मला विश्वास वाटतो. माणूस ड्रग्जच्या बाबतीत जे वागतो ते का, याचं स्पष्टीकरण फक्त उत्क्रांतीतच मिळू शकतं. एखादी गोष्ट समजून घेतल्यावर त्यावर काही कृती करण्यात माणूसप्राणी पटाईत आहे. ड्रग्ज 'वाईट' आहेत, हे थेट सांगण्यापेक्षा त्यांच्या वापरातले धोके टीनएजर्सच्या लक्षात आणून देणं जास्त फायद्याचं ठरू शकतं. बंधनं घालणं किंवा सगळ्याच गोष्टींसाठी मुलांना नकार देणं, हा फारच एककल्ली आणि अयशस्वी उपाय झाला. 'फक्त नाही म्हणा'च्या झंझावाती प्रचाराकरिता कुमार-किशोरगटातील मुलांची, अभिनेत्यांची निवड करण्यात आली होती. परंतु प्रचाराचा हा मार्ग फारसा यशस्वी झाला नाही. त्याहून महत्त्वाचं म्हणजे या वादळी प्रचारामुळे उजळून निघण्याऐवजी हे कुमार-प्रचारक स्वत:च ड्रग्जच्या नादी लागले आणि नशेच्या गर्तेत खोलवर बुडले, व्यसन-पुनर्वसन या चक्रात अडकले. यापेक्षा 'नाही का, ते सांगा' हे धोरण कदाचित अधिक प्रभावी ठरलं असतं. तरीही, 'नॅन्सी, तुझे आभार!'

अमली पदार्थांचा उगम

आधुनिक युगातील माणसांकडे स्वत:चं नुकसान करण्यासाठी अनेकविध उत्तेजक ड्रग्ज उपलब्ध आहेत. असंख्य प्रकारच्या मादक द्रव्यांना त्यांच्या रासायनिक सूत्रानुसार विभागण्याचा प्रयत्न केमिस्टने केला. शरीरावरच्या त्यांच्या परिणामांनुसार त्यांना वेगवेगळ्या गटात रसायनशास्त्रज्ञांनी विभागून पाहिलं. पण मादक द्रव्यं इतकी बेसुमार आहेत की, इतक्या विभाजनानंतरही तक्त्यांमध्ये न बसणारी ड्रग्ज उरतातच. क्रमवार मांडणीमध्ये काही ड्रग्ज व्यवस्थित बसतात. काही ड्रग्जची विभागणी गटांमध्ये करावी लागते. पण काही नाठाळ ड्रग्ज मात्र कोणत्याच प्रकारे विभाजनात बसतच नाहीत. मादक द्रव्यांमधल्या रासायनिक विविधतेची आपल्याला कल्पना यावी म्हणून हा शब्दप्रपंच. तसं पाहायला जाता प्रत्येक प्रसंगासाठी ड्रग्ज आहेत. मनाला उत्तेजित करणाऱ्या प्रत्येक अवस्थेसाठी ड्रग्ज सापडण्याइतपत सूक्ष्म भेद त्यांच्यात आहेत.

पुस्तकाच्या या भागात मद्य, तंबाखू, कॅनॅबीस, कोकेन, ॲम्फेटामाईन्स आणि ओपॉईड्स ही द्रव्ये मी उदाहरणादाखल घेणार आहे. हीच द्रव्यं घेण्याचं कारण म्हणजे सतत बदलणाऱ्या अनिश्चित द्रव्यांच्या फॅशनमध्ये हीच द्रव्यं पुन्हा पुन्हा वापरात येत राहिली आणि त्यांचा सतत अभ्यास केला गेला. बुद्धिभ्रम निर्माण करणाऱ्या भरपूर औषधांचा हा एक छोटासाच भाग आहे हे महत्त्वाचं. टीनएजर्ससाठी उपलब्ध असणाऱ्या ड्रग्जची पलटण धक्का देणारी आहे. या प्रकरणात सगळ्या ड्रग्जना एकत्र सांधणाऱ्या वैशिष्ट्यांना वेगळं काढणं हा माझा उद्देश आहे. सगळ्या रसायनांना लागू पडणारे तीन सर्वमान्य घटक आहेत – जे इतर गोष्टींनाही लागू पडतात. एक म्हणजे त्यांची उपलब्धता, दुसरं म्हणजे त्यांचे मेंदूवर होणारे परिणाम आणि तिसरं म्हणजे त्यांची व्यसनाधीन बनविण्याची क्षमता. या तीन पैलूंवर लक्ष केंद्रित केलं तर आपण टीनएजमधल्या मादक द्रव्यांच्या वापरावर प्रकाश टाकू शकू.

मादक द्रव्यांचा विचार करता पहिला भाग म्हणजे त्यांचा उगम. सगळं जग मानवी मेंदूला अनुकूल असणाऱ्या विविध प्रकारच्या रसायनांनीच भरलेलं दिसतं. मला या गोष्टीचं फारच आश्चर्य वाटत आलेलं आहे. कोपर्निकसने आणि डार्विनने दृष्टिकोन सुचवला होता की, 'मानव विश्वाच्या केंद्रस्थानी नाही'. पण द्रव्यांमधली नैसर्गिक विपुलता या सिद्धान्ताच्या विरुद्ध जाताना दिसते. जर मानवासाठी हे विश्व बनलेलं नाही तर मग नैसर्गिकरीत्या आढळणारे सगळेच पदार्थ मानवासाठीच अस्तित्वात आल्यासारखे का आहेत? कहर म्हणजे व्यसन लावणारे पदार्थ निसर्गाच्या प्रासंगिक लहरींतून निर्माण झालेले नाहीत. सगळीकडेच ते भरपूर प्रमाणात आहेत.

बहुतांशी मादक द्रव्यांचा उगम वनस्पतींपासून होतो. मानवांच्याही खूप आधीपासून वनस्पती अस्तित्वात आहेत आणि सर्वकाळ त्यांची उत्क्रांती होत राहिली आहे. पृथ्वीवरच्या बहुतांशी जीवशास्त्रीय प्रणालींच्या मुळाशी वनस्पतीच आहेत. या प्रणालींचा ऱ्हासही त्यांनी पाहिला आहे. अतिशय कठीण काळातूनही वनस्पती तग धरून पृथ्वीवर राहिली आहेत. स्वतःला सूर्यप्रकाशाशिवायही वाढवण्याची क्षमता वनस्पतींमध्ये असली तरी या गुणधर्माची किंमत त्यांना मोजावी लागली आहे.

हालचाल न करणाऱ्या, ऊर्जेने भरलेल्या वनस्पती म्हणजे प्राण्यांसाठी अन्नाची पर्वणीच. त्यामुळे वनस्पतींना वाटतं की, बाहेरचा प्रत्येक जण आपल्याला खायला टपलेला आहे. या सततच्या आक्रमणांना तोंड देण्यासाठी वनस्पती विशिष्ट रसायनं बनवतात. वनस्पतींचं कार्य सुरू ठेवण्यासाठी आवश्यक असणारी सगळी यंत्रणा त्यांच्याकडे असतेच. सूर्यप्रकाश वापरणं, नवीन वनस्पती निर्माण करणं, वाढणं हे तर सतत चालूच असतं, पण स्वतःला सुरक्षित ठेवण्यासाठीही काही 'दुय्यम संयुगं' (secondary compounds) असतात. ही दुय्यम संयुगं वनस्पतींच्या पेशींमध्ये साठवायला परवानगी दिलेली निरुपयोगी द्रव्यं असतील किंवा स्रोत आणि ऊर्जेच्या बदल्यात वनस्पतीने निर्माण केलेले काही विशेष रेण्वीय पदार्थ असतील.

वनस्पतींनी स्वरक्षणासाठी निर्माण केलेल्या रसायनांपैकी बहुतेक रसायनं विषारी असतात. वनस्पतीचा जो भाग शाकाहारी प्राण्यांसमोर येतो, त्या भागात ही विषं जास्त प्रमाणात साठतात. उदा. तंबाखू. निकोटिन हे शाकाहारी कीटकांसाठी अतिशय शक्तिशाली मज्जाविष (nerve toxin) आहे. खरंतर निकोटिन तंबाखूच्या मुळांमध्ये तयार होतं; पण त्याचा साठा कीटकांकडून खाल्ल्या जाणाऱ्या पानांमध्ये होतो. झाडाच्या वजनाच्या ०.५ टक्के निकोटिनचं प्रमाण असतं. असं पान कुरतडणारा किडा मूर्खच म्हटला पाहिजे. तागाच्या झाडाचे तंतू, कोका आणि अफूची बोंडं यांच्यापासून कीटकांना प्रतिबंध करण्यासाठी ताडी, कोकेन आणि अफूची निर्मिती त्या त्या झाडांकडून होत असावी. (ताडी/कॅनॅबिस हे अतिनील किरण शोषून घेत असल्याने झाडाचं सूर्यापासूनही रक्षण होत असावं.) सर्वाधिक

मादक असणारी द्रव्यंही प्रत्यक्ष वा अप्रत्यक्षरीत्या वनस्पतींपासूनच आलेली आहेत. जसं एम.डी., एम.ए. किंवा 'एक्स्टी' (परमानंद) नावाचं द्रव्य हे ॲम्फेटामाईनमधून वेगळं केलं जातं, ते 'सासाफ्रास' नावाच्या झाडापासून कृत्रिमरीत्या तयार केलं जातं. मोठ्या प्राण्यांपेक्षाही वनस्पतीभक्षी कीटकांचा वनस्पतींना फार उपद्रव होतो. त्यामुळे कीटक आणि झाडं यांच्यामध्ये सतत उत्क्रांतीची स्पर्धा चालू असते. कीटकांना प्रतिबंध करण्यासाठी वनस्पती त्यांचे स्रोत वापरून नवनवी रसायनं तयार करतात आणि या रसायनांना निष्प्रभ करण्याचे नवनवे मार्ग कीटक शोधून काढतात. हे अव्याहत चालूच असतं. स्वत:चा जीव वाचवण्यासाठी जिथे कीटक आणि वनस्पतींचं रासायनिक युद्ध चालू असतं, नेमकं त्याच युद्धभूमीवर आपण सस्तन प्राणी येऊन टपकलो आहोत. या विध्वंसक युद्धामध्ये आपल्याला तग धरून राहायचं आहे. काही कीटकविषं आपल्यासाठीही घातक असतात. झाडंही आपल्याला लक्ष्य करून काही विषं निर्माण करतात. म्हणूनच तर मनोरंजनासाठी झाडं तोडणारे सस्तन प्राणी 'यू' आणि 'ऱ्होडोडेंड्रॉन' यांसारख्या वनस्पतींमुळे मरतात. अर्थात, वनस्पतींना गंडवण्यात कीटकांप्रमाणेच सस्तन प्राणीही काही कमी नसतात. उदा. 'नाइटशेड' या भयंकर झाडाच्या विषापासून वाचण्यासाठी सशांमध्ये एक विशिष्ट संप्रेरक निर्माण होतं.

सगळ्या कीटकानाशकांपैकी, काही विषं सस्तन प्राण्यांवरही परिणामकारक असतात. प्राण्यांना ठार मारण्यापेक्षा इतर परिणाम करणारी अशी ती विषं असतात. सस्तन प्राण्यांच्या मज्जासंस्थेत जाऊन ही विषं तिथल्या रेणूंशी संयोग पावतात, पण पूर्णपणे मज्जासंस्था उद्ध्वस्त करण्यापेक्षा ते मज्जासंस्थेच्या कार्यात गुंतागुंतीचा बिघाड निर्माण करतात. म्हणजे बुद्धिभ्रम निर्माण करणारी द्रव्यं ही खरंतर वनस्पतींनी तयार केलेली कीटनाशकं असतात, ज्यांचा प्रभाव थोड्याफार प्रमाणात माणसांवरही दिसतो. वनस्पती-कीटक युद्धामध्ये वनस्पतींची प्राणघातक शस्त्रं म्हणून ही द्रव्यं उत्क्रांत झाली आहेत आणि मानव म्हणजे तदनुषंगाने होणारं नुकसान आहे. मानवाकडून वापरली जाणारी मादक द्रव्यं या युद्धातून अपघाताने निघाली आहेत. कीटकांशी याबाबतीत आपलं साधर्म्य आढळतं. मानवी मेंदूवर अमली पदार्थ परिणाम करतात कारण मेंदूतल्या अनेक रेण्वीय प्रक्रिया कीटकांशी जुळतात. याचाच अर्थ असा की, मनोत्तेजक द्रव्यं मेंदूमधल्या अतिप्राचीन यंत्रणांवर कार्य करतात. इतकी प्राचीन यंत्रणा, जी मानव आणि सुरवंट यांना एकाच पूर्वजापासून मिळालेली आहे. लाखो-करोडो वर्षांपूर्वी वळवळ करणाऱ्या अळीसदृश जीवापासून कीटकांची आणि मानवाची उत्पत्ती झाली आहे. मानवाची उत्क्रांतीची शाखा नंतर वेगळी झाली तरी ती यंत्रणा आपल्यात व कीटकांत कायमच टिकून राहिली. तितकंच महत्त्वाचं कार्य ती करत असणार. अमली पदार्थ मानवी मेंदूच्या कोणत्याही

भागावर कार्य करत नाहीत, तर ते मेंदूच्या अशा प्रक्रियांवर कार्य करतात, ज्यांचा आपल्या उत्क्रांतीच्या यशात सहभाग आहे.

तसं असलं तरी अमली पदार्थांची उत्क्रांती ही केवळ संघर्षासाठी नाही. अशीही काही उदाहरणं आहेत जिथे वनस्पती प्राण्यांना आकर्षित करण्यासाठी रसायनं तयार करतात. आक्रमणाला तोंड देण्यासाठीचा त्यांचा दृष्टिकोन सतत बदलत असतो. खाण्याजोग्या फळांची निर्मिती हे त्याचंच एक उदाहरण आहे. जेणेकरून त्यांच्यातल्या बिया प्राण्यांकडून इकडेतिकडे टाकल्या जातील. त्यामुळे फळं प्राण्यांना आकर्षित करतील अशी असतात. रूप, रंग, गंध, चव या दृष्टीने फळं छान असतात. प्राण्यांना फळं विशेषकरून आवडतात, कारण ती ऊर्जादायी शर्करेने युक्त असतात. फळ जितकं अधिक पिकलेलं, तितकंच त्यातलं शर्करेचं प्रमाण अधिक. अतिपिकलेली फळं खूपच गोड असतात. अनेकदा ती तडकून फुटतात. एकदा फुटली की, त्यांच्यात यीस्ट जमा होतं, ज्याने शर्करा मद्यार्कामध्ये परावर्तित होते. यीस्टच्या गुणधर्मामुळे मद्यार्क तयार होणं स्वाभाविक असलं तरी गोड वास येणारा मद्यार्क म्हणजे भुकेल्या प्राण्यांना आमंत्रणच असतं. फळ आता साखरेने आटोकाट भरलेलं आहे याचीच ती खूण असते. प्राणीही साखरेपेक्षा मद्यार्कातून जास्तीत जास्त ऊर्जा मिळवू शकतात. त्यामुळे प्राणीही अशी फळं आवडीने खातात. प्राण्यांसाठी अशी फळं म्हणजे वाळवंटातलं ओॲसिसच.

मानवी उत्क्रांतीच्या गेल्या काही हजार वर्षांमधल्या काळात वनस्पती आणि शाकाहारी प्राणी यांच्यातलं परस्परसाहचर्य टोकाला गेलं. मनोत्तेजक रसायनं निर्माण करणाऱ्या वनस्पतींची मानवाने जाणीवपूर्वक लागवड सुरू केली. त्यामुळे वनस्पतींना अभयच मिळालं. वीस हजार वर्षांपूर्वी होती त्यापेक्षा कित्येक पटीने अधिक तागाची, अफूची झाडं आज आहेत. माणूस आणि त्याच्या आवडीच्या वनस्पती यांची सहउत्क्रांती, अशी जी शेतीची कल्पना होती, ती आता वेगळ्याच पातळीला पोहोचली आहे. माणसाकडून वनस्पतींचा जो कृत्रिम प्रसार झाला, त्याची किंमत आज त्यांना चुकवावी लागते आहे. या वनस्पतींचे गुणधर्मच बदलू लागले आहेत. आपण त्यांना बदलवलं आहे. आपण मादक द्रव्यांची पिकं घेतली, ज्यांच्यामुळे झाडांमधलं दुय्यम विषांचं प्रमाण वाढलं, पर्यायाने त्यांचं सेवनही वाढलं. आपणच आपल्या नाशाची बीजं पेरत आहोत आणि दुसरीकडे मात्र आपण आपल्या अन्नधान्य देणाऱ्या वनस्पतींतील विषं कमी करण्याचा प्रयत्न करत आहोत.

मग अमली पदार्थांच्या सेवनाला पहिल्यांदा सुरुवात कोणी केली? वनस्पतींतील रसायनांच्या गैरवापराचा जीवाश्मीभूत इतिहास अत्यल्प प्रमाणात उपलब्ध आहे हे मान्य. टीनएजचा असा कोणताही जीवाश्मीभूत सांगाडा नाही, ज्याने अपराधी भावनेने आपल्या दातात एखादा 'ड्रग जॉइंट' दाबला आहे; परंतु तरीही आपण

मानवाकडून पूर्वी होणाऱ्या ड्रगच्या वापरावर नक्कीच शिक्कामोर्तब करू शकतो. तसंही मादक द्रव्यांचा वापर करणारा मानव हा एकच सस्तन प्राणी नाही. जंगली शेळी 'लायलेन' नावाचं एक मादक झाड चघळून खाते, जंगली म्हैस अफूच्या झाडांना खाते. हत्ती काही आंबलेली फळं खातात. अगदी त्यासाठी भांडतातसुद्धा! पोषणमूल्यांपेक्षा मनोत्तेजनेसाठी रसायनं घेण्याची प्रेरणा तशी सामान्य आहे. नव्या पाषाणयुगाचा अभ्यास करताना अमली द्रव्यांच्या झाडांचे जळून कोळसा झालेले अवशेष सापडतात. हे म्हणजे आपल्याला जीवाश्म सापडण्यासारखंच आहे. अर्थात, त्याआधीही बराच काळ मादक द्रव्यं वापरात असणार. आपल्या प्रजातींकडून झाडांच्या दुय्यम विषांचा वापर करून घेण्याचा हा एक पैलू असावा. आपल्यासारखे प्रयोगशील, चौकस मर्कटवंशीय अशा कामांमध्ये अग्रेसर आहेत. वैद्यकीय कारणांसाठी गोरीला काही वनस्पतींची पानं न चावता गिळतात. त्यामुळे कोणते भाग, कोणत्या वनस्पती खाव्यात हे आपण इतर प्राण्यांचं निरीक्षण करून शिकलो असू.

आपल्या पूर्वजांनी अमली पदार्थांचं पीक घेण्यास सुरुवात केल्यावर मात्र मानवाच्या वापरात खूपच मोठा बदल झाला. इतिहासात शेतीचा उद्देश अन्न मिळवणं असा असल्याचं दिसतं, तरी बऱ्याच मानववंशशास्त्रज्ञांचं म्हणणं आहे की, सुरुवातीच्या काळात अमली द्रव्य असलेल्या वनस्पतींची लागवड हा माणसाचा प्रमुख हेतू होता. तागाची झाडं लावण्यापासून शेतीचा उगम झाला असावा. कारण ते उष्ण कटिबंधातही वाढतं आणि शिवाय रोजच्या जगण्याच्या लढाईमध्ये शिकारीचा शोध, भाल्याने मासेमारी या कंटाळवाण्या गोष्टींपासून विरंगुळा म्हणून या झाडाचा वापर होत असावा असं काहींचं म्हणणं आहे. मानवी शेतीची मुळं अशा अमली, नशिल्या पिकांमध्ये नव्हती असं जरी मानलं, तरी कृषी क्रांतीमुळे मानवाच्या मद्यप्राशनामध्ये कमालीची वाढ झाली. शेतीच्या अगदी सुरुवातीच्या काळात घेतलेली पिकं म्हणजे जंगली गवतं होती, ज्यातून पुढे तृणधान्यं निर्माण झाली, डाळी तयार झाल्या. कडधान्यं फळांइतक्याच सहजतेने पिकतात आणि आंबतात हे कळून यायला माणसाला वेळ लागला नाही. जवळजवळ दहा हजार वर्षांपासून मद्य माणसाच्या विरंगुळ्याचं पेय असल्याचा लिखित आणि पुरातत्वीय पुरावा आहे.

यातल्या बहुतांशी काळात मादक द्रव्यांचा परिणाम सकारात्मक होता. त्यांच्या मनोरंजनाच्या कार्यासोबतच, जगभरातल्या जातिधर्मांमध्ये ड्रग्जचा विकास कसा झाला याची नोंद कागदोपत्री इतिहासात सापडते. मादक द्रव्य हा सृजनशीलतेचा एक महत्त्वाचा भाग आहे असा दावा आजही अनेक कलाकार करतात. अमली पदार्थ त्यांच्या चांगल्या मानसिक परिणामांसाठीही वापरले गेले. जसं कोकेन उत्तेजक म्हणून, मद्य सामाजिकतेला प्रोत्साहन म्हणून, तर तंबाखू विचारांमध्ये स्पष्टता येण्यासाठी म्हणून वापरली गेली. (मी अशा एका माणसाबरोबर काम केलं आहे,

जो फक्त संशोधनाच्या मान्यतेचा अर्ज लिहिताना सिगारेट ओढतो.) मद्याचा जंतुनाशक परिणाम हेच काय ते ड्रग्जचं मानवी जीवनातलं योगदान. मानवाच्या नागरीकरणाची प्रक्रिया गेली दहा हजार वर्षं चालू आहे. 'शहरीकरण' म्हणजे 'शहरात राहणं'. आपल्या आधुनिकीकरणासाठी शहरीकरण महत्त्वाचं असलं तरी एका जागी हजारो माणसं एकत्र जमण्यात आरोग्याला धोका असतोच. शहरीकरणाच्या प्रक्रियेमध्ये माणसांनी एकमेकांचे पाण्याचे स्रोत नासवायला सुरुवात केली, ज्याचे परिणाम आजही हजारो लोकांना भोगावे लागत आहेत. बकाल शहरांमध्ये राहणाऱ्या लोकांसाठी पाणीही सुरक्षित, स्वच्छ नसतं. पण दुसरीकडे आंबवलेली पेयं पिणं त्यापेक्षा अनेक पटींनी सुरक्षित आहेत, कारण त्यात सूक्ष्मजीवांना मारणारा मद्यार्क आहे. कित्येक वर्षं मद्यार्क पिणं हा आजार टाळण्याचा उपाय होता.

पण मग जर मानवाने ड्रग्जच्या सुखकर आणि उपकारक परिणामांसाठी त्यांच्या सेवनाला सुरुवात केली, तर आता तेच ड्रग्ज आधुनिक समाजासाठी शाप का ठरावेत? आपण या तिसऱ्या भागात जेव्हा टीनएजर्सवर ड्रग्जचा कसा परिणाम होतो हे पाहू, तेव्हा आपल्या लक्षात येईल की, इतक्या मोठ्या प्रमाणात माणसांमधली व्यसनाधीनता ही घटना तशी नवी आहे. शेतीमधल्या क्रांतीच्या सुरुवातीच्या काळापासून माणसं मादक द्रव्य घेत आली आहेत. पण गेल्या काही दशकांपासून मोठ्या प्रमाणावरची व्यसनाधीनता ही सामाजिक समस्या बनली आहे. नक्की काय बदललं आहे? काळ की माणूस?

व्यसनाची लाट येण्यामागे दोन कारणं आहेत असं मला वाटतं. पहिलं म्हणजे अमली पदार्थ आपल्या मेंदूच्या अतिमहत्त्वाच्या प्रणालींवर ताबा मिळवतात आणि आपल्याला व्यसन लावतात. आपल्या जगण्यासाठी मेंदूतल्या या प्रणाली इतक्या महत्त्वाच्या आहेत की आपण त्या गमावण्याचा प्रश्नच येत नाही. दुसरी गोष्ट म्हणजे अमली पदार्थ आता जास्त प्रमाणात उपलब्ध झाले आहेत, ते सर्वसामान्यांनाही परवडायला लागले आहेत आणि त्यांची शक्ती पूर्वी नव्हती इतकी वाढली आहे. कोणत्यातरी मादक झाडाची पानं अतिकष्टाने दूरदेशातून मागवून घेण्यापेक्षा, स्वस्तातली दारू स्थानिक विक्रेत्याकडून घेणं सोपं झालं आहे. खरंतर आधुनिक अमली पदार्थ आपली एका प्रकारे फसवणूक करतात. कमावणं, गमावणं, किंमत, फायदे या सगळ्याच्याच पलीकडे ही द्रव्यं आणि पर्यायाने समाज गेला आहे. सध्या आपण सगळे शक्तिशाली रसायनांपर्यंत अगदी सहजतेने पोहोचू शकतो; अशी रसायनं, जी आपल्या मेंदूची कार्यपद्धती कायमसाठी उद्ध्वस्त करू शकतात. मानवाच्या आजवरच्या इतिहासात हे पहिल्यांदाच घडतं आहे, सावधान!

मादक द्रव्यांचा परिणाम : टीनएजर्सवर वेगळा का?

सर्वसाधारणपणे टीनएज अवस्थेत असताना मादक द्रव्य सेवनाला सुरुवात होते. या मनोत्तेजक द्रव्यांचे टीनएजर्सवर होणारे परिणाम काही अंशी गुंतागुंतीचे तर काही अंशी साधेसरळ असतात.

मादक द्रव्यं गुंतागुंतीची आहेत, कारण त्यांच्या सेवनाचे इच्छित परिणाम घडवून आणण्यासाठी ती टीनएजर्सचं शरीर, मेंदू यांच्या निरनिराळ्या भागांवर कार्य करू शकतात (इतर सगळ्यांप्रमाणेच आपणही ड्रग्जच्या नकोशा परिणामांबद्दल नंतर काळजी करू.) मेंदूतल्या मज्जापेशींच्या पृष्ठभागावर छोट्या मज्जा-प्रक्षेपकांना (न्यूरोट्रान्समीटर) सांधण्यासाठी काही मोठे रेणू निर्माण झालेले असतात. या मोठ्या ग्रहणक्षम रेणूंवर मादक द्रव्यं काम करतात. या मज्जा प्रक्षेपक आणि ग्राहकांमुळे (ट्रान्समीटर रिसेप्टर) एका पेशीकडून दुसऱ्या पेशीकडे माहिती पाठविली जाते. एका मज्जापेशीतून मज्जा प्रक्षेपक मधल्या जागेत स्त्रवतात. दोन पेशींमधल्या या छोट्याशा पोकळीला 'सिनॅप्स' म्हणतात. हे मज्जाप्रक्षेपक दुसऱ्या पेशीवरच्या ग्रहणक्षम रेणूंकडून ग्रहण केले जातात.

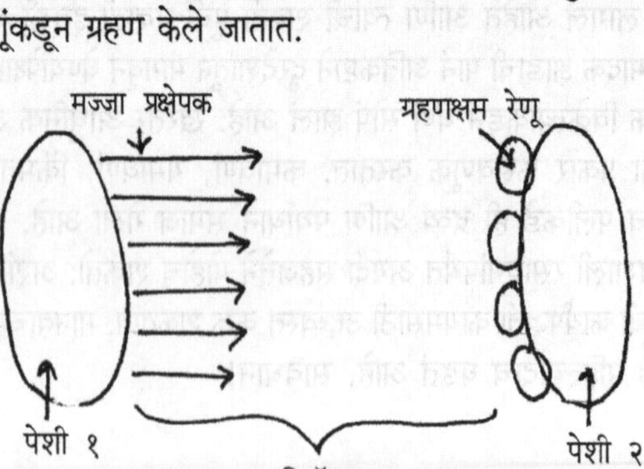

मग ती दुसरी पेशी इतर अनेक पेशींकडे मज्जाप्रक्षेपक सोडते. अशा प्रकारे कोणत्याही माहितीच्या वहनाचं कार्य मेंदूत चालतं. हे सोपं करून सांगायचा प्रयत्न मी केला आहे. मेंदूचं कार्य कसं चालतं याचा हा एक अत्यल्प दाखला आहे. अशा लाखो मज्जापेशींचं जाळं मेंदूत असतं. यातली प्रत्येक पेशी तिच्याकडे आलेली माहिती रेणूंच्या स्वरूपात घेत असते आणि ती रेणूंच्या स्वरूपातच इतर पेशींना पाठवत असते.

सामान्यत: हे रिसेप्टर्स मेंदूमध्ये सगळीकडे पसरलेले असल्यामुळे ड्रग्जचा परिणाम सगळ्या जागी होतो. उदा. ॲम्फेटामाईनमुळे येणारी हर्षोन्मादाची अवस्था. ॲम्फेटामाईनमुळे नॉर ॲड्रेनलीन, डोपामाईन, सिरोटोनिन आणि ऑक्सिटोसिन या द्रव्यांच्या न्यूरोट्रान्समीटरचा मोठ्या प्रमाणावर स्राव होतो. त्यामुळे उत्तेजित होऊन आनंदी वाटू लागतं, सगळ्यांबद्दल प्रेम वाटू लागतं – ती तात्पुरती उन्मादाची अवस्था असते. कोकेनमुळे हालचालींचं नियंत्रण आणि महत्त्वाच्या मानसिक प्रक्रिया असणाऱ्या भागांमध्ये डोपामाईनचा मोठ्या प्रमाणावर स्राव होतो. आपले उत्तेजक परिणाम दाखवण्यासाठी निकोटिन नैसर्गिक न्यूरोट्रान्समीटर असलेल्या ॲसेटिल कोलीनची नक्कल करतं. अशा प्रकारे ते मेंदूतल्या वेगवेगळ्या भागांतल्या रिसेप्टरर्सशी जोडलं जातं. या सगळ्या भानगडीत मोठ्या संख्येने परिणाम कोणाचे असतील, तर ते मद्याचे! ग्लुटामाईन आणि GABA (आठवतात का?) साठी असणाऱ्या रिसेप्टर्सना मद्य बांधलं जातंच, पण ते मेंदूच्या चयापचय क्रियेला आणि तणावजन्य संप्रेरकांच्या स्रावाला मंदावण्याचं काम करतं. याचा एकत्रित परिणाम मेंदूचं कार्य मंदावण्यावर होतो. पण कमी प्रमाणात घेतलं असताना आपली सामाजिक-लैंगिक बंधनं शिथिल करण्याचं मुख्य कार्य मद्य करतं.

'पुनर्निर्मिती करता येण्यासारखी द्रव्यं' म्हणून कॅनॅबिस आणि ओपॉईड ही द्रव्यं आता प्रस्थापित झाली आहेत. मादक द्रव्य-मुक्त मेंदूमध्ये निर्माण होणाऱ्या कॅनॅबिस आणि ऑपोईडच्या नैसर्गिक प्रकारांशी ही द्रव्यं मिळतीजुळती आहेत. उदा. मेंदू आणि प्रतिकार प्रणालीमधल्या (इम्यून सिस्टीम) अनेक प्रक्रिया नियंत्रित करण्यासाठी 'एन्डो-कॅनॅबिनॉईड' नावाची एक गुंतागुंतीची प्रणाली कार्यरत असते. या कॉम्प्लेक्स प्रणालीला सांधून घेण्यासाठी जे $CB_१$ आणि $CB_२$ प्रकारचे रिसेप्टर्स काम करतात, त्या प्रकारात कॅनॅबिस मोडतं. यावरून समजून येईल की एकच द्रव्य आरामदायी भावना, वेदनांपासून मुक्तता, भुकेत वाढ आणि जळजळ, दाह कमी करणं अशी सगळी कार्य कसं कार्य करतं. मेंदूची स्वत:ची ओपॉईड प्रणाली अजून जास्त गुंतागुंतीची आहे; अर्थात, जर अशी काही प्रणाली अस्तित्वात असेल तर. यामध्ये अनेक प्रकारच्या ओपॉईड ग्रहणक्षम रेणूंकडून अनेक नैसर्गिक ओपॉईड्स बांधून घेतली जातात. वेदनांसाठीच्या सिग्नलचं मेंदूतलं प्रक्षेपण नैसर्गिक ओपॉईड्सकडून

केलं जातं. डॉक्टर्सही वेदना कमी करण्यासाठी ओपॉईडचा वापर करतात. आपल्या आतड्यांमध्येही ओपॉईड रिसेप्टर्स असतात. ओपॉईडमधल्या मॉर्फिनमुळे अतिसाराची काही लक्षणं दिसतात. मात्र त्यामुळे निर्माण होणारी अत्यानंदाची भावना लोकांना आवडते.

मेंदूमध्ये सर्वत्र पसरलेल्या विविध रिसेप्टर्सशी जोडलं जाऊन ड्रग्ज त्यांचे परिणाम करतात, म्हणून ती गुंतागुंतीची असतात. सिरसेप्टर्सशी बद्ध होण्याची क्रिया ड्रग्जनुसार वेगवेगळी असते आणि ती माणसांनुसारही बदलू शकते. याउलट एका बाबतीत ड्रग्ज अगदी सरळ आहेत. ड्रग्जच्या दुष्परिणामांचा विचार करताना एकच मुख्य परिणाम डोळ्यांसमोर येतो, जो सगळ्यांमध्ये सारखा आहे – व्यसन! ड्रग्जचा विचार करताना किंवा त्यांचा विषय हाताळताना व्यसन ही गोष्ट प्रामुख्याने समोर येत राहते. जवळजवळ सगळीच मादक द्रव्यं अर्थातच चटक लावणारी असतात. असं नक्की काय आहे, जे माणसांना वारंवार ड्रग घ्यायला लावतं हे अजूनही आपल्याला माहीत नाही. मानसिक व शारीरिक परिणामांची अनेक प्रकारे रचना ड्रग्ज करू शकतात आणि या सगळ्या परिणामांना सांधणारा एकमेव दुवा म्हणजे व्यसन! टीनएजमधल्या ड्रग्जच्या वापराची म्हणूनच आपल्याला भीती वाटते.

'व्यसन' म्हणजे काय आहे नक्की? ठोस गर्भितार्थ असणारा हा शब्द आपण अनेक वेळा, अनेक संदर्भाने वापरतो, पण त्याची व्याख्या करणं तसं कठीण आहे. वर्षानुवर्षांत व्यसनाची शास्त्रीय व्याख्या अशा एका मर्यादेपर्यंत उत्क्रांत झाली आहे की, जिथून पुढे तज्ज्ञ 'व्यसन' हा शब्दही वापरायचं टाळतात. 'व्यसन' याबद्दल जो एक सर्वसाधारण समज आहे, त्याऐवजी आपण असं म्हणू की, व्यसन म्हणजे मनोत्तेजक द्रव्यांचा सक्तीचा वापर, जो आपल्या सामान्य आयुष्याच्या आड येतो. या पुस्तकामध्ये आपण अशाच अर्थाने व्यसन हा शब्द वापरणार आहोत.

व्यसनाबद्दल अनेकदा चुकीच्या पद्धतीने विचार केला जातो, कारण त्याच्याशी संलग्न अनेक संकल्पना आहेत. या संकल्पनांचा गोंधळ म्हणजे आपल्या मनातील व्यसनाबद्दलचा समज असतो. यांपैकी पहिली संकल्पना म्हणजे 'अवलंबित्व'. यामध्ये माणसाने ड्रग्ज घेणं बंद केलं की, अत्यंत त्रासदायक शारीरिक किंवा मानसिक विड्रॉवलची लक्षणं त्याच्या ठायी निर्माण होतात. पण 'अवलंबित्व' (डिपेन्डन्स) हा प्रकारही तसा क्लिष्ट आहे. अवलंबित्व फक्त मनोत्तेजक द्रव्यांमध्येच निर्माण होतं असं नाही. उदा. सारक द्रव्यांवरही माणूस अवलंबून राहू शकतो. विड्रॉवलच्या लक्षणांमध्ये जखम किंवा मृत्यूचा धोका नसला तरी ती अत्यंत त्रासदायक असू शकतात, जसं ओपॉईड विड्रॉवल. तर अवलंबित्व हा व्यसनाकडेच नेणारा मार्ग असला, तरी व्यसन आणि अवलंबित्व दोन्ही वेगळे आहेत.

व्यसनाशी संबंधित दुसरी संकल्पना म्हणजे 'ग्रहणशक्ती' (टॉलरन्स). आपल्याला इच्छित असणारे परिणाम साध्य करण्यासाठी जेव्हा वापरणाऱ्याला ड्रग्जचा वाढता डोस घ्यावा लागतो, तेव्हा त्या घटनेला 'ग्रहणशक्ती' किंवा टॉलरन्स असं म्हणतात. यामध्ये शरीराला आत येणाऱ्या ड्रगची हळूहळू सवय होते आणि शरीर त्या ड्रगकडे स्वाभाविकत: दुर्लक्ष करायला लागतं. व्यसन आणि टॉलरन्स दोन्ही समांतर असलं, तरी परत दोन्ही सारखे नाहीत. मनोत्तेजक नसणाऱ्या औषधी द्रव्यांकरितासुद्धा टॉलरन्स निर्माण होऊ शकतो आणि काही मादक द्रव्यांप्रती टॉलरन्स निर्माण होत नाही. निकोटिन आणि कोकेन मात्र अशी द्रव्यं आहेत, ज्यांच्या सतत वापराने त्यांच्या परिणामांबद्दलची वापरणाऱ्यांची संवेदनशीलता वाढते.

ड्रगचा तिसरा पैलू म्हणजे 'काकुळतीला येणं' (क्रेव्हिंग). हा पैलू व्यसनापासून वेगळा काढणं अवघड आहे. टीनएजर्सना व्यसन लागत चालल्याची महत्त्वाची खूण म्हणजे क्रेव्हिंग – ड्रग्ज मिळवण्यासाठी व्याकूळ होणं, काकुळतीला येणं आणि त्यासाठी वाट्टेल त्या थराला जाणं. जेव्हा जास्तीत जास्त ड्रग्ज घेणं ही गरज नसून ते सक्तीचं व्हायला लागतं, तेव्हा बाकी कशाचीच तमा उरत नाही. पैसे, यश, प्रेमाची माणसं आणि अगदी आयुष्यसुद्धा त्या गरजेपुढे नगण्य ठरतं. ड्रग्जसाठी असं काकुळतीला येणं म्हणजे मेंदूच्या स्वाभाविक प्रतिमांची पायमल्ली करून इतर सर्व विचारांवर ताबा मिळवण्यासारखंच आहे. कौतुकपात्र होण्याच्या मेंदूच्या प्रणालीमध्येही हा गोंधळ प्रतिबिंबित होतो. इतरही काही कारणांसाठी ड्रग्जची मागणी केली जाते. प्रामाणिकपणे सांगायचं तर यातली काही कारणं पूर्णपणे योग्य, अर्थपूर्ण आहेत. टीनएजर्सना ड्रग्ज हवी असतात याचं पहिलं कारण त्यांचे परिणाम. ड्रग्जपासून येणारी नशा, अत्यानंदाची अवस्था, त्यांनी बसणारी 'किक्', वाटणारा आराम, होणारे भास, बधीरता किंवा ज्या प्रकारे ड्रग्ज त्यांना स्वत:बद्दल कल्पना करायला लावतात; हे सगळं टीनएजर्सना अनुभवायचं असतं. मला बीअर हवीशी वाटते, तेव्हा त्यामागे हेच सगळं अनुभवायची इच्छा असते. आंबवलेल्या धान्यामुळे मिळणारं ते सुख मला अनुभवायचं असतं. दुसऱ्या एका कारणास्तव, जे अवास्तव नाही, माणसं ड्रग्जची मागणी करतात – ड्रग सोडण्यामुळे येणारी विड्रॉवलची लक्षणं त्यांना टाळायची असतात. ही मागणी सकारण आहे. हेरॉईनचं व्यसन असणारे, सोडल्यानंतर लगेच होणाऱ्या उलट्या आणि वाटणारी किळस यांपासून दूर पळत असतात. निकोटिनचं व्यसन असणाऱ्या मुलींना माहीत असतं की, निकोटिन सोडल्यानंतर त्यांना बारीक राहणं जमणार नाही. विड्रॉवलची लक्षणं टाळायची खूप जणांची इच्छा असते. पण ड्रग्ज घेणारे धूर्त असतात. त्यांना चांगलंच माहीत असतं की, ही लक्षणं टाळण्यावरचा उत्तम उपाय म्हणजे अजून ड्रग्ज घेणं.

ड्रग क्रेव्हिंगचं एक उल्लेखनीय वैशिष्ट्य आहे. ड्रग घेणाऱ्यांच्या वागणुकीचा कल 'शिकण्याकडे' जास्त असतो. प्रशिक्षण घेण्यासंबंधीच्या प्रक्रियेचा उल्लेख पुस्तकाच्या दुसऱ्या भागात मी केला होता. प्राणी अतिशय सोप्या सोप्या तंत्रांतून शिकत असतात. 'चांगल्याला बक्षीस आणि चुकीला शिक्षा' हे जुनं तंत्र वापरून आपण प्राण्यांना शिकवलं, तर ते कोणतीही गोष्ट पटकन शिकतात आणि सोप्या पद्धतीनेही त्यांना शिकवता येतं. कोणताही ठरावीक आवाज ऐकला की, त्यांची खायची वेळ झाली हे त्या आवाजावरून प्राण्यांना लगेच कळतं. उदा. घंटा ऐकली की, प्राणी लाळ गाळायला लागतात. कारण घंटेचा आवाज ही उत्तेजना (stimulus) प्राण्यांच्या अन्नाच्या नैसर्गिक प्रेरणेशी निगडीत आहे. आपण ही सांगड त्यांना घालून दिली आहे. मग घंटेच्या आवाजाला, म्हणजेच पर्यायाने 'आता अन्न मिळणार' या जाणिवेला प्रतिसाद म्हणून लाळ गाळणं ही वर्तणूक असते. वरवर सोप्या वाटणाऱ्या या शिक्षणपद्धतीचे काही नियम आहेत – उत्तेजना, वर्तणूक, बक्षीस आणि शिक्षा या सगळ्या घटना योग्य क्रमाने आणि जितक्या कमी वेळात घडतील, तितकं प्राण्यांना आपण सहजतेने शिकवू शकतो. हे तंत्र जमलं की प्राणी अक्षरशः वाट्टेल ते करू शकतात. आश्चर्याची गोष्ट अशी की इतर प्राण्यांप्रमाणेच माणसालाही हेच तंत्र लागू पडतं असं लक्षात आलं आहे. खळबळजनक गोष्ट आहे ना! उदाहरणच द्यायचं तर नशा करणारी माणसं ड्रग घेतानाचा सगळा लवाजमा किंवा आधी ड्रग घेतलं होतं, त्या संदर्भातल्या आठवणी यांचा संबंध ड्रगमधून येणाऱ्या नशेशी, धुंदीशी लावतात. वस्तू किंवा जागांचा संबंध ड्रग्ज घेण्याच्या ऊर्मीशी लावण्यासाठी ते स्वतःला प्रशिक्षित करतात. आपल्या वर्तणुकीमध्ये, खोलवर मनात हे प्रशिक्षण वर्षानुवर्षं टिकून राहतं. नशा करणं सोडून कित्येक वर्षं उलटल्यानंतरही, सगळ्या विड्रॉवलच्या लक्षणांमधून बाहेर पडल्यानंतरही एखाद्या वेळी इंजेक्शनची सिरींज नुसती नजरेला पडण्याने किंवा जुन्याच बारमध्ये जाण्याने तुम्ही अमली पदार्थांच्या विळख्यात परत सहज सापडू शकता.

पण अवलंबित्व, धारणाशक्ती किंवा ग्रहणशक्ती (टॉलरन्स) किंवा अगदी ड्रग्जसाठी काकुळतीला येणं म्हणजे व्यसन नव्हे. अर्थात, या सगळ्याशीच व्यसनाचा संबंध आहे, पण प्रत्यक्ष व्यसन या सगळ्यांपेक्षा अतिशय वाईट. काही दिवस त्रास सहन केला, जाणीवपूर्वक ड्रग्जच्या नशिल्या सुखाची वासना दूर ठेवली आणि सिरींजचं दर्शनही टाळलं तर आपण आपलं आयुष्य हेरॉईनपासून दूर ठेवू शकू, स्वतःला वाचवू शकू, हे अनेक लोकांना माहीत असतं; पण तसं घडत नाही. व्यसन या सगळ्याच्या पलीकडे गेलेलं असतं. मला फार निराशावादी सूर लावायचा नाहीये, पण व्यसन या गोष्टीतच भयंकर काहीतरी आहे. वाईट सवयींपासून स्वतःला जाणीवपूर्वक लांब ठेवण्याचं वचन आपण स्वतःलाच देण्याइतकं सोपं

राहत नाही ते!

आपली वर्तणूक नियंत्रित करणाऱ्या मेंदूच्या भागावर ड्रग्ज थेट परिणाम करतात. आपल्या मेंदूत खोलवर मज्जापेशींचे काही गठ्ठे असतात, ज्यांच्यामुळे आपल्याला पूर्वी आपण आनंद घेतलेल्या गोष्टी आठवतात. हे मज्जातंतू मेंदूच्या मुळाशी असलेल्या 'टॅगमेंट' या भागाकडून सेरेब्रल अर्धगोलकांच्या आत असणाऱ्या 'अकम्बन्स केंद्रक' या भागात जातात. केंद्रकात मज्जातंतूंकडून डोपामाईनचा स्राव होतो. आधी ज्या अन्नाचा आपण आनंद घेतला आहे, त्याचा शोध घेण्यासाठीच आपल्या पूर्वजांमध्ये हा मार्ग कदाचित उत्क्रांत झाला. आता जेव्हा जेव्हा आपण आपल्या आवडीची गोष्ट पाहतो, मग ते अन्न असेल, निवारा, पाणी, लैंगिक गरज किंवा अगदी व्हिडिओ गेम्स असतील, हे आपण पाहतो तेव्हा आपल्या मेंदूतला 'टॅगमेंट-अकम्बन्स मार्ग' जागृत होतो.

'टॅगमेंट-अकम्बन्स मार्ग' निर्माण होण्यामागे हेतू वेगळा असला तरी आपल्या पूर्वजांइतकाच आपल्यासाठीही तो महत्त्वाचा आहे. नीट विचार केला तर आपल्या लक्षात येईल की, आपल्याला नक्की काय हवं आहे याचा शोध घेण्यातच आपल्या आयुष्याचा महत्त्वाचा हिस्सा खर्ची पडतो. बऱ्याचदा माणसाला हव्या असणाऱ्या गोष्टी आणि त्या मिळवायचे माणसाचे मार्ग विचित्र आणि गुंतागुंतीचे असतात. या सगळ्या गुंतागुंतीशी जुळवून घेण्यासाठी आपण 'टॅगमेंट-अकम्बन्स प्रणाली'ला सेरेब्रल कॉर्टेक्सशी जोडतो. आता तयार झालेला टॅगमेंट-अकम्बन्स-कॉर्टेक्स हा नवा मार्ग आपल्याला इच्छांवर सावध नियंत्रण ठेवायला मदत करेल, असं वाटतं. या नव्या जोडणीतून आपल्याला समजेल की, डोपामाईनच्या पातळ्यांमध्ये झालेला बिघाड आपल्या सजग आकलक्षमतेला का हानिकारक ठरतो. आपण कितीही हुशार असलो, तरी खोलवर कुठेतरी असणारा जुना 'टॅगमेंट-अकम्बन्स मार्ग' नेणिवेच्या पातळीवरून आपल्याला आपल्या इच्छा पूर्ण करण्यासाठी प्रेरणा देत असतो. आपली जाणीव म्हणजे तरी काय? आपण आपल्या प्राचीन स्वार्थी वासनांना जबाबदारपणाचं आवरण चढवणं.

आता आपल्याला आवडणाऱ्या गोष्टी शोधण्याची गुरुकिल्ली म्हणजे डोपामाईन. पण गंमत म्हणजे एखादी वस्तू आवडण्याच्या प्रक्रियेत डोपामाईन महत्त्वाचं नसतं. विरोधाभासच म्हणायचा हा! वरवर पाहता विचित्र वाटलं तरी दोन्ही गोष्टींमधला फरक त्यातून नीट कळतो. जेव्हा तुम्ही पहिल्यांदा चॉकलेट खाता, तेव्हा त्यातून तुम्हाला खूप मोठा आनंद मिळतो. मग तुम्ही सारखं चॉकलेट शोधायला लागता. 'आनंद घेणं' आणि 'अधिक आनंद मिळवणं' दोन्ही घटना मेंदूच्या वेगवेगळ्या भागांत घडतात. यासाठीचे मेंदूतले मज्जाप्रक्षेपकही निराळे असतात. सुख शोधणं ही डोपामाईनच्या अखत्यारीतली घटना आहे, तर खुद्द 'सुख' वेगळ्या गोष्टीतून

निर्माण होतं. कदाचित एन्डोकॅनॅबिनॉईड्स आणि नैसर्गिक ओपॉईड्सचा त्यात सहभाग असावा. अर्थात सुरुवाती-सुरुवातीची मजा महत्त्वाची आहेच. दोन-चार वेळा ड्रग घेतल्याने टीनएजर्सना लगेच व्यसन लागणार नसतं. टीनएजर्स फक्त मजा घेत असतात. 'आवडणं' आणि 'हवंच असणं' यात नक्कीच फरक आहे. म्हणूनच आनंददायी अनुभवांचं व्यसन लागत नाही.

अमली पदार्थांचा काही दशकं चाललेला अभ्यास एकाच धक्कादायक निष्कर्षाप्रत येऊन पोहोचला आहे : सगळी पुनर्निर्माणात्मक ड्रग्ज अकम्बन्स केंद्रकातलं डोपामाईनचं प्रमाण वाढवतात. आंबलेली फळं, कोकोची पानं, अफू, तंबाखू सगळे हेच कार्य करतात. विस्मृतीत गेलेला अकम्बन्स अचानक प्रकाशझोतात येतो; कारण सगळ्या अमली पदार्थांचा रोख अकम्बन्सवरच असतो. सगळीच ड्रग्ज अकम्बन्सवर कार्य करतात. आपल्याला हव्या असणाऱ्या गोष्टी आपण ज्या पद्धतीने शोधतो, त्यावर अकम्बन्स नियंत्रण ठेवतो. अशा प्रकारे थोड्या अप्रत्यक्षपणे ड्रग्ज आपल्याला बदलवतात. स्वत:पासून दूर नेतात. आपल्या इच्छा-आकांक्षांची नैसर्गिक प्रणाली नष्ट करतात. त्या प्रणालीची दिशा मग जास्तीत जास्त ड्रग्ज मिळवण्याकडे वळते. आपल्या प्राधान्यक्रमात ड्रग्जचं नाव नेहमी अग्रभागी यायला लागतं. आणखी ड्रग्ज हवीशी वाटू लागतात. आपल्याला व्यक्ती म्हणून ओळख देणाऱ्या वर्तणुकीच्या या खोल, प्राचीन केंद्रावरच ड्रग्ज हल्ला चढवतात. अकम्बन्स डोपामाईनचं मी अतिकौतुक करतोय असं नाही, पण या संदर्भातलं एक उदाहरण अतिशय बोलकं आहे.

उंदरांना अशा तऱ्हेने तारांनी बांधलं की, त्यांची काही विशिष्ट हालचाल झाल्यास त्यांना तारेमुळे विजेचे सौम्य झटके बसतील. हे झटके त्यांच्या टॅगमेंट-अकम्बन्सना बसतील, कालांतराने त्या उंदरांनी त्या विशिष्ट हालचाली वारंवार आणि जाणीवपूर्वक करायला सुरुवात केली. त्या तुलनेत त्यांना स्वत:च्या इतर भावना-गरजांची, अगदी तहान-भुकेचीदेखील तमा राहिली नाही. त्या झटक्यांच्या आनंदाच्या नादापायी त्या उंदरांनी अक्षरश: प्राण गमावले.

टीनएजर्स जी ड्रग्ज वापरतात ती सगळीच डोपामाईनची पातळी वाढवतात. पण प्रत्येकाची डोपामाईन वाढवण्याची पद्धत वेगवेगळी आहे. सर्वसाधारणपणे, डोपामाईनची प्रक्रिया खाली दाखवल्याप्रमाणे चालते.

मज्जातंतूमधून डोपामाईन बाहेर फेकलं जातं. तिथे ते रिसेप्टर्सला जोडलं जातं. जे डोपामाईन रिसेप्टरशी जोडलं जात नाही, ते अतिरिक्त डोपामाईन पेशीत परत शोषलं जातं. या एकूण प्रणालीमध्ये वेगवेगळ्या प्रकारे अडथळा आणून डोपामाईनची पातळी वाढवता येते. कोकेन सगळ्यात सोपी पद्धत वापरतं. अतिरिक्त डोपामाईन शोषून घेण्याची पेशीची प्रक्रिया कोकेन थांबवतं. त्यामुळे उरलेलं डोपामाईन पेशींच्या अवतीभोवती हिंदकळत राहतं. रिसेप्टर्सशी पुन्हापुन्हा जोडलं जातं आणि मज्जापेशींना

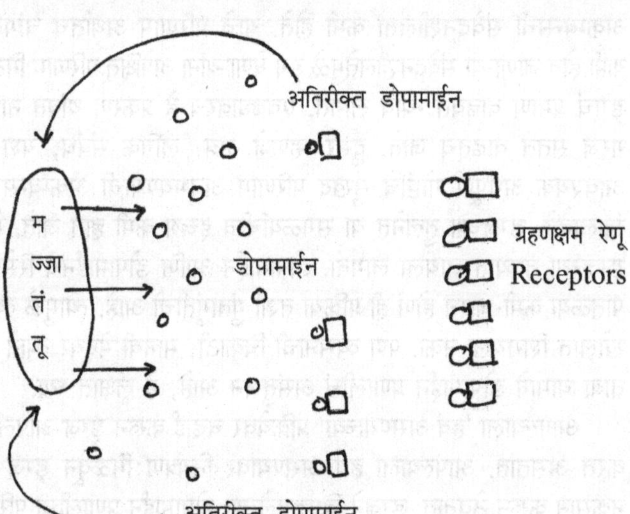

अतिकार्यक्षम बनवतं. म्हणून माणूस उत्तेजित होतो. ॲम्फेटामाईन अशाच प्रकारे काम करतं, पण ते डोपामाईनचा स्त्रावही वाढवतं. निकोटिन, डोपामाईन मज्जातंतूंवर सर्वसाधारणपणे असणाऱ्या रिसेप्टर्सना उत्तेजित करतं. मद्य ग्रहणक्षम रेणूंची डोपामाईनला जोडून घेण्याची सगळी प्रक्रियाच बदलवून टाकतं. कॅनॅबिस आणि ओपॉईड्स हे आपण नैसर्गिक एन्डोकॅनॅबिनॉईड्स आणि नैसर्गिक ओपॉईड्स आहोत असं भासवून मेंदूला अक्षरशः उल्लू बनवतात. या सगळ्याच प्रकरणात होतं असं की, एखादी गोष्ट आवडणं आणि हवी असणं या दोन प्रक्रियांमधला मूळचा फरकच नाहीसा होतो. दोन्ही घटना एकमेकींशी जोडल्या जातात. येनकेन प्रकारेण सगळीच ड्रग्ज अकम्बन्स भागातल्या डोपामाईनच्या पातळ्यांमध्ये भर घालत राहतात.

डोपामाईनच्या पातळीत थोडीशी वाढ झाल्याने फार फरक पडत नाही. कधीतरी परत ड्रग्ज घ्यावीशी वाटतील इतकंच. एखादा आवडलेला पदार्थ आपल्याला परत खावासा वाटतो, तितपतच काहीतरी घडेल. पण ड्रग्ज आपल्याला 'अडकवून' ठेवतात यामागचं कारण वेगळंच आहे. खरं कारण म्हणजे डोपामाईन ज्या पेशींवर कार्य करतं, त्यांच्यावर डोपामाईनचा कायमस्वरूपी परिणाम होऊ शकतो. मोठ्या प्रमाणात ड्रग्ज घेतल्याने निर्माण होणाऱ्या डोपामाईनच्या लाटा अकम्बन्समधल्या पेशींवर सतत आदळत राहतात. असं सतत झाल्यामुळे त्या पेशींवरची डोपामाईनच्या ग्राहकांची संख्या कमी व्हायला लागते. मग ड्रगच्या पुढच्या मात्रेसाठी (डोस)

अकम्बन्सची संवेदनशीलता कमी होते. याचे परिणाम अर्थातच चांगले नसतात. कमी होत जाणाऱ्या संवेदनशीलतेमुळे ड्रग घेणाऱ्यांना अपेक्षित परिणाम मिळवण्यासाठी ड्रगचं प्रमाण वाढवत न्यावं लागतं. एवढ्यावरच हे प्रकरण थांबत नाही. ड्रग्जची गरज सतत वाढतच जाते. दुसरं म्हणजे अन्न, लैंगिक संबंध, यश यांसारख्या आवश्यक अर्थपूर्ण गोष्टींचे सुखद परिणाम अनुभवण्याची अकम्बन्सची क्षमताच खालावते. ड्रग्जच्या तुलनेत या सगळ्यांचीच इच्छा कमी होत जाते. मेंदू हळूहळू ड्रग्जच्या ताब्यात जायला लागतो. डोपामाईन आणि डोपामाईनचे रिसेप्टर्स यांच्या पातळ्या कमी-जास्त होणं ही प्रक्रिया तशी गुंतागुंतीची आहे. त्यामुळे त्याच्या जास्त खोलात शिरायला नको. पण व्यसनाची चिकाटी, मानवी मेंदूवर त्याने मिळवलेला ताबा यामागे डोपामाईन प्रणालीचं असंतुलन आहे, हे लक्षात घ्या.

आपल्याला 'हवं असण्याच्या' प्रक्रियेवर चढाई करून ड्रग्ज आपली फसवणूक करत असतात. आपल्याला हवं असण्यावर नियंत्रण मिळवून ड्रग्ज दीर्घकालीन नुकसान करून ठेवतात. ड्रग्जने बिघडवलेल्या डोपामाईन प्रणालीचा परिणाम म्हणून 'हवं असण्याची' प्रक्रिया भंग पावते आहे असं आपल्याला वाटत असतं. 'हवं असण्याची' प्रक्रिया आपल्या मेंदूत काही विशिष्ट कारणासाठी उत्क्रांत झाली आहे. अन्न, पाणी, मैथुन आणि चांगल्या गोष्टींचा शोध घेण्यासाठी ही प्रक्रिया माणसाला मिळाली आहे. पण आपल्याला या गोष्टींचं व्यसन जडल्याचं दिसत नाही. अमली पदार्थांचं व्यसन लागण्यामागे एक विशिष्ट ठाम, न वाकणारी, न बदलणारी ताठरता, कठोरता आहे. त्यामुळे रोजच्या नैसर्गिक इच्छांपेक्षा ड्रग्ज घेण्याची इच्छा मुळातच वेगळ्या प्रकारे होते. अर्थात, तुम्ही पाच दिवस वाळवंटात काढल्यावर तुमची पाण्याची इच्छा जास्त तीव्र असणारच. पण ड्रग्जव्यतिरिक्तच्या ऊर्मी या सहेतुक आणि सयुक्तिक असतात. अन्न, निवारा, पाणी आणि मैथुन हे आपल्याला हवंच असतं, पण या सगळ्या गोष्टींचा होणारा तत्कालिक मोह एकमेकांवर परिणाम करत नाही, एकमेकांवर अतिक्रमण करत नाही. आता काही लोकांना अन्न, संभोग, किंवा अगदी एखाद्या वर्तणुकीचंही व्यसन लागतं. म्हणजेच आरोग्यदायी वस्तू आणि ड्रग्ज यांच्यातली सीमारेषा आपल्या अपेक्षेपेक्षाही पुसट आहे, संदिग्ध आहे; पण तरी पोळी-ब्रेडपेक्षा हेरोईनचंच व्यसन पटकन लागतं, नाही का?

आपल्याकडे आता व्यसनाची एक व्यवस्थित संदर्भमालिका आहे. वनस्पतींमधली विचित्र कीटकनाशक विषं आपल्या मेंदूचा कसा ताबा मिळवतात हे आता आपल्याला कळलेलं आहे. आता आपल्याला अधिक चांगल्या रीतीने टीनएजमधल्या ड्रग्जच्या वापराचा अभ्यास करता येईल. टीनएजर्स पहिल्यांदा ड्रग्ज का घेतात याचं स्पष्टीकरण सगळेच आपापल्या परीने देत असतात. व्यसन व्यक्तीच्या स्वभावातल्या कमतरतेचं, दुबळेपणाचं निदर्शक असतं याकडे आपण काणाडोळा करूयात. व्यसनाबद्दल

वेगवेगळी विधानं करत राहण्यापेक्षा व्यसन का लागलंय ते आपण पाहूयात. जागतिक तांत्रिक अर्थव्यवस्थेमुळे ड्रग्जची कार्यकारी शक्ती वाढते आहे म्हणून व्यसन लागू शकतं, स्वत:तल्या अपूर्णतेमुळे, ड्रग्जच्या सहज उपलब्धतेमुळे की कमी किमतीत, स्वस्तात ते आहे म्हणून व्यसन लागलं आहे ते पाहू या. हजारो वर्षांपासून ज्या ध्येयपूर्तीच्या मेंदूतल्या प्रणालीमुळे आपण जिवंत आहोत आणि यशस्वी झालो आहोत या प्रणालीवरच ड्रग्ज हल्लाबोल करतात. त्यामुळे उत्क्रांतीच्या बाजूने पाहतानाही टीनएज मेंदू ही समस्या आहे असं वाटत नाही. दोष टीनएज मेंदूत नसून तो मेंदूला फसवणाऱ्या ड्रग्जचा आहे.

ड्रग्जचं व्यसन ही टीनएजमधली घटना आहे असं मी तिसऱ्या भागाच्या सुरुवातीला म्हटलं होतं. टीनएजमध्येच ड्रग्जची चव पहिल्यांदा चाखून पाहिली जाते याचं तुम्हाला काहीच आश्चर्य वाटलं नसेल. साहजिकच आहे, लहान असताना मुलं कुटुंबाच्या सुरक्षित वातावरणात वाढत असतात. टीनएज अवस्थेत बाहेरच्या जगाची दारं किलकिली झाल्यावर त्यांचा ड्रग्जशी सामना होणं स्वाभाविकच आहे. बरीचशी मुलं फारच लहान वयात ड्रग्ज घेऊन पाहताना दिसतात. पण आपल्याला सर्वांत जास्त काळजी वाटते ती टीनएजर्सची. टीनएजर्सना ड्रग्जचं खूप जास्त आकर्षण वाटतं आणि प्रौढांपेक्षा टीनएजर्सवर त्यांचा परिणामही जास्त होतो. हे खरं आहे का?

आपण आधी पाहिल्याप्रमाणे जोखीम घेणं हा आयुष्याचा आवश्यक आणि आरोग्यदायी भाग आहे. धोका पत्करण्याच्याच प्रवृत्तीमुळे टीनएजर्स ड्रग्ज घ्यायला सुरुवात करतात असं म्हटलं जातं. नंतर कितीही वेळा घेतलं, तरी आयुष्यात पहिल्यादां 'ड्रग घेणं' हे पूर्णपणे वेगळंच असतं. त्याचे बरे-वाईट परिणाम टीनएजर्सना माहीत नसतात. त्यांची अकम्बन्स-डोपामईन प्रणालीसुद्धा शुद्ध असते. पहिली वेळ ही नेहमीच व्यसनाची नांदी असते. आपल्याला व्यसन लागूच शकत नाही असा अपार आत्मविश्वास असतो. नव्हे, तसं टीनएजर्सनी गृहीतच धरलेलं असतं. टीनएजर्सना धोके पत्करायला आवडतं हे तर आपल्याला माहीतच आहे. पण पहिल्यांदा ड्रग घेण्यात मेख अशी आहे की त्यातल्या धोक्यांबद्दल आपण सर्वस्वी अनभिज्ञ असतो. काही जण परत कधीच ड्रगला हात लावणार नाहीत, काही जण परत परत ड्रग्ज घेतील, त्याचा आनंद घेतील आणि त्याचे थोडेफार दुष्परिणामही भोगतील. काही जण ड्रग्जच्या आहारी जातील किंवा अतिप्रमाणात घेतल्यावर मरून जातील. अनेक टीनएजर्स अंधारात अशी उडी मारण्याआधी खूप विचार करत असतील याची मला खात्री आहे. ड्रग घेण्याच्या पहिल्या फेरीत जोखीम घेणं हा एक महत्त्वाचा घटक आहे असं म्हणणं स्वाभाविक वाटेल, पण मला तसं वाटत नाही. कारण जोखीम पत्करणारे टीनएजर्स समाजात स्थिर आत्मविश्वासाने वावरताना

आपण पाहतो. पण ड्रग घेणारे टीनएजर्स मात्र आतून असुरक्षित, घाबरलेले दिसतात.

माझी शंका बाजूला ठेवली तरी असं अनेकदा आढळतं की काही टीनएजर्सचा कल सतत नवं काहीतरी करून पाहण्याकडे असतो. कदाचित असा खोडकरपणा आणि चौकस वृत्ती त्यांच्यात लहानपणापासूनच असते. पण जेव्हा ड्रग्जची गोष्ट येते तेव्हा मात्र हीच वृत्ती घातक ठरू शकते. कोणत्यातरी विलक्षण गोष्टीचा शोध घेत फिरणं म्हणजे धोका पत्करणं नव्हे. याच संदर्भात एक मनोरंजक गोष्ट सांगतो. लहानपणी अन्न नसणाऱ्या गोष्टी खायची ज्यांना सवय असते अशा मुलांमध्ये व्यसनाधीनतेचं प्रमाण जास्त आढळतं. धोका आणि अपूर्वता, दोन्ही गोष्टी हाताळण्याचे प्रत्येक व्यक्तीचे मार्ग वेगवेगळे असतात. जेव्हा प्रयोगशाळेतल्या उंदरांना त्यांच्या मागणीनुसार कोकेन किंवा ॲम्फेटामाईन दिलं गेलं, तेव्हा त्यांचा ड्रग्ज घेण्याचा कलही वेगवेगळा दिसून आला. ज्या उंदरांनी बरीच ड्रग्ज घेतली ते खेळ खेळताना हातचलाखी करत होते. ज्या खेळांमध्ये बक्षीस जिंकण्याची किंवा हरण्याची शक्यता होती, तिथे ड्रग्ज घेतलेलं नसतानाही उंदरांच्या अकम्बन्समध्ये डोपामाईन रिसेप्टर्सचं प्रमाण कमी होतं. आधीपासून ड्रग्ज घेणाऱ्या माणसाच्या अकम्बन्समध्ये असतं, तेच प्रमाण उंदरांमध्ये नैसर्गिकरीत्या होतं. मग माणसांनाही हेच लागू होतं का? काही माणसं सुखद अनुभवाने उत्तेजित होतच नाहीत, पण डोपामाईनच्या अचानक हल्ल्याने मात्र गडबडतात. असं असू शकतं का?

व्यसनाधीन टीनएजर्स आणि व्यसनाधीन प्रौढ यांच्यात खूप फरक आहे. त्यामुळे केवळ जोखीम पत्करण्याच्या स्वभावामुळे टीनएजर्स ड्रग्ज घेतात या संकल्पनेवर माझा आक्षेप आहे. नशेपासून सुटका मिळवण्यासाठी जे टीनएजर्स औषधोपचार घेतात, त्यांना इतरही काही समस्या असल्याचं दिसतं. या समस्या त्यांनी ड्रग्ज घेणं सुरू करायच्या फार आधीपासून असतात. अशा टीनएजर्सना बऱ्याचदा कौटुंबिक समस्या असतात, काही मानसिक आजार असतात, मनोविकृती असतात. म्हणून टीनएजर्सना उपचार घ्यायला पाठवलेलं असतं. अशा टीनएजर्समध्ये बहुविध ड्रग्जचं व्यसन असतं. याउलट प्रौढ मात्र स्वेच्छेने उपचारशिबिरात भाग घेताना दिसतात. ड्रग्जमुळे झालेला घटस्फोट, नोकरी किंवा घर गमावणं असे धक्के खाऊन प्रौढ माणसं उपचारांसाठी येतात. टीनएजर्स मात्र उपचार घ्यायला अनुत्सुक असतात. त्यांना उपचार देण्यामागची कारणंही बऱ्याचदा फार साधी असतात – जसं शाळेत प्रगती नसणं किंवा चोरी करताना पकडलं जाणं. अमली पदार्थांच्या संदर्भात टीनएजर्सच्या वागणुकीच्या तऱ्हा प्रौढांपेक्षा खूपच वेगळ्या असतात. आता वागण्याची पद्धत वेगळी म्हणजे टीनएजर्सची ड्रग्ज वापरण्याची कारणं आणि तंत्रंही निराळी असणार. टीनएजर्सचे ड्रग्ज संबंधांतले प्रश्न कधीच साधे, सोपे, सरळ नसतात.

त्यात सामाजिक, भावनिक, मानसिक, शारीरिक असे सगळे प्रश्न एकमेकांमध्ये गुंतून आलेले असतात.

टीनएजर्सच्या अमली पदार्थांच्या सवयींत सामाजिक तणाव आणि स्वाभिमानाचा अभाव हे दोन घटकही निर्णायक भूमिका बजावताना दिसतात. आपले समवयस्क जे करतात, त्यांच्यात राहण्यासाठी म्हणून आपणही ड्रग्ज घेतल्याचं अनेक टीनएजर्स सांगतात. त्यांची तीच अपेक्षा असते. अर्थात, स्वत:च्या निर्णयावर ठाम राहण्याची आणि नकार देण्याची क्षमता आपल्या स्वाभिमानावर अवलंबून असते. प्राण्यांमधल्या अभ्यासानेही या विधानाला दुजोरा मिळाला आहे. सत्ताधारी, अधिकारी माकडांपेक्षा कळपातल्या खालच्या दर्जाच्या माकडांमध्ये स्वत:ला ड्रग देण्याचं प्रमाण जास्त आढळतं. तसंच सामाजिक तणावाचा सामना करणारा मेंदूचा भाग (हायपोथॅलॅमस) आणि व्यसनाला कारणीभूत असणारा भाग (अकम्बन्स) या दोघांमध्ये दृढ संबंध आहे. पूर्वीच ड्रग्ज सोडून दिलेल्या टीनएजर्सना परत नशेकडे वळवण्यात सामाजिक तणावाचा मोठाच वाटा आहे.

नव्या 'स्वाभिमानाच्या सिद्धान्ताला' बराच पाठिंबा मिळू लागला आहे. सिद्धान्त तसा कोणालाही पटण्यासारखाच आहे. समवयस्कांच्या नादाने बिघडू नये म्हणून सगळ्या गोष्टी कशा हाताळाव्या हे टीनएजर्सना शिकवणं, हाच ड्रग्जचा वापर कमी करण्याचा उत्तम उपाय आहे असंही काही जणांना वाटतं. परंतु यामध्ये 'जर-तर'चा अंश अतिशय जास्त असल्यामुळे राजकारण्यांना त्यात पैसे गुंतवण्याची इच्छा नाहीये. त्याचबरोबर हेदेखील स्पष्ट करावं लागेल की ड्रग्जचा नायनाट करण्याकरिता वापरलेली रणनीतीसुद्धा यशस्वी ठरलेली नाही.

(तुम्हाला हळूच एक मजा सांगतो. एखादी गोष्ट हवीहवीशी वाटणार आहे याची पूर्वकल्पना टीनएज अवस्थेमध्ये सुरू होणाऱ्या मासिक पाळीच्या संदर्भात बघता येईल. शास्त्रीयदृष्ट्या हे सिद्ध करणं तसं अवघड आहे. पण मासिक पाळीपूर्व कालावधीत स्त्रियांना चॉकलेट्स खावीशी वाटतात हे सगळ्यांनाच माहीत आहे. चॉकलेट हे मानवाला आवडणाऱ्या सगळ्याच सुखद गोष्टींचं मिश्रण आहे. चरबी, साखर, थोडंसं कॅफेन, उत्तेजना देणारं थिओब्रोमीन, एन्डोकॅनॅबिनॉईडसारखं काहीतरी आणि न्यूरोट्रान्समीटर्स – मज्जाप्रक्षेपक निर्माण करण्यासाठी लागणारी रसायनं – असं सगळंच चॉकलेटमध्ये असतं. त्यात चॉकलेटचा स्वाद, गंध, रंगरूप सगळंच कसं हवंहवंसं! मग लोकांना चॉकलेटचं वेड लागलं तर त्यात नवल काय. पण चॉकलेटचं व्यसन वगैरे लागल्याचं दिसत नाही. मासिक पाळीच्या आधी चॉकलेटचे डोहाळे लागणं हे समजायला जरा अवघड आहे. खरंतर चॉकलेटमधल्या झॅन्थाइन्समुळे पाळीचा त्रास वाढायची शक्यता असते. पण तरीही मुलींना चॉकलेटच खायची तीव्र इच्छा होते. सगळ्या अभ्यासासाठी काळजीपूर्वक छाननी केली तरी फारसं काही

हाती लागलं नाही. मासिक पाळीच्या काळातली जास्त उष्मांकाची गरज भागवणारं अन्न म्हणून चॉकलेट हवंसं वाटू शकतं. स्त्रीत्वाबद्दलचा हा प्रश्न मात्र अनुत्तरितच राहिला आहे.)

तर टीनएजमधल्या नशा करण्यामागे काही सबळ कारणं आहेत – जसं जोखीम पत्करण्याचा टीनएजर्सचा स्वभाव, सामाजिक-मानसिक ताणतणाव, स्वाभिमानाचा अभाव आणि अगदी मासिक पाळीसुद्धा. पण ड्रग घेण्याची सुरुवात करणं हा यातला फक्त एक भाग आहे. प्रौढांपेक्षा वेगळ्या मार्गाने टीनएजर्स ड्रग्जना प्रतिसाद देतात असं नुकत्याच केलेल्या पाहणीत आढळलं आहे. यातलं बरंचसं संशोधन मद्यावर झालेलं आहे. प्रयोगशाळेतल्या प्रौढ आणि तरुण उंदरांच्या मद्यसेवनाच्या पद्धतींमध्ये खूपच फरक दिसून आला. तरुण उंदीर विविध अवस्थांमध्ये जास्त प्रमाणात दारू प्यायले. प्रौढ उंदरांना बंदिवासात एकटं ठेवल्यामुळे त्यांचं दारू पिण्याचं प्रमाण खूप कमी झालं. पण किशोरवयीन उंदरांमध्ये मात्र एकटं ठेवल्यावरही प्रमाण तसंच राहिलं. बहुतेक प्रौढ उंदीर 'सार्वजनिकरीत्या पिणारे' असावेत. महत्त्वाचा भाग हा की, प्रौढांपेक्षा तरुण उंदरांमध्ये दारूमुळे बिघडणारा समतोल किंवा झोप येणं याचं प्रमाण फारच कमी होतं. मानवी टीनएजर्समध्येही असंच आढळून येतं. मद्यपानामुळे जर फारसा फरक न पडता जर उत्साहीच वाटत असेल तर ते अजून मद्यपान करू शकतात. पण टीनएजर्सच्या स्मरणशक्तीवर मद्यपानाचा परिणाम होतो. प्यायलेले टीनएजर्स नको त्या गोष्टी नशेच्या भरात करून बसतात आणि नंतर त्यांना काहीही आठवत नाही. प्यायलेल्या मुली नशेत संभोगही करतात हे आपल्या सगळ्यांनाच माहीत आहे.

बाकीच्या ड्रग्जचा परिणामदेखील टीनएजर्स व प्रौढांवर वेगवेगळा होतो. या बाकीच्या ड्रग्जमध्ये विशेष उल्लेखनीय आहे ते 'केटामाईन'. केटामाईन एक विलक्षण विभ्रम उत्पन्न करणारे, वेदनाशामक आणि निद्राजनक आहे. (हे औषध मी घोडे आणि मांजरांमध्ये भूल देण्यासाठी वापरतो.) टीनएजर्स या औषधाच्या परिणामांसाठी अतिशय संवेदनशील असतात, पण लहान मुलांना मात्र त्याचे विभ्रमकारी परिणाम अजिबात दिसत नाहीत. आता या परिणामांचं मोजमाप काढणंही अवघड आहे, पण ॲम्फेटामाईन्स किंवा ओपॉईडमुळे बसणारा अत्यानंदाचा धक्का टीनएजमध्ये जरा कमी दिसतो. ड्रग्जमुळे 'वेगळंच काहीतरी' वाटतं असं बऱ्याच जणांचं म्हणणं आहे. टीनएजर्सची ड्रग्जच्या परिणामांसाठीची असंवेदनशीलता वाईट आहे, कारण ती अपेक्षित समाधानासाठी टीनएजर्सना ड्रग्ज अधिकाधिक मात्रेत घ्यायला भाग पाडते.

ड्रग्जच्या दीर्घकालीन परिणामाच्या बाबतीत टीनएजर्स खूप संवेदनशील असतात. टॅगमेंट-अकम्बन्स मार्गाची डोपामाईनसाठीची निबरता टीनएजर्समध्ये उदासीनता

निर्माण करते, हे आपण पुस्तकाच्या दुसऱ्या भागात पाहिलं. एकदा ड्रग घ्यायला सुरुवात केल्यावर हाच निबरपणा टीनएजरला व्यसनाकडे वळवू शकतो. ड्रग्ज आवडणं आणि हवेसे वाटणं या दोन्ही प्रक्रियांमध्ये असणाऱ्या डोपामाईन आणि इतर काही प्रणाली टीनएजर्समध्ये अतिशय अस्थिर अवस्थेत असतात. या प्रणालींचा क्रम, संतुलन प्रौढांपेक्षा वेगळे असते. त्यामुळे साहजिकच, ड्रग्जना टीनएजर्सचा मिळणारा प्रतिसाद वेगळा असतो. व्यसनाच्या आहारी जाण्याचा काळ म्हणून टीनएज अवस्थेचा विचार प्राधान्याने केला जातो. या काळात टीनएजर्सचा मेंदू फक्त व्यसन करून पाहण्याचाच नाही, तर ड्रग्जला शरण जाण्याच्या अवस्थेत असतो.

आता यातले अनेक निष्कर्षही मद्याच्या चाचणीवरून काढलेले आहेत. प्रौढांच्या तुलनेत टीनएजर्स 'पट्टीचे पिणारे' असतात, हे एक कटू सत्य आहे. मद्यपानामुळे होणारी मेंदूची झीज हा अतिमद्यपानाचा दुष्परिणाम आहे. स्मृतीसाठी असणारा भाग आणि इतरही काही भाग खूपच संवेदनशील आणि नाजूक असतात. आणि म्हणूनच त्यांच्या मद्याच्या विषाचा त्यावर परिणाम होतो. मद्याच्या तात्कालिक परिणामांना प्रौढ माणसं हळूहळू सरावतात आणि अधिकाधिक ग्रहणक्षम बनतात. टीनएजर्समध्ये मात्र ग्रहणक्षमता विकसित होताना दिसत नाही.

तंबाखूही टीनएजर्सचा सहजपणे ताबा मिळवतो. निकोटिन शरीरात सोडल्यावर ते न्यूरोट्रान्समीटर्सच्या (मज्जाप्रक्षेपक) प्रणालीमध्ये मोठे बदल घडवून आणतं. धूम्रपान करणाऱ्या टीनएजर्समध्येही हेच घडत असतं. ठरावीक कालावधीनंतर थोडं थोडं घेतलेलं निकोटिन काही आठवड्यांनी अत्यावश्यक गोष्ट बनतं. टीनएज अवस्थेत निकोटिनचं व्यसन करणाऱ्यांपैकी फक्त तीन टक्के टीनएजर्स दोन वर्षांच्या प्रयत्नानंतर व्यसन सोडण्यात यशस्वी ठरले आहेत. प्रौढांच्या तुलनेत ही आकडेवारी खूपच वाईट आहे. अमली पदार्थांवरच्या उपचारपद्धतींमध्ये जो फरक आहे, त्याबद्दल आपल्याला अजून काहीच माहीत नाही. एकूणच परिस्थिती खूप गंभीर आणि चिंताजनक आहे असं म्हणावं लागेल.

ड्रग्जना विरोध करण्याची क्षमता टीनएजर्समध्ये फार कमी असते ही वस्तुस्थिती आहे. टीनएजर्सचे मेंदू विकसनशील अवस्थेत असल्यामुळे त्यांच्याकडून ड्रग्जना मिळणारा प्रतिसाद वेगळा असतो. अनेक टीनएजर्स सामाजिक, मानसिक आणि शारीरिक गोंधळातून बाहेर पडण्यासाठी धडपडत असतात. तो बाहेर पडायचा मार्ग त्यांना अमली पदार्थांमध्ये सापडतो.

कदाचित अमली पदार्थांना विरोध करण्याची टीनएजर्सची इच्छाही नसते! मग यातून काय मार्ग निघू शकतो? ड्रग्जचं सेवन... योग्य की अयोग्य?

टीनएज अवस्थेतील ड्रग्जसेवन – खरंच अयोग्य आहे का?

टीनएजर्सचं मनमानी वागणं, स्वत:ला त्रास करून घेणं हा प्रौढांसाठी नेहमीच काळजीचा विषय असतो. ज्या सकाळी मी हे लिहिलं, त्याच सकाळी ब्रिटिश पंतप्रधान टीनएजर्सच्या दारू पिण्याविषयी रेडिओवर भाषण देत होत्या. पण ड्रग सेवनाचे दुष्परिणाम दाखवून देण्यात, स्पष्ट करण्यात प्रसारमाध्यमं अपयशी ठरलेली आहेत. प्रसारमाध्यमातून ड्रग्जवापर अगदी वाईट पद्धतीने दाखवला जातो. टीनएजर्स स्वत:चं जे नुकसान करतात, त्याची त्यांना व्यवस्थित जाणीवच होत नाही. त्याबद्दल त्यांचं पुरेसं प्रबोधन केलं जात नाही. या पुस्तकात टीनएजर्सच्या विविध कृतींमधील धोक्यांकडे मला वास्तववादी नजरेतून पाहायचं आहे. त्यातल्या काही कृती निरुपद्रवी असतात, काही कृतींचे दीर्घकालीन गंभीर परिणाम असतात, तर काही या दोन टोकांच्या अधे-मधे असतात.

मादक द्रव्यं आनंददायी नसतात, असं विधान करण्यात काही अर्थ नाही. तसं असतं, तर टीनएजर्सनी त्यांचा वापर केलाच नसता. स्वत:ला बरं वाटावं, समाजात सगळ्यांमध्ये सहजतेने मिसळता यावं, काही ठरावीक गटांशी संबंध जुळावेत अशा साध्या साध्या कारणांसाठी टीनएजर्स ड्रग्जचा वापर करतात. त्यांच्यातून टीनएजर्सना जो आनंद मिळतो, त्याकडे दुर्लक्ष करून चालणार नाही. तो आनंद भासमान आणि तात्पुरता असला तरी त्यांचे दुष्परिणाम दीर्घकालीन असतात. आपण जेव्हा आपल्या कृतींच्या परिणामांचा विचार करण्याचा प्रयत्न करतो, तेव्हा दीर्घकालीन परिणाम लक्षात न घेता फक्त सद्यस्थितीचाच विचार केला जातो.

गेल्या काही दशकांमध्ये आपण ड्रग्जच्या वापराबद्दल बरीच संख्याशास्त्रीय माहिती गोळा केलेली असली तरी ती केवळ टीनएजर्सकडून मिळवलेली नाही.

सगळ्यात आधी पाश्चिमात्य जगात सातत्याने वापरली जाणारी ही ड्रग्ज आपण क्रमवार लावू. या गटांचा क्रम सर्वाधिक वापरापासून सर्वांत कमी वापरली जाणारी असा उतरता आहे : मद्य, तंबाखू, कॅनॅबिस, कोकेन, ॲम्फेटामाईन्स, ओपॉईड्स.

कोकेन आणि ॲम्फेटामाईनचा क्रम बदलू शकतो, पण बाकी यादी अपेक्षित क्रमानुसारच आहे. कोणत्या द्रव्याच्या लवकर आहारी जातात यानुसारही आपण काही क्रम ठरवू शकतो. आता लोक ज्या ड्रग्जच्या सर्वांत जास्त आधीन होता, त्यापासून उतरत्या क्रमाने मांडणी करू.

तंबाखू, ओपॉईड्स, कोकेन, मद्य, ॲम्फेटामाईन्स (?) कॅनॅबिस

उपलब्धता आणि व्यसनाधीन करणारे गुणधर्म यांमुळे तंबाखूचा क्रमांक पहिला लागतो. ही काळजी करण्यासारखीच गोष्ट आहे. मादक द्रव्यांमुळे मृत्युमुखी पडलेल्यांच्या यादीमुळे कोणत्या द्रव्याने समाजात सर्वाधिक बळी घेतले जातात ते पाहू. त्यावर शिक्कामोर्तबही झालेलं आहे.

तंबाखू, मद्य, ओपॉईड्स, कोकेन, ॲम्फेटामाईन (?) कॅनॅबिस

अर्थातच शेवटची यादी किती माणसं द्रव्य वापरतात, किती सातत्याने, किती प्रमाणात, त्याचे विषारी परिणाम काय आहेत इत्यादी अनेक गोष्टींवर अवलंबून आहे. मद्यार्क आणि तंबाखूसारखी काही ड्रग्ज त्यांच्या दीर्घकालीन परिणामांमुळे मारक असतात, तर अचानक विषारी डोसमुळे इतर ड्रग्ज मारक ठरतात. तर द्रव्यांकडे अनेक दृष्टिकोनांतून पाहता येईल. द्रव्यांचे परिणाम वाईट असतात याबद्दल दुमत असायचं कारणच नाही. पण सगळ्या द्रव्यांचं वर्गीकरण करणं, त्यांचे परिणाम एकत्र करणं आणि त्यांना एकाच मापात मोजणं म्हणजे सगळं अतिशय सोपं करून सांगण्याच्या हव्यासाचा अतिरेक आहे, यावर टीनएजर्सचा कधीच विश्वास बसणार नाही. या तिसऱ्या भागात टीनएजर्सवर ड्रग्ज कसे कसे परिणाम करतात ते विविध मार्ग मी दाखवणार आहे. ड्रग्ज कशी मारक ठरतात यापासूनच सुरुवात करू या.

ड्रग्जचा मारण्याचा सगळ्यात सोपा मार्ग म्हणजे अल्पकालीन विषाक्तता (toxicity) आणि या विषाक्ततेने मारण्याच्या बाबतीत त्यांच्यात प्रचंड विविधता आहे. अल्पकालीन विषाक्ततेचा विचार करता तंबाखू हे अतिशय 'सुरक्षित' द्रव्य म्हणता येईल. सिगारेटमधून निकोटिन मोठ्या प्रमाणात घेतल्याने तत्काळ मृत्यू झाला असं दिसत नाही. मद्यार्काच्या बाबतीत असं होणं शक्य आहे, पण ते फार दुर्मीळ आहे. माणसांना विषारी ठरण्याइतकं मद्याचं प्रमाण घेणं अशक्य नाही; पण मद्यार्काचा निद्राकारक गुणधर्म पाहता जीवघेणा डोस घेण्याइतपत मद्य रिचवत

राहण्यासाठी कोणी शुद्धीत राहू शकेल असं नाही. पण टीनएजर्स नाजूक असल्यामुळे आणि त्यांना त्या गुंगीची सवय नसल्यामुळे नक्की काय होईल सांगता येत नाही. ते या सगळ्याला सरावलेले पण नसतात. कॅनॅबिसच्या बाबतीत ही दुर्मीळ गोष्ट आहे, कारण त्याचे अतिप्रमाणात सेवनही अशक्य आहे. मेंदूमध्ये जो भाग श्वसनासारख्या अत्यावश्यक गोष्टींवर नियंत्रण ठेवतो, त्यात अतिशय थोडे कॅनाबिनॉईड रिसेप्टर्स असल्यामुळे ही शक्यता टळते.

आपल्या यादीतल्या इतर द्रव्यांसाठी अचानक विषाक्तता महत्त्वाची आहे. आपल्या जीवनासाठी आवश्यक असणाऱ्या कार्यासाठी जो भाग मेंदूमध्ये कार्य करतो, त्या भागात या द्रव्यांसाठीचे रिसेप्टर्स असतात. उदा. ओपॉईड आपल्या श्वसनयंत्रणेत अडथळा आणते. आपण श्वास रोखून धरल्यावर शरीरात जो कार्बनडायऑक्साइड गोळा होतो, त्याची संवेदना ओपॉईडमुळे मेंदूला होत नाही. ओपॉईडच्या अधीन असणारे अनेक लोक श्वसन थांबवल्यामुळे मरतात. कोकेनची विषाक्तता कमी प्रमाणात आढळत असली, तरी ती रक्ताभिसरण क्रियेला आपलं लक्ष्य करते. त्यामुळे हृदयाच्या लयीत अनियमितता, हृदयक्रियेला अडथळा, झटका असे परिणाम दिसतात. इतर द्रव्यांपेक्षा याने येणाऱ्या मृत्यूचं प्रमाण कमी असलं, तरी यामुळे आपल्या शरीराचं तापमान वाढून धोकादायक मृत्यू येतो.

बळींच्या केवळ संख्येपेक्षा दीर्घकालीन विषाक्तता महत्त्वाची आहे, कारण सामान्यपणे वापरली जाणारी द्रव्यं अशाच पद्धतीने मारक ठरतात. फुप्फुसांचा कर्करोग हा तंबाखूसेवनाचा गंभीर परिणाम आहे एवढंच आपल्याला माहीत आहे. त्या व्यतिरिक्तही तंबाखू सेवनाचे काळजी करण्यासारखे अनेक परिणाम आहेत. त्यातलीच एक गोष्ट म्हणजे तंबाखूमुळे होणारे हृदयाचे आजार, जे लक्षात येत नाहीत. कारण इतरही अनेक कारणांनी हृदयाचे आजार होतात. हृदय आणि रक्ताभिसरण प्रणालीवर निकोटिनचे भयंकर परिणाम होतात. तंबाखूमधल्या रसायनांमुळे रक्तवाहिन्यांमध्ये अडथळे निर्माण होतात, रक्ताचं रासायनिक संघटन बिघडतं आणि फुप्फुसांचं नुकसान होतं. मद्यार्क सेवनालाही कायमस्वरूपी गंभीर परिणाम असतात हे आपल्या सगळ्यांनाच माहीत आहे. ज्या यकृतावर मद्याला नष्ट करण्याचं कार्य शरीराने विश्वासानं सोपविलेलं असतं, त्या यकृतालाच मद्य नुकसान पोहोचवतं. नाजूक यकृत आणि संवेदनशील मेंदू यांनाच मद्य आपलं लक्ष्य बनवतं. मद्यातून उष्मांक मिळत असल्यामुळे त्याच्या सेवनाने वजनही वाढतं. मद्यसेवनाचे दीर्घकालीन परिणाम काय होतील हे सांगता येत नसल्यामुळे टीनएजर्सनी मद्य किती प्रमाणात घेतलं पाहिजे हे ठरवणं अशक्य आहे. अर्थात, तुम्ही जितके जास्त प्याल, तेवढ्या लवकर तुम्ही तुमची स्मरणशक्ती घालवाल आणि यकृताच्या विकाराने मराल. पण काही लोकांमध्ये कमी प्रमाणाच्या सेवनानेही हे परिणाम दिसतात. अशी कोणतीही

सीमा नाही, ज्याच्या आत हे विषकारक परिणाम दिसणार नाहीत. त्यामुळे सरकारी मार्गदर्शन हे केवळ विषाक्ततेवरून केलेल्या मोजमापाचे अंदाज असतात. मद्यापासून पूर्णपणे लांब राहणं हाच सर्वांत सुरक्षित उपाय आहे. पण टीनएजर्स असा विरक्त सल्ला फार मनावर घेत नाहीत.

इतर अनेक द्रव्यांचे दीर्घकालीन परिणाम अजून नीटसे समजलेले नाहीत. कदाचित तंबाखू आणि मद्यामुळे त्यांचे परिणाम झाकले गेले असावेत. याचंच एक उदाहरण म्हणजे कॅनॅबिस. तंबाखूसोबतच कॅनॅबिसचंही धूम्रपान केलं जात असल्यामुळे दोघांचे परिणाम वेगळे कळत नाहीत. पण आता असं वाटतंय की, कॅनॅबिसच्या सेवनामुळे आकलनात तफावत आणि कौशल्यांवर व निर्णयक्षमतेवर वाईट परिणाम होतात. विषाक्ततेशिवाय ड्रग्जचे इतर दीर्घकालीन दुष्परिणामही असतात. त्यातलाच एक टीनएजर्समध्ये महत्त्वाचा ठरणारा परिणाम म्हणजे स्वत:ची हेळसांड. ती करण्यात टीनएजर्स तसेही वाक्‌बगार असतातच. स्व-उपेक्षा हा व्यसनाधीनतेचा एक भाग आहेच, पण काही द्रव्यं अशीही आहेत जी व्यसनाधीन असो-नसो, स्व-उपेक्षा करायला भाग पाडतात. मद्याच्या सेवनातून इतके उष्मांक मिळतात की एकाच वेळी पिणाऱ्याचं वजन तर वाढतंच, म्हणजे तो लठ्ठ होतो, पण त्याचं कुपोषणही होतं. किती विचित्र! माणसाला भूक लागण्यामागचा मुख्य हेतू म्हणजे विविध कार्यांसाठी ऊर्जा मिळवणं हा असतो. मद्यसेवनातून अतिप्रमाणात ऊर्जा मिळते, पण समतोल आहारातून मिळणारे बाकीचे घटक मात्र मिळत नाहीत. बाकीच्या ड्रग्जमुळे कुपोषणाबरोबरच वजनातही घट होते. कारण त्यांच्यामुळे भूक मरते. उदा. कोकेन, निकोटिन आणि ॲम्फेटामाईन्स. दुर्दैवाने याही कारणासाठी टीनएजर्सकडून ड्रग्जचा वापर केला जातो. स्वत:ची हेळसांड करायचे अनेक मार्ग मादक द्रव्यांमुळे खुले होतात. अन्न, कपडे, स्वच्छता यांसाठी मिळणारे पैसे ड्रग्ज घेण्यासाठी वापरले जातात. टीनएज अवस्थेत ड्रग्जचा वापर करणारी मुलं आयुष्यातला स्वत:ची काळजी घेण्यास शिकण्याचा महत्त्वाचा काळ 'नाही' त्या गोष्टींमध्ये घालवतात. परिणामत: पुढे जाऊन निष्काळजीपणा, आकलनक्षमतेचा ऱ्हास असे परिणाम होतात. कदाचित हेच परिणाम सगळ्यांत महत्त्वाचे आहेत. जे टीनएजर्स मद्यपान करतात किंवा मादक द्रव्यं घेतात, तेच बऱ्याचदा अपघाताला सामोरे जातात किंवा मारामारीत जखमी होतात.

ड्रग्जमुळे निर्माण झालेली स्व-उपेक्षा अनेक प्रकारच्या सामाजिक अपयशांना कारणीभूत ठरू शकते. व्यसन लागलेलं असो वा नसो, ड्रग्जचा वापर हा शैक्षणिक अपयश, हिंसा, खाण्यापिण्याच्या संदर्भातले आजार आणि स्वत:ला त्रास करण्याशी संबंधित असतात. टीनएजमधल्या आत्महत्यांच्या सत्तर टक्के घटनांमागे ड्रग्जचा वापर कारणीभूत असतो. टीनएजर्सच्या अपयशांना ड्रग्ज थेटपणे कारणीभूत नसले

तरी या अपयशाच्या खुणा, नकारात्मक विचार ड्रग्जमुळे वाढीला लागतात. खरं म्हणजे ड्रग्जच्या सेवनाने तणाव निर्माण होतो. ड्रग्जच्या वापराची नियमित चक्रं निर्माण होतात. या चक्रातून बाहेर पडण्यासाठी, तणाव दूर करण्यासाठी सवयीने टीनएजर्स इतर ड्रग्जकडे वळतात. मग आधीची ड्रग्ज सोडल्याचा नवीन ताण, त्यावर मात करण्यासाठी अजून ड्रग्ज असं दुष्टचक्रच तयार होतं. सामाजिक अपयशाचा काळ टीनएजर्सचं विशेष नुकसान करणारा ठरतो. सामाजिक, भावनिक कौशल्यं आत्मसात करण्याचा हाच काळ असतो आणि ही कौशल्यं आयुष्यभर आपल्या उपयोगी पडतात. मग टीनएज अवस्थेचा बराच काळ जर हे शिकण्याऐवजी ड्रग्ज घेण्यात घालवला, तर आवश्यक गोष्टी शिकण्याची संधी त्यांना कदाचित परत कधीही मिळणार नाही. ड्रगच्या वापरातला अजून एक धोका म्हणजे आणखी ड्रग्ज घेण्यासाठी लागणारा पैसा मिळवायच्या नादात टीनएजर्स गुन्हेगारीकडे वळू शकतात. जिथे ड्रग्जचं वाटप काही ठळक गटांमध्ये चालतं, तिथे टीनएजर्सकडे गटाचा संभाव्य उमेदवार म्हणून पाहिलं जातं. कारण टीनएजर्सवर नियंत्रण ठेवणं आणि त्यांच्यावर आरोप ठेवणं हे कायद्याच्या रक्षकांकरता फार कठीण असतं.

मादक द्रव्यांच्या सेवनाने निर्माण होणाऱ्या कमतरतांमध्ये 'लैंगिक स्व-उपेक्षा' विशेषत्वाने त्रासदायक भाग आहे. मद्यसेवनाचा संबंध आपल्या लैंगिक जोडीदारांची संख्या किंवा समागमातलं सातत्य यांच्याशी जोडला गेलेला आहे. याचा अर्थ असा नाही की मद्यामुळे समागम होतात, पण मद्यामुळे सगळे विधिनिषेध नाहीसे होतात – किमान पिणाऱ्यांपुरते तरी. आपण जसं पाचव्या भागात पाहणारच आहोत की, लहान वयात लैंगिक संबंधाला सामोरं जाणं हा भाग अतिशय महत्त्वाचा आहे. टीनएजर्सना काहीही सांगितलं तरी त्यांना लैंगिक संबंध हवेसेच वाटणार आहेत. मग टीनएज अवस्थेतल्या लैंगिक संबंधांवर बंदी घालण्यापेक्षा त्यांना लैंगिक गोष्टींची योग्य कल्पना देऊन, विचारपूर्वक, सौम्य-सहजतेने लैंगिक संबंध ठेवण्याची दृष्टी विकसित करण्यास काय हरकत आहे? धोकादायक लैंगिक वर्तणूक आणि मद्यपान यांच्यातले दुवेही काळजी करण्यासारखे आहेत. यातूनच असुरक्षित संबंध, विविध लैंगिक प्रयोग आणि पैशांसाठी लैंगिक उपभोग घेणं-घेऊ देणं हे घडू शकतं. उत्तेजक द्रव्यांमुळे लैंगिक वासना पराकोटीला जाऊन अतिहस्तमैथुनामुळे जननेंद्रियांना इजा होऊ शकते.

टीनएज अवस्थेतल्या अनेकविध पातळ्यांवरील अपयशाचा कळस म्हणजे मानसिक आजार! मानसिक आजारांकडे पाहण्याचा आपला दृष्टिकोन आता बदलू लागला आहे. मी टीनएज अवस्थेत असताना ड्रग्ज आणि मानसिक आजार यांच्यातल्या परस्परसंबंधांबद्दल मी पूर्णपणे अनभिज्ञ होतो. ड्रग्जचं आकर्षण आणि त्यातली जोखीम यामुळे या बाजूकडे कधी लक्षच गेलं नाही. मित्रांच्या ढासळत्या

मानसिक स्थितीचा एक भाग म्हणून मादक द्रव्य सेवन केल्याच्या अनेक हकिकती मी ऐकल्या. पण ड्रग्जमुळे मानसिक स्थिती खालावू शकते, हे कोणीच सांगितलं नाही. हा दुवा अजून फारसा स्पष्ट झालेला नसला, तरी सध्या ड्रग्ज आणि मानसिक आजार यांच्यातल्या संबंधाला अधोरेखित करणारे अनेक पुरावे गोळा झालेले आहेत. आश्चर्याची गोष्ट म्हणजे, यातली माहिती, आमची पिढी ज्याला सुरक्षित समजत होती अशा द्रव्याशी निगडीत आहे : कॅनॅबिस. कॅनॅबिसचा वापर आणि आकलनशक्तीचा ऱ्हास, नैराश्य, मानसिक अस्वस्थतेची लक्षणं आणि त्या अनुषंगाने स्क्रिझोफेनियाचं निदान या सगळ्यांमधले दुवे आता पुरेसे स्पष्ट होत आहेत. अजून थोडं व्यवस्थित सांगायचं तर 'अमोटिव्हेशनल सिंड्रोम' याच्याशी कॅनॅबिस संबंधित आहे; ज्याला आपल्या भाषेत आपण 'आळशी धोंडा' म्हणतो! मनोविकाराशी फक्त कॅनॅबिसच नव्हे, तर ॲम्फेटामाईन्स, मद्य आणि तंबाखूही संबंध दाखवतात. यात भर म्हणजे निकोटिनचा नैराश्य आणि अस्वस्थता यांच्यामध्येही गुंतागुंतीचा सहभाग आहे. नैराश्य आणि अस्वस्थतेवर 'उपाय' म्हणून काही टीनएजर्स निकोटिन वापरतात; ही दोन लक्षणं निकोटिनच्या 'विड्रॉवल'मध्ये दिसतात आणि म्हणूनच दीर्घकालीन वापरामुळे हे प्रश्न गंभीर होतात का याचं उत्तर शोधणं अवघड होऊन बसलं आहे. इतक्या विविध पातळ्यांवर विचारमंथन होऊनदेखील प्रत्यक्ष विज्ञाननिष्ठ अभ्यासकांमध्येच ड्रग्ज आणि मग मानसिक आजार यांच्या संबंधाविषयी संदेह आहेतच. तसं असेलही, पण सकृतदर्शनी मानसिक विकार हे टीनएजच्या ड्रग सेवनासाठी कारण असू शकतं. तिसरी शक्यता अशी की, काही टीनएजर्स हे मानसिक आजार आणि ड्रग या दोघांना प्रवण असू शकतात. आपण मानवी टीनएजर्सवर ड्रग्जचे प्रयोग करू शकत नाही या वस्तुस्थितीमुळे सगळे वाद-प्रवाद निर्माण झालेले आहेत. आपल्याकडे फक्त संख्याशास्त्रीय सर्वेक्षणं आहेत. तथापि, असेही काही परिस्थितीजन्य पुरावे आहेत, ज्यात दिसतं की मेंदूच्या योग्य विकासासाठी 'एंडोकॅनॅबिनॉईड' नावाची प्रणाली महत्त्वाची असते. मानसिक आजारांमध्ये याच एंडोकॅनॅबिनॉईड प्रणालीत बिघाड झालेला आढळून येतो आणि याच मुद्यावर शास्त्रज्ञांचा दृष्टिकोन वेगवेगळा आहे. काहींच्या मते वरच्या घटनेचा अर्थ असा की मेंदूच्या विकासात कॅनॅबिस अडथळे आणते आणि म्हणून मानसिक आजार होतात. काहींच्या मते एवढं स्पष्टीकरण पुरेसं नाही. ही चर्चा इथे महत्त्वाची आहे, कारण टीनएजच्या ड्रग्जच्या वापराबद्दलचा आपला दृष्टिकोन त्यातून आपल्याला मिळतो; एका टीनएजरसाठी ड्रग्जच्या वापराने मनोविकार होण्याचा धोका कितपत आहे किंवा नाही हा फरक खूप महत्त्वाचा आहे. सुरक्षित राहण्यासाठी ड्रग्जच्या वापरापासून टीनएजर्सना परावृत्त करणं पालक पसंत करतील, पण ड्रग्ज मनोविकार निर्माण करतात हे छातीठोकपणे सांगू शकणार नाहीत.

टीनएजर्स जी महत्त्वाची कौशल्यं आत्मसात करतात त्यांपैकी एक म्हणजे संशयखोर वृत्ती. प्रौढ जे सांगत आहेत, त्यावरच बऱ्याच जणांना संशय येतो. एक असा दावा जो टीनएजर्सच्या बाबतीत क्वचितच खरा ठरतो; तो म्हणजे जे टीनएजर्स ड्रग्जचं सेवन करतात ते पुढे नवनवीन आणि अधिक धोकादायक ड्रग्ज घेऊ लागतात आणि व्यसनाच्या भोवऱ्यात अडकतात. टीनएजर्स आपल्या अवतीभोवती पाहतात तेव्हा त्यांना अतिशय कमी दुष्परिणाम अनुभवणारे ड्रग्ज घेणारे अनेक जण दिसतात. वरवर पाहता तरी अनियंत्रितपणे 'हार्ड ड्रग्ज'पेक्षा जास्त माणसं कायदेशीर असणाऱ्या 'सौम्य ड्रग्ज'मुळे मरतात. या प्रौढांच्या जगातल्या दांभिकतेचीही टीनएजर्सना जाणीव होत असते. हळूहळू टीनएजर्सचा इतरांवरचा विश्वास उडायला लागून ते फक्त स्वत:वर विश्वास ठेवायला लागतात. याच काळात टीनएजर्सना आत्मविश्वास वाटू लागतो की, व्यसनांच्या आहारी जाणाऱ्यांपैकी आपण नाही. अर्थात, यात काहीच आश्चर्य नाही. व्यसनाधीनता आणि कडक ड्रग्ज मार्गक्रमण ही कमकुवत व्यक्तींची लक्षणं आहेत – टीनएजर्सची नाहीत, नाही का? आपल्याला कबूल करायला आवडणार नाही, पण त्यांच्या या समजामध्ये तथ्य असल्याचं सिद्ध झालंय. पण यात नशिबाचा भाग आहे का? काही टीनएजर्स वाईट ड्रग्जच्या जाळ्यात सहजी अडकतात हेदेखील खरं आहे, नाही का?

टीनएजमधील ड्रग्जचा वापर कमी करण्यासाठी राबवल्या गेलेल्या मोहिमांमध्ये 'मादक द्रव्यांचा मार्ग' या संकल्पनेचा बऱ्याचदा उदोउदो केलेला असतो. ही संकल्पना काय आहे? तर तंबाखू आणि मद्यासारख्या सौम्य ड्रग्जकडून कॅनॅबिसकडे, उत्तेजक ड्रग्जकडून कोकेन-ओपॉईडसारख्या नवनवीन, जास्त घातक ड्रग्जकडे चढती भाजणी अशी ही संकल्पना आहे. याचा एक अर्थ असा निघतो की ड्रग्जच्या वापरातून अपरिहार्यपणे पुढचं ड्रग वापरून पाहण्यासाठी प्रयोग केले जातात, किंवा असाही अर्थ होतो की काही ड्रग्ज मेंदूला इतर ड्रग्जच्या अधीन व्हायला भाग पाडतात. या बहुमान्य संकल्पनेवर खूप टीका केली गेली. कदाचित मद्याच्या वापराने हेरॉईनच्या वापराला चालना मिळेलही, पण टीनएजर्सचा कल दोन्ही वापरण्याकडेही असू शकतो. आपण माणसांवर मादक द्रव्यांचे प्रयोग करू शकत नसल्यामुळे आपल्याला परिस्थितीजन्य पुराव्यांचाच आधार घ्यावा लागतो. सांख्यिकी माहिती स्पष्ट असली तरी त्यामागची कारणं पुरेशी स्पष्ट नाहीयेत.

कमी वयात ड्रग्जचा वापर आणि नंतरच्या आयुष्यात 'त्याच' ड्रगचा वापर यांच्यात घनिष्ठ संबंध आहे. उदा. तरुण उंदरांना कोकेन दिल्यानंतर त्यांच्या नंतरच्या आयुष्यात स्वत:च कोकेन घेण्याची त्यांची इच्छा तीव्र होते. तसंच माणसांमध्येही होतं. टीनएजर जेव्हा पहिल्यांदा मद्य घेतात, ते वय आणि नंतरच्या आयुष्यात ते मद्यपी व्हायची शक्यता यांचा अर्थातच जवळचा संबंध आहे. विसाव्या वर्षी मद्य

पिणं आणि चौदाव्या वर्षी मद्य पिणं यांत अर्थातच चौदाव्या वर्षी मद्य पिणारा नंतर व्यसनाधीन व्हायची शक्यता जास्त असते. निरनिराळ्या ड्रग्जच्या 'गेटवे लिंक' दाखवणं जरा अवघड आहे. तरुण उंदरांमधला निकोटिनचा वापर नंतर प्रौढत्वामध्ये मद्याच्या वाढत्या सेवनाला चालना देणारा दिसून आला. पण हा बदल 'सौम्य' ते 'तीव्र' ड्रग्ज असा झाला. माणसांमध्येही टीनएजमधला निकोटिनचा वापर पुढे जाऊन कोकेनच्या वापराला चालना देतो. पण ही सगळी विधानं काही टीनएजर्सच्या वागण्यावरून केलेली आहेत, ज्यांच्यात उपलब्ध असेल ते ड्रग वापरून पाहायची प्रवृत्ती असते. वापरणाऱ्याच्या मनामध्ये दोन वेगवेगळी ड्रग्ज घट्टपणे एकमेकांशी बांधली गेलेली असतात हे आपल्याला माहीत आहे. पूर्वी निकोटिनचं व्यसन असलेला माणूस जेव्हा जेव्हा मद्यपान करतो, तेव्हा तो सिगारेटसाठी व्याकूळ होतो. पण टीनएजर निकोटिनकडे पहिल्यांदा 'प्रगती' करतो, तो हा प्रकार नाही. थोडं अजून तांत्रिक दृष्टिकोनातून पाहायचं झालं तर लहान वयातल्या कॅनॅबिसच्या वापराने पुढे ओपॉईड, कोकेन आणि ॲम्फेटामाईन्सबद्दल सहनशीलता निर्माण होते (टॉलरन्स). पण आपण पाहिलं तसं, टॉलरन्स आणि व्यसन यांत फरक आहे. एका ड्रगच्या सेवनाने बाकीच्या ड्रग्जच्या बाबतीत सहनशीलता निर्माण होण्याला 'क्रॉस ड्रग टॉलरन्स' असं म्हणतात. सगळी ड्रग्ज जर कौतुक ओढवून घेणाऱ्या टेगमेंटम-अकम्बन्स मार्गावर नक्कीच कार्य करणारी असतील, तर साहजिकच असा 'क्रॉस ड्रग टॉलरन्स' निर्माण होईल. मादक ड्रग्जच्या मार्गासंदर्भातला 'गेटवे सिद्धान्त' सिद्ध करण्यासाठी हा एक महत्त्वाचा पुरावाच आहे म्हणा ना!

ड्रग्जच्या गर्तेत घालणाऱ्या विळख्याबद्दलचा प्रौढांचा अजून एक इशारा टीनएजर्सकडून अनेकदा धुडकावला जातो. आपल्या भोवतालच्या जगावरून अनेकांना हे माहीत झालेलं असतं की, व्यसनाधीन होणं हा मादक द्रव्यांच्या सेवनाचा अटळ परिणाम नाहीये. टीनएज अवस्थेतले अनुभव आणि प्रौढांचे इशारे यांच्यातली मोठी तफावत टीनएजर्सच्या बाकीच्या समाजाशी असणाऱ्या संघर्षाला कारणीभूत आहे. काही लोकं ही मुळातच व्यसनाधीन होण्याकडे कल दाखवतात आणि आपण त्यांच्यातले एक असणं शक्यच नाही, असा विचार करायला प्रत्येक टीनएजरला आवडतं. टीनएजर्समधील कमतरता आणि त्यांचं मन जिंकण्यातली दुस्तरता या भावनांच्या विचित्र मिश्रणामुळे ते असा विचार करतात की आपण त्या अनेक लोकांपैकी आहोत, जे व्यसनाच्या आहारी न जाता ड्रग्जसेवनाला व्यवस्थित हाताळू शकतील.

माणसं निश्चितपणे वेगवेगळ्या पद्धतीने ड्रग्जना प्रतिसाद देतात. प्रत्येक व्यक्तीमधल्या जीवशास्त्रीय भिन्नतेमुळे प्रत्येकाच्या प्रतिसादात फरक पडतो. हा फरक एकतर मेंदूच्या ड्रग्जला प्रतिसाद देणाऱ्या प्रणालीमध्ये असतो किंवा ड्रग्जना

नष्ट करण्यासाठी शरीर जी यंत्रणा वापरते तिच्यात असतो. उदा. जनुकांमध्ये असा वैशिष्ट्यपूर्ण बदल असतो ज्यामुळे एन्झाईम्स मादक द्रव्याला नष्ट करू शकतात. म्हणजेच काही माणसं इतरांपेक्षा जास्त मद्य पचवू शकतात. काही वेळा शरीरातल्या जीवशास्त्रीय अनुक्रमावर हा मद्य पचवण्याचा मार्ग लादला जातो. अशा वेळी हा मार्ग मद्याचे मागे उरलेले विषारी उत्पाद तात्पुरते साठवायचं किंवा पचवायचं काम करतो. माणसामाणसांमधला हा मद्याच्या संवेदनशीलतेत असणारा फरक मानवी समाजातल्या लहान लहान गटांमध्येही प्रतिबिंबीत झालेला दिसतो. म्हणूनच जपानमध्ये मला पट्टीचा पिणारा समजतात, तर ब्रिटनमध्ये अल्प पिणारा!

ड्रग्जच्या परिणामांचं स्वरूप व्यक्तिगणिक वेगळं आहे. त्यामुळे असं वाटू लागलं आहे की, ही भिन्नता ही मानवी जैवरासायनिकतेचं अविभाज्य अंग आहे की काय? कारण एका प्रकारे ती फायदेशीरच आहे. आपल्या परिसरात वाढणाऱ्या अनेक वनस्पतींचं अस्तित्व सहन करण्यासाठीदेखील लोकांना जैवरासायनिक प्रतिकारशक्तीची गरज भासते. मात्र त्याचबरोबर ज्या वनस्पतींशी त्यांचा कधीही सुतरामदेखील संबंध येणार नाही, त्यांच्याविरुद्ध प्रतिकारशक्तीची जरादेखील आवश्यकता भासत नाही आणि समजा तशी प्रतिकारशक्ती आपल्या ठायी असली, तरीही एक प्रकारे तो प्रतिकारशक्तीचा अपव्ययच नाही का होणार? म्हणून आजच्या काळात ड्रग्जचे होणारे भिन्नभिन्न तीव्रतेचे परिणाम हे आपल्या पूर्वजांनी त्यांच्या वेळेस त्यांच्या परिसरात उपलब्ध असणाऱ्या मादक वनस्पतींच्या समूहाशी ज्या प्रकारे जुळवून घेतलं, त्यांच्याशी ज्या प्रकारे सामना केला, त्या प्रवृत्तींच्या कमी-अधिक तीव्रतेमध्ये दडलेले असावेत. मधला दोन हजार वर्षांचा काळ युरोपसाठी अतिशय ओंगळवाणा गेला. पिण्याचं पाणी अत्यंत घाणेरड्या स्वरूपात उपलब्ध होतं. त्यातले पिण्यायोग्य द्रवपदार्थ हे केवळ वाईन आणि बिअरच्या रूपात उपलब्ध होते आणि म्हणूनच युरोपिअन लोकांची दारू पचवण्याची क्षमता जास्त आहे, असं म्हणण्याचा मोह आवरता येत नाही. त्या काळात दारूला स्पर्शही न करणारा जगूच शकत नव्हता, पाण्याच्या दूषितपणाचा परिणाम म्हणून असलं तरीही. अशा वेळेस उपजत बुद्धीला स्मरून, शहाजोगपणे दारू पिऊन स्वतःला जिवंत ठेवणं हे अतिशय नैसर्गिक होतं. त्यामुळेच की काय, आपली प्रजातीही अनेक भिन्नभिन्न परिस्थितींशी सामना करून निसर्गतया तरली आहे. परिणामस्वरूप मादक द्रव्य सहन करण्याची आपली क्षमतादेखील व्यक्तिगणिक भिन्न आहे. (अर्थातच या गोष्टीची जाणीव आपल्याला करून देणं हे तर टीनएजर्सचं आवडतं काम, नाही का?)

रेण्वीय जीवशास्त्रात सध्या झालेल्या प्रगतीमुळे आपण पाहू शकतो की मानवी इतिहासातील भौगोलिक आणि वानस्पतिक वैविध्य आपल्या जनुकांमध्येच कोरले

गेलं आहे. मद्य, तंबाखू, कोकेन, कॅनॅबिस, ॲम्फेटामाईन, ओपॉईड यांच्या परिणामांची सहनशक्ती आपल्या जनुकांमधल्या वैविध्याशी संबंधित असल्याचं नुकतंच आढळून आलं आहे. पुढील संशोधनाच्या काही खुणाही यात दिसून येतात. उंदरांवर झालेल्या एका अभ्यासात ॲम्फेटामाईनची ग्रहणशक्ती त्रेचाळीस जनुकांशी संबंधित असल्याचं आढळलं. ही संख्या मानवात असणाऱ्या जनुकांच्या ०.२ टक्के आहे. ड्रग्जच्या ग्रहणशक्तीशी संबंधित असणाऱ्या अनेक जनुकांचा मेंदूतील ग्रहणक्षम, म्हणजे रिसेप्टर रेणू बनवण्यातही सहभाग असतो. हे आपण पाहिलेलेच रेणू आहेत, ज्यावर ड्रग्ज कार्य करतात. म्हणजे जर प्रत्येक ड्रग्जसाठीची ग्रहणक्षमता आपल्या जनुकांमध्येच असेल, तर आपण व्यसनासाठीच्या नैसर्गिक प्रवृत्तीत वैविध्यपूर्ण कसे असू शकतो? आपल्या सगळ्यांमध्ये ती प्रवृत्ती समानच आढळली पाहिजे. मानसिक आणि जनुकीय असे दोन्ही अभ्यास व्यसनासाठी जनुकीय पाया आहे असं सुचवतात. कदाचित म्हणूनच आपल्याला 'व्यसनाधीन व्यक्तिमत्त्वां'बरोबरच 'व्यसनाधीन जनुकां'चाही विचार करावा लागेल.

ड्रग्जबाबतच्या आपल्या या सगळ्या व्यथांमध्ये आपण ड्रग्जविषयीचा सामाजिक पैलू कमी लेखतो आहोत किंवा नजरेआड करतो आहोत असं मला अजूनही वाटतं. आपण विशेषत्वाने सामाजिक प्रजात आहोत; अशी एक प्रजात की ज्यात व्यक्ती इतरांच्या अनुषंगाने कार्य करतात आणि आपण टीनएजर असताना सामाजिकीकरण ही आयुष्यातली अतिशय अपूर्व, जडणघडणीस आवश्यक अशी रचनात्मक घटना असते. यामुळे टीनएजर्सच्या ड्रग घेण्याच्या निर्णयात महत्त्वाच्या असणाऱ्या स्वाभिमान, समवयस्कांचा दबाव, सामाजिक अपुरेपणा या घटकांची आपण जास्त काळजी करायला हवी. टीनएज अवस्थेत स्वाभिमान वगैरे गोष्टींवर आपल्या जनुकांचा प्रभाव असू शकतो. कारण स्वतःची जनुकं आणि त्या जनुकांवरचा पालकांचा प्रभाव, पालकांची मुलांना वाढवण्याची पद्धत यांमुळेच टीनएजरचं व्यक्तिमत्त्व ठरत असतं. पण एक व्यक्ती म्हणून, एक किशोरवयीन मुलगा म्हणून त्याच्या जनुकांकडे न पाहता व्यक्तिमत्त्वाकडेच पाहिलं जातं. टीनएजरचं आयुष्यच जर ड्रगने व्यापलं तर त्याचा सामाजिक विकास तर थांबेलच किंवा तो अपयशीही ठरेल. यासाठी फक्त त्याच्या जनुकांना दोष देऊन चालणार नाही. एखाद्या टीनएजरला जर आपल्याला मदत करावयाची असेल तर त्याच्या व्यक्तिमत्त्व विकासावर आपल्याला काम करावं लागेल, जनुकांवर नव्हे. आपल्याला त्याच्या व्यक्तिमत्त्वाला जागवावं लागेल, वाईट गोष्टींपासून बचाव करण्यासाठी टीनएजर्सना उत्तेजन द्यावं लागेल, ड्रग्जपुढे न झुकता स्वतःवर विश्वास ठेवायला त्यांना शिकवावं लागेल.

मानवी उत्क्रांतीचं अभूतपूर्व, नितांतसुंदर फलित म्हणजे टीनएज. नवनवीन शारीरिक, मानसिक आणि सामाजिक कौशल्यं आत्मसात करण्यासाठीचा आयुष्यातला

हा सुवर्णकाळ! पण अतिसाहस, सामाजिक बंडखोरपणा, निव्वळ मनमानी अशी दूषणं टीनएजर्सना लावून आपण त्यांना क्षुद्र, अतिशय वाईट ड्रग्जच्या विळख्यात ढकलत असतो. नि:संशयपणे ड्रग्जमुळे त्यांना आनंद मिळतो आणि सामाजिक गटातल्या त्यांच्या सहभागाला एका प्रकारे आधार मिळतो, म्हणूनच टीनएजर्स ड्रग्ज वापरायचा प्रयत्न करतात. सध्याच्या अभ्यासातून असं दिसतं की ड्रग्जने अतिशय आक्रमकतेने, निर्दयपणे टीनएजर्सच्या मेंदूवर ताबा मिळवून खूप विध्वंस केला आहे.

हे पुस्तक लिहीत असताना मला अचानक हा साक्षात्कार झाला असला, तरीही याबाबतचे उपलब्ध पुरावे पाहता काळजी वाटायला लागते. कॉलेजची सुरुवात होईपर्यंत तरी ड्रग्जच्या वाटेला जाऊ नये, हा पूर्वीचा पायंडाच योग्य होता की काय, असं वाटू लागलं आहे.

आपल्या पुरातन मेंदूंवर आधुनिक द्रव्यांनी केलेल्या आक्रमणामुळे टीनएजर्स आणि उर्वरित समाज यांच्यातली तफावत, मतभेद वाढीला लागले आहेत. पालक नेहमीच टीनएजर्सना सुरक्षित ठेवायला धडपडत असतात. मुलांना मात्र ड्रग म्हणजे आनंददायी, उल्हासपूर्ण असा मार्ग, जो त्यांना स्वातंत्र्य देतो आणि सामाजिक जगात प्रवेश करण्याची परवानगी देतो, अशी गोष्ट वाटत असते. अजूनही अनेक टीनएजर्सच्या ड्रगच्या कहाणीचा अंत दु:खद नसतो. आपल्या पुरातन 'लक्ष वेधून घेण्याच्या' मेंदूतल्या मार्गावर आपला मोठा प्री-फ्रंटल कॉर्टेक्स बऱ्याचदा नियंत्रण ठेवतो. त्यामुळे अनेक लोक ड्रग्ज सोडण्यात किंवा त्यांना काबूत ठेवण्यात यशस्वी होतात. खूप वेळा या आपल्या प्री-फ्रंटल कॉर्टेक्सला 'योग्य काय आहे' हे माहीत असतं, पण ड्रग्जच्या या विळख्यातून बाहेर पडण्यासाठी, यशस्वी होण्यासाठी त्याला थोड्या आत्मविश्वासाची, ताकदीची आणि आधाराची गरज असते. ज्या गोष्टींमुळे टीनएजर्सना आत्मविश्वास, ताकद आणि आधार मिळतो, त्या नातेसंबंधांकडे आपण चौथ्या भागात पाहणार आहोत. असे नातेसंबंध, जे टीनएजर्सच्या मनामध्ये, त्यांच्या भोवतालच्या जगामध्ये गोंधळ घालत असतात...

४. प्रेम आणि विरह : कमावणं आणि गमावणं

टीनएजमधील नातेसंबंध : जगातील सर्वोत्तम आणि सर्वांत वाईट गोष्ट

...पण मला खूप कमी माणसं आवडतात. त्यातही तुमच्याच वयाची आणि लिंगाची फारच कमी. आपल्याला समाजात राहायचं असेल, तर इतर लोकं आपल्याला आवडतात हा भ्रम आपल्याला सतत टिकवावा लागतो. माझ्या आयुष्यातील हा भ्रम मी फार पूर्वीच हद्दपार केला आहे. आपण कोणालातरी आवडावं असं तुम्हाला वाटतं. मला फक्त 'मी असावं' असं वाटतं.

– जॉन फॉवल्स, द मेगस

टीनएज : एक गोंधळवून टाकणारा अनुभव

सामाजिक आणि बौद्धिक संधींच्या माध्यमातून सगळं जग आपल्यासाठी खुलं होत असल्याचं चित्र आपल्यासमोर असतं. त्याच वेळेस हेच जग चारही बाजूंनी आपल्यावर येऊन जणू आदळत असतं. याच काळात आपल्यातले अनेक जण स्वतःकडे व्यक्ती म्हणून पाहायला सुरुवात करतात. आपल्याला वाटू लागतं, आपल्या शरीरात आपलं मन जणू कैद झालंय, जखडलंय. हे मन सतत इतरांपाशी पोहोचायचा प्रयत्न करत असतं आणि तरीही अगदी एकटं पडलेलं असतं. निसर्गाने मन नावाची जी चीज आपल्याला दिली आहे, तिचा वापर केला पाहिजे, अशी जाणीव आपल्याला अचानक होते आणि हे जाणवतं की, चुकीच्या गोष्टी घडल्या तर आपल्यालाच स्वतःला सांभाळून घ्यावं लागणार आहे. स्वविश्लेषणाची तीव्र इच्छा निर्माण व्हायचा हाच तो काळ असतो. 'आपण कुठेतरी कमी आहोत' अशी काळजी किंवा विचार प्रत्येक टीनएजरचं मन सातत्यानं पोखरू लागतात.

टीनएजर्स अनेकदा स्वतःच्याच कोषात बंद असल्यासारखे वाटतात. कदाचित ते असतातही. इतर लोकांच्या असण्याची जाणीव, जग आणि त्यांच्या स्वतःच्या

काही काळज्या यातच ते असतात. आपण चारचौघांसारखे आहोत की नाही याच काळजीत ते अनेकदा असतात. टीनएज अवस्थेतलं आपल्या भावनांचं स्वरूप कसं होतं हे प्रौढावस्थेतही स्वच्छ आठवत असतं आणि मीही त्याला अपवाद नाही. आजमितीला मी तिशीतला कॉकेशियन तरुण आहे आणि लिहायचं म्हटलं, तर या तीसेक वर्षांच्या तरुणाच्या टीनएज अवस्थेतील भावनांच्या आठवणींनी या पुस्तकाची पानंच्या पानं भरून जातील. खरंच, त्या वेळेसच्या त्या सर्व आठवणींव्यतिरिक्त काहीच नाही माझ्या मनात! एक टीनएजर या दृष्टीने पाहिलं, तर मला अगदी जिवलग म्हणता येतील असे तीन-चार मित्र तर नक्कीच होते. कधीकधी मला वाटायचं की, अरे, आपल्याला या वयात याहून जास्त मित्र असायला हवेत का? कधी असंही वाटायचं की आम्ही सर्व मित्रांनी एकमेकांच्या पाठीशी अधिक जास्त खंबीरपणे राहायला हवं की काय? एकमेकांना भावनिक आधार देताना आम्ही कमी पडत होतो की काय? आमच्या आयुष्यात त्या वेळेस तरुणाईतल्या रोमान्सनी प्रवेश केला होता आणि तरल प्रणयाच्या त्या भावनांनी आम्ही सगळेच मोहरून गेलो होतो. पण तरीही मला स्वत:बद्दल चिंता वाटायची की अनिश्चित अशा एकटेपणाच्या शक्यतेतच माझं आयुष्य व्यतीत होणार की काय? आज, आयुष्याच्या या टप्प्यावरून मी त्या षोडशवर्षीय मुलाच्या या मानसिकतेचा विचार करतो, तेव्हा ती भीती अथवा चिंता मला चक्क लोभवते. शाळा, इतर काम याबद्दल माझी काही तक्रार नसायची. पण अनेकदा अनपेक्षितपणानं मला प्रचंड थकल्यासारखं वाटायचं. माझ्यातील सर्व ताकद क्षणार्धात जळून खाक झाल्यासारखी वाटायची. तसं मी एरवी अगदी ठणठणीत होतो. पण जेव्हा-जेव्हा मी सार्वजनिक ठिकाणी किंवा चारचौघांमध्ये काही खायला बसायचो, तेव्हा अचानक हा 'हल्लाबोल' होत असे. अर्थात, तेव्हा ही एक मोठीच समस्या होती, पण आज मध्यमवयाकडे माझी वाटचाल सुरू असताना 'चारचौघांत खायला बसलं की भूक अदृश्य होणं' ही एक पर्वणीच वाटू लागली आहे. नाहीतर मी एव्हाना चांगलाच थुलथुलीत झालो असतो.

आज या टप्प्यावर आल्यावर 'टीनएज अवस्थेतील माझ्या विचारांचं चर्वितचर्वण' मी तुमच्यासमोर लख्खपणे मांडू शकतो. मला असं जाणवतंय की प्रत्येक गोष्टीचा प्रचंड ऊहापोह करणं आणि कुठलीही वस्तुस्थिती न स्वीकारणं हे दोन पैलू त्या वयात माझ्यामध्ये प्रकर्षाने होते. त्यातूनही एखादी गोष्ट योग्य आहे असं जर वाटलंच तरी ती बुद्धीच्या निकषावर मनोमन तावून-सुलाखून, घासूनपुसून पाहिली जायची. त्यामधील उणिवा, दांभिकता, अस्थिरता अशासारख्या बाबींचा मागोवा घेतला जायचा. त्याचप्रमाणे एखाद्या गोष्टीची चिंता वाटली तर तिच्याकडे बघताना 'आपण काहीही करू शकत नाही' अशी एक भावना मनाला विळखा घालायची.

याहूनही अजून स्पष्टपणे आठवणारी एक भावना होती अनिश्चिततेची. स्वतःच्या बद्दलची ही अनिश्चितता त्या टीनएज अवस्थेतील वयाला गिळंकृत करून बसली होती. मी माझ्याच मेंदूपायी जखडलेलो होतो हे मला नव्याने कळू लागलं होतं. आपल्याला या वयात जे जाणवतंय ते आणि तसंच सर्वांनाच जाणवत असतं, हे त्या वेळेस मला कळण्याची सुतरामदेखील शक्यता नव्हती.

बाकीच्यांना काय वाटतं हे अर्थातच कुणीच, कधीही खात्रीशीरपणे सांगू शकत नाही. पण त्यामुळे टीनएजर्सची अस्वस्थता काही सुसह्य, कमी होत नाही. टीनएजमध्ये असतानाच आपल्या अनिश्चिततेची तीव्रता खूप जास्त असते. भरीला भर म्हणून आपला शारीरिक आणि मानसिक विकास जगासमोर सतत प्रदर्शित होत असल्यामुळे ओशाळवाणंही वाटत असतं. त्यामुळे होतं काय, टीनएज म्हणजे नकारात्मकता आणि गोंधळाचा काळ असंच समजलं जातं. अगदी जरी याची सकारात्मक बाजू असती तरीही. टीनएज अवस्थेत या सगळ्या आंदोलनांमध्ये स्वत:विषयीच्या नव्या जाणिवांची आणि भावनांची भर पडत असते. त्यामुळे नवीन जसं घडतं, तसं बिघडण्याचीही शक्यता जास्त असते हे नक्की. टीनएजच्या काळावर मानसिक आजारांचं अभद्र सावट येतं आणि त्याची काळी सावली संपूर्ण आयुष्यावरच पडू लागते.

मानवाची सर्वोच्च देणगी म्हणजे बुद्धी. मग टीनएज बुद्धीला कशाकशाला तोंड द्यावं लागतं, हे आपल्याला समजून घ्यायचं असेल तर खूप गोष्टींचा सखोल विचार आपल्याला करावा लागेल. टीनएज बुद्धीने काय करणं अपेक्षित आहे, कुठे गोष्टी चुकू शकतात आणि आपण कशा पद्धतीने टीनएजर्सचा अभ्यास करायचा हे आपण ठरवलं पाहिजे. टीनएजर्स म्हणून आपण स्वतः, आपलं जग आणि इतर माणसं यांना तोंड द्यायची, सामोरं जायची क्षमता आपण विकसित करायला हवी. वरच्या तीन ठळक गोष्टींना सामोरं जाण्यात आपण कमी पडलो, तर त्याची परिणती तीन मोठ्या मानसिक आजारांमध्ये होऊ शकते – नैराश्य, स्किझोफ्रेनिया आणि अस्वस्थता. या आजारांच्या अनुषंगाने टीनएजमधला गोंधळ, दुःख आणि काळजी याही घटनांचा शोध आपण घ्यायला हवा.सर्वांत महत्त्वाचं म्हणजे टीनएजर्स आणि त्यांची बुद्धी यांकडे पाहण्याचा एक सकस, उत्तम दृष्टिकोन आपण स्वत:मध्ये विकसित करायला पाहिजे. चिकित्सकांसमोर क्षुब्ध होऊन, संतापून बसलेल्या टीनएजर्सचा आपण एक स्वतंत्र रुग्ण म्हणून विचार करणं अपेक्षित आहे का? की प्रयोगशाळेत, खदखद उकळणारं मानसिक यंत्रणेचं पात्र म्हणून त्यांच्याकडे पाहायचं? हे कोणीतरी अप्रगल्भ मर्कटवंशीय आहेत. खरंतर या जगात ते आले तेच मुळी अतिप्राचीन आफ्रिका खंडातील पठारी प्रदेशात उनाडक्या करून आयुष्य व्यतीत करायला. परंतु तसं त्यांना करता येत नसल्यामुळे ते गोंधळून गेले आहेत, बावरले

आहेत असा विचार उत्क्रांतीवादाचा अभ्यास करणाऱ्या जीवशास्त्रज्ञांनी केला असता. तो विचार आपण गृहीत धरायचा का? नक्की करायचं काय? या भागामध्ये आपण एकेक करून सगळ्याच शक्यतांचा अभ्यास करणार आहोत. टीनएजर्स एकाच वेळी रुग्ण, उकळतं रसायन आणि अप्रगल्भ मर्कटवंशीय कसे असतात, ते आता आपण पाहूच.

टीनएजर्स एवढे दुःखी कशाने होतात?

मनोचिकित्सकांनी टीनएज किंवा टीनएज अवस्थेकडे जरा दुर्लक्षच केलेलं होतं. फ्रॉईड आणि त्याच्या समकालीन मनोविश्लेषकांनी प्रौढत्वातल्या वर्तणुकी, तत्त्वं किंवा समस्या यांचं उगमस्थान म्हणून बालवयाकडेच लक्ष केंद्रित केलं. टीनएज अवस्थेकडे पाहताना मात्र 'बालपणापासून प्रौढत्वात रूपांतर होताना येणारी एक नीरस बदलाची अवस्था' या दृष्टीने पाहिलं गेलं. आपल्या नात्यांचा प्रवाह स्वत:कडे वळवून बाहेरच्या जगाला तोंड द्यायला शिकण्याचा काळ म्हणजे बालपण असं समजलं जात होतं. आपल्या व्यक्तिमत्त्वाचा एक भाग म्हणजे बालपण! बालपणातच अशा पद्धतीने आपलं व्यक्तिमत्त्व आकार घेत असतं असं अजूनही आम्ही समजतो, पण या सगळ्यावर झालेल्या अभ्यासामुळे, संशोधनामुळे बालपणाकडे, व्यक्तिमत्त्व विकासाच्या प्रक्रियेकडे पाहण्याचा एक सोपा मार्ग आपल्याला मिळालाय. 'स्व'ची रचना आता पूर्वी वाटत होती, तितकी अनभिज्ञ आणि गूढ राहिलेली नाही. आयुष्यात आपण जे काही वागतो, ज्या शिक्षणातून आपली वर्तणूक घडते, त्यात टीनएज खूप महत्त्वाचे आहे, याची जाणीव आता आपल्याला होत आहे. स्वत:शी आणि समवयस्कांशी कसं वागावं, हे शिकण्याच्या काळातच आपली स्व-जाणीव वाढत असते.

आधुनिक शास्त्रात मनोचिकित्सेला वेगळंच स्थान आहे. मानसिक आजार बरे करण्याच्या प्रक्रियेतच मनोचिकित्सेची पाळंमुळं रुजलेली आहेत. त्यामुळे घटनाक्रम, 'चुका आणि शिका' या तत्त्वांवर मनोचिकित्सा आधारलेली आहे.

मनोचिकित्सक आधी आपली बुद्धी कशी काम करते, याची प्रतिमा विकसित करतात. मग ज्यांना मानसिक समस्या आहेत अशा माणसांवर त्या प्रतिमा वापरून पाहिल्या जातात. एकाच मनोवस्थेत असणाऱ्या माणसांच्या जमावावर ते 'प्रयोग' करू शकत नाहीत. त्यामुळे या सिद्धान्ताची पडताळणी आणि प्रयोग जरा अवघडच

आहेत आणि तसंही, कोणत्याही दोन मानवी मती एकसारख्या नसतात. चिकित्सक 'नियंत्रित अनभिज्ञ प्रयोग' (controlled blind experiments)सुद्धा करू शकत नाहीत. या प्रयोगांमध्ये आपण कोणती चिकित्सा घेत आहोत, याची तर रुग्णाला कल्पना नसते. पण याहीपेक्षा महत्त्वाचं म्हणजे मुळात आपण चिकित्सा घेत आहोत याचीही यत्किंचितही कल्पना रुग्णाला नसते. काय घडतं आहे याची रुग्णाला पूर्वजाणीव असणं, हीच तर मनोचिकित्सेची मेख आहे. त्यामुळेच 'नियंत्रित अनभिज्ञ पद्धती'चा अवलंब चिकित्सकांकडून केला जात नाही.

मग तरीही मनोचिकित्सेकडून टीनएज बुद्धी कशी कार्य करते, या प्रश्नाचं उत्तर का मिळत नाही? कारण अगदी स्पष्ट आहे – समाजाचा जो मोठा भाग स्वस्थ, निरोगी आहे, त्यापेक्षा जी माणसं 'रुग्ण' आहेत, अशांवरच चिकित्सक लक्ष केंद्रित करतात आणि जी थोडीफार 'अस्वस्थ', 'रुग्णाईत' माणसं आहेत, त्यांना प्रमाण मानून बाकीच्यांची बुद्धी कसं कार्य करते, याचा अंदाज बांधणं कितपत शक्य आहे? हे आपल्याला माहीत नाही. अर्थात, हा थोडा उपरोध झाला, पण पुस्तकाच्या केवळ या प्रकरणासाठी उपरोध वापरायला हरकत नसावी. कारण या प्रकरणात आपण टीनएजर्समध्ये आढळून येणारे मानसिक आजार आणि त्या आजारांचं नाट्यमय स्वरूप पाहणार आहोत. मनोवस्था समजून घेताना आपण उपरोध वापरणार असलो, तरी जे टीनएजर्स मानसिकदृष्ट्या स्वस्थ आहेत, त्यांच्यातल्या बदलांचा आढावाही मी सतत घेणार आहे.

टीनएज अवस्थेमध्ये मानसिक आजार आणि सामान्य मानसिक प्रक्रिया यांच्यातल्या सीमारेषा फारच पुसट असतात. त्यामुळे अनेक टीनएजर्समध्ये अशी लक्षणं दिसतात, जी कदाचित प्रौढांमध्ये दिसली तरी विकृती किंवा आजार समजला जातो. जसं, दीर्घकाळ टिकणारं दुःख, असमाधान, स्वतःचा आवर्जून उपहास करणं, विचारप्रक्रियांमध्ये विस्कळीतपणा असणं, अकारण अस्वस्थता. विशेषतः या सगळ्या लक्षणांमध्ये सामान्य आणि आजारी यांच्यातली मर्यादा अंधूक असते. टीनएज अवस्थेत मानसिक आजार आढळून येण्याचं प्रमाण इतकं जास्त आहे की, कधीकधी मानसिक आजार म्हणजे आपल्या वाढीचाच एक अपरिहार्य भाग आहे, असं वाटू शकतं. मानसिक स्वस्थ टीनएजर्सचे अनुभव आणि प्रयोगसुद्धा प्रौढांना आकलनाच्या पलीकडचे, अतार्किक वाटू शकतात. टीनएज हा मुळातच न टाळता येणारा वेदनादायी अनुभव आहे अशी जी पूर्वापार चालत आलेली समजूत आहे, तिच्या खरे-खोटेपणावर एकमत न होण्याचं कारणही मानसिक अवस्था हेच असावं. काही जण म्हणतात की, टीनएज पूर्णांशाने तणावपूर्ण असते. काही जणांना मात्र असं वाटतं की, टीनएज अवस्थेतला गोंधळ आणि त्रास हा वाढवून सांगितला जातो. ती तितकी वेदनादायी नाही.

एकवेळ सगळ्या प्रासंगिक, घटनात्मक, आजार-ओढ वगैरे गोंधळाला आपण सोडून देऊ. चिकित्सकांच्या दृष्टिकोनाला आपण दोन कारणांसाठी मान्यता द्यावी. पहिलं कारण म्हणजे, टीनएज बुद्धी अतिशय गुंतागुंतीची आहे आणि ही गुंतागुंत पूर्णपणे समजून घेण्यासाठी लागणारी मनोमापनाची उपकरणं आपल्याकडे नाहीत. त्याऐवजी आपण 'चिकित्सक' (therapist) हे अवैज्ञानिक साधन वापरून सविस्तर, पण आडमार्गाने टीनएजबुद्धी समजून घेऊ शकतो. कधीकधी चिकित्सकांकडून या बाबीची दखल घेतली जाते, ती एक अतिसामान्य बाब म्हणून किंवा मग ते थेट निष्कर्षांवर येऊन पोहोचतात. पण बुद्धिमापनासाठी आपल्याकडे कुठलंही यंत्र नसल्याने आपल्याला चिकित्सकांवरच अवलंबून राहावं लागतं. मनोचिकित्सेवर विश्वास ठेवण्याचं अजून एक कारण म्हणजे ही चिकित्सा बऱ्याचदा उपयोगी ठरते. गेल्या काही दशकांमध्ये टीनएजर्सना दुःख देणाऱ्या मानसिक आजारांमागच्या शारीरिक, जनुकीय आणि रासायनिक प्रक्रिया संशोधकांनी शोधून काढल्या आहेत. काही वेळा असे शोध त्या-त्या आजारांसाठी चिकित्सा करण्यासाठीसुद्धा उपयोगी पडतात. मात्र ही चिकित्सा यशस्वी ठरल्यावर मानसिक आजारांकडे पाहण्याचा सोपा पण चुकीचा दृष्टिकोन आपल्याला मिळतो. टीनएज बुद्धीसाठी मनोचिकित्साच परिणामकारक आहे. या विधानाचा उत्तम पुरावा म्हणजे मनोविकारांसाठी अनेकविध इतर चिकित्सा उपलब्ध असतानाही मनोचिकित्साच सर्वांत परिणामकारक ठरली आहे. फक्त एखाद्याशी बोलण्यामुळेच सर्वाधिक परिणाम साधला जातो.

मग टीनएजर्स स्वतःला हाताळायला कसं शिकतात? तुमचं स्वतःशी खरोखरच 'नातं' असू शकतं, असं मला वाटत नाही. पण सर्वसामान्य अनुभव असं सांगतो की टीनएजर्सनी स्वतःला समजण्याचे, स्वीकारण्याचे आणि स्वतःचं मूल्य ठरवण्याचे मार्ग विकसित करायला हवेत. आपल्या मानसिक स्वास्थ्याच्या प्रत्येक पैलूसाठी ही 'स्व'ची जाणीव खूप महत्त्वाची आहे, गरजेची आहे. 'स्व'ची जाणीव नसेल, तर आपण स्वतः कोण आहोत, हे न समजताच बाहेरच्या जगाशी आंधळेपणाने संबंध ठेवणारे, पायाहीन यांत्रिक होऊन जाऊ. स्व-जाणिवेचे दोन घटक टीनएजर्ससाठी विशेष महत्त्वाचे असतात. एक म्हणजे स्व-विश्लेषण (self analysis), दुसरं म्हणजे स्वायत्तता (autonomy).

लहान मुलं वेळोवेळी स्व-विश्लेषक असतातच. जगात काय चाललंय आणि आपल्या डोक्यात काय चाललंय, यातला फरक ते शिकतात. ही जाणीव कुठपर्यंत जाऊ शकते याचं उत्तम उदाहरण म्हणजे, आपण कोणाला सापडू नये म्हणून स्वतःचेच डोळे झाकणारं मूल. आयुष्यातली पहिली दहा वर्षं जशी सरतात, तसं मुलांना हळूहळू स्वतःचे संदर्भ कळायला लागतात. आपण स्वतःकडे कसे पाहतो आणि इतर आपल्याकडे कसे पाहत असतील, याचे संदर्भ प्रसंगोपात त्यांच्या

डोक्यात यायला लागतात. पण स्व-विश्लेषणाची ही लुकलुकणारी जाणीव खूप काळ स्वत:कडे दुर्लक्ष करताना इथे-तिथे विखुरली जाते.

टीनएज अवस्थेच्या सुरुवातीला मात्र सगळंच बदलतं. टीनएजर्स बराचसा वेळ स्वत:च्या अंतरंगात डोकावून पाहण्यात घालवतात. त्यांना स्वत:चीच भुरळ पडल्यासारखं व्हायला लागतं. टीनएजच्या सुरुवातीला मुलं खूप वेळ स्वत:च्या आशा, भीती, क्षमता, दोष यांच्यावर चिंतन करण्यात घालवतात. त्यामुळे स्वत:च्याच प्रेमात पडणं स्वाभाविकच असतं. यालाच 'स्वमग्नता', 'एककल्लीपणा' म्हणून हिणवलं जात असलं तरी टीनएजर्स ज्यासाठी उत्क्रांत झाले आहेत, तीच गोष्ट ते करत आहेत याचीच ती खूण असते. स्व-विश्लेषण ही मानवाच्या यशाची अजून एक किल्ली आहे. आपण संपूर्ण प्रजात म्हणूनही आणि एक व्यक्ती म्हणूनही स्वत:चा अरोध करू शकतो, समस्या सोडवू शकतो आणि आपल्याला हवं ते साध्य होईस्तोवर परिस्थितीशी जुळवून घेऊ शकतो. लहान मुलं स्व-विश्लेषणाच्या बाबतीत जरा कच्ची असल्यामुळे योग्य पद्धतीने गोष्टी अमलात आणण्यासाठी प्रौढांची मदत घेतात. याच्या अगदी विरुद्ध टोकावर किशोरवयीन मुलं असतात. आता आपल्याला अंदाज येईल की, बाहेरच्या सल्ल्यांना टीनएजर्सचा इतका तीव्र विरोध का असतो ते. स्वत:ची विचारप्रक्रिया परिस्थितीनुरूप कशी बदलायची हे टीनएजर्स शिकत असतात. चुकांमधून झालेल्या जखमांमधून शिकणं, किती त्रासाचं असेल नाही! पण मग हे शिकावं कसं?

आपण पुस्तकाच्या दुसऱ्या भागात पाहिलं की, टीनएजर्स स्व-विश्लेषक होत असतात. नेमक्या त्याच काळात मेंदूची पुनर्रचना होत असते. २,५०,००० वर्षांपूर्वी जेव्हा होमोसेपियनच्या मोठ्या मेंदूची बांधणी झाली आणि उत्क्रांतीच्या इतिहासात पहिल्यांदा टीनएजर आढळून आला, त्या काळाचा विचार करणं इथे आवश्यक आहे. पृथ्वीतलावर 'स्व-विश्लेषण' याच काळात अस्तित्वात आलं का हेही पाहावं लागेल. स्व-विश्लेषणाने मानवाला प्रचंड मानसिक लवचीकता बहाल केली. या लवचीकतेचा फायदा सर्वांत आधी टीनएजर्सना झाला. टीनएजर्स जर एखादी गोष्ट करू शकत नसतील, तर त्या गोष्टीपासून टीनएजर्स स्वत:ला वेगळं करतात. पुढे जाण्यासाठी मार्ग सापडेपर्यंत ते आपलीच मानसिक प्रक्रिया सुटी करून वेगवेगळ्या पद्धतीने जोडून पाहतात. अशा पद्धतीने टीनएजर्स स्वत:च्या समस्या सोडवण्यासाठी सक्षम व्हायला शिकत असतात. ते स्वत:ची श्रद्धास्थानं, तत्त्वं विकसित करायला शिकत असतात, प्रतिकूलतेला तोंड द्यायला शिकत असतात, स्वत:ला शांत ठेवायला शिकत असतात आणि स्वत:वरच्या गाढ विश्वासाचा आनंदही घेत असतात. स्वत:विषयीच्या जाणिवेमुळे शक्यतांचं, विचार-प्रक्रियांचं एक नवं जग आपल्याला उपलब्ध होतं – एक नवं परिपक्व, टीनएज

व्यक्तिमत्त्व स्वत:ला सापडतं.

पण नाण्याला दोन बाजू असतात, तसंच स्व-विश्लेषणाचंही आहे. फायद्याबरोबरच त्याचे काही विशेष तोटे आहेत. स्व-विश्लेषणाबरोबर बऱ्याचदा अतिरिक्त नुकसानकारक स्व-उपरोधही येतो. प्रौढांपेक्षा टीनएजर्समध्येच स्व-उपरोध खूप आढळतो. त्यामुळेच कदाचित आजूबाजूच्या मोठ्या माणसांपेक्षा ते अजून आकलनदृष्ट्या अपरिपक्व, सामाजिकदृष्ट्या अननुभवी आणि म्हणूनच लहान समजले जातात. टीनएजच्या काळात एक दृढ, सुसंगत अशी 'स्व'ची जाणीव निर्माण करण्यात येणाऱ्या अपयशामुळेच बरेचसे मनोविकार जन्म घेतात असं अनेक चिकित्सकांना वाटतं. स्वत:चं मानसिक प्राधान्य ठरवण्याची टीनएजर्सची गरज असते हे जरी खरं, तरी काही जण त्यात चुकतात, कमी पडतात. त्याची परिणती पुढे आयुष्यभर स्वत:ला समजून घेण्याचे, स्वत:ची तत्त्वं ठरवण्याचे निष्फळ प्रयत्न करण्यात होते.

टीनएज अवस्थेत आकाराला येणाऱ्या स्व-विश्लेषणाच्या प्रक्रियेची अयोग्य जडणघडण हीच अनेक मनोविकारांचं मूळ आहे, असं मला स्वत:च्या अनुभवावरून वाटतं. अनेक समस्याग्रस्त टीनएजर्स मी पाहिले, जे स्वत:ला सारखे टोचत होते. त्यांचं मन त्यांना खात होतं. खरंतर ही मुलं फार हुशार, चटपटीत, आकर्षक होती. फक्त त्यांच्याकडे स्वत:ला पाहण्याचा सकारात्मक दृष्टिकोन नव्हता. त्यांना स्वत:चीच अडचण होत होती. स्वत:सोबत जगणं त्रासदायक होत होतं आणि हे बदलण्याची शक्यता दिसत नव्हती. मला काळजी वाटते की, या मुलांना कोणाची मदत मिळाली नाहीतर ही मुलं आयुष्यभर दु:खीकष्टी राहतील. अशी मुलं मदतही मागत नाहीत, कारण मदत मागणं म्हणजे त्यांना स्वत:च्या दुबळेपणात भर घालणं वाटतं. कदाचित मनोविकार म्हणून निदान करण्याइतकी तीव्र लक्षणं या मुलांमध्ये दिसणारही नाहीत. पण त्यांच्या स्वत:सोबतच्या नात्याला गेलेला तडा कधीही सांधला जाणार नाही.

स्व-विश्लेषणाबरोबरची टीनएजर्सचा 'स्व' उदयाला आणणारी अजून एक गोष्ट म्हणजे 'स्वायत्तता.' 'स्व'चा दुसरा भाग. स्व-विश्लेषणाशिवाय स्वायत्तता येऊ शकत नाही. टीनएज अवस्थेच्या सुरुवातीला टीनएजर्स भावनिकदृष्ट्या आणि मानसिकदृष्ट्या त्यांच्या पालकांपासून वेगळे झालेले असतात. वस्तू, पैसे किंवा भावनिक गोष्टींसाठी जरी पालकांची अजून गरज असली, तरी ते आता स्वत:च्या आयुष्यातून पालकांना वगळू पाहतात. मुलांमध्ये गुंतून पडलेल्या पालकांसाठी ही प्रक्रिया अतिशय वेदनादायी असली तरी ती पूर्णपणे सामान्य आहे.

टीनएजर्सच्या सामाजिक जीवनाचा एक भाग म्हणून मी नंतर या 'पालक-निषेधा'चे संदर्भ देणार आहे. पण मी ही गोष्ट इथे नमूद करतोय, कारण हा बदल फक्त 'टीनएजर्सच्या सामाजिक प्राधान्यांमध्ये होणारा बदल' एवढ्यापुरताच सीमित नाहीये. बरंच पुढे जाऊन काही जणांचा दावा आहे की, हा बदल म्हणजे बुद्धीच्या

स्वतःच्याबद्दलच्या दृष्टिकोनाची संपूर्ण पुनर्बांधणी. पण मग टीनएजर जर प्रौढाप्रमाणे कार्य करू शकत असले, तर त्यांनी स्व-स्थापनेच्या अवस्थेतून अशा एका स्थानी जायला हवं जिथे भावनिकदृष्ट्या स्वायत्त व्यक्ती म्हणून ते एकटे उभे राहू शकतील. स्वतःच्या इच्छेनुसार पालकांपासून वेगळं होण्याची ही प्रक्रियाच खूप सामर्थ्यदायी आहे आणि टीनएजर्सना आधीच काळजी घेऊन थोडं वेगळं ठेवलं, तर त्याने टीनएजर्सच्या स्वतःकडे पाहण्याच्या दृष्टीला एक परिपूर्णता येते. एक पाया मिळतो. कदाचित त्याचमुळे टीनएजर्ससाठी पालकांचा आधार खूपच मूल्यवान ठरतो. कदाचित स्वतःच्या पालकांच्या तोंडावर फेकायला काहीतरी त्यांना मिळू शकतं.

टीनएजर्सने स्वतःची स्वायत्तता घोषित करण्याचे असंख्य फायदे आहेत. त्यांना एक नवीन सखोल जाणीव प्राप्त होते, जी त्यांना मूल म्हणून कधी मिळालेली नसते. बालिश आवडी-निवडी, हट्टांकडून सामाजिक शिक्कामोर्तबाच्या टीनएजर्सच्या महत्त्वाकांक्षेमधून ते प्रौढत्वामधल्या परोपकाराच्या, स्व-त्यागाच्या जाणिवेपर्यंत आता टीनएजर्सचा संचार व्हायला लागलेला असतो. याच काळात टीनएजर्स स्वतःच्या श्रद्धा आणि वर्तणूक या दोन्ही गोष्टी गोळा करत असतात. याच गोष्टी त्यांना पुढे 'व्यक्ती' म्हणून घडवणार असतात. या सगळ्या प्रवासात इतरांचा कोणताही आधार न घेता स्वतःची भावनिक स्वस्थता टिकवण्याचा आत्मविश्वास त्यांच्यात यायला सुरुवात होते. त्यानंतर टीनएजर्स स्वातंत्र्य आणि परालंबित्व यांच्यावर प्रयोग करून पाहायला मोकळे असतात. इतरांना आपल्या आयुष्यात किती डोकावू द्यायचं हेसुद्धा ते ठरवत असतात. कळायला थोडं कठीणच आहे, हे सगळं! पण तितकंच महत्त्वाचंही आहे. टीनएज अवस्थेतले भावनिक बंध आणि विभक्तता यांच्यात जी माणसं अडकून पडतात, भावनिक बंध आणि भावनिक विभक्तता यांचा तोल ज्यांना सांभाळता येत नाही, अशा माणसांना नंतरच्या आयुष्यात मोठ्या भावनिक वादळाला सामोरं जावं लागतं असं काही चिकित्सकांना वाटतं. नात्यांमध्ये येणाऱ्या समस्यांना सामोरं जाताना अनेक लोकं इतरांना भुरळ पाडणाऱ्या गोष्टींसारखे, व्यक्तींसारखे बनायचा प्रयत्न करतात. अशा वेळी खरंतर एखादं पाऊल मागे राहणं व सगळ्यांना आकर्षक वाटत होती, अशी तीच जुनी स्वतंत्र व्यक्ती बनणं हेच शहाणपणाचं असतं.

तर संघर्ष आणि वादळं टीनएज आयुष्यातले आवश्यक भाग आहेत, याचंच उत्तम उदाहरण म्हणजे स्वायत्तता. योग्य रीतीने पालकांपासून वेगळं झाल्यामुळे स्वातंत्र्याचं आणि भावनिक नात्यांचं नवीन जग आपल्यापुढे खुलं होतं. इथेच मुलांच्या जबाबदार निवडीला वाव मिळतो. यामुळेच मानवाच्या मेंदूत खोलवर रुजलेलं भावनिक विभाजन स्पष्ट होतं असा काही जीवशास्त्रज्ञांचा दावा आहे. जसे प्रायमेट्स उत्क्रांत झाले, तसं त्यांच्या मेंदूच्या दोन भागांना स्वातंत्र्य आणि बंधन

अशी दोन कार्यं देण्यात आली. या सिद्धान्तानुसार मेंदूच्या उजव्या भागात भावना, सकारात्मकता आणि नातेबंधनाचा तोल सांभाळला जाऊ लागला तर डाव्या भागाने विश्लेषण, नकारात्मकता आणि स्वायत्तता यांच्यावर ताबा मिळवला. त्यामुळे होतं काय, उजवी बाजू सामाजिक मोह आणि अस्वस्थतेकडे झुकते तर डावी बाजू ही अ-सामाजिक आणि माणूसघाणी असते. या दोन बाजूंमधला ताण मानवांमध्ये कळसाला पोहोचलेला आहे, असं म्हटलं जातं. मानव हा सामाजिकदृष्ट्या जिज्ञासा आणि संवाददृष्ट्या अतिशय निपुण असा प्राणी आहे. सगळ्या मर्कटांमधले समाजप्रिय मर्कट, म्हणजेच मानवाचं सामाजिक जीवन हे तसं पाहायला गेलं तर भावनिक अवलंबित्व आणि स्वायत्तता यांच्या ताणलेल्या दोरीवरचा डोंबाऱ्याचा खेळच की! दुर्दैवाने आधुनिक मेंदूविज्ञान म्हणतं की, हे डावं-उजवं विभाजन म्हणजे शास्त्राचं अतिसामान्यीकरण आहे. कदाचित जिवंत मानवी मेंदूवर आधी जे प्रयोग केले गेले त्यांना आलेल्या तांत्रिक मर्यादांमुळे आपल्यापर्यंत साध्या-सोप्या गोष्टीच पोहोचल्या असाव्यात. मेंदूच्या दोन्ही भागांतल्या प्रभागांची सरमिसळ होऊन बाहेरच्या जगाला कसं सामोरं जायचं याचा निर्णय घेण्यात दोन्ही भाग चालढकल करत असतील अशीही एक शक्यता आहे.

तर आयुष्यभर साहाय्यभूत ठरणारी 'स्व'ची जाणीव निर्माण करण्यासाठी टीनएजर्सना स्वविश्लेषण आणि स्वायत्तता ही दोन साधनं मिळवायला हवीत. नंतरच्या आयुष्यातही माणसं स्वतःकडे पाहण्याची दृष्टी बदलू शकतात हे मान्य; पण टीनएज अवस्थेत सतत तयार होणारी स्वतःच्या अपयशाची जाणीव दुरुस्त करणं फार कठीण होऊन बसतं. त्यामुळे टीनएजर्सना त्यांचा 'स्व' तयार करण्यासाठी मदत करणं क्रमप्राप्त ठरतं. असा 'स्व', ज्यासोबत ते सुखाने, आरामात राहू शकतील.

स्व-विश्लेषण आणि स्वायत्तता ही टीनएज अवस्थेच्या पायाची कोनशिला जरी असली तरी यातून नैराश्य या टीनएज अवस्थेतल्या एका मोठ्या मानसिक आजाराला आमंत्रण मिळतं. नैराश्य हा जगातला अतिशय तापदायक आजार म्हणून गणला जातो आणि सध्याच्या युगात लोकसंख्येच्या एक-पंचमांश भागाला त्याने ग्रासलं आहे. होमोसेपियनच्या मेंदूला मिळालेला हा नैराश्याचा शाप बहुतांशी टीनएजमध्ये सुरू होतो आणि इथेच माशी शिंकते.

'नैराश्य' ही जराशी गुंतागुंतीची संकल्पना आहे आणि टीनएजर्सच्या बाबतीत तर आहेच आहे. प्राथमिक विचार करता, माणसांच्या आयुष्यात घडणाऱ्या वाईट घटनांना दुःखी होऊन प्रतिसाद देणं हे पूर्णपणे सुसंगत आहे आणि हे दुःख खूप खोलवर गेलेलं असू शकतं. काही घटनांमध्ये तीव्र दुःख, नुकसान किंवा अपयशामुळे 'प्रतिसादात्मक नैराश्या'च्या प्रक्रियेला चालना मिळते. याउलट, कोणत्याही बाह्य

कारणाशिवाय माणसांना आत्यंतिक निराश वाटू लागतं, त्या स्थितीला 'वैद्यकीय नैराश्य' अशी संज्ञा दिली जाते. खरंतर वैद्यकीय नैराश्य कोणत्याही कारणाशिवाय सुरू होणं अपेक्षित असतं. दमणूक, डोकेदुखी, लैंगिक संबंधांची अनिच्छा, भुकेच्या वेळेत बदल, सकाळी लवकर जाग येणं पण रात्री लवकर झोप न येणं, अशी संपूर्ण शरीरव्यापी लक्षणं या नैराश्यातून उद्‌भवतात असं पूर्वी समजलं जायचं. पण आता असं वाटतं की, प्रतिसादात्मक नैराश्य आणि वैद्यकीय नैराश्य यांच्यातला फरक पूर्वी समजायचे तितका स्पष्ट नसावा. प्रतिसादात्मक नैराश्यातूनच वैद्यकीय नैराश्य येत असावं आणि दोन्हीची लक्षणं एकमेकांमध्ये मिसळून गेलेली असावीत. आजही अनेक माणसं 'वैद्यकीय नैराश्या'त बुडालेली दिसतात. त्यांच्या आयुष्यात ज्या वाईट गोष्टी घडल्या, त्यापेक्षा त्यांचं दु:ख कितीतरी पटींनी गडद, तीव्र असतं. स्वत:विषयी नकारात्मक विचार आणि निराशा यांच्या दुष्टचक्रात ही माणसं अडकली आहेत. उलट काही माणसांना त्यांच्या आयुष्यात काहीतरी चुकीचं घडलं, तर प्रतिसादात्मक नैराश्य येतं; पण ते काही काळापुरतं असतं. ही माणसं आपण का दु:खी आहोत हे नीट समजून घेऊ शकतात, त्यांच्याविषयीच्या सदिच्छा विचारात घेऊ शकतात आणि अंधाऱ्या वाटांच्या शेवटी आशेचा प्रकाशकिरण पाहू शकतात.

वैद्यकीय आणि प्रतिसादात्मक नैराश्याबद्दलच्या या चर्चेत मी एका तिसऱ्या घटनेची भर घालणार आहे, जिला मी 'टीनएज दु:ख' म्हणेन. टीनएजमधल्या दु:खाला तुम्ही कदाचित त्यांचे सतत बदलणारे 'मूड्स' म्हणाल, पण टीनएजर्समधले 'मूड्स' ही मुळातच वेगळी गोष्ट आहे. त्यामुळे मला वाटतं की, टीनएज दु:ख हा वेगळाच नवीन प्रकार आहे. लहानपणीच्या अत्यंत आशादायी दृष्टिकोनाची जागा खूप नकारात्मक टीनएज दृष्टिकोनाने घेतल्याची खूप उदाहरणं मनोचिकित्सकांनी नमूद केली आहेत. टीनएज अवस्थेतल्या ढासळलेल्या आकर्षकतेचा भाग असावा हा. यु.एस.मधल्या सगळ्या टीनएजर्सपैकी साडेतीन टक्के टीनएजर्सनी ते एकाच वेळी दु:खी आणि गोंधळलेलं असल्याचं सांगितलं. आयुष्याच्या दहा ते वीस वयात नक्कीच काहीतरी नाट्यमय बदल घडत असतात हेच दर्शवण्याइतकी वरील आकडेवारी मोठी आहे. टीनएज अवस्थेच्या दरम्यान बाहेरचं जग अतिशय भयानक होत असेल यावर माझा विश्वासच नाही. त्यामुळे टीनएजर्सचे सारखे बदलणारे मूड्स आपण बाह्य घटकांवरून स्पष्ट करू शकत नाहीत. वयात येताना होणारे शारीरिक बदलही काळजी वाटण्याजोगेच असतात, पण मूड्समधले टोकाचे बदल स्पष्ट करण्यासाठी ते पुरेसे नाहीत. 'टीनएज दु:ख' ही इतकी ठळक आणि सखोल गोष्ट आहे की, ती मेंदूत घडणाऱ्या बदलांचाच परिणाम असणार. टीनएजमध्ये होणाऱ्या मेंदूच्या पुनर्रचनेलाही आपण या सगळ्यासाठी जबाबदार धरू शकतो. पण स्व-विश्लेषण आणि स्वायत्ततेची आस या मानसिक कारणांवरून हेच स्पष्ट होतं

की, टीनएजर्सचे मूड्स बदलतात कारण टीनएजर्सचा मेंदूच बदलतो. टीनएजर्सच्या मेंदूत बदल होणं अटळ आणि अपेक्षित असेल, तर मग टीनएज दुःख का आढळतं?

होमोसेपियनच्या मोठ्या मेंदूच्या परिपक्वतेचा दुष्परिणाम म्हणून टीनएज दुःखाचा आपण विचार केला, तर मेंदू म्हणजे उत्क्रांतीतला भयंकर जुगारच म्हणावा लागेल. मानव त्यांच्या मेंदूमुळे कायमच यशस्वी होत आले आहेत. मग आता आपण, विशेषतः टीनएजर्स, या यशाची किंमत मोजताहेत का? टीनएजर्स मानसिक कसरतीच्या वाटेवरून चाललेले आहेत. त्यांचा दुःखीपणा वैद्यकीय नैराश्यात बदलतो आहे. प्रौढांमध्ये मानसिक आजार असल्याचा पुरावा म्हणून गणली जाणारी लक्षणं अनेक 'स्वस्थ, निरोगी' टीनएजर्समध्ये दिसून येतात. 'मानसिकदृष्ट्या कोणीही सर्वकाळ निरोगी नसतं.' असं विधान करणाऱ्यांना टीनएजर म्हणजे आगीत तेल ओतण्यासारखंच आहे.

तरी टीनएजमधलं दुःख वेगळंच असतं. जसे निराश टीनएजर्स बऱ्याचदा तापदायक असतात, तर निराश प्रौढ मात्र जास्त खिन्न, विषण्ण असतात. भराभर बदलणाऱ्या मूड्सचा वैशिष्ट्यपूर्ण काळ म्हणजे टीनएज. भावनांना नियंत्रित करणाऱ्या मेंदूच्या सर्किट्सच्या शारीरिक ओळखीशी या मूडमागच्या कारणांचा संबंध असतो. त्यामुळे टीनएजमधलं दुःख साऱ्या जगाला ऐकू जावं या हेतुस्तव मोठ्या आवाजात, आरडाओरडा करून व्यक्त होतं.

टीनएज अवस्थेत नैराश्य येणं ही खरंतर अत्यंत वाईट बाब म्हणता येईल. कारण याच काळात अनंत गोष्टी करून पाहायच्या असतात, खूप प्रयत्न करायचे असतात आणि हरवून जायला वेळच नसतो. अस्वस्थता, आत्महत्या, मादक द्रव्यांचा वापर, खाण्याचे आजार, रक्ताच्या नात्यांशी लैंगिक संबंध, टीनएजमधलं गरोदरपण आणि शाळेतलं अपयश यांचा टीनएजमधल्या नैराश्याशी जवळचा संबंध असतो. वस्तुतः निराश झालेल्या टीनएजर्सपैकी निम्म्या जणांमध्ये अस्वस्थतेच्या विकाराची लक्षणं दिसतात. यातून लक्षात येतं की ही ठळक, स्पष्ट अवस्था नसून टीनएज अवस्थेतल्या नैराश्याच्या गुंत्यातली ती एक गाठ आहे. अनेक टीनएजर्सना आपण या भयंकर गुंत्यात अडकल्याचं कळत असतं. टीनएजर्सना ज्या गोष्टी करायच्या असतात, त्यातल्या अनेक गोष्टी नैराश्यामुळे करायच्या राहून जातात. बऱ्याचदा नैराश्य प्रौढत्वातही टिकलेलं दिसून येतं. जसं आधी आपण पाहिलं की, टीनएजमध्येच आयुष्यभराच्या वर्तणुकीचा पाया घातला जातो. दुर्दैवाने इतर टीनएजर्स त्यांच्या स्वतःच्या सुखाच्या आणि यशाच्या शोधात इतके बुडून गेलेले असतात की, ते यात आपल्या समवयस्कांना काहीच मदत करू शकत नाहीत. यातून अशीही एक वाईट गोष्ट निष्पन्न होते की, टीनएज नैराश्यातून जाणारे अनेक जण

अगदी स्वार्थीपणा वाटेल इतक्या पराकोटीला जाऊन स्वत:त डोकावून पाहताना दिसतात. अशा वेळी इतर टीनएजर्सना त्यांच्यासाठी सहानुभूती व्यक्त करणंही कठीण होऊन बसतं.

'वैद्यकीय' नैराश्यामागच्या विचारप्रक्रियेची खूपच माहिती मनोचिकित्सकांनी आपल्याला दिली आहे. त्याकडे पाहताना काही 'अस्वस्थ विचार' सतत मान वर काढताना दिसतात. माणसांमध्ये नैराश्यासाठी 'गरजेची' असणारी किती लक्षणं दिसून येतात यावरून नैराश्याचं निदान करण्याची पद्धत समकालीन शास्त्रात रूढ होती. पण त्याहीपुढे जाऊन काही लक्षणं नैराश्यामध्ये पुन्हा-पुन्हा उद्भवतात. यातलं एकेकटं लक्षण 'वैद्यकीय नैराश्य' स्पष्ट करण्यासाठी पुरेसं नाही. आपल्या आयुष्यातही कधी ना कधी यातली काही लक्षणं दिसलेली असतात. पण एकमेकांच्या सरमिसळीतून ही लक्षणं एक नवी तणावयुक्त, स्वत:शी झगडणारी आणि सगळ्याच बाहेर जाणाऱ्या वाटा बंद करणारी विचारांची एक साखळी तयार करतात.

'नकारात्मकता' हा नैराश्याला सांधणारा, जोडणारा एक धागा आहे. आपल्या बाबतीत घडणाऱ्या वाईट गोष्टींशी तोंड द्यायला आपण शिकलंच पाहिजे. यासाठी आपण त्या गोष्टींना अशा एका पातळीवर आणून ठेवलं पाहिजे, जिथे एकतर आपण त्यावर उपाय शोधू शकू किंवा त्यांना टाळू शकू. तरीही नैराश्य आलेली लोकं आपल्याविरुद्धच्या वाईट गोष्टींवरच लक्ष केंद्रित करतात. या माणसांच्या सकारात्मक घटनांबद्दलच्या स्मृतीला हानी झालेली असते. आपल्याविरुद्ध जाणाऱ्या घटनांना ही माणसं नकारात्मक भावनांनीच प्रतिसाद देतात. असं घडणंही खूप वाईट आहे असं नाही. कधीकधी आपल्यालाही खचल्यासारखं, निराश वाटतंच की! पण नैराश्य आलेले टीनएजर्स बऱ्याचदा कारण नसतानाही गोष्टी-घटनांमधून नकारात्मक संदर्भ काढत राहतात. अशा टीनएजर्सना आपण स्वत: आयुष्यातल्या आशाहीनतेचं एक उत्तम उदाहरण आहोत असं वाटतं. या भावनेमुळे त्यांच्यात अशी एक निष्क्रिय अलिप्तता येते, जिच्या विळख्यातून सुटणं अवघड होऊन बसतं. कहर म्हणजे स्वत:विरुद्ध जाणाऱ्या घटना या त्यांच्या अपुरेपणाची आणि असमर्थतेची खूण आहे असं टीनएजर्सना वाटायला लागतं. तुम्ही अतिशय निरुपयोगी, मूल्यहीन असल्यामुळे तुमच्या बाबतीत वाईट घटना घडताहेत असं तुम्हाला वाटत असेल, तर मग यातून बाहेर पडण्याचा रस्ता सापडणं कठीण आहे.

वैद्यकीय नैराश्यात नकारात्मकतेचा जो समुद्र पसरलेला आहे, त्यात अनेक प्रवाह असतात. नैराश्याने ग्रासलेली माणसं 'खाईन तर तुपाशी, नाहीतर उपाशी' या पद्धतीने विचार करतात, ज्या प्रक्रियेत घटना/गोष्टी 'चांगल्या' किंवा 'वाईट' असतात; मग जेव्हा खूप गोष्टी 'वाईट' गटात मोडायला लागतात, तेव्हा आशाहीनतेची भावना अधिक बळकट व्हायला लागते. याचबरोबर नैराश्यामध्ये धाडकन निष्कर्षांवर

येऊन पोहोचण्याकडे लोकांचा कल दिसून येतो. घटनांचं अति-सामान्यीकरणही होताना दिसून येतं. आपली मूल्यं आणि ध्येय यांच्यात होणाऱ्या बदलाशीही याचा संबंध असेल. उदा. आपल्या मालकीच्या अनेक वस्तू असल्यामुळे आणि त्याचबरोबर सामाजिक स्वीकार झाल्यामुळे आनंद/सुख मिळतं, असं निराश टीनएजर्सना वाटत असतं. पण त्याचवेळी बाकीचे टीनएजर्स मात्र त्यांच्या स्वत:च्या ध्येयांना आणि दृष्टिकोनांना महत्त्व देताना दिसतात.

टीनएजमधल्या नैराश्यात नकारात्मकतेची महत्त्वाची भूमिका आहे. त्यामुळे मनोचिकित्सक असं म्हणायला लागले आहेत की, नैराश्य हा आजार म्हणजे मुळातच वाढत जाणारी नकारात्मकता आहे. लहान वयात येणारं अपयश आणि पर्यायाने येणारी नकारात्मकता टीनएजर्सची आनंदाला प्रतिसाद द्यायची आणि अपयशाच्या भीतीशी झगडण्याची क्षमताच हिरावून घेते. त्यामुळे होतं असं की, आनंददायी गोष्टी आणि आव्हानांपासून टीनएजर्स स्वत:चा चुकीच्या पद्धतीने बचाव करायला लागतात. होणाऱ्या वेदनांपासून आणि स्वत:च्याच नुकसानीतून त्यांना एक विकृत खात्री वाटायला लागते. माणसं असं का वागतात, हे समजणं अवघड आहे, कारण तसं या सगळ्यालाच फारसा काही अर्थ नाही. पण मुळातच माणूस ज्या पद्धतीने ही सगळी वर्तणूक शिकतो ती पद्धत भयंकर बाळबोध आणि कठोर आहे, हे आपण पाहिलंच. मग स्व-संरक्षणाच्या नकारात्मक वर्तुळात प्रविष्ट होणं ओघाने आलंच.

नैराश्याशी आयुष्यभर संघर्ष करण्यापासून आपल्याला जर टीनएजर्सना वाचवायचं असेल तर आपल्याला अभ्यास करावा लागेल. बऱ्याचदा आयुष्याच्या याच अवस्थेतून नैराश्याला सुरुवात का होते, हे आपल्याला समजून घ्यावं लागेल. टीनएजर्सचं शरीर इतक्या तणावपूर्ण बदलांना सामोरं जात असतं की, त्यामुळे नैराश्याची सुरुवात होते, असं एक स्पष्टीकरण बऱ्याचदा दिलं जातं. शरीर अनावर अटळतेने आणि राजरोसपणे लैंगिकतेची जाणीव करू लागतं. सगळ्यांमध्ये असं घडणं फार ओशाळवाणं वाटतं आणि मग ओंगळदेखील वाटू शकतं.

उदाहरणच द्यावयाचं तर तारुण्यपीटिका. तारुण्यपीटिकांचा नैराश्याशी आणि आत्महत्यांशी जवळचा संबंध असतो. नैराश्यामागची काही जीवशास्त्रीय कारणंही सुचवली गेली आहेत – जशी टीनएज अवस्थेत आढळणारे ग्रंथिक ज्वर किंवा तापानंतर येणारा थकवा यांसारखे आजार. हे आजार एकतर थेटपणे नैराश्याकडे झुकतात किंवा टीनएजर्सच्या विकसनशील सामाजिक जगात त्यांच्या निर्माण होणाऱ्या संबंधांमध्ये अडथळा आणून अप्रत्यक्षरीत्या नैराश्य येतं. आजारातून जाणाऱ्या व्यक्तींसाठी महत्त्वाची असली तरी ही सगळी शारीरिक कारणं नैराश्याचं मूळ लक्षात घेता मला तरी फार वरवरची वाटतात.

नैराश्य आणि स्वाभिमान यांच्यातला दुवा बराच समजण्यासारखा आहे.

टीनएजमधल्या स्व-विश्लेषणाच्या विकासाचा एक भाग म्हणून आपल्यात स्वाभिमानाची जाणीव निर्माण होते आणि याच प्रक्रियेत अनेक चुका घडू शकतात. त्रयस्थपणे पाहणाऱ्याला एखाद्या आकर्षक, चुणचुणीत, हुशार टीनएजरचा स्वाभिमान मात्र अत्यंत कमी असलेला दिसू शकतो. टीनएजमधल्या नैराश्याच्या उगमाचा 'स्वाभिमान' हा उत्तम स्त्रोत आहे आणि त्यामागे काही कारणं आहेत.

नैराश्याप्रमाणेच स्वाभिमानदेखील टीनएज अवस्थेच्या सुरुवातीलाच मान वर काढू लागतो. काही टीनएजर्समध्ये त्याचं प्रमाण जाणवण्याइतकं नगण्य असतं. 'मी किती क्षुद्र आहे' या नकारात्मक विचाराची पायमल्ली या स्वाभिमानाच्या न्यूनतम स्थितीमुळे झालीतर त्यात नवल ते काय? अभ्यासातून असं लक्षात आलं आहे की, नैराश्यग्रस्त टीनएजर्समध्ये अनेकदा अत्यल्प स्वाभिमान दिसून येतो. (मात्र त्याची कारणमीमांसा अद्यापही देता आलेली नाही.) आता मुळातच मानवजात ही अतिशय समाजप्रधान आहे. त्यामुळे आपल्या दृष्टीने टीनएजचा स्वाभिमान हा काही केवळ आत्मपरीक्षण किंवा स्वत:च्या अंतरंगात डोकावणं एवढ्यापुरता मर्यादित राहूच शकत नाही. या बाबीला फार दृढ असा सामाजिक आयाम आहेच. 'इतरांच्या तुलनेत मी कसा?' यावर टीनएजर अति लक्ष केंद्रित करतात आणि म्हणूनच आपण समजू शकतो की, नैराश्याची अगदी सुरुवात झालेल्या टीनएजर्सचा आत्मविश्वास प्रचंड प्रमाणात कमी होतो. आत्मविश्वास डळमळला की स्वाभिमान अजूनच कमी-कमी होऊ लागतो. सामाजिक अपयशामुळे आत्मविश्वासाला तडा जातो तो वेगळाच आणि मग हे नैराश्य – आत्मविश्वास गमावणं – अपयश आत्मविश्वास गमावणं – मग अजून नैराश्य हे दुष्टचक्र अधिकाधिक तीव्रतेने फिरू लागतं.

आपल्या व्यक्तिमत्त्वाच्या बहुपदरी वस्त्राचाच एक धागा म्हणून नैराश्य विकसित होतं, या संकल्पनेला टीनएजमधल्या नैराश्याच्याच एका वैशिष्ट्याचा आधार आहे. बालपणीच नैराश्य येणं, ही गोष्ट तशी दुर्मीळच. पण त्याहूनही मुलीपेक्षा मुलांमध्ये त्याचा जास्त आढळ असतो. पण वयाच्या तेराव्या वर्षानंतर मुलांच्या तुलनेत मुलींचं नैराश्याचं प्रमाण वाढतं. अगदी इतकं की, नैराश्यग्रस्त मुलांच्या जवळजवळ दुप्पट मुली नैराश्यग्रस्त असतात. हे प्रमाण आयुष्याच्या मध्यापर्यंत तसंच दिसून येतं, म्हणूनच ते प्रौढत्वातल्या वर्तणुकीचा पायाच असल्यासारखं असतं. मुलांपेक्षा मुलींना जास्त प्रमाणात नैराश्य का येतं, या बाबतीत मनोचिकित्सकांना फारशी माहिती नाही. पण ज्या अर्थी यातही लिंगपरत्वे भेद आहे, त्या अर्थी नैराश्यात 'काहीतरी वेगळी गोष्ट निश्चित आहे!' कुठेतरी पाणी मुरतंय हे नक्की. बहुतांशी टीनएजर्समध्ये वयाच्या तेराव्या वर्षापर्यंत सामाजिक-लैंगिक परस्परसंबंध शिकण्याच्या प्रक्रियेला नुकतीच सुरुवात झालेली असते. तोपर्यंत नैराश्याच्या लिंगपरत्वे प्रमाणातही फरक पडू लागायला सुरुवात होते. या सगळ्याची सुसंगती लावली तर असं दिसतं

की, कोणत्याही बाह्य घटकांच्या प्रभावापेक्षा मेंदूत घडून येणाऱ्या अंतर्गत बदलांमुळेच नैराश्य येतं. जसजसा स्त्री-मेंदू विकसित होत जातो, तसतसा तो आपल्या पुरुष-सहकाऱ्यापेक्षा ठळकपणे वेगळे कळून येणारे वर्तणुकीचे प्रकार आत्मसात करतो. मुलांपेक्षा टीनएजमधल्या मुली नकारात्मक घटनांना जास्त प्रमाणात प्रतिसाद देतात. असे प्रसंग मुली त्यांच्या भावनांच्या, विशेषत: शारीरिक अनाकर्षकतेच्या अनुषंगाने स्पष्टही करू शकतात. तणावपूर्ण प्रसंग मुलांपेक्षा मुलींच्या जास्त लक्षात राहतात. मुलांपेक्षा मुलींच्या मनात स्वत:चा कमकुवतपणा दीर्घकाळ घर करून राहतो, मग तो व्यक्तिगत असो वा सामाजिक; त्यामुळे मुली त्यांच्या मैत्रीबद्दल फारच सावध असतात (यावर नंतर सविस्तर बोलूच!). आश्चर्य म्हणजे नैराश्यग्रस्त टीनएज मुलींना सहसा अनेक लैंगिक जोडीदार असतात, तर नैराश्यग्रस्त मुलांना अतिशय कमी जोडीदार असतात.

तर गर्विष्ठ मानवी मेंदू जसा त्याच्या विशीत पदार्पण करतो, तसा त्यात एक कमकुवतपणा येतो, असं पुराव्यांवरून दिसतं. लवचीक स्व-निर्माणात्मक मानवी स्वाभिमान टीनएजमध्ये निर्माण व्हायलाच हवा, स्वत:च्या भावनांना नीट हाताळता यायला हवं, प्रतिकूलतेला तोंड द्यायला शिकायला हवं. हे सगळं त्याच वेळी झालं पाहिजे, जेव्हा आपल्या मेंदूतले धागे नव्याने गुंफले जात असतात. 'पूर्ण मानव' म्हणून घडण्यासाठी मानसिक विकासाची गुंतागुंतीची प्रक्रिया आवश्यक असते. पण त्यामुळे मेंदूचं अपयश उघडं पडतं हे नक्की! टीनएज अवस्थेतच नैराश्याची सुरुवात होते याचं एक मोठं कारण म्हणजे, ते सहन करण्यासाठीची पुरेशी आकलनक्षमता मेंदूकडे असते. प्रतिकूल परिस्थितीतला तुमचा कमकुवतपणा स्पष्ट करण्यासाठी तुम्ही स्वत:चं विश्लेषण करणं गरजेचं असतं, तुमच्या व्यक्तिगत भविष्याची जाणीव असल्याशिवाय तुम्हाला निराशा काय असते ते कळत नाही. ध्येयासाठी झगडण्याचा अर्थ समजून घेतल्याशिवाय तुम्ही भीतिदायक आव्हानांपासून पळू शकत नाही. या सगळ्या जाणिवा टीनएज अवस्थेतच आकार घेत असतात.

आपल्याला 'माणूस' म्हणून घडवणाऱ्या मानसिक क्षमतांच्या कार्यात विकृती निर्माण होणं म्हणजे नैराश्य. बऱ्याचशा मानसिक आजारांचा या व्याख्येत समावेश होईल. त्यामुळेच मनुष्य हा एकमेव प्राणी असा आहे, ज्यात वैद्यकीय नैराश्य आणि टीनएजमधलं दु:ख दिसून येईल. अनेक क्षमता आपण टीनएज अवस्थेतच मिळवत असल्यामुळे आपण टीनएजमध्ये असल्याशिवाय नैराश्य येऊच शकत नाही. टीनएज अवस्थेच्या आधी आपल्या मेंदूत तितकी ताकदच नसते. अशा प्रकारे ज्या गोष्टींनी मानवाला यशाकडे नेलं आहे, त्यांनीच टीनएजर्सच्या आयुष्याची दुर्दशा केली आहे. टीनएजर नैराश्यामुळे अफाट मानवी बुद्धीमध्ये एक भीतिदायक अस्थिरता निर्माण होते. उत्क्रांतीलाही काही मर्यादा आहेतच की शेवटी!

टीनएजमधील नैराश्याकडे एक धावती नजर टाकताना आपण चिकित्सकाच्या दृष्टिकोनातून पाहायचा प्रयत्न केला तरीही नैराश्याकडे पाहण्याचे, त्याला अभ्यासण्याचे इतरही मार्ग आहेत आणि त्यातून निघणारे निष्कर्षही वेगळे आहेत, हे सांगावंच लागेल/सांगणं आवश्यक आहे.

उत्क्रांतीवादी जीवशास्त्रज्ञांनी नैराश्याची उत्क्रांती का झाली, हे शोधायचा प्रयत्न केला. मानवी मेंदूच्या विपुल वाढीचा दुष्परिणाम म्हणून नैराश्याकडे पाहण्यापेक्षा, त्यांनी नैराश्याची मानवी जीवनातली साहाय्यक भूमिका शोधण्याचा प्रयत्न केला. दु:खाचं प्रदर्शन म्हणजे इतरांसाठी एक सामाजिक संदेश आहे, या संकल्पनेतून या शंका उद्‌भवलेल्या होत्या. या कल्पनेनुसार इतरांचं लक्ष वेधून घेण्यासाठी आपण उदासीनतेचं, दु:खाचं प्रदर्शन करतो. अर्थातच आपण अनेक जण मदत अथवा सहानुभूतीच्या रूपात दु:खी माणसाला प्रतिसाद देतो. कठीण परिस्थितीत सामाजिक आधार मिळवून देण्याचा एक मार्ग म्हणून एकवेळ आपण प्रतिसादात्मक नैराश्याच्या उत्क्रांतीचं स्पष्टीकरण देऊ शकू. परंतु वैद्यकीय नैराश्याचे फायदे सांगणं अवघड आहे. इतरांच्या दु:खाला काही निश्चित कारण नाहीये हे लोकांना कळतं, तेव्हा मला वाटतं त्यांची पहिली प्रतिक्रिया ही सहानुभूतीची नसून गोंधळाची असते. वैद्यकीय नैराश्य आलेल्या माणसाला कशी मदत करावी हे लोकांना लगेच समजत नाही. त्यामुळे सामाजिक आधारासाठी वैद्यकीय नैराश्याचा काही उपयोग होऊ शकेल याची मला खात्री नाही. एक क्रूर सिद्धान्त असं म्हणतो की, आत्महत्यांना प्रोत्साहन देण्यासाठी वैद्यकीय नैराश्य निर्माण झालं. कारण एखाद्याची आत्महत्या उत्क्रांतीकडून अपेक्षिली जाते, कारण जगणाऱ्या समाजासाठी त्यामुळे आवश्यक स्रोत मोकळे होतात.

नैराश्याचा दुसरा सिद्धान्त फारच यांत्रिक आहे. वैद्यकीय नैराश्य 'सिलेक्टिव्ह सिरोटोनिन रिअपटेक इनहिबिटर्स' नावाच्या औषधाद्वारे बरं केलं जाऊ शकतं, या शोधावर दुसरा सिद्धान्त आधारलेला आहे. या औषधामुळे मेंदूत असणाऱ्या सिरोटोनिनच्या मज्जाप्रक्षेपकांचं प्रमाण वाढतं. औषधांच्या परिणामकारकतेतून असं सूचित होतं की, नैराश्यामध्ये मेंदूच्या सिरोटोनिन प्रणालीमध्ये काहीतरी गडबड होते. पण बऱ्याचदा हे विधान खूपच वाढवून सांगितलं जातं. सिरोटोनिनच्या विकृत पातळ्या हेच ते वैद्यकीय नैराश्याचं कारण आहे, इथपर्यंत लोकांचे समज पोहोचतात. नैराश्याच्या गाभ्याशी विशिष्ट शारीरिक विकृती आहे असं प्रतिपादन केलं, असल्यामुळे वरचा सिद्धान्त लक्ष वेधून घेतो. स्वाभिमान आणि नकारात्मकतेकडे संदिग्धपणे पाहण्यापेक्षा शारीरिक विकृतीच्या दृष्टिकोनातून आजाराला समजून घेणं फारच सोपं आहे. 'तुटलेलं सिरोटोनिन' आणि 'तुटलेलं हाड' याने येणारा ओशाळलेपणा सारखाच आहे, हे तत्त्व लागू केलं, तर नैराश्याची डागाळलेली प्रतिमा सुधारण्यासाठी

सिरोटोनीनचा सिद्धान्त उपयोगात येईल. पण सिद्धान्त आकर्षक आहे याचा अर्थ असा नव्हे की, तो बरोबर आहे. नैराश्याच्या सिरोटोनीनच्या सिद्धान्तातही काही साध्या, तांत्रिक त्रुटी आहेत. उदा. सिलेक्टिव सिरोटोनिन रिअपटेक इनहिबिटर्स ही औषधं शक्तिशाली अशा मज्जाप्रक्षेपकांवर कार्य करतात – सिरोटोनिनवर नव्हे. औषधांना प्रतिसाद देताना मेंदू मज्जाप्रक्षेपक प्रणालीचं (Neurotransmitter system) पुनर्संतुलन (rebalansing) करून गुंतागुंत वाढवून ठेवतो. मेंदूने केलेलं हे अवघड पुनर्संतुलनच नैराश्याला बरं करत असावं. सिरोटोनिन सिद्धान्त म्हणजे गोष्टींना अतिसोपेपणा आणायचा प्रयत्न आहे, ही भीती आहेच. कोणतंही औषध कार्य करताना दिसतं म्हणजे ते आजाराच्या मुळावरच घाव घालत असतं, असं नक्कीच नाही. त्यामुळे वाटतं तितकं सगळंच प्रकरण सोपं नाही!

मनातले गोंधळ

टीनएज अवस्थेत आपलं स्वत:शी असलेलं नातंच फक्त बदलतं असं नव्हे, बाहेरच्या जगाशीसुद्धा आपण नवीन नाती जोडत असतो.

वय वर्षं दहा ते वीस या आयुष्याच्या दुसऱ्या दशकात विपुल प्रमाणात मेंदूची पुनर्बांधणी होते, हे आपण दुसऱ्या भागात पाहिलंच. या पुनर्बांधणीमुळे आपण आपल्या वातावरणाशी कसे परस्परसंबंध ठेवतो, त्या पद्धतीही मूलत:च बदलतात. टॅगमेंट-अकम्बन्स-कॉर्टेक्स पाथवेची पुनर्योजना हा या बदलाचाच एक भाग. डोपामाईन रिलिजिंग मज्जातंतूंचा एक जथ्था, सेपियन माणसाच्या मोठ्या सेरेब्रल कॉर्टेक्सला एका संतुलित स्थितीला ठेवून मार्गदर्शन करण्यासाठी खोलवर मेंदूतून वर येतो. कॉर्टेक्स हा अमर्याद गणनक्षमता असणारा खळबळता विद्युतरासायनिक समुद्रच आहे. कॉर्टेक्सला जर बाहेरच्या जगाची मीमांसा करायला, त्याचा सारांश काढायला आणि ते स्पष्ट करायला शिकवायचं असेल, तर त्याला अतिशय काळजीपूर्वक हाताळावं लागतं. हे तंत्र टीनएजर्सना जमलं, तर त्यांच्यासाठी जाणिवांचा एक नवा प्रांत पहिल्याप्रथमच खुला होतो. पण या प्रांतापर्यंत पोहोचण्यासाठी गरजेचे असणारे बदल इतके सखोल असतात की, या अवस्थांतरणामुळे टीनएजर्सना पुढची काही वर्षं विचारांमध्ये विस्कळीतता अनुभवास येते. काही जण यातून मार्ग काढण्यास असमर्थ ठरतात आणि विचारांच्या या मार्गावरून दूर जाऊन गर्तेत रुततात. अशा प्रकारे टीनएज अवस्थेत स्किझोफ्रेनियाची सुरुवात होते.

टीनएजर्स मोठ्या कठीण काळातून जात असतात, कारण आपल्या प्रजातीच्या मेंदूतील विद्युतप्रवाहांचं जाळं तयार करण्याची जबाबदारी त्यांच्यावर असते. पण त्यामुळे होतं असं, त्यांच्या मनातले गोंधळ कोणतंही स्वरूप धारण करू शकतात. आपण या गोंधळाला काही वेगळ्या प्रकारामध्ये विभागू शकतो. जग कसं चालतं, कसं असतं, याविषयी आपल्या काही कल्पना असतात. या कल्पनांना जेव्हा

आव्हान दिलं जातं, तेव्हा आपला गोंधळ व्हायला सुरुवात होते. एखाद्या गोष्टीतून काही अर्थच निघत नसेल, तर कोणीही गोंधळून जाईल. दुसरं असं, आपल्यापैकी अनेक जण विशेषत: टीनएजर्स, अशा अवस्थांमधून जातात जेव्हा आयुष्याला फारसा अर्थ नाही असं वाटतं. असं वाटतं की, आपल्याकडून काहीतरी हरवतं आहे, चुकतं आहे किंवा काहीतरी रहस्य आपल्यापासून लपवलं जातंय. आपल्या सगळ्यांनाच अशा प्रकारची भावना जाणवत तर असते, पण ते कबूल करायला आवडत नाही. काही वेळा हे सगळंच बिघडत जातं. मग जेव्हा आपल्या मनातल्या, विचारातल्या जगाच्या प्रतिमेला तडा जातो, आपल्या आणि जगाच्या परस्परसंबंधांत विस्कळीतपणा येतो, विश्वासार्हता कमी होते, तेव्हा आपण त्याला 'स्किझोफ्रेनिया' ही संज्ञा देतो. शेवटी जेव्हा बुद्धीचा वास्तवाशी संबंध पूर्णपणे तुटतो, तेव्हा आपण त्याला 'मनोविकृती' म्हणतो. अवस्थांतरणातला गोंधळ, आयुष्याबद्दलचे गोंधळ, स्किझोफ्रेनिया आणि मनोविकृती या चार अवस्थांचा गोंधळाच्या दृष्टिकोनातून विचार करणं कितपत योग्य आहे माहीत नाही, पण टीनएजमध्ये असताना यांची सुरुवात होणं ही गंभीर बाब आहे. ज्यांचे मेंदू 'काम चालू रस्ता बंद' अशा अवस्थेत असतात, त्या टीनएजर्ससाठी कोणत्या प्रकारचा गोंधळ कशाशी निगडीत आहे, हे ओळखणं फार कठीण असतं.

बाहेरच्या जगाशी नातेसंबंध प्रस्थापित करण्यामध्ये कॉर्टेक्सच्या खळबळत्या विद्युतरासायनिक समुद्राला कशामुळे अपयश येतं? मानवी मेंदू आता जास्तच तणावाखाली आहे, त्याच्या मर्यादेबाहेर ताणला गेला आहे, याची नैराश्य ही खूण आहे हे आपण आधी पाहिलंच. स्किझोफ्रेनिया म्हणजे त्याच्या पुढची पायरी म्हणता येईल. विशेषत: तेरा ते अठरा या वयात सुरू होणारा मानसिक विकृतींचा एक ठळक गट म्हणजे स्किझोफ्रेनिया. आपल्या सगळ्यांमध्येच ज्या मानसिक प्रक्रिया चालू असतात त्यांचं एक टोक आणि नैराश्य हे आपल्याला लक्षणांवरून लगेचच कळतं. उलट स्किझोफ्रेनियामध्ये मात्र विस्कळीत झालेली आकलनप्रक्रिया 'विचित्र' वाटणं साहजिक आहे. स्किझोफ्रेनिया मानवी परिस्थितीशी जोडला गेला आहे. प्राण्यांमध्ये तो दिसत नाही. पण स्किझोफ्रेनियाची नोंद जगातल्या सगळ्या संस्कृतींमध्ये, मानवी इतिहासात सातत्याने होत राहिली आहे. मानवी मेंदू स्वत:साठीच फार गुंतागुंतीचा होत गेल्याचं उत्तम उदाहरण म्हणजे स्किझोफ्रेनिया. या सगळ्या आघातांना टीनएजर्सनाच तोंड द्यावं लागतं.

स्किझोफ्रेनियामध्ये निश्चित काहीतरी चुकत असतं आणि त्यामुळे स्किझोफ्रेनिया ही मानसिक विकृती अनेकदा शारीरिक संज्ञांच्या दृष्टिकोनातून पाहिली जाते. स्किझोफ्रेनिक मेंदूकडे आजारी अवयव म्हणून पाहणं, सामान्य मेंदूचं मोजता येण्यासारखं विकृत कार्य म्हणून पाहणं आपल्या फायद्याचं ठरलं आहे. या पैलूंमुळे 'बुद्धी' समजून घेण्यात

आपली खूपच प्रगती झाली आहे. स्किझोफ्रेनियाची काही विचित्र वैशिष्ट्यं, टीनएजमधली बुद्धी कशी काम करते याबद्दल आपल्याला काही सांगू पाहत आहेत असं मला वाटतं. स्किझोफ्रेनिया तसा सार्वत्रिक आढळणारा आजार आहे. लोकसंख्येच्या ०.५ टक्के म्हणजे ही खूप लोकं झाली नाही? त्याच्या सर्वत्र आढळातून एकच सूचना मिळते. ती म्हणजे, विकसनशील मानवी मेंदूच्या दुर्बलतेची एक खूण म्हणजे स्किझोफ्रेनिया. आजार व्हायच्या आधीच काही लहान-लहान मानसिक विकृती बराच काळपर्यंत दिसतात असंही सिद्ध झालेलं आहे, जे आपण पाहणारच आहोत. थोडक्यात तुम्ही येणारा आजार 'पाहू' शकता. सर्वांत आश्चर्याची गोष्ट अशी की, आपण टीनएजमध्ये ज्या मानसिक प्रक्रिया शिकणं आवश्यक असतं, त्याच्या विकासात येणारं अपयशही आपल्याला उघड्या डोळ्यांनी दिसू शकतं, फक्त परिस्थितीच पालटते असं नव्हे. स्किझोफ्रेनिया झालेल्या लोकांना स्वत:चे असे गुंतागुंतीचे विचार कुठून येताहेत, हे समजत नाही. परिस्थितीचा आनंद घ्यायची त्यांची क्षमताच कमी होते. त्यांचं बोलणं खुंटतं, ते स्वत:ला समाजापासून दूर ठेवतात. ही माणसं भावनिकदृष्ट्याही प्रतिसाद न देणारी होतात. त्यांच्या प्रेरणाच हरवून जातात. एखाद्या गोष्टीचा आराखडा त्यांना बनवता येत नाही. त्यांच्या आजूबाजूच्या माणसांचंही आकलन त्यांना होत नाही. सगळेच टीनएजर्स स्किझोफ्रेनिक असतात, असं मी नक्कीच म्हणणार नाही. पण ज्या वर्षांमध्ये टीनएज कॉर्टेक्स त्याच्या नवीन जाणिवा विकसित करायचा शर्थीचा प्रयत्न करत असतं, त्या कठीण वयात आणि स्किझोफ्रेनियाच्या काही लक्षणांमध्ये कमालीचं साम्य आहे.

मग स्किझोफ्रेनिया कशामुळे होतो? टीनएजर्सना दु:ख देणाऱ्या गोंधळाच्या वेगवेगळ्या लहान रूपांबद्दल तो आपल्याला काय सांगतो? इतर कोणत्याही आजारापेक्षा स्किझोफ्रेनिया होण्यामागची अनेक कारणं सुचवली गेली आहेत, हे सुरुवातीलाच सांगणं योग्य आहे. या आजारावर प्रचंड मोठ्या प्रमाणात शास्त्रीय माहिती उपलब्ध आहेच. कधीकधी तर असं वाटतं की, या आजारावर काम करणारे जितके शास्त्रज्ञ, तितकेच आजाराबद्दलचे सिद्धान्त आहेत. (आपण जेव्हापासून उंच टाचांवाले चप्पल-बूट वापरायला सुरुवात केली, तेव्हापासून मानवजातीला स्किझोफ्रेनियाच्या आजाराने ग्रासलं आहे, असंही एक शास्त्रीय सिद्धान्त सांगतो.) स्किझोफ्रेनियाच्या या बहुसंख्य सिद्धान्तांवरूनच त्याच्या गुंतागुंतीच्या स्वरूपाची कल्पना येते. हा आजार साधेपणाने आपल्याला कळून येईल असा नाहीच. कदाचित स्किझोफ्रेनिया हे प्रत्यक्षात एकसारख्या दिसणाऱ्या अनेक आजारांनी बनलेला असेल किंवा कदाचित मानवी मेंदूच्या उत्क्रांतीमधून निसटलेल्या एखाद्या कच्च्या दुव्याचं प्रगटीकरण म्हणजे स्किझोफ्रेनिया असेल. इतर अनेक समस्यांमुळे हा कच्चा दुवा ताणला जाऊन तुटायला येत असेल. खरं काय असेल ते असो! आमचे

स्किझोफ्रेनियाबद्दलचे सिद्धान्त जसजसे तुम्ही वाचत जाल (दहा सिद्धान्त, जे मी पुढे दिले आहेत.), तसतसं टीनएजमध्ये इतक्या मानसिक वेदना का व्हायला लागतात या सर्वसामान्य प्रश्नाचं उत्तर तुम्हाला मिळत जाईल.

स्किझोफ्रेनियाबद्दलचे दहा सिद्धान्त

(१) टीनएजमध्ये आकलनक्षमतेत होणारे बदल झाल्याशिवाय मेंदूमध्ये मानसिक आजार निर्माण होणं किंवा गोंधळ निर्माण होणं अशा गोष्टी घडून येत नाहीत, असं पहिला सिद्धान्त सांगतो. बालपणाकडून टीनएज अवस्थेकडे येताना मेंदू अत्यंत वेगळ्या पद्धतींनी विकसित व्हायला सुरुवात होते, हे आपण दुसऱ्या भागात पाहिलं. बालपणात भरघोस वाढलेल्या मज्जातंतूंची काटछाट होते, आधी वापरलं न गेलेलं मेंदूतील मार्गांना चरबीयुक्त मायलीनचं आवरण चढतं. डोपामाईनच्या नियंत्रक प्रणाली कार्यान्वित व्हायला लागतात. थोडक्यात बालपण संपण्याच्या काळात मेंदू वाढायचा थांबतो. किमान काही काळापुरता तरी. याचा परिणाम म्हणून टीनएजर्सची बुद्धी विचार, 'स्व'ची जाणीव, भावना, सामाजिकता यांचे नवनवीन प्रकार ग्रहण करते, जे लहान मुलांमध्ये घडत नाही. या पहिल्या सिद्धान्तानुसार मानवजातीत आढळणारे मोठे मानसिक विकार म्हणजे टीनएजमध्ये मानसिक क्षमता विकसित होण्यात येणारं अपयश. अशा मानसिक क्षमता, ज्याने 'माणूस' म्हणून आपण घडत असतो. या क्षमता पूर्णपणे किंवा योग्य रीतीने विकसित होऊ न शकणं, हे मनोविकारांचं कारण आहे. उदा. आपल्या स्व-जाणिवेची यंत्रणा विकसित होण्यात अडथळा आला तर नैराश्य येऊ शकतं आणि स्किझोफ्रेनिया म्हणजे कदाचित टीनएजमधल्या विचारप्रणालींच्या विकासात येणारं अपयश असू शकतं. थोडक्यात काय, तर टीनएज अवस्थेशिवाय मानसिक आजार निर्माण होऊ शकत नाहीत. कारण ज्या प्रणालींमधल्या बिघाडांमुळे असे आजार होऊ शकतात, त्या प्रणालीच त्या काळाआधी माणसांमध्ये नसतात. यामुळे आपल्या प्रजातीवर मानसिक आजारांची जी टांगती तलवार आहे, त्यापासून मुलांचं मोठ्या प्रमाणात संरक्षण होतं.

(२) टीनएज अवस्थेतच स्किझोफ्रेनिया आणि इतर मानसिक आजारांची सुरुवात का होते, याचं दुसरं स्पष्टीकरण जरा वेगळं आहे. या सिद्धान्तानुसार, विकसित होणाऱ्या मेंदूत मानसिक आजारांची बीजं फार कमी वयात रोवली गेलेली असतात. हे मानसिक आजार मेंदूतल्या अयोग्य वाढ झालेल्या सर्किट्सच्या स्वरूपात असतात. मेंदू जोपर्यंत टीनएज अवस्थेत येऊन ती वापरायचा प्रयत्न करत नाही, तोपर्यंत ती सुप्त/निद्रिस्त असतात. अशा

प्रकारे मनोविकार टीनएजमध्ये नव्याने विकसित होत नाहीत, तर ते मेंदूमध्ये फार आधीपासून असतात. मुलांच्या मेंदूच्या अपरिपक्वतेमुळे हे विकार व्यक्त होत नाहीत. मनोविकारांच्या सुप्तावस्थेचं एक चांगलं उदाहरण म्हणजे स्किझोफ्रेनियाची 'प्रोड्रोम' (आगाऊ धोक्याची सूचना देणारी.) अवस्था. अनेक महिने किंवा वर्षं शांत असणारा मनोविकार एकदाच उफाळून वर येतो. यात मग सामाजिक गोष्टींपासून लांब राहणं, अस्वस्थता, नैराश्य, एकाग्रतेचा ऱ्हास, चिडचिड आणि सतत दुःखी राहणं, अशा लक्षणांचा समावेश होतो. ही लक्षणं असंबद्ध वाटत असली तरी त्यांचं दिसून येणं, स्किझोफ्रेनियाची सुरुवात सूचित करतं. या लक्षणांवरून आपल्याला आजाराच्या स्वरूपाची कल्पना येते. स्किझोफ्रेनिया हा आजार लहान मुलांच्या मेंदूत निद्रिस्त स्वरूपात असतो, त्याच्या अस्तित्वाची लहान-लहान मानसिक लक्षणंही तो दाखवतो, पण खरे परिणाम आणि रंग दाखवण्यासाठी मात्र तो टीनएज अवस्थेची वाट पाहत असतो.

(३) टीनएजमधला गोंधळ आणि मनोविकार यांचा तिसरा सिद्धान्त टीनएजरच्या वेगवेगळ्या वेळी वेगवेगळ्या पद्धतीने होणाऱ्या विकासाच्या संकल्पनेवर आधारित आहे. विकासाच्या वेळा आणि पद्धती यांच्यातील तफावत केंद्रस्थानी ठेवून हा सिद्धान्त बनवला गेला आहे. टीनएजमधील शारीरिक आणि सेरेब्रल विकास हेतुपुरस्सर, सुनियोजित असा आखला गेला असावा. या आखणीमुळे मेंदूची, शरीराची प्रगती सगळे बदल एका अर्थपूर्ण पद्धतीने घडून येत असावेत. टीनएजमधल्या मुलींची आणि मुलांची जडणघडण एकमेकांपेक्षा पूर्णपणे वेगळ्या वेळी आणि वेगळ्या पद्धतीने घडून येत असते. हीच पद्धत मानसिक विकासाला लागू केली, तर आपल्या असं लक्षात येतं की, आपल्यातली सामाजिक कौशल्यं आत्मसात करण्याची प्रणाली उत्क्रांत झालेली आहे. तीही एका ठरावीक क्रमाने रचली गेली आहेत. आपल्या मेंदूच्या भोवती 'सामाजिक सर्किट्स' विखुरलेली आहेत. या सर्किट्सचे तीन गट केले जातात आणि प्रत्येक गट वेगवेगळ्या वेळी परिपक्व होतो. टीनएजर्सचं सामाजिक जग विकसित होत आहे, याची जाणीव मेंदूला ज्या सर्किटमुळे होते, तो गट आधी परिपक्व होतो. त्यानंतर त्या जगाला जो गट भावनिक प्रतिसाद देतो, तो गट परिपक्व होतो आणि जो गट सामाजिक वातावरणाला अधिक विचारपूर्वक आणि जाणीवपूर्वक प्रतिसाद देतो, तो सर्किट्सचा गट सगळ्यात शेवटी परिपक्व होतो. टीनएजच्या मधल्या काळात असणारी मुलं संवेदनशील, भावनिक तर असतात, पण तरीही ही मुलं स्वतःच्या सामाजिक परिस्थितीची मीमांसा करू शकत नाहीत. याचं

स्पष्टीकरण आपल्याला या गटांच्या परिपक्व होण्याच्या क्रमामुळे मिळतं. या सगळ्या प्रक्रियांच्या आखीव विकासामुळे आपल्याला टीनएज अवस्थेतल्या मनोविकारांचा उगम शोधायलाही बरीच मदत होते. याला तंत्रज्ञानाचा आधारही आहे. मनोविकार असणाऱ्या टीनएजर्सच्या मेंदूचं पृथक्करण (scanning) केलं असता सामाजिक आकलन, भावना आणि मीमांसा यांच्याशी संबंधित मेंदूच्या भागांमध्ये रचनात्मक विकृती आढळून येते. या पुराव्याबद्दलही साशंकता आहेच. हा पुरावा वर-वर दिसतो तितका ठोस नाहीये. कारण स्किझोफ्रेनियामध्ये मेंदूच्या अनेक रचनांमध्ये बदल घडून येतात. त्यामुळे मेंदूचे काही सामाजिक भाग सामान्य आढळले तर नवल वाटायला नको. मेंदूबद्दलचे असे काही पुरावे अभ्यासताना आपण सावध राहणंच योग्य.

(४) चौथा सिद्धान्तही टीनएज विकासाच्या काळाबद्दलच आहे. आधुनिक टीनएज अवस्थेचा कालक्रम हा तत्त्वत: अनैसर्गिक आणि हानिकारक झाला आहे, असं या सिद्धान्ताचं म्हणणं आहे. टीनएज हा एक एकमेवाद्वितीय मानवी प्रसंग आहे, ज्यात क्रमाक्रमाने शारीरिक, मानसिक बदल घडत जातात. थोडक्यात दीर्घ मुदतीमध्ये एका ठरावीक क्रमाने घडून घेण्यासाठी ज्या प्रसंगांची मांडणी केली आहे, ती घटना म्हणजे टीनएज. या संपूर्ण पुस्तकात हेच विधान मी पुन्हा-पुन्हा करतो आहे. मग टीनएजच्या विकासात काळवेळ इतकी महत्त्वाची असताना, आधुनिक जीवनशैलीकडून त्या वेळात अडथळा आला तर काय होईल? याचं एक उत्तम उदाहरण म्हणजे टीनएज अवस्थेचा अलीकडे सरकलेला काळ. मानवी इतिहासात इतर कोणत्याही काळापेक्षा या काळात माणसाचं उत्तम पोषण झालं. या पोषणामुळेच टीनएज अवस्थेतल्या काही गोष्टींचा विकास भराभर होऊ लागला आहे. प्युबर्टीचा काळ अलीकडे सरकला आहे. याचा अर्थ असा की, आता टीनएजर लैंगिकदृष्ट्या परिपक्व झाले तरी त्या मानाने मानसिकदृष्ट्या अपरिपक्वच आहेत. हा मुद्दा मी पुस्तकाच्या पाचव्या भागात परत विषद करणार आहेच; पण यावरून सहज कळून येईल की, आधुनिक टीनएजर्स 'अनैसर्गिक वेळेला', 'अनैसर्गिक क्रमाने' कसे विकसित होत आहेत. सेक्स हार्मोनच्या अकाली उफाळून येण्यामुळे मेंदू स्किझोफ्रेनियासाठी संवेदनशील झाला तर काय? लैंगिक संबंध स्वीकारण्याची शरीराची क्षमता निर्माण व्हायच्या आधीच शरीर विकसित झालं तर काय? चांगल्या पोषणामुळे मेंदूतले भावनिक भाग विकसित झाले, पण पृथक्करणात्मक-मीमांसात्मक भाग तसेच राहिले तर काय होईल? मानवी मेंदू तसा आधीच अस्थिर आणि बराचसा न वापरलेला असतो. त्यामुळे काळ-वेळातली लहानशी तफावतसुद्धा मानवी मेंदूला मनोविकारांच्या खाईत

लोटू शकते. याचा परिणाम पाहायचा असेल, तर प्राणिसंग्रहालयात जरूर जा. एकेकाळी जंगली असणाऱ्या प्राण्यांचं उत्तम पोषण आणि अनैसर्गिक वातावरण असल्याने काय होतं, हे तुम्हाला नीट समजेल.

(५) चौथ्याप्रमाणेच पाचवा सिद्धान्तसुद्धा आधुनिक जीवनशैलीच्या अपयशावरच भर देणारा आहे. पण इथे हे अपयश जीवशास्त्रीय नसून सामाजिक-सांस्कृतिक आहे. टीनएजर्स ज्या सामाजिक वातावरणात उत्क्रांत झाले, त्यापेक्षा खूपच वेगळ्या सामाजिक, सांस्कृतिक जगात ते आज ओढले गेले आहेत – असं हा सिद्धान्त सुचवतो. आधीच्या आणि आत्ताच्या जगातली ही तफावत काही टीनएजर्स पेलू शकत नाहीत. टीनएजर्स जगात स्वतःचे मार्ग निवडण्याचा, निर्माण करण्याचा प्रयत्न करतात, त्यांना शक्य आहे तितकं आधुनिक जगाशी जुळवून घ्यायचा प्रयत्नही करतात. पण या खेचाखेचीतून जो ताण निर्माण होतो, त्याने टीनएजर्स मनातून खचायला लागतात. हा सिद्धान्त तर्कशुद्ध आणि पटणारा आहे, पण तो आजमावून पाहणं अवघड आहे. कारण माणसाची 'नैसर्गिक, सामाजिक आणि सांस्कृतिक रचना' कशी होती, हेच आपल्याला माहीत नाही. माणूस शेती करायला लागला त्याआधीच्या काळातल्या त्याच्या आयुष्याचा आपण विचार करतो. शेतीपूर्व काळातला माणूस विखुरलेल्या, टोळ्यांच्या समूहात जीवन जगत होता. हा अंदाज आपण बांधतो, कारण आधुनिक काळातल्या शिकार करून जगणाऱ्या मानवाशी ती पद्धत मिळतीजुळती होती. पण तरीही आपल्या शेतीपूर्व काळातल्या पूर्वजांची आपल्याला फारशी माहिती नाही असंच म्हणावं लागतं. एकच पालक, लहानसं कुटुंब, मोठं कुटुंब की लांब राहून संवाद साधण्याची पद्धत – टीनएजरला मानसिक स्वस्थता लाभण्यासाठी यांपैकी काय हवं असतं नक्की? पन्नास हजार वर्षांपूर्वीच्या पालकांपेक्षा आत्ताचे पालक त्यांच्या मुलांच्या जाणीव, व्यक्तिगत आयुष्य आणि लैंगिकतेत अधिक प्रमाणात ढवळाढवळ करताहेत का? – आपल्याला माहीत नाही. पूर्वीच्या 'हंटर-गॅदरर' प्रणालीची आपल्याला आता फक्त कल्पना करणं शक्य आहे. पण हंटर-गॅदरर पद्धतीच्या आयुष्याचा ऱ्हास, मानसिक आजारांसाठी काही अंशी नक्कीच कारणीभूत आहे. कारण स्किझोफ्रेनिया हा सर्वसाधारणपणे शहरी वातावरणात, विशेषतः विस्कळीत शहरी समाजात आढळून येतो. मग कसेही असले तरी जुने मार्ग, जुन्या पद्धतीच आयुष्यासाठी उत्तम होत्या असं म्हणायचं का? जुनं ते सोनं असंच समजायचं का?

(६) अहो आश्चर्यम्! हा सहावा सिद्धान्त अतिशय सकारात्मक आहे. माणसाला स्किझोफ्रेनिया होण्यामागे काही चांगली कारणं आहेत, असं हा सिद्धान्त

सुचवतो. सर्जनशीलता (creativity) हा मानवी आयुष्याचा केंद्रबिंदूच आहे. सर्जनशीलतेशिवाय माणूस इतकं सगळं मिळवूच शकला नसता. आयुष्य अतिशय कंटाळवाणं झालं असतं. पण सर्जनशीलता ही एक विलक्षण मनोप्रक्रिया आहे. यात नेहमीच्या जुन्यापुराण्या संकल्पनांना तिलांजली देऊन तुम्ही नवीन विचित्र, वेगळी बौद्धिक जोडणी करत असता. प्रत्यक्ष जीवनात येणाऱ्या समस्यांवर नवनवीन तोडगे काढण्यासाठी, कलेच्या नवनवीन अभिव्यक्तींसाठी, बुद्धीला गोंधळवून टाकणाऱ्या निरर्थक मार्गांनी विचार करणं आवश्यक असतं. नवीन सांधे तयार करण्यासाठी बुद्धीला मोकळीक असायला हवी, ज्यायोगे ती वरपांगी असंबद्ध वाटणाऱ्या कल्पनांशी खेळू शकेल. कोणतंही लक्ष्य समोर न ठेवता, कोणत्याही क्रमवारी न लावता आपली बुद्धी सैरावैरा बेलगाम धावणं गरजेचं आहे, तरच ती एखाद्या नव्या, सुंदर सत्याला शोधून काढू शकेल. ज्या अर्थी सर्जनशीलता इतकी महत्त्वाची आहे, त्या अर्थी अशी निरर्थक विस्कळीत विचारशृंखला हा मानवी बुद्धीचा एक महत्त्वाचा घटक असला पाहिजे असं उत्क्रांतीवादी जीवशास्त्रज्ञांना वाटतं. असा विचार काही जण कमी प्रमाणात करतात. (अशी माणसं कष्टाळू, शांत आणि विश्वासार्ह असतात.) काही जण जास्त प्रमाणात असे बेबंद विचार करू शकतात. (अशी माणसं चंचल, अव्यवहारी, द्रष्टी असतात.) आणि दोन्ही प्रकारची माणसं समाजात असली की समाजाचा गाडा सुरळीत, उत्तमरीत्या चालतो. या सगळ्यामुळे असा विचार समोर आला की, स्किझोफ्रेनिया म्हणजे मानवी सर्जनशीलतेचं दुसरं टोक आहे. जी माणसं अतिशय विस्कळीत आणि निरर्थक विचार करणारी असतात ती फारकाळ कार्यक्षम राहू शकत नाहीत. तरीही मानवजातीत त्यांच्या जनुकांचं अस्तित्व टिकून राहतं, कारण अशा लोकांमुळे काही काळापुरती 'तात्पुरती बुद्धिमान' माणसं तयार होतात. काहींचा असाही दावा आहे की, धर्माचे आविष्कार मानवी उत्क्रांतीतूनच उत्पन्न झाले आहेत. तसंही, ज्यांना स्वर्गीय आवाज ऐकू येतात अशी माणसं एकतर प्रेषित तरी म्हणवली जातात किंवा वेडी तरी!

(७) आता आपण स्किझोफ्रेनियाबद्दलच्या काही संरचनात्मक संकल्पनांकडे वळणार आहोत. स्किझोफ्रेनिया हा जनुकीय आजार आहे. हा आजार झालेल्या लोकांच्या रेणूंमध्ये वेगळं काहीतरी लिहिलं गेलेलं असतं, असं काहीकाळ समजलं गेलं. या समजुतीला आधारभूत गोष्ट म्हणजे स्किझोफ्रेनियाचं हळूहळू वाढत जाणं – ज्याची सुरुवात कदाचित जन्माच्या आधीपासूनच झालेली असू शकते. मी आधी सांगितल्याप्रमाणे आधीच्या 'प्रोड्रोमल' (आगाऊ सूचना देणारी.) अवस्थेमुळे आजाराचं अस्तित्व आपल्या लक्षात येत नसेल, पण

याची पाळंमुळं भूतकाळात खोलवर रुजलेली असू शकतात. जसं स्किझोफ्रेनिया आणि मूल जन्मताना येणाऱ्या अडचणी यांचा काही संबंध आहे. खरंतर जन्माच्या वेळची बाळाची स्थिती योग्य ठेवणं, हे बाळाच्या मेंदूचं काम आहे. मग जन्माच्या वेळी येणाऱ्या अडचणी ही मेंदूच्या विकृतीची पहिली खूण असेल का? ज्या मुलांना नंतरच्या आयुष्यात स्किझोफ्रेनिया होतो, त्यांना जन्माच्या आधी काही संसर्ग झालेले आढळतात किंवा इतर मुलांच्या मानाने त्यांच्यात काही शारीरिक कमतरता असतात. तरीही या आजाराचं जनुकीय कारण शोधणं अवघड होऊन बसलं आहे. शोध कठीण असण्याचं एक अंशतः कारण असं की, जनुकीय विकृतीप्रमाणेच बालवयात झालेल्या जडणघडणीचा कोणताही पैलू या आजाराला चालना देऊ शकतो आणि ही जडणघडण अशा पालकांकडून होत असे, ज्यांच्याकडून जनुकीय वारसा मुलाला मिळालेला असतो. असो. स्किझोफ्रेनियामध्ये जनुकीय घटकही नक्कीच महत्त्वाचा असला पाहिजे या कल्पनेला आता हळूहळू सर्वमान्यता मिळत आहे.

(८) जनुकांशी संबंधित असला तरी स्किझोफ्रेनियाच्या अनुमानासाठी जनुकीय निष्कर्षांवर पूर्णपणे अवलंबून राहता येत नाही. ही असंबद्धता असं सुचवते की, जन्मतःच मूल या आजाराला ग्रहणक्षम असलं तरी दुसऱ्या धक्क्याला प्रतिसाद म्हणून टीनएजमध्ये आजाराची खरी सुरुवात होते. यालाच 'दुसरा धक्का' म्हणजे टीनएज अवस्थेतली कोणतीतरी तणावपूर्ण घटना असावी, असं अनेक शास्त्रज्ञांना वाटतं. टीनएजर्स तणावाचे दोन भाग करतात.

१. टीनएजर्सच्या अमिगडाली (मेंदूत खोल आत असणारे बदामाच्या आकाराचे दोन गोलक.) असतात, त्याद्वारे ते हा तणाव 'अनुभवतात.'

२. प्री-फ्रंटल कॉर्टेक्स (मेंदूच्या पुढच्या भागातलं वळ्यावळ्यांचं आवरण.) वापरून टीनएजर्स तणावाचा 'सामना' करतात.

चिंताजनक गोष्टींना अमिगडालींकडून प्रतिसाद दिला जाणं महत्त्वाचं आहेच. पण प्री-फ्रंटल कॉर्टेक्सकडून त्या प्रतिसादांना नियंत्रित केलं जाणंही तितकंच महत्त्वाचं आहे. काळजी करणं चांगलं असतं, पण अतिकाळजी करणं वाईटच. स्किझोफ्रेनियात नेमकं या प्री-फ्रंटल कॉर्टेक्सचं कार्य मंदावलेलं दिसून येतं. कदाचित कॉर्टेक्सला कार्यान्वित करण्याइतका डोपामाईनचा स्त्रावच मेंदूतून होत नसावा. तर या सिद्धान्तानुसार डोपामाईनच्या कमतरतेमुळे काही टीनएजर्स मुळातच तणावपूर्ण घटनांना सामोरं जायला सक्षम नसावेत. मग इतर टीनएजर्सप्रमाणे प्रतिकूलतेत बेफिकीरपणे खांदे उडवून पुढे जाण्यापेक्षा त्यांना हा 'दुसरा धक्का' जाणवतो, जो त्यांना स्किझोफ्रेनियाकडे घेऊन जातो.

(९) डोपामाईन थिअरी जे सांगते त्यापेक्षाही स्किझोफ्रेनिया जास्त गुंतागुंतीचा आहे, याबद्दल हा नववा सिद्धान्त आहे. मेंदूच्या स्पष्ट, निश्चित अशा विकृतीच स्किझोफ्रेनियाला कारणीभूत असाव्यात. तरीही स्किझोफ्रेनिया झालेल्या व्यक्तीच्या मेंदूचा अभ्यास करण्यात बऱ्याच अडचणी आहेत. एखादी चुकीची गोष्ट पुढच्या सगळ्या गोष्टी बिघडवू शकते. एक गोष्ट, निष्कर्ष चुकला की, पुढचं सगळंच चुकत जातं. स्किझोफ्रेनियाची ठळक खूण म्हणून सांगता येण्यासारखा मेंदूतला एकही बदल नाही. आकसलेले हिप्पार्कॅम्पी, अकार्यक्षम प्री-फ्रंटल कॉर्टेक्स, सेरेब्रल कॉर्टिकलच्या पेशींचे अविकसित राहिलेले थर, टेंपोरल भागातल्या इतर घटकांशी देवाणघेवाणीतील कमतरता, मागासलेला 'ग्रे मॅटर' आणि मेंदूच्या केंद्रभागी असणाऱ्या पाण्याने भरलेल्या पोकळ्यांची वाढ यांपैकी कोणतंही लक्षण स्किझोफ्रेनियात दिसू शकतं. मेंदूतल्या रसायनांचा अभ्यास करणं, हीसुद्धा काही कमी कठीण गोष्ट नाही. डोपामाईनच्या पातळीत नक्कीच फरक असेल, पण सिरोटोनिन हे संप्रेरकही यात सहभागी असावं. कारण सिरोटोनिनवर कार्यकारी औषधांचीसुद्धा स्किझोफ्रेनियाच्या चिकित्सेत मदत होताना दिसते. आता तर या सगळ्या गोंधळात ग्लुटामाईनचाही हात असावा, असं लक्षात आलेलं आहे. प्रामाणिकपणे सांगायचं तर स्किझोफ्रेनिक मेंदू म्हणजे रचनात्मक आणि रासायनिक अंदाधुंदी आहे. टीनएजर्सच्या कार्यरत मेंदूतल्या सगळ्या खाचाखोचा सविस्तरपणे मांडल्या, तर आपल्याला आजाराचं कारण कळेलही. पण कारणं कोणती, परिणाम कोणते आणि आपल्या अपयशांना झाकण्याचे मेंदूचे अटीतटीचे प्रयत्न कोणते, हे सध्याच्या घडीला सांगणं कर्मकठीण आहे.

तुम्ही या सगळ्याकडे कसंही पाहा, पण टीनएज मेंदूच्या विरुद्ध विकृतींचा ढीग रचलेला आहे हे नक्की. टीनएज अवस्थेत नवीन संवेदनशीलता, नवा नाजूकपणा येतो. हाच तो काळ असतो, ज्यात आपल्यातल्या छुप्या उणिवा, लपलेले दोष डोकं वर काढायला लागतात. याच काळात आपण जीवशास्त्रीय बदलांच्या वेळेसाठी फार संवेदनशील होतो. आधुनिक युगातल्या अनैसर्गिकतेचा बळी म्हणजे टीनएज. टीनएज म्हणजे तणावाला सामोरं जाण्यात येणारं अपयश. हाच तो काळ, जेव्हा रचनात्मक वैगुण्य असणाऱ्या मेंदूत खोलवर रासायनिक कमतरता आढळून यायला लागतात. किंबहुना, कोणताच तर्कशुद्ध विचार करण्याइतकी लवचीकताच टीनएजर्स मेंदूकडे नसते. याचा विचार करताना मी दहाव्या सिद्धान्ताकडे आलो आहे आणि या सिद्धान्ताने स्किझोफ्रेनिया आणि टीनएज हे किती घट्टपणे एकमेकांशी निगडीत आहेत हे स्पष्ट होईल.

(१०) दहाव्या सिद्धान्तानुसार स्किझोफ्रेनिया म्हणजे टीनएज अवस्थेची वाढीव,

अतिशयोक्त आवृत्ती. टीनएज अवस्थेतील वर्तणूक आणि स्किझोफ्रेनियाची लक्षणं एकमेकांशी खूपच मिळतीजुळती आहेत, हे आपण पाहिलंच. पण मी त्यांना एकत्र करणार नाही किंवा समान म्हणणार नाही. काही मनोविकारतज्ज्ञ इतके सावध नसतात आणि ते दोन्ही वर्तणुकींवर समानतेचा शिक्का मारतात. बहुसंख्य टीनएजर्ससाठी आयुष्यातला हा काळ अतिशय यातनामय आणि त्याहीपेक्षा जास्त भावनिक गोंधळाचा असतो. स्वातंत्र्यासाठी झगडणं आणि संभ्रमाची वागणूक यातला फरक अनेकांना समजत नाही. अनेक जण स्वकेंद्रित आणि अहंकारी होतात, जे कोणत्याही वयात घडणं चुकीचंच ठरतं. इतर काही जण या वागणुकीचं थातुरमातुर, हास्यास्पद स्पष्टीकरण देतात.

स्किझोफ्रेनिया म्हणजे खरंच टीनएज अवस्थेची विकृत अतिशयोक्ती आहे की सगळी साम्यस्थळं म्हणजे निव्वळ एक योगायोग आहे? टीनएजर म्हणून आपल्याला जी विचारसरणी प्राप्त करावी लागते, त्या प्रक्रियेत येणारं अपयश म्हणजे स्किझोफ्रेनिया असं आपण म्हटलं, तर याचा अर्थ टीनएज म्हणजे निरोगी मनोवस्था असा नव्हे. टीनएजमधला गोंधळ स्किझोफ्रेनियातल्या काही लक्षणांसारखा असेलही, पण म्हणजे दोन्ही एकच नव्हे. याउलट स्किझोफ्रेनियाच्या मुळाशी टीनएज असण्याचं एक मुख्य कारण म्हणजे याच काळात आपण जगावेगळ्या मानवी क्षमता प्राप्त करत असतो. स्वत:ला 'माणूस' म्हणून घडवत असतो. अस्थिर अशा मानवी सेरेब्रलचे भव्यदिव्य इमले कोसळतात, तेव्हा जे घडतं ते म्हणजे, 'स्किझोफ्रेनिया', असं म्हणायला हरकत नाही.

टीनएजर्सना वाटणारी काळजी : का? कशाची? किती?

हो! सगळ्या टीनएजर्सना काळजी वाटते. टीनएजर्ससाठी खूप काळजी करण्यासारखी जर कोणती गोष्ट असेल तर ती त्यांची इतरांशी असणारी नाती. टीनएजमध्ये प्रवेश करता-करताच मुलांचा सावधपणा आणि स्वत:बद्दलची सामाजिक जाणीव वाढू लागते. अशा वेळी होणाऱ्या चुकाही क्वचित गंभीर किंवा जास्त अर्थपूर्ण असतात आणि त्यांचीच काळजी करावी लागते. त्या अनुषंगाने येणारी अस्वस्थता उपयोगीच ठरते, कारण ती आपल्याला मूर्खपणा करण्यापासून लांब ठेवते. याच अस्वस्थतेने लाखो वर्षांपासून आपल्याला अनेक अपघात आणि शत्रूंपासून वाचवलेलं आहे. अपघात, शत्रू या तुलनेने साध्या गोष्टी आहेत. आपल्या वातावरणातली सर्वांत गुंतागुंतीची, अज्ञात, असंभवनीय गोष्ट म्हणजे इतर लोक. इतर लोकांची काळजी करणं हा गोंधळवणारा, घाबरवणारा, दमवणारा प्रकार आहे, विशेषत: टीनएजर्ससाठी. टीनएजर्सचं स्वत:शी आणि भोवतालच्या जगाशी एकदा नातं प्रस्थापित झालं की, त्यांच्यासमोर मोठं आव्हान उभं राहतं – इतर लोकांशी नातेसंबंध निर्माण करणं.

टीनएज तणावपूर्ण असते – किमान काही लोकांसाठी तरी. तणावाच्या लोकप्रिय संकल्पनेला काही वैद्यकीय पुराव्यांचा आधार आहे. मानसिक आजारांकडे पाहताना कळून येईल, अस्वस्थतेशी संबंधित मानसिक समस्या सर्वसाधारणपणे टीनएजच्या दरम्यान सुरू होतात. अत्यंत अस्वस्थता, सामाजिक परिस्थितींची भीती, अस्वस्थतेचे झटके, इतरांशी मतभेद होऊ शकेल अशा परिस्थितींची भीती वाटणं, अशी साधारणत: एक-पंचमांश टीनएजर्समध्ये दिसत असतील. याचा परिणाम म्हणून टीनएजर्समध्ये जी वागणूक दिसून येते, तिच्यामुळे एकतर त्या समस्या चिरस्थायी होतात किंवा सामाजिक, मानसिक विकासाला अडथळा निर्माण

करतात. इतर टीनएजर्सशी संपर्क न झाल्यामुळे, विचारांची देवाणघेवाण न झाल्यामुळे असं होत असावं. अशा प्रकारच्या सामाजिक काळज्या-चिंतांमुळे स्वाभिमानाची जाणीवही कमी होऊ लागते. काही टीनएजर्स, विशेषत: मुली, स्वत:ला इजा करण्याचाही प्रयत्न करतात. स्वत:ला कापून घेणं, विष घेणं या सगळ्याचा उद्देश स्वत:च्या भावनांवर काही प्रमाणात नियंत्रण मिळवणं हा असतो. साधारणत: वीसपैकी एखादी आत्महत्येची घटनादेखील घडते.

टीनएज अवस्थेतलं काळजी करणं कधीकधी अतिशयोक्ती वाटेल इतकं पुढे जाऊ शकतं – पण का? काही मोजक्याच टीनएजर्सच्याच बाबतीत हे का घडतं? इतर लोकांशी टीनएजर्स नाती कशी निर्माण करतात आणि हे करताना त्यांना अस्वस्थता का येते, हे जाणून घेताना आपल्याला उत्क्रांतीची बाजूही पाहावी लागेल. आपल्याला उत्क्रांतीवादी जीवशास्त्राप्रमाणे विचार करावा लागेल. प्राचीन सवानाच्या विशाल भूखंडांवर खडतर आयुष्य जगणारे तरुण प्रायमेट्स म्हणून टीनएजर्सचा विचार करू या. जशी नैराश्य आणि स्किझोफ्रेनिया यांची सुरुवात टीनएजमध्ये होते, तसंच अस्वस्थतेची सुरुवातदेखील होते. मात्र एका दृष्टीने पाहता ही अस्वस्थता चक्क उपकारक ठरली आहे. त्या प्राचीन काळी सवानाच्या विस्तीर्ण भूप्रदेशामध्ये तग धरून ठेवणं त्यामुळेच तर साध्य होऊ शकलं. सामाजिकदृष्ट्या पाहता इतर लोकांबद्दल अस्वस्थ होणं म्हणजे योग्य दिशेनेच प्रवास करणं होय. इतर लोक आपल्याकडे कोणत्या नजरेतून पाहतात याचा आपण विचार करणं अतिशय गरजेचं आहे. त्याचबरोबर हेदेखील ध्यानात घेतलं पाहिजे की, त्यांच्यापैकी काहींच्या या बघण्यामुळेच आपण अधिक परिपूर्ण, संपन्न, चांगले होणार आहोत; म्हणजेच अस्वस्थता नेहमीच उपकारक ठरते. पण मग काही वेळा टीनएजर्समध्ये ती हाताबाहेर का जाते?

आता आपल्याला अस्वस्थता आणि ताणतणावामागचं जीवशास्त्र माहीत आहे. टीनएजर्सना आलेल्या ताणापैकी बराचसा त्यांच्या सामाजिक नातेसंबंधांमुळे आलेला असला तरी इतर गोष्टींमुळेही तणाव निर्माण होतात. शारीरिक इजा, वेदना, शत्रूचं अस्तित्व यांची भीती दाखवून, इतर कारणांमुळे आलेल्या ताणाचा प्रायोगिक तत्त्वावर अभ्यास करणं सोपं जातं. सामाजिक ओशाळवाणी परिस्थिती निर्माण करून त्यायोगे आलेल्या ताणाचा अभ्यास करणं जरा अवघड आहे. अस्वस्थता इतकी महत्त्वाची संरक्षक यंत्रणा आहे की मेंदूचे काही भाग त्या यंत्रणेमध्ये सहभागी असल्याचं आश्चर्य वाटू नये. आधी आपण भीतीची आठवण ठेवणाऱ्या, भीतीचं आकलन करून देणाऱ्या अमिगडालींबद्दल वाचलं. त्याच्याच खाली मेंदूत खोलवर 'न्यूक्लिअस कोइरोलिअस' (फिकट निळी जागा) नावाची रचना असते. आपली जागृतता, भीतीला प्रतिसाद देणं यासाठी ही रचना काम करते. अमिगडाली आणि

कोइरूलस कायमच अशांत असतात. नॉर-अॅड्रेनलीन, कॉर्टिकोट्रोपिन रिलीजिंग घटक या न्यूरोट्रान्समीटर्सच्या द्वारे हे दोन्ही भाग एकमेकांना सतत उत्तेजित करत असतात. भीतीचं सावध आकलन आणि भीतीला असणारा आपला भावनिक प्रतिसाद नियंत्रणात ठेवण्यासाठी वरच्या दोघांना सेरेब्रल कॉर्टेक्सशी संधान साधावं लागतं. तणावाखाली असणारे प्राणी व टीनएजर्सच्या शरीरातले असंख्य बदलही या त्रिकुटाकडूनच घडवून आणले जातात.

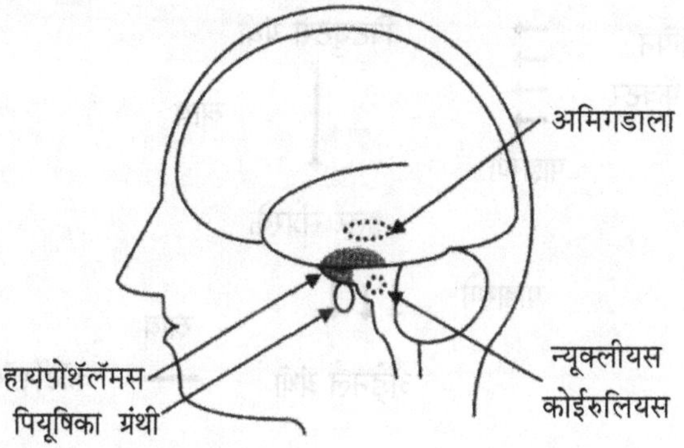

ताणतणावाचे शरीरावर होणारे परिणाम अतिशय गूढ व अनियंत्रित असतात आणि प्रतिसाद घाबरवणारे असतात. ते हाताळण्यास अतिशय अवघड होऊन बसतात. तणाव आणि अस्वस्थता आली की, मज्जारज्जूंच्या टोकातून किंवा अॅड्रेनलीन ग्रंथीतून (मूत्रपिंडांच्या वर असणाऱ्या दोन लहान ग्रंथी) नॉर अॅड्रेनलीन आणि अॅड्रेनलीनचा स्त्राव पूर्ण शरीरात होऊ लागतो. या स्त्रावांमुळे डोळ्यांच्या बाहुल्या प्रसरण पावतात, हृदयाचं कार्य जलद गतीने व्हायला लागतं, लाळेचा स्त्राव थांबून तोंडाला कोरड पडते, जननेंद्रियं व त्वचेतलं रक्त शरीरात उतरून शरीर फिकं पडतं. दुसऱ्या शब्दांत सांगायचं, तर या स्त्रावामुळे भीतीच्या झटक्याची इतकी तीव्र लक्षणं निर्माण होतात की, हृदयविकाराचा झटका येतोय की काय असं लोकांना वाटतं. अस्वस्थतेमुळे हायपोथॅलॅमससुद्धा कार्यान्वित होतं. हायपोथॅलॅमस ही मेंदूच्या आत असणारी खोलवर, शरीरातल्या सगळ्या संप्रेरकांची प्रमुख नियंत्रक ग्रंथी आहे. या ग्रंथीतून अस्वस्थतेमुळे कॉर्टिकोट्रॉपिन रिलीजिंग फॅक्टरचा स्त्राव होतो. हा स्त्राव पुढच्या सगळ्याच ग्रंथींना चालना देणारा ठरतो.

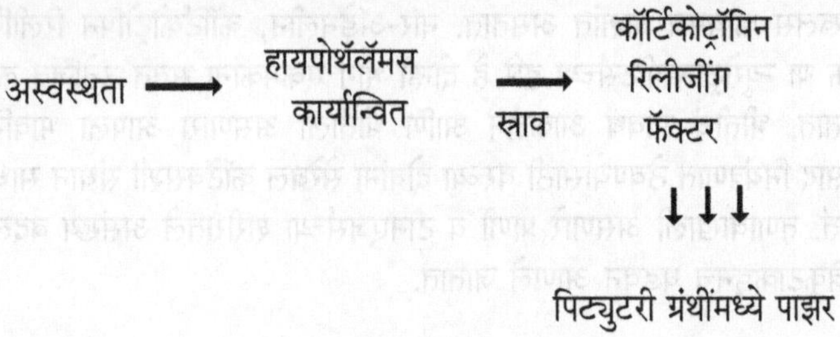

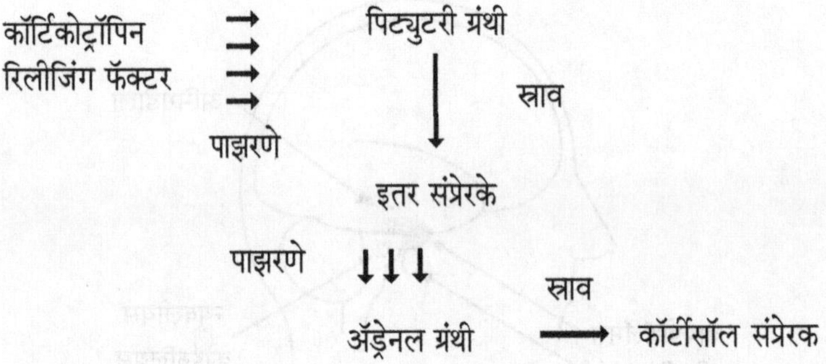

या पद्धतीने ही क्रिया होते व कॉर्टीसॉल हार्मोनचं स्रवण होतं. आपल्या शरीराच्या जवळजवळ प्रत्येक भागावर या कॉर्टीसॉल संप्रेरकाचे अतिशय गंभीर, गुंतागुंतीचे परिणाम होतात. उदा. चयापचयाचा वेग, प्रतिकारशक्ती, केस व त्वचेची वाढ इत्यादी. अशा तऱ्हेने दीर्घकालीन अस्वस्थतेच्या दुष्परिणामांना कॉर्टीसॉल कारणीभूत असू शकतं.

हे चित्र फारसं आनंददायी नाहीये. पण आपण म्हणतोच ना, 'जे होतं ते चांगल्यासाठीच होतं', त्याचप्रमाणे टीनएजर्सच्या मेंदूवर आणि शरीरावर होणारे अस्वस्थेचे, तणावाचे परिणाम चांगल्याच कारणांसाठी होतात. शिकार आणि कंदमुळांवर आपण जेव्हा पूर्वी जगत होतो, तेव्हा काही काळजी करण्याजोग्या गोष्टींकडे आपलं लक्ष वेधलं जाणं आणि त्या समस्यांवर तोडगा निघणं महत्त्वाचं होतं. मग ते संकटातून निसटणं असो, धोका टाळणं असो किंवा कठीण सामाजिक परिस्थिती सौम्य करणं असो – यासाठी आपलं सावध असणं खूप गरजेचं असतं. काही गोष्टी पुढे जाऊन जीवनमरणाचा प्रश्न होऊ शकतात, त्यामुळे अस्वस्थता येणं सर्वार्थाने योग्य आहे. तणावाचे शरीरावर होणारे परिणामही स्वाभाविक आहेत. जेव्हा तुम्हाला लढाईसाठी तयार व्हायचं आहे, जागरूक राहणं गरजेचं आहे, तेव्हा लाळेचा स्राव वाढणं, पचनकार्य चालू असणं किंवा लैंगिकदृष्ट्या उत्तेजित होणं, हे अडथळ्याचं ठरतं. एकंदरीत सगळं चित्र पाहता, टीनएज अस्वस्थता फारच

साहजिक घटना आहे. पण अस्वस्थतेला प्रोत्साहित करणाऱ्या गोष्टी किंवा अस्वस्थतेचं वाढतं प्रमाण खरी काळजी करण्यासारखे प्रकार आहेत.

अशा प्रकारे अस्वस्थता हा महत्त्वाचा संरक्षक प्रतिसाद असतो. याच्यामुळेच टीनएजर्सचे मेंदू नवनवीन जोखमीच्या परिस्थितींशी सामना करण्यासाठी तयार होऊ लागतात. असमंजसपणाच्या कृतीला अस्वस्थता निर्माण करून प्रतिसाद द्यायला टीनएजर्सचे मेंदू अपघातानेच शिकतात. संभाव्य संकटांबद्दलचा वाढलेला सावधपणा या मेंदूच्या शिक्षणाचं स्पष्टीकरण देऊ शकतो. निरुपद्रवी वाटणाऱ्या सूचनांना अस्वस्थतेने प्रतिसाद देण्यासारखी परिस्थिती माणसांमध्येही निर्माण करता येते. पावलोच्या कुत्र्यांच्या बाबतीत हा प्रयोग आपण यापूर्वीही पाहिलेला आहे. पण अशी स्थिती निर्माण करण्यासाठी त्या सूचना वेगळ्या, खऱ्या धोकादायक सूचनांशी साधर्म्य दाखवणाऱ्या हव्यात. याचं सोपं उदाहरण म्हणजे 'फोबिया.' यात कोळी किंवा बंद जागा यांसारख्या गोष्टींशी मुलं आपली प्रचंड भीती जोडायला सुरुवात करतात. पुढे जाऊन एखाद्या लहान खोलीचा किंवा कोळ्याच्या जाळ्याचा नुसता संदर्भ जरी आला तरी तोंडाला कोरड पडणं, हृदयात धडधड होणं, असा अनुभव यायला लागतो. या सूचनांच्या परस्परसंबंधाचा फायदा घेऊन फोबिया बरेही करता येतात. भयगंड बरे करण्यासाठी घाबरवणाऱ्या सूचनांना आनंददायी गोष्टींशी सांधायला लोकांना शिकवलं जातं. 'पॅनिक अ‍ॅटॅक' हे ताणाच्या प्रतिसादांचं सर्वज्ञात उदाहरण आहे. अस्वस्थतेची असह्य उबळ प्रवृत्त करण्यास कारणीभूत असणाऱ्या लक्षणांची जाणीव अजूनही माझ्या मनात ताजी आहे. ती अस्वस्थता इतकी प्रबळ होती की, तणावाचं वादळ ओसरेपर्यंत असह्यपणे वाट बघण्याशिवाय माझ्या हातात काहीही नसायचं. अस्वस्थतेमुळे तुम्ही स्वत:च्याच शरीराचे त्रयस्थ प्रेक्षक होता.

टीनएजर्स नेहमीच बाहेरच्या जगातल्या गोष्टींना प्रतिसाद द्यायला शिकत असतात. शिकण्याची ही ऊर्मी टीनएजर्सच्या मानसिकतेवर वर्चस्व गाजवत असते, असं मला वाटतं. नंतर कठीण, गूढ वाटणारी वागणूक, पावलोने योजलेली साधी यंत्रणा वापरून टीनएजर्स अत्यंत सहजपणे आत्मसात करतात. अनेक गोष्टी साधेसोपेपणाने शिकण्याचं हेच तर वय असतं. भयगंड आणि पॅनिक अ‍ॅटॅक यांच्याशिवाय आपल्या प्रौढत्वातील वर्तणुकीलासुद्धा हेच तत्त्व लागू पडतं. ही सगळीच प्रक्रिया लवकर चालू होते. तरुण प्राण्यांचे ताणाला दिले जाणारे सुरुवातीचे प्रतिसाद त्यांच्या पालकांचे अनुकरण करून शिकलेले असतात. प्रौढ वयात असणाऱ्या वाढत्या अस्वस्थतेचा संबंध तणावपूर्ण बालवयाशी असतो. बालवयाप्रमाणेच सगळं आयुष्यदेखील तितकंच तणावपूर्ण जातं असं म्हणा ना! टीनएज अवस्थेत येताना आपण त्या ताणतणावांना प्रतिसाद द्यायला लागतो. विविध प्रकारांनी येणाऱ्या ताणाचा यात समावेश असतो. आपण जेव्हा भिन्नलिंगी व्यक्तीला भेटतो,

आपण कामात बुडून जातो किंवा चारचौघांमध्ये ओशाळतो तेव्हा येणाऱ्या ताणाला प्रतिसाद म्हणून आपण जास्त जास्त अस्वस्थ होतो. याउलट आजूबाजूला घडणाऱ्या वाईट घटनांचा परिणामस्वरूप माणसांमध्ये 'प्रशिक्षित असहायता' विकसित होऊ शकते. म्हणजे समजा आपण आपल्या कुत्र्याकडे दुर्लक्ष करून त्याला पावसात भिजत, कुडकुडत बराच काळ बाहेर ठेवलं, तर थोड्या वेळाने त्याच्या लक्षात येईल की, आपण हे नशीब टाळू शकत नाही. नंतर आपण त्याला आत येऊन कोरडं व्हायची संधी देऊ केली, तरी कुत्रा ती नाकारेल. काही टीनएजर्सच्या विचित्र वागण्याला शिक्षणाच्या अशा ढोबळ पद्धती कारणीभूत असतात असा मला संशय आहे. हे वागणं नंतर आयुष्यभर तसंच विचित्र राहतं. जसं, असे टीनएजर्स घनिष्ट मैत्री करण्याचं टाळतात, आधी ज्यांनी चुकीच्या मार्गाला लावलं अशाच लोकांबरोबर राहतात, वाईट नात्यांना सहन करतात आणि त्यातूनच प्रेम, आनंद मिळवण्याचा प्रयत्न करतात.

पण मग ज्याची सगळे जण इतकी काळजी करतात, त्या टीनएजमधल्या सामाजिक आयुष्याबद्दल काय? टीनएजर्सच्या सामाजिक आयुष्यात घडणारी पहिली सगळ्यात मोठी उलथापालथ म्हणजे त्यांच्या पालकांशी असणाऱ्या नात्यात घडणारा बदल. आतापर्यंतच्या आयुष्यात केंद्रस्थानी असणारे पालक टीनएजच्या सुरुवातीच्या काही वर्षांमध्ये त्यांच्या परिघाबाहेर जाऊ लागतात. या दुराव्यामागे एक साधंसं जनुकीय कारण आहे. मुलं जेव्हा तारुण्याच्या उंबरठ्यावर पोहोचतात, तेव्हा रक्ताच्या नात्यांमध्ये लैंगिक संबंध निर्माण होऊ नये म्हणून निसर्गाकडूनच याची काळजी घेतली जाते. इतर प्राण्यांना भाऊ, बहीण, आई, मावशी कोणीही असलं तरी फरक पडत नसला, तरी आपणा मानवांमध्ये तो पडतोच ना! तेच तर आपलं वेगळेपण आहे आणि टीनएजर्स फक्त 'भरकटत जात' नाहीत. स्वत:च्या पालकांना नाकारून त्यांच्यापासून वेगळं होणं ही एक प्रक्रिया आहे, ज्यातून टीनएजर्स जातात. 'स्वतंत्र व्यक्ती' म्हणून टीनएजर्सचा विकास होण्यासाठी ही प्रक्रिया होणं अत्यंत आवश्यक असावं. इतर प्राण्यांच्या मुलांप्रमाणेच टीनएजर्ससुद्धा त्यांच्या पालकांशी वागताना कधी आक्रमक होतात, कधी बचावात्मक होतात, कधी कमीपणा वाटून घेतात, कधी दु:खीही होतात.

पालकांपासून दूर जाणाऱ्या मुलांच्या आणि मुलींच्या पद्धतीमध्ये फरक असतो. मुलांची वाढ हळूहळू होत असल्याने मुलं जास्त काळ त्यांच्या पालकांसोबत घालवतात. आपल्याच पालकांना सामजिक आव्हान द्यायला मुलांना उशीर लागतो. टीनएज अवस्थेपासून पालकांशी दुरावा निर्माण होईपर्यंतचा काळ फार त्रासदायक असू शकतो; पण हाच काळ कुटुंबात भांडणं, वादविवाद होण्यापासून आपला बचाव करतो. मुलीची मानसिक क्षमता अधिक लवकर विकसित होते. तरी

पूर्वीपासूनच मुलांच्या मताला कुटुंबव्यवस्थेकडून प्राधान्य दिलं जातं. मुली लवकर परिपक्व होत असल्यामुळे आणि प्राधान्य मात्र मुलांच्या विचारांना मिळत असल्यामुळे पूर्ण टीनएज अवस्थेत मुलींच्या इच्छा-आकांक्षांना मुरड घातली जाते. मुलींच्या वाट्याला निराशाच येते. कदाचित यामुळेच मुलांपेक्षा मुली पालकांपासून भावनिकदृष्ट्या जास्त दूर जातात.

आधुनिक आयुष्यातल्या काही गोष्टींनी टीनएजर्स आणि त्यांच्या पालकांमधल्या बेबनावाला जास्त तणावपूर्ण बनवलं आहे. आपल्या प्रजातीच्या इतिहासात पहिल्यांदाच टीनएजर्स लवकरच्या वयात लैंगिकदृष्ट्या, कदाचित मानसिकदृष्ट्या परिपक्व होत आहेत, हे तर स्पष्टच आहे. याचा अर्थ टीनएजर्स-पालक यांच्यातला दुरावा आता लवकर येऊ लागला आहे. काळातला हा बदल पालकांसाठीही खूप वेदनादायी आहे आणि टीनएजर्सनाही याच्याशी जुळवून घेणं कठीण झालं आहे. याच वेळी आधुनिक समाजरचनेमुळे खूप जास्त काळ टीनएजर्सना त्यांच्या पालकांवर आर्थिक मदतीसाठी अवलंबून राहावं लागत आहे. म्हणजे प्युबर्टी लवकर आणि आर्थिक स्वातंत्र्य उशिरा असं चित्र तयार झालं आहे. याचा एकत्रित परिणाम म्हणून टीनएजर्स आणि पालकांमधला हा वादविवादाचा काळ दोन्ही टोकांकडून वाढत जातो आहे. आधुनिक टीनएजर्सना समाजात मिसळण्याची, प्रौढांशी संवाद साधण्याची संधीच मिळत नाही. कदाचित म्हणूनच सध्याच्या काळात टीनएजर्समध्ये अस्वस्थतेचं प्रमाण वाढत चाललेलं आढळून येतं आहे.

पालकांसह वाढत जाणाऱ्या दुराव्यासोबतच मित्रमंडळींशी जवळीक वाढत गेलेली असते. या दोन्ही घटना एकमेकींना समांतरच घडत असतात. टीनएजर्सच्या मित्रमैत्रिणींशी होणारा संवाद हा प्रौढांशी होणाऱ्या संवादाच्या चारपट असतो. समवयस्क मित्रमैत्रिणींशी बोलावंसं वाटणं हे विचित्र, जगावेगळं मुळीच नाही. मला वाटतं, आपल्या शिकार करणाऱ्या टीनएज अवस्थेतील पूर्वजांमध्येही असंच होत असावं.

असं असलं तरी प्राणिजगतात 'मैत्री' ही फारच दुर्मीळ गोष्ट आहे, हे मला आवर्जून सांगायला हवं. इतर प्रजातींतले प्राणी एकमेकांसोबत राहतात कारण एकतर ते पालक असतात, पिल्लं असतात, लैंगिक जोडीदार असतात किंवा मग मोठ्या संख्येने राहून ते संरक्षण मिळवत असतात. समवयस्क (आणि साधारणपणे समलिंगी) व्यक्ती शोधणं, त्यांच्याशी दीर्घकाळ चर्चा करणं किंवा गप्पा मारणं, ही मानवी सवय जगावेगळीच आहे. मित्रांशी बोलताना खूपच आनंद होतो असं अनेक टीनएजर्सनी नमूद केलं, पण याच समवयस्कांच्या दडपणाखाली येऊन काही बेकायदेशीर कृत्यं केल्याचंही अनेकांनी सांगितलं. मग माणसांना अशी खास, घनिष्ठ पण अर्थातच ज्यातून काही भरीव असं उद्‌भवणार नाही, अशी नाती निर्माण

करायला कोण भाग पाडतं?

टीनएजर्स मैत्री का करतात याबद्दल एक प्रवाद असा आहे की, या मैत्रीपद्धतीतून ते काहीतरी मिळवत असतात. इतर प्राण्यांमध्ये जे अ-कौटुंबिक संघटन असतं त्यांचं निरीक्षण करून हा प्रवाद सुचला आहे. अन्न किंवा इतर गोष्टी मिळवण्यासाठी एकमेकांना सहकार्य करत असतात. हे योग्य असलं तरी मैत्री करून टीनएजर्स काय स्वार्थ साधतात हे एक कोडंच आहे. हो, वेळप्रसंगी मित्रमैत्रिणी मदत करतातही, पण असं फारच क्वचित घडतं. जी व्यक्ती भेटवस्तू देऊन मैत्री संपादन करते, तिच्याकडे संशयानेच पाहिलं जातं. टीनएजर्सच्या सामाजिक वर्तुळात अशा व्यक्तींना तोपर्यंतच सहन केलं जातं, जोपर्यंत त्यांच्याकडून काही फायदा मिळतोय. नंतर त्यांना त्या वर्तुळाच्या बाहेर काढलं जातं. अनेकदा वरकरणी नि:स्वार्थीपणाचं ढोंग करणारी माणसं अतिशय कावेबाजपणे स्वत:चा फायदा शोधत असतात. तरीही मित्र आपल्याला मदत करण्यासाठी असतात, हा समज छानच वाटतो. गरजेच्या वेळेला आधार देणारा मित्रच असतो, असं अनेक टीनएजर्स म्हणतात. सध्याच्या काळात टीनएजर्ससाठी आयुष्य खूपच सोपं झाल्यामुळे त्यांच्यावर फारशी संकटं येत नाहीत आणि त्यायोगे त्यांच्या मित्रमंडळींना मदतीची संधीही मिळत नाही. त्यामुळे हल्लीचे टीनएजर्स सतत सामाजिक असुरक्षिततेच्या छायेत असतात, असा काही मानसोपचारतज्ज्ञांचा दावा आहे. किती हा विरोधाभास?

'अनुभव घेण्याचं शिक्षण' ही टीनएज मैत्रीमागची दुसरी शक्यता असू शकेल. मानव ही अतिशय समाजाभिमुख प्रजात आहे. समाजात काम करण्याच्या क्षमतेवरच प्रत्येक व्यक्तीचं यश ठरत असतं. बऱ्यापैकी सुरक्षित वातावरणात सामाजिक कौशल्यं आत्मसात करण्याचा एक मार्ग म्हणूनही आपण टीनएज अवस्थेतील नात्यांकडे पाहू शकतो. प्रौढांच्या या जगाचा सलग आढावा घेता येतो. प्रौढांचे आंतरसंबंध, जे तुकड्या-तुकड्यांमध्ये टीनएजर्सच्या समोर आल्यावर त्यांचा गोंधळ उडवतं, ते सलगपणे त्यांच्यासमोर या मैत्रीतून येतात. पण विशुद्ध मैत्रीतून एकच ती भावना मात्र कळू शकत नाही. टीनएजर्समध्ये अनुभवास येणारी नाजूक, प्रणयी, लैंगिक भावना मात्र या मैत्रीतून आपल्याला मिळत नाही. त्यामुळे अशा प्रकारच्या भावनांसाठी टीनएजर्सचं मन तयार होत नाही. पण सामाजिक कौशल्यं आत्मसात करण्यासाठी मात्र या मैत्रीचा खूपच फायदा होतो. याचा दुसरा अर्थ असा की, स्वत:चं जग निर्माण करणारे आपण एकटेच नाही. आपण कौटुंबिक, जीवन-मरणविषयक, आपल्या इतर कामांबद्दलचे आपले अनुभव इतर समवयस्क लोकांसोबत वाटून घेऊ शकतो, त्याबद्दलची त्यांची मतं जाणून घेऊ शकतो. टीनएजमधल्या मित्रमैत्रिणींचे गट त्यांना आयुष्यभर पुरणारा असा जगाकडे बघण्याचा त्यांचा स्वत:चा एक नवा दृष्टिकोन घडवत असतात.

टीनएजमधली मैत्री आपली स्वत:बद्दलची जाणीव वृद्धिंगत करत असते. समवयस्कांसोबत राहून आपण अनेक गोष्टी नकळत शिकत असतो. समाज आपल्याला स्वीकारतो; पण त्याचबरोबर काही बंधनंही घालत असतो आणि या सगळ्याचा परिपाक म्हणजे समाजातलं आपलं मूल्य! ही समीकरणं हळूहळू आपल्याला समजू लागतात. आपल्या सामान्य मानसिक विकासासाठी आपला स्वाभिमान योग्य पद्धतीने घडणं आवश्यक असतं, हे आपण आधी पाहिलं. मग या स्वाभिमानाच्या जडणघडणीतला एक नाजूक भाग म्हणजे आपलं आपल्या मित्रवर्तुळातलं स्थान. असं असल्यावर चांगल्या मित्रांना आयुष्यात केंद्रस्थान मिळणं, हे अपरिहार्यच आहे आणि मग सगळेच आनंद त्यांच्याशी निगडीत होतात. टीनएजमध्ये मानसिक विकास व्हावा म्हणून भरपूर मित्र करण्याचा सल्लाही काही मानसोपचारतज्ज्ञ देतात.

टीनएजमधली मैत्री इतकी का महत्त्वाची आहे, ते आता आपल्याला समजायला लागेल. टीनएजमधल्या विकासाच्या केंद्रस्थानी ही मैत्री आहे, असं म्हणायला हरकत नाही आणि एकाकीपणावर मात करण्याची प्रबळ इच्छाही यामागे असते. परस्परांमधली देवाणघेवाण, सामाजिक प्रशिक्षण आणि स्वाभिमान या त्रिसूत्रीला टीनएजर्समध्ये खूपच किंमत असते. या तीनही गुणांच्या बाह्यत: आढळणाऱ्या खुणा म्हणजे, सगळ्यांनाच ज्यात रस वाटतो, अशा गोष्टी (common interests), परस्पर सामंजस्य (mutual understanding) आणि सकारात्मक संभाषण (positive communication). टीनएजर्स या खुणांच्या आधारे स्वप्रेरणेने इतर टीनएजर्सना जोखत असतात.

टीनएजर्सच्या मैत्रीबद्दलच्या तीव्र इच्छेतूनच त्यांच्या विचित्र वर्तणुकीचं स्पष्टीकरण मिळतं. समवयस्कांच्या गटात स्वत:ची ओळख आणि स्थान निर्माण करण्यासाठी बहुतांशी टीनएजर्स धडपड करत असतात. ते स्थान टिकवण्यासाठी खूप कष्ट करण्याचीही त्यांची तयारी असते. त्यांच्यासाठी एखाद्याचं 'दिसणं' महत्त्वाचं असतं. त्यांचं स्वत:च्या गटातलं स्थान बळकट करण्यासाठी, त्याकडे लक्ष वेधून घेण्याचा 'फॅशन' हा एक मार्ग असतो. अर्थातच स्वत:चे कपडे आणि दागिने निवडण्यामागचा त्यांचा हेतू त्यांच्या स्पर्धकांना आणि मित्रांना आकर्षित करून घेण्याचा असतो. अजूनही काही गोष्टी यामागे आहेत. सगळ्याच टीनएज मुली 'गोंडस' वाटतील असे कपडे घालत नाहीत आणि सगळीच टीनएज मुलं मात्र स्वत:बद्दल काहीतरी सांगणारे, सामाजिक गटात त्यांचं सदस्यत्व राखणारे, काळाबरोबर चालण्याची त्यांची क्षमता दाखविणारे किंवा स्वत:च्या व्यक्तित्वाचे काही पैलू दाखवणारे असेच कपडे टीनएजर्स निवडतात. 'टोचणे' हा त्यातलाच एक प्रकार (piercing) स्वत:लाच टोचून छिन्नविच्छिन्न करून घेण्यामागे समाजावरचा आपला राग दाखवणं आणि इतरांशी जुळवून घ्यायला नाकारणं, हा उद्देश असतो. याच पठडीतील दुसरा

प्रकार म्हणजे गॉथ शैलीचा स्वीकार. फिकुटलेली त्वचा, भडक रंगाचा पेहराव आणि विचित्र वाटेल असा मेकअपचा थर, शक्य असेल तर कायमस्वरूपी किंवा पर्मनंट असा हा एक टीनएजर्सना भयंकर भुरळ घालणारा प्रकार आहे. साधारणत: गॉथ शैलीचा अंमल टीनएजर्सवर काही वर्षं तरी राहतोच. टीनएज फॅशनच्या जगामध्ये या गॉथ शैलीची भुरळ सातत्याने पडत राहिली. आता टीनएजर्सना गॉथचं एवढं आकर्षण का वाटावं याचा विचार केला, तर काही गोष्टी ठळकपणे जाणवतात. मुळातच ही चित्रविचित्र कपड्यांची आणि रंगरंगोटीची शैली टीनएजर्सना समाजापासून प्रकर्षाने वेगळ्या स्वरूपात दर्शवते. त्याचबरोबर याच समाजात राहूनदेखील या समाजाहून वेगळा असा त्यांचा गट त्यांना तयार करता येतो. बरं, त्यांच्यापासून कोणाला काही त्रास होत असेल तर तसंही काही नाही. अगदीच निरुपद्रवी असतात हे सगळे. मग हा गट वेगवेगळे प्रयोग करून घेतो, त्याच्यातच बंडखोरी करतो. टीनएज नकारात्मकतेला एक नवीन आयाम देतो. मला या सगळ्याची अगदी व्यवस्थित कल्पना आहे. मी एका 'गॉथ'शी लग्न केलंय ना! समवयस्कांच्या गटात सहभागी होण्याचा अजून एक मार्ग म्हणजे असे गट तयार करणं. वेगवेगळ्या सामाजिक गटांतून एकत्र येणं हा आपल्या वाढीचा एक अटळ भाग असतो. प्रौढांना हे समजणं जरा अवघड आहे. पण टीनएजर्सना त्यांच्या रिकाम्या वेळात करण्यासारखं फारसं काहीच नसतं. मग रस्त्यावर, बागांमध्ये टवाळक्या करण्यावाचून त्यांना काही पर्याय नसतो. ते त्यांच्या मित्रांकडे ओढले जातात. दारू मिळणाऱ्या ठिकाणी तर त्यांना प्रवेश नसतो आणि आपापल्या घरी आई-वडिलांकडे परतायची त्यांची मुळीचच इच्छा नसते. पण शेवटी तिथेच जावं लागतं ना! हे उंडारणं किंवा मित्रांबरोबर भटकणं हे लहान मुलं जशी दुसऱ्यांच्या घरी खेळायला जातात, तसं असतं. प्रायमेटच्या जवळपासच्या प्रजातींमध्येही ही पद्धत मुलांमध्ये दिसून येते. माणसांमध्ये या 'गॅंग्ज' तशा निरुपद्रवी असतात आणि त्या सामाजिक विकासाला मदतच करतात. अर्थात, असेही काही गट असतात, ज्यात माणसं अशी काही वर्तणूक दाखवतात, जी त्यांनी व्यक्तिश: कधीही दाखवलेली नसते. माणूस समाजातच वावरतो आणि त्यात तो कधीकधी चुकीचं कामही करतो. वस्तुस्थिती आपण विसरता कामा नये. बाहेरचं जग जेव्हा धोकादायक बनायला लागतं, तेव्हा दुर्दैवाने संरक्षणासाठी आपण सामाजिक गटांवर अवलंबून राहायला लागतो आणि या सगळ्या प्रक्रियेत आपणच गर्दीचा एक नाजूक, संवेदनशील भाग बनतो.

टीनएजमध्ये एकंदरीतच मैत्री महत्त्वाची असते हा भाग सोडला, तर मुलगा आणि मुलगी यांसाठी ही मैत्री फार वेगळी असते. माझा स्वत:चा मैत्रीबद्दलचा अनुभव या विधानाला सहमती दर्शविणारा आहे. सर्वसाधारणपणे मुलांपेक्षा मुली जास्त प्रमाणात त्यांच्या मित्रमैत्रिणींशी मोकळेपणाने बोलतात. स्वत:च्या भावनांचे

लहानसहान, नाजूक तपशीलही त्या इतरांशी वाटून घेतात. शेअर करतात. मुलींच्या मित्रमैत्रिणींना त्यांची बरीचशी लज्जास्पद गुपितं माहीत असल्यामुळे मुलींमधल्या मैत्रीत 'विश्वास' ही अतिशय महत्त्वाची गोष्ट बनते. मित्र किंवा मैत्रीण गमावणं, ही एका मुलीसाठी तणावपूर्ण, भीतिदायक घटना असू शकते. या अनुभवाकडे नेहमीच विश्वासघाताच्या नजरेतून पाहिलं जातं. याउलट मुलं मात्र त्यांच्या मित्रांशी कमी प्रमाणात मोकळी होतात आणि त्यांची भावनिकता पण कमी असते. खेळ, संगीत किंवा मुलीच्या आकर्षकतेबद्दलच्या वरवरच्या गोष्टी, अशा प्रकारच्या विषयावर त्यांचं बोलणं असतं. मुलींमधल्या मैत्रीपेक्षा मुलांची मैत्री ही उथळ असते असं मला म्हणावंसं वाटतंय, पण माझी याबद्दल फारशी खात्री नाही. तसंही मैत्री म्हणजे तुम्ही इतरांच्या मनात डोकावून पाहणं, त्यांचे विचार समजून घेणं आणि इतरांना तसं करायला वाव देणं. मुली हे सरळपणे करतात आणि मुलं आडमार्गाने करतात. याचा अर्थ असा नव्हे की, मुलांना भावनाच नसतात. (अर्थात, आम्ही मुलं तसं कधी दाखवत नाही, हे वेगळं!)

मुला-मुलींच्या मैत्रीतला फरक मला नेहमीच स्वाभाविक वाटत आला आहे. मला आठवतंय की, मी माझ्या भावनिक गोष्टींविषयी चर्चा करायची असली की काही निवडक मैत्रिणींनाच सांगायचो. आता या सगळ्याबद्दल विचार करताना मला प्रश्न पडतो की, टीनएजर मुलामुलींमधली मैत्री सगळ्या मानसोपचारतज्ज्ञांकडून दुर्लक्षित कशी काय राहिली? कारण समलिंगी मैत्रीचा विचार करताना हा मुद्दा तोलामोलाचा आहे. भिन्नलिंगी मैत्रीत पाय घसरण्याची भीती असली, तरी समलिंगी मैत्रीपेक्षा त्यांना समस्या कमी प्रमाणात असतील. मुली-मुलींच्या मैत्रीत असणारी असुरक्षितता किंवा मुलामुलांच्या मैत्रीत असणारे हेवेदावे यापेक्षा मुलामुलींतली मैत्री अधिक सहज, मोकळी असते. समोरचा माणूस कसा काय विचार करू शकतो याची जाणीवही आपल्याला भिन्नलिंगी मैत्रीतूनच होते. कळत-नकळत आपण इतरांचा विचार करायला शिकत असतो.

टीनएजमध्ये मैत्री विकसित होणं महत्त्वाचं आहेच; पण याची दुसरी बाजूही आपल्याला विचारात घ्यायला हवी. मित्रमैत्रिणींमधल्या समस्या टीनएजर्समध्ये अस्वस्थता निर्माण करायला कारणीभूत असतात. मित्रमैत्रिणी गमावणं टीनएजरला उद्ध्वस्त करू शकतं. अस्वस्थता निर्माण करतं. स्वाभिमान कमी करतं आणि त्यामुळे नैराश्यही येतं. मित्रमैत्रिणी तुटल्याने एक कटुता मनात निर्माण होते आणि मी आधी सांगितल्याप्रमाणे मुलींसाठी ती जास्त काळजीची गोष्ट असते. मुलं मैत्रीमध्ये स्वतःचंच प्रतिबिंब पाहत असतात. त्यामुळे मित्रांशी दुरावा आणि एकटेपणाचा त्यांच्यावर अतिशय वाईट परिणाम होतो. त्यांना असं वाटायला लागतं की, स्वतःच्याच चुकांमुळे, दुर्गुणांमुळे त्यांना मित्र मिळत नाहीयेत किंवा मिळालेले मित्र

टिकवता येत नाहीयेत. ज्या प्रौढांना त्यांच्या टीनएजमध्ये चांगले मित्र मिळाले आणि ज्यांनी ती मैत्री टिकवून ठेवली, त्यांना मैत्रीतल्या उलथापालथीकडे जास्त व्यापक दृष्टिकोनातून पाहता येतं.

पालकांना दूर करणं आणि मित्र मिळवणं याबरोबरच टीनएजर्सना तिसऱ्या एका खळबळीला सामोरं जावं लागतं आणि ती म्हणजे स्पर्धा (competitveness). इतर अनेक प्राणी जातींप्रमाणे मानवी समाजही स्वत:ला सत्तेच्या स्तरांमध्ये विभागून घेतो. यामध्ये समाजातले सबळ आणि दुर्बळ असे सगळे घटक असतात. इतर प्राण्यांप्रमाणे मानवानेही हळूहळू वरचढ होण्याचा उत्क्रांतीचा वारसा जपला आहे आणि सर्वोच्च पदाला पोहोचण्यासाठी प्रयत्नही करीतच असतो. टीनएजर्सचं बारकाईने निरीक्षण करणाऱ्या कोणालाही त्यांच्यातले तयार होणारे आणि जपले जाणारे विविध स्तर पाहायला मिळतील – अगदी माकडांच्या कळपाचं निरीक्षण करण्यासारखंच असतं हे! मानवी टीनएजर्समधले हे स्तर प्रवाही असतात, ते बदलतात. व्यक्ती एका स्तरावरून दुसऱ्यावर चढ-उतार करतात. या स्तरांचं विभाजनही होऊ शकतं, कारण मित्र आणि इतर यांच्याशी स्पर्धा करण्याचे माणसांचे मार्ग वेगळे असतात. मित्र अप्रत्यक्षपणे, चांगल्या शब्दांत एकमेकांशी वाटाघाटी करून एक प्रकारे समझोता करतात. तिथे मित्रा-मित्रांमधली प्रत्यक्ष स्पर्धा संपते, पण हे एक प्रकारचं स्वप्न पाहण्यासारखं झालं. कारण दोन्ही मित्रांना सगळ्या सत्ता श्रेण्यांमध्ये आपापल्या स्थानांवर दावा करावाच लागतो. असेच सत्ता-स्तर प्रौढांमध्येही असतात, पण प्रौढांमध्ये शारीरिक, मानसिक आणि सामाजिक अस्थिरता कमी प्रमाणात असते. त्यामुळे ते स्थिर राहून सगळ्याच पातळ्यांवर दीर्घकाळ टिकाव धरू शकतात. त्यांच्यातले चढ-उतार टीनएजर्सपेक्षा कमी असतात. त्यामुळे कमी अस्वस्थता येते. टीनएजर्समध्ये सगळ्याच गोष्टी टोकाच्या घडत असल्याने अस्वस्थता जास्त असते.

मुलामुलींच्या मिश्रगटात स्त्री आणि पुरुष अशा दोन भागांमध्ये विभागणी असते. मुलांचे आणि मुलींचे त्या गटातही वेगळे सत्ता-स्तर असतात. उच्चपद मिळवण्याच्या कसोट्याही लिंगपरत्वे बदलतात. टीनएजच्या सुरुवातीच्या काही वर्षांमध्ये मुलं जास्त स्पर्धात्मक होतात. काही प्रमाणात सामाजिक कौशल्यं, दिसणं आणि जास्त प्रमाणात शारीरिक ताकद, कौशल्य यावर सुरुवातीला मुलांचं स्थान अवलंबून असतं. स्तरांमधले मुलांचे चढ-उतार हे थेटपणे त्यांच्या शारीरिक कार्याच्या (physical activities) यशापयशाशी संबंधित असतात. यात कधीकधी मारामाऱ्या, भांडणं यांचा समावेश असतो. उच्च पदाला पोहोचण्यासाठी नेतृत्वगुण असण्याची आवश्यकता नसते, ही लक्षात घेण्याजोगी बाब आहे. खरंतर ज्या प्रजातींची बुद्धिमत्ता ही तिच्या यशाची गुरुकिल्ली समजली जाते, त्या प्रजातीमध्ये

बुद्धीला असामान्य महत्त्व असायला हवं. तरीही सत्ताश्रेणीतल्या पुरुषांच्या स्थानावर बुद्धीचा फारच थोडा परिणाम होतो, हे एक गूढच आहे. उत्क्रांतीच्या दृष्टीनेही ही घटना स्पष्ट करणं फारच अवघड आहे. म्हणजे तुमची शारीरिक क्षमता जितकी जास्त, तितकं तुमचं स्थान वरचं असं सरळ-साधं समीकरण मुलांच्या बाबतीत असतं. यात बुद्धीचा फारसा संबंध नसतो.

त्या तुलनेने मुलींमधल्या श्रेणी मात्र गुंतागुंतीच्या, सूचक आणि जास्त तणावपूर्ण असतात. वर्चस्व गाजवण्याची वागणूक मुलांच्या दृष्टीने अनाकर्षक असल्यामुळे असेल कदाचित, पण मुलींमध्ये अशा प्रकारचा वरचढपणा फारसा दिसत नाही. अधिसत्ता गाजवणारी किंवा वर्चस्व प्रस्थापित करणारी मुलींमधल्या वागणुकीची बीजं ही वेदनामय सामाजिक बदलांमध्ये टिकाव धरण्यासाठी राखून ठेवलेली असतात. मुली त्यांचं स्थान टिकवताना उपहास, टोमणे (शालजोडीतले उद्‌गार) आणि नावडत्या व्यक्तींना किंवा प्रतिस्पर्ध्यांना टाळणं अशा गोष्टींचा आधार घेतात. स्वत:चं महत्त्व वाढवण्यासाठी मुलींमध्ये वापरण्यात येणारी दुसरी पद्धत म्हणजे दुसऱ्या मुलींवर दोषारोप करणं. विशेषत: दुसऱ्या मुलींवर शरीरसंबंधांचे आरोप ठेवणं. मुलांमध्ये मात्र अशा प्रकारच्या आरोपांचा काही परिणाम होताना दिसत नाही. थोडक्यात काय, तर मुलींमधल्या अशा सत्तास्तरांमध्ये टिकाव धरून राहणं कठीणच असतं.

मुलींमध्ये त्यांचं स्थान ठरवण्याच्या कसोट्याही मुलांपेक्षा निराळ्या असतात असं काही निष्कर्ष सांगतात. यामध्ये शारीरिक, बौद्धिक आणि सामाजिक कौशल्यांपेक्षा शारीरिक बाह्य आकर्षकतेवर भर दिलेला असतो. मुलींमध्ये आढळून येणारं शारीरिक आकर्षकतेचं महत्त्व ही टीनएज अवस्थेची एक क्रूर थट्टाच म्हणावी लागेल. पुरुषाने कसं दिसावं, याची जाण मुलांना जरा उशिराच येते. प्युबर्टीमध्ये शरीरात होणारे बदल मुलींना मात्र चित्रपटात फॅशन जगतात दिसणाऱ्या मॉडेल्सकडे खेचत असतात. त्यांच्यासारखं सडपातळ दिसण्यासाठी मुलींची धडपड चालू होते. टीनएजमधील अनेक मुलींची वजनं कमी करण्याच्या नादात झोप उडते. वाढत्या वजनाची काळजी करण्याचा मुलींचा हा स्वभाव किंवा प्रवृत्ती त्यांना खाण्यापिण्याच्या वाईट सवयी आणि पर्यायाने आजारांकडे नेते. खाण्यापिण्याच्या – सो कोल्ड 'डाएट'च्या नादी लागून मुली वाट्टेल ते खाऊ-पिऊ लागतात. या विचित्र सवयींचा वजनावर नक्की किती परिणाम होतो, हा वादाचा मुद्दा आहे. खाण्यापिण्याच्या विचित्र सवयींमुळे होणारे अस्वस्थता, बुलीमिया यांसारखे आजार, स्वत:चं कुपोषण करणं, विरेचन करणं (purging), उलट्या काढणं यांसारख्या विचित्र गोष्टी हे सगळं उत्क्रांतीवादाच्या दृष्टिकोनातून स्पष्ट करण्याच्या पलीकडचं आहे. काही जण असं म्हणतात की, माणसाला सगळा वेळ अन्न गोळा करण्यापासून थांबवून इतरांशी गप्पागोष्टी करणं, समागम करणं यासाठी वेळ मिळावा म्हणून अन्नाविषयीची प्रासंगिक नावड,

तात्पुरतं नको असणं अशा गोष्टी निर्माण झाल्या असाव्यात. आजची अस्वस्थता हे त्या नैसर्गिक गोष्टीचंच भ्रष्ट रूप म्हणता येईल. टीनएज मुली खाणं तर टाकतातच, त्या जोडीला अतिरिक्त व्यायामदेखील करत सुटतात. याची पाळंमुळंदेखील माणूस 'भटक्या' अवस्थेत होता, तिथवर रुतली आहेत. दुष्काळी परिस्थितीमध्ये अन्नाच्या शोधार्थ अतिदूरपर्यंत भटकावं लागत असे. त्या अनुषंगाने हे म्हटलं जातं. मात्र खाण्यापिण्याच्या सवयी इतक्या वाईट रीतीने बदलण्याला, उगाचच उपवास सोसत राहण्याला तसे काही पुरावे उपलब्ध नाहीयेत. त्यामुळे आपल्याला मात्र वाढत्या वजनाच्या काळजीमागचं कारण शोधण्यासाठी आधुनिक जीवनशैलीचाच अभ्यास करावा लागेल. माणसं स्वत:च्या वजनाची इतकी काळजी का करत असावीत, याची कारणमीमांसा आपल्याला आत्ताच्याच जगात सापडेल. वजनाच्या बाबतीत लोकं दीर्घकालीन शारीरिक इजा होईल, या थरालाही जाऊ शकतात. म्हणूनच या मुद्द्याचा विचार व्हायची गरज आहे.

'आदर्श शरीरसंपदा' मिळवण्यात येणारं अपयश हे अस्वस्थतेचं आणि पर्यायाने आहारविषयक आजारांचं कारण आहे. याव्यतिरिक्त इतरही कारणं यामागे असू शकतील. स्व-प्रतिमेच्या विकासाचा अभाव (योग्य रीतीने तयार न होऊ शकलेली स्व-प्रतिमा!) हेसुद्धा आहारविषयक आजारांचं कारण असू शकतं. खालावलेला स्वाभिमान, स्व-उपहासाचा आणि स्वयंपूर्णतेचा अतिरेक यांचा आहारविषयक आजारांशी थेट संबंध आहे. स्वत:च्या आयुष्याचा कमीत कमी एक पैलूतरी नियंत्रित करण्याची क्षमता टीनएजर्समध्ये आहे हे दाखवण्याचा एक प्रयत्न म्हणजे आहारविषयक आजार. एका अर्थाने हे आजार म्हणजे पालकांच्या राजवटीमध्ये टीनएजर्सने स्वत:चं स्वातंत्र्य व्यक्त करण्याचा एक मार्ग असावा.

असं भावनिक होऊन आहार घेणं, ही आता सार्वत्रिक घटना झाली आहे. टीनएजर्स कंटाळलेले असतात, निराश असतात, अस्वस्थ असतात, दु:खी असतात म्हणून आहाराच्या विचित्र पद्धती अंगीकारतात किंवा स्वत:ला शिक्षा करण्यासाठी, इजा करण्यासाठी खायचंच नाही असं करतात. आहारविषयक आजारांना फक्त मानसिक कारणंच नाहीत तर काही शारीरिक कारणंही आहेत. आहारविषयक आजारांच्या मागे काही जनुकीय कारणं असल्याचीही नोंद झालेली आढळते. मेंदूची चयापचय क्रिया आणि मज्जापेशींचं कार्य नियंत्रित करणाऱ्या जनुकांमध्ये होणारे बदल या प्रकारच्या आजारांशी संबंधित आहेत. इतर निरीक्षणांशी ही गोष्ट जोडली तर असंही लक्षात येतं की, आहारविषयक आजार असणाऱ्या टीनएजर्समध्ये बऱ्याचदा आकलनक्षमतेमध्येही त्रुटी दिसून येतात. जगाबद्दलच्या त्यांच्या कल्पना विचित्र असतात, त्यांचं वागणं लहरी असतं. हे सगळंच एकमेकांमध्ये विचित्रपणे गुंतलेलं आहे, असं म्हणायला हरकत नाही.

पालकांना धुडकावून, नवीन मित्र गोळा करून आणि टिकवून समवयस्कांशी स्पर्धा करताना बऱ्याचदा होतं असं की, टीनएजर्सकडून अस्वस्थतेमुळे अनेक गोष्टींचे चुकीचे अर्थ काढले जाऊ शकतात. अर्थातच त्यामुळे समाजात वावरावं कसं, हे अयोग्य रीतीने शिकलं जातं. योग्य वर्तणुकीची बळजबरी मुलांवर केली जाते आणि मुलांसाठी सारंच अधिकाधिक कठीण व्हायला लागतात. टीनएजमधल्या अस्वस्थतेवर भाष्य करताना मला हेसुद्धा सांगावं लागेल की, काही टीनएजर्सना इतरांपेक्षा जास्त अस्वस्थता का येते, हे अद्यापही आपल्याला माहीत नाही. सगळेच टीनएजर्स संकटकाळातून जात असतात. काही जण चांगल्या-वाईट दोन्ही घटनांना अतिरेकी प्रतिसाद देतात. पण काही थोडे जण मात्र गोष्टी चुकीच्या दिशेने वळायला लागल्या की अतिप्रमाणात अंतर्मुख आणि अस्वस्थ होतात. इतर माणसांशी नाती जोडण्याच्या टीनएजर्सच्या क्षमतेत खूप विविधता आढळते. असं का असावं?

अस्वस्थता आणि त्यामुळे होणाऱ्या आजारांमधले धोक्याचे घटक शोधण्यासाठी अनेक प्रयत्न चालू आहेत. जनुकीय अभ्यास जरा विश्वासार्ह आहे, मेंदूच्या प्रतिमांमध्येही आढळतं की, संकट किंवा भावना उद्दिपीत करणाऱ्या कोणत्याही गोष्टीला अमिगडाली व प्री-फ्रंटल कॉर्टेक्सचा प्रतिसाद वेगवेगळा असतो. अस्वस्थ टीनएजर्समध्ये अमिगडालींचा आकार लहान असतो, असंही काही जणांचं म्हणणं आहे. संप्रेरकांच्या निरीक्षणातून असं सुचवलं जातं की, मेंदू – हायपोथॅलॅमस – पियुषिका (पिट्युटरी) – ॲड्रेनल प्रणाली काही जणांमध्ये अतिकार्यक्षम असते आणि टीनएजर्समध्ये ती नेहमीपेक्षा मूलत:च वेगळ्या मार्गाने काम करते.

तणावाशी सामना करण्याच्या टीनएजर्सच्या क्षमतेत इतकी विविधता कशी? का? या प्रश्नाचं उत्तर मिळवण्याच्या दृष्टीने आपल्याला वरच्या सगळ्या शोधांकडे, निष्कर्षांकडे पाहावं लागेल. या प्रश्नाचं उत्तर शोधण्यासाठी आपल्याला मानवी स्वभाववैशिष्ट्यांची उत्क्रांती डोळसपणे समजून घ्यावी लागेल. प्राण्यांमधली आक्रमकता, सामाजिकता, धाडस ही मोजता येण्यासारखी वैशिष्ट्यं त्यांच्या शारीरिक गुणधर्मांप्रमाणेच वारशाने मिळतात. म्हणजेच 'बळी तो कान पिळी' किंवा survival of the fitte या न्यायाने नैसर्गिक निवड केली जाते. आपल्याला असं वाटतं की, उत्क्रांतीने विविध सामाजिक परिस्थितींशी सामना करण्यासाठी माणसांमध्ये विविध प्रकारची स्वभाववैशिष्ट्यं निर्माण केली आहेत. काहींना असंही वाटतं की, अपयशाची भीती, मानसिक आजार, रक्ताभिसरणाच्या व्याधी, अपघात आणि अर्थातच अस्वस्थता या सगळ्यांना तोंड देण्यासाठी, यांच्यावर मात करण्यासाठी मानवाच्या स्वभावात वैविध्य आढळतं.

मानवी उत्क्रांतीत असं काहीतरी खास आहे ज्यामुळे आपण सगळे इतके वेगवेगळे घडलो आहोत. माणसं नक्कीच एकमेकांपेक्षा खूप वेगळी दिसतात.

म्हणजेच आपण मानसिक, भावनिक, सामाजिक दृष्ट्या वेगळं असणं अगदी स्वाभाविक आहे. विविधतेचा उदोउदो करणं, विविधतेत एकता वगैरे सगळं ठीकच आहे. पण माणसांच्या अफाट सागरात स्वत:चं स्थान मिळवण्यासाठी झगडावं लागतं ते टीनएजर्सना! हे आपण कधीही विसरता कामा नये.

प्रेम म्हणजे प्रेम म्हणजे प्रेम असतं...

पुस्तकामधील आत्तापर्यंतचं लिखाण तुम्हाला निराशाजनक वाटलं असेल, तर त्यासाठी मी आधीच माफी मागतो. क्षमस्व! टीनएज म्हणजे नकारात्मक आणि तणावपूर्ण अनुभव आहे, अशा सार्वजनिक समजुतीला माझं हे लिखाण म्हणजे अपवाद आहे, असं मी मानतो. वरच्या संकल्पनेशी मी सहमत नसलो, तरी टीनएजर्सकडे सांगण्या-करण्याजोग्या खूप गोष्टी असतात, हे खरं आहे. टीनएजर्स नेहमीच दु:खी, गोंधळलेले आणि अस्वस्थ का असतात, या गोष्टी अगदी मानसिक आजारापर्यंत कशा जाऊ शकतात याची उत्तरं टीनएजमधल्या अनेक गोष्टींतून मिळतात. पण असं असलं, तरीही टीनएज व्यवस्थित पार पडू शकते. त्यातूनही चांगल्या गोष्टी निष्पन्न होऊ शकतात. नंतरच्या आयुष्यात कधीही अनुभवता न येणारी सुखाची, आनंदाची वाढती तीव्रता टीनएजर्स अनुभवू शकतात. टीनएज अवस्थेबद्दला माझी भूमिका अतिशय सकारात्मक आणि आशावादी आहे, हे आत्तापर्यंत तुमच्या लक्षात आलं असेलच. तरी आत्तापर्यंत नमूद न केलेली अजून एक घटना आहे, जी टीनएजर्सच्या पक्षात आहे. दोन हजार वर्षांपूर्वी एका दाढीवाल्या माणसाने सांगितल्याप्रमाणे, अशी गोष्ट जी आपल्या सगळ्यांना वाचवू शकेल, ती म्हणजे प्रेम.

'प्रेम' ही संकल्पना अशी नाही जी शास्त्रीय जगतात सहजासहजी बसू शकेल. प्रेम हे व्यक्तिनिष्ठ, अनिश्चित, व्याख्येत न बांधता येणारं असल्यामुळे ते शास्त्राच्या कक्षेत येत नाही. ('जाणिवा' किंवा 'सावधता' यांचा अभ्यास करताना मात्र शास्त्रज्ञांना हा प्रश्न पडलेला दिसत नाही) आपल्या विचारांप्रमाणे प्रेम अतिशय संदिग्ध असतं किंवा काही गोष्टींमधून ते चांगल्या प्रकारे व्यक्त होऊ शकतं; जसं, लहानसं बक्षीस देणं, लैंगिक आकर्षण, आपल्या जोडीदाराची निवड किंवा पालकांचं सहकार्य. मनात खोल कुठेतरी आपल्याला प्रेम आणि विज्ञान वेगळे करता येणार नाहीत, हे

माहीत असतं. कारण तसं झालं तर प्रेमातली सगळी गूढता, रहस्यमयता आणि पर्यायाने मजा निघून जाईल, अशी भीती आपल्याला वाटत असते. पण हळवं, प्रणयी प्रेम, ज्या प्रकारात टीनएजर्सना सर्वांत जास्त रस असतो, ही एक प्रबळ पण लवचीक इच्छा आहे आणि या प्रेमाची कार्यप्रणाली जाणून घेतली, तर त्यातला आनंद नासून जाईल, अशी शंका मला वाटते.

प्रणयी प्रेमाला एका मर्यादेपर्यंत काही घटकांमध्ये विभागता येऊ शकतं. त्यातल्याही काही ठळक भागांपासून आपण सुरुवात करू या. मानववंशाला देणगी म्हणून काही निसर्गाने प्रेमाची निर्मिती केली नव्हती. लैंगिक जोडीदारांना एकत्र आणण्यासाठी आणि त्यांना एकमेकांच्या दीर्घकाळ सोबत ठेवण्यासाठी म्हणून आपल्यात प्रेम उत्क्रांत झालं असं आपल्याला वाटतं. अनेक पृष्ठवंशीय प्राण्यांमध्ये लैंगिक जोडीदाराची दीर्घकाळ सोबत टिकवून ठेवलेली दिसते. यासाठी आपण 'जोडीदारांमधलं बंधन' अशी संज्ञा वापरतो. जोडीमध्ये बद्ध झालेल्या प्राण्यांना मानवाप्रमाणेच प्रेमाची अनुभूती येते का? हा प्रश्न अर्थातच अनुत्तरीत आहे. पण त्यांच्यातली सामाजिक रचना मात्र सगळ्याच प्राण्यांमध्ये थोड्याफार फरकाने दिसते. जोडीत बद्ध होणं, ही सतत लैंगिक संबंध ठेवण्यामागची प्रेरणा असं नव्हे. कारण अनेक प्रजातींमध्ये अशा जोड्या अनियमितपणे लैंगिक संबंध ठेवतानाही दिसतात. (मानव मात्र या दृष्टीने थोडे वेगळे आहेत.) जोडीत बद्ध होणं म्हणजे फक्त मैथुन करणं नव्हे, तर लैंगिक आनंद घेण्याची अशी एक पद्धत, जिच्यामुळे पाल्याला यशस्वीरीत्या वाढवण्यासाठी पालकांना उत्तेजन मिळतं. याचा परिणाम म्हणून अशा प्रजातींचा कल अपरिपक्व अपत्य जन्माला घालण्याकडे असतो. या अपत्यांची बरीच काळजी घ्यावी लागते आणि बहुतांशी हे काम वडिलांकडे असतं. जोडीत बद्ध होणाऱ्या बहुतेक प्रजाती समाजप्रिय असतात आणि अपत्यांची सामाजिक जडणघडण व्हायला यामुळे चालना मिळते. त्यामुळे प्रणयी प्रेमाच्या मुळापाशीच जायचं म्हटलं तर 'प्रेम म्हणजे सावकाश वाढणाऱ्या समाजात फुलणाऱ्या मानवी मुलांना वाढवण्यासाठी मदत करणारी एक यंत्रणा' असं म्हणता येईल. याच कारणाने आपण प्रजननक्षम व्हायच्या आधी कधीच प्रेमात पडत नाही. कारण वयात येईपर्यंत प्रणयाची गरजच नसते.

अशा तऱ्हेने प्रणयी प्रेम 'का' असतं हा प्रश्न निकालात निघाला. पण हे प्रेम म्हणजे नक्की 'काय' हा भाग अजून अंधारातच आहे. तो जास्त अस्पष्ट आहे. वयात येण्याच्या आधीसुद्धा मुलं लैंगिक प्रयोग करत असतात आणि प्रणयाबद्दलच्या वेगवेगळ्या कल्पनांशी खेळत असतात. पण फक्त टीनएज अवस्थेतच मुलं सेक्स करतात आणि मग प्रेमाची संकल्पना फक्त प्रणयाशीच येऊन थांबायला लागते. या दोन घटनांची जाणीव जितक्या लवकर टीनएजर्सना होते, तेव्हा त्यांना जाणवायला लागतं की यात काहीतरी गोम आहे. हे प्रकरण वाटतं तितकं सोपं नाही. स्वत:तल्या

या घटनांचा शोध घेण्यापासून समाज त्यांना परावृत्त करत असतो. प्रेम आणि सेक्स दोन्हींत फरक आहेच, पण प्रौढत्वापेक्षा टीनएज अवस्थेत प्रेम आणि सेक्स एकमेकांना झाकोळू पाहतात. अनेक टीनएजर्स, ज्यांच्यावर त्यांचं प्रेम आहे अशा लोकांपुरतीच स्वत:ची लैंगिक भावना मर्यादित ठेवणं पसंत करतात. तरीही टीनएज अवस्थेतच टीनएजर्स लैंगिकतेकडे न झुकणारी, दीर्घकाळ टिकणारी, एखाद्याबद्दलची आसक्ती जोपासू शकतात. दीर्घकाळ सहवासात राहिलेल्या, पण 'रोमँटिक' नसणाऱ्या जोडीदारासोबत टीनएजर्स प्रासंगिक सेक्सचाही उपभोग घेऊ शकतात.

सेक्स आणि प्रेम या दोन्हींतला फरक टीनएजर्स शिकत असतात.

मुलींपेक्षा मुलांना ही जाण जरा लवकर येते. यामागे काही आकलनविषयक कारणं आहेत. निरीक्षणं असं सांगतात की मुलं आपल्या जोडीदाराशी वेगवेगळ्या मार्गांनी परस्परसंबंध ठेवून प्रेम आणि सेक्सबद्दलच्या काही गोष्टी 'निश्चित' करतात. यासाठी ते वेगवेगळ्या साध्या पद्धती वापरतात. जसं, लैंगिक सुख मिळवण्यासाठी जोडीदाराचं शरीर न्याहाळणं आणि प्रेमाचा अनुभव घेण्यासाठी जोडीदाराच्या चेहऱ्याकडे पाहणं. वास्तविक, पुरुषाचं लैंगिक आणि प्रणयी वागणं हे आयुष्यभर अशाच आलटून पालटून चेहरा/शरीर याच पद्धतीने चालू राहतं. त्यामुळेच पुरुषांचं प्रेम आणि सेक्समधला फरक ओळखण्याची क्षमता कळून येते. पण मानव अतिशय गुंतागुंत असलेला प्राणिमात्र आहे हे आपल्याला ठाऊकच आहे. मुलीसुद्धा सेक्स आणि प्रेमातली तफावत उपभोगायला आणि त्याच्याशी खेळायला शिकतात, पण थोड्या जास्त हुशारीने मुली हे सगळं करतात. उदा. कधीकधी माणसं प्रेमळ, मानसिक संवाद साधण्याच्या इच्छेपोटी रोमँटिक संबंध प्रस्थापित करतात. इतर वेळी मात्र आपल्या जोडीदाराकडून आपला लैंगिक वापर व्हावा ही त्यांची इच्छा असते. बऱ्याचदा या दोन्ही इच्छांच्या मधलं काहीतरी लोकांना साधायचं असतं. त्यामुळे वेगवेगळ्या पद्धतींनी ते आपल्या जोडीदाराला सामोरे जातात, त्याला आजमावून पाहत असतात.

तर प्रणयाचा शिष्टाचार शिकण्याचं एक भयंकर आव्हान टीनएजर्सच्या समोर असतं आणि यात अधलं-मधलं काही नसतं. 'आर या पार' अशीच परिस्थिती असते. एकनिष्ठता, बळजबरी, स्वीकार, थोडीशी लाज, आनंद, भीती, विनोद यांचं एक ताकदवान मिश्रण प्रेमाच्या रूपाने टीनएजर्सवर थोपलं गेलेलं असतं आणि हे कधी? सगळं चांगलं चाललेलं असताना! मग गोष्टींचं बिघडणं किती वाईट असेल पाहा. टीनएजमधलं प्रेम आणि प्रौढत्वातलं प्रेम यात काही तात्त्विक फरक आहेत का? टीनएजमधल्या प्रणयाला मानसशास्त्राने अतिशय कमी महत्त्व दिलं आहे. त्याकडे जवळजवळ दुर्लक्षच केलं आहे म्हणा ना! कारण आधीच्या मनोविश्लेषकांना टीनएज अवस्थेबद्दल फारशी माहितीच नव्हती. कारण टीनएज अवस्थेला स्वत:ची

ठळक वैशिष्ट्यं असणारी आणि स्वत:चं स्थान असणारी अशी आयुष्याची एक अवस्था न मानता, तिला केवळ 'अवस्थांतरण' समजलं जात होतं. टीनएजमधल्या सगळ्याच भावना इतक्या तीव्र असतात की, मनोविश्लेषकांना त्यांच्या तरुण रुग्णांना भरती करून त्यांचा अभ्यास करायची संधीच मिळाली नसावी. खरंतर भावनांची तीव्रता हेच टीनएज अवस्थेतल्या हळुवार नात्यांचं एक महत्त्वाचं वैशिष्ट्य आहे. (रोमिओ आणि ज्युलिएटसुद्धा टीनएजरच होते.) टीनएज अवस्थेतला अंदाजे तीन वर्षांचा काळ असा असतो की ज्यात रोमँटिक बंध अतिशय तीव्र आणि नाजूक असतात. इतके की ते शारीरिकदृष्ट्याही वेदनामय समजले जातात. या 'आसक्ती'च्या काळानंतर ही तीव्रता कमी होते असं म्हणता येणार नाही, पण त्यातला एकतर्फीपणा जरा कमी होतो. टीनएजर्समध्ये जागृत होणाऱ्या वेगवेगळ्या भावनांची तीव्रता कमी होत नाही. टीनएजर्सना पडलेली भुरळ, एखाद्या व्यक्तीची वाटणारी ओढ ही सहज ओळखता येण्याजोगी मानसिक घटना आहे. त्यामागे जे जीवशास्त्रीय पुरावे आहेत, ते आपण पाहणारच आहोत.

टीनएजर्सप्रमाणेच त्यांची नातीसुद्धा विलक्षण जगावेगळी असतात, हे या नात्यांचं अजून एक ठळक वैशिष्ट्य म्हणता येईल. तुम्ही टीनएजर असताना प्रेमात पडण्याचा लहानसा का होईना अनुभव असेलच. चांगला किंवा वाईट, पण हा अनुभव नवाच असतो. 'रोमँटिक प्रेम' ही संकल्पनाच टीनएजर्सच्या अनुभवविश्वाच्या पूर्ण बाहेरची असते. किमान पहिल्या वेळी तरी. मी आधी सांगितलं तसं प्रेम ही अशी सामाजिक गोष्ट आहे जी आपल्याला विशुद्ध मैत्रीतून शिकता, अनुभवता येत नाही. आपण यावरून अंदाज करू शकतो की, रोमँटिक नात्यांमध्ये टीनएजर्स स्वत:ला किती सुरक्षित समजतात आणि मैत्रीकडे ते कशा दृष्टिकोनातून पाहतात. कदाचित मैत्री आणि प्रेम या दोन्ही पूर्णपणे वेगळ्या संकल्पना असतील. बहुधा त्यामुळेच जेव्हा विशुद्ध मैत्रीची परिणती प्रेमात होते तेव्हा भावनिक विसंगती का निर्माण होतात याचं उत्तर मिळू शकेल. हो, मात्र एक असं नातं जरूर आहे जे आपल्याकडून रोमान्सची पूर्वतयारी करून घेऊ शकतं. हे नातं म्हणजे आपलं पालकांशी असणारं नातं. प्रेमातली सुरक्षिततेची जाणीव, मुलांना पालकांचा आधार किती आहे याच्याशी थेट संबंध सांगते. आपल्या टीनएज अवस्थेतल्या पाल्याशी चांगले संबंध ठेवायचा प्रयत्न करण्याची पालकांना ही अजून एक संधी असते. या वेळी मात्र नातं चांगलं असलं, तरी पालक आणि मुलांमध्ये विचारांची तितकीशी देवाणघेवाण होताना दिसत नाही.

प्रेम अर्थातच कठीण असतं. प्रेमाचे कठीण, वेदनादायी पैलू अननुभवी, संवेदनशील टीनएजर्सवर आघात करू शकतात. प्रेम आपल्याला व्यापून टाकतं, वेडं करतं. थोडं शास्त्रीय भाषेत सांगायचं तर प्रेम आपल्या आकलनक्षमतांना

उलथवून टाकतं. दिवसा कितीही निवांत उठलं आणि टवटवीत वाटलं, तरी प्रेमात पडल्यावर टीनएजर्स रात्र-रात्र जागतात. अतिशय कमी झोपतात. आपल्या अपेक्षेप्रमाणेच ते प्रेमात पडल्यावर कोणत्याही गोष्टीवर लक्ष केंद्रित करू शकत नाहीत. काही टीनएजर्समध्ये, 'दुसरं कोणीतरी आपल्यावर प्रेम करतं' अशी चुकीची धारणा तयार होते. ही अवस्था प्रौढांमध्ये विकृती समजली जाते, जिला 'इरोटोमॅनिया' असं म्हणतात. मनोविकृतीच्या जवळपास जाणारी आणि कसेही मूड बदलणारी अवस्था म्हणजे टीनएजमधलं प्रेम, असं याबद्दल जे म्हटलं जातं, ते थोडंफार खरंही आहे. आयुष्यातले इतर पैलू दुर्लक्षिल्यामुळे निर्माण होतात, तितक्याच समस्या प्रणयाच्या पूर्ततेसाठीच्या तीव्र इच्छेमुळे उद्‌भवतात. अगदी यात लैंगिक आजार आणि अनपेक्षित व्यभिचार यांचाही समावेश होतो. पण प्रेमाला सुखकर करणारी एक गोष्टसुद्धा आहे बरं का! ती म्हणजे प्रेमाचे विचार बदलवून टाकणारे परिणाम. कारण शेवटी प्रेम म्हणजे तरी काय? स्वत:ला मुक्तपणे वाहू देणं आणि नवीन मानसिक अवस्थेमध्ये 'धपकन' पडणंच ना... ते काहीही असलं तरी समाज-नियमांच्या व्याख्येत जे प्रेम बसतं ते स्वीकारार्ह ठरतं. एकमेकांकडे लैंगिक आणि भावनिकदृष्ट्या आकर्षित झालेल्या, पण लग्न झालेल्या प्रौढ जोडीची कोण कशाला काळजी करेल? काळजी वाटेल ती प्रेमात वेडं झालेल्या टीनएजर्सची.

प्रेमातला दुसरा अडथळा म्हणजे मत्सर. प्रेमामध्ये स्वत:च्या जोडीदाराच्या रक्षणाचा भाग असतोच, जरी तो कधी प्रकट होत नसला तरीही. टीनएजर्सच्या वेगवान, स्पर्धात्मक जगात लैंगिक मत्सर अशाही थराला जातो, जिथे जोडीदारांमध्ये मतभेद व्हायला सुरुवात होते. टीनएजर्स एकमेकांना अतिशय आकर्षक वाटत असतात. त्यामुळे होतं काय की, बरीच नाती ही सतत इतरांच्या नाक खुपसण्याने संशयाच्या भोवऱ्यात अडकलेली दिसतात आणि त्यात भर म्हणजे मानवी नातेसंबंधांची गुंतागुंत. माणसांना कायमच इतरांची उपलब्धता आणि आकर्षकता यात रस असतो. मग टीनएजर्ससाठी गोष्टी बिघडायला सुरुवात होते. 'मत्सर' हा टीनएजर्समधल्या प्रेमसंबंधांचा इतका महत्त्वाचा भाग बनला आहे की, आपल्या जोडीदाराला मत्सर वाटत नसेल, तर त्यांना विचित्र वाटतं. त्यांच्या जोडीदाराकडे कोणी आकर्षित झालं नाहीतरी ते अस्वस्थ होतात. मग 'आकर्षण' आणि 'मत्सर' या एकाच नाण्याच्या दोन बाजू म्हणता येतील का? आपण मानव म्हणजे संतापजनकच वागतो नाही!

टीनएजमधल्या या प्रणयी प्रेमप्रकरणांचा आपल्या मानसिकतेवर थेट परिणाम होत असतो. एखाद्या नजरेने मन घायाळ होऊ शकते, तसं टीनएज अवस्थेच्या शेवटाकडे येताना प्रेम म्हणजे विदारक अनुभव होऊ शकतो. प्रेमात येणाऱ्या अपयशाने माणूस इतका आत्मकेंद्री होतो की, गोष्टी अस्वस्थता किंवा नैराश्याच्या गंभीर पातळीला जाऊन पोहोचतात. गोडगुलाबी प्रेमाचा शेवट का आणि कसा

झाला, हे आपल्यातले अनेक जण सांगू शकणार नाहीत. वेगळं होण्याला आपण स्वत:ही तितकेच जबाबदार असलो तरी नक्की कारण सांगता येणं कठीण असतं. प्रेम संपण्यासाठी कोणतंही स्पष्ट कारण नसल्यामुळे अनेक टीनएजर्स स्वत:लाच दोषी ठरवतात. स्वत:तल्या दोषांमुळे ते नातं संपलं असं समजायला लागतात आणि आपण पाहिलं त्याप्रमाणे स्वत:वर दोषारोप केल्याने टीनएजर्सचा ठिसूळ स्वाभिमान कोसळू शकतो. हा म्हणजे नैराश्याकडे जाणारा राजमार्गच म्हणा ना! अशा विनाकारण तुटणाऱ्या संबंधांना प्रतिसाद म्हणून टीनएजर्स एकानंतर एक अशी नात्यांची साखळीच सुरू करतात, असं मला वाटतं. या नात्यांचा ते आनंद घेत नाहीत तर ती सहन करायला लागतात. अशी नाती वरवर पाहता गोडगुलाबी, रोमँटिक, दीर्घकालीन वाटत असली तरी ती विनाशकारक असतात. अशा नात्यांकडून आपण अपेक्षा तरी कसली आणि किती करायची?

प्रेम ही टीनएजर्समध्ये असणारी, प्रचंड निर्माणक्षम, विनाशकारी मानसिकशक्ती आहे. मग या शक्तीला निर्माण करणाऱ्या जीवशास्त्रीय प्रक्रिया कोणत्या? अर्थात, प्रेम ही काही प्रयोगशाळेत अभ्यासण्याची गोष्ट नाही. पण या नाट्यमय घटनेमागे डोकावून पाहण्याची, त्याबद्दल थोडंफार जाणून घेण्याची संधी आधुनिक विज्ञानामुळे आपल्याला मिळालेली आहे. मेंदूच्या प्रतिमा मिळवण्याच्या पद्धतींमुळे प्रेमामागचा कार्यकारणभाव थोडाफार उजेडात येऊ शकला आहे. आपला मेंदू जी यंत्रणा वापरून अन्न, निवारा, पाणी, औषधं, मनोरंजन यांचा शोध घेतो, तीच यंत्रणा वापरून प्रेमही 'निर्माण करतो.' फारच मजेशीर आणि प्रेक्षणीय प्रक्रिया आहे ही – होय, तोच तो आपण दुसऱ्या भागात पाहिलेला 'टॅगमेंट-अकम्बन्स' मार्ग. लैंगिक इच्छांसाठी हा मार्ग कारणीभूत असला तरी तोच 'प्रेम निर्माण करतो' याबद्दलचा पुरावा जरा अस्पष्ट आहे. कदाचित प्रेम हे व्यसन नसावं म्हणूनही असेल. याचा अभ्यास करताना काही लोकांना आकर्षक व्यक्तींची चित्रं दाखवली गेली. काहींना उत्कट प्रेमाबद्दलची प्रश्नावली सोडवायला दिली, तर काहींना त्यांच्या अपयशी प्रेमप्रकरणांबद्दल प्रश्न विचारले गेले. हे करतानाच त्यांच्या मेंदूचे फोटो घेतले गेले. सगळ्या प्रतिमांमधून असं लक्षात आलं की, मेंदूच्या काही भागांकडून प्रेमाची 'बांधणी' वा 'रचना' केली जाते. आकर्षकतेमुळे टॅगमेंट उजळून निघाल्याचं दिसलं. (बक्षीस मिळवण्यासाठी धडपडणाऱ्या मार्गाचं अति कार्य हेच टीनएजमधल्या तोऱ्याचं, थोड्या 'जादा' वागण्याचं कारण असणार.) पण प्रेमाबद्दलच्या विचारांनी मेंदूचे दुसरे भाग कार्यान्वित झाले. कॉडेट केंद्रक आणि कॉर्टेक्सच्या मिश्र व कोनीय कडा (fusiform and angular gyri) हे ते दोन भाग होय. प्रेम इतकी सुंदर, तेजस्वी गोष्ट आहे की, ती निर्माण करायला मेंदूला अनेक भाग वापरावेच लागणार ना.

अलीकडच्या काळात प्रेमाच्या रासायनिक अभ्यासात बरीच प्रगती झाली आहे.

अमेरिकेतल्या प्रेअरी नावाच्या गवताळ प्रदेशात राहणाऱ्या उंदरासारख्या प्राण्याच्या अभ्यासातून बरेच निष्कर्ष निघाले आहेत. या करड्या रंगाच्या कृदन्त प्राण्यांना 'वोल' असं म्हणतात. उत्तर अमेरिकेतल्या मध्यभागी वस्ती करून असणारे वोल्स समाजप्रिय प्राणी आहेत. त्यांच्यात जोड्यांमध्ये अतूट बंधन असतं आणि पिल्लांची काळजी घेण्याची प्रवृत्तीही जास्त असते. ऑक्सिटोसिन आणि आर्गिनीन वॅसोप्रेसीन (oxytocin and arginine vassopressin) या चेताप्रक्षेपकांकडून वोल्सच्या जोडीतल्या वर्तणुकीवर मोठ्या प्रमाणात नियंत्रण ठेवलं जातं, असं दिसून आलं. यातील ऑक्सिटोसीनमुळे नर आणि मादीतल्या नात्याला उत्तेजन मिळतं. आर्गिनीन वॅसोप्रेसीनमुळे नरातली जागरुकता, सावधता वाढते आणि लैंगिक संबंध प्रस्थापित करण्याला प्रेरणा मिळते. आता ही दोन रसायनं वोल्सच्या प्रजातीपुरतीच मर्यादित नाहीत. सगळ्याच पृष्ठवंशीय प्राण्यांमध्ये ही रसायनं असतात – पण निरनिराळ्या प्रजातींमध्ये मेंदूच्या निरनिराळ्या भागात असतात. त्या विभागानुसार वेगवेगळी कामं ते करतात. उदाहरणच द्यायचं तर –

– कासवांमध्ये अंडी घालण्याचं काम करतात.
– सालामँडरमध्ये (सरड्यासारखा उभयचर प्राणी) लैंगिक क्रियेवर नियंत्रण ठेवतात.
– गोल्डफिशमध्ये सामाजिक वर्तणुकीला दिशा देतात.

ऑक्सिटोसीन आणि आर्गिनीन वॅसोप्रेसीन या दोन रसायनांचं कार्य अशा प्रकारे प्रजातींनुसार बदलत राहतं.

ऑक्सिटोसीन आणि आर्गिनीन वॅसोप्रेसीनला मानवांमधली 'प्रेमाची संप्रेरकं' म्हणण्यापर्यंत काही जीवशास्त्रज्ञ गेले आहेत. आपल्यातही दोन्ही रसायनांची निर्मिती होते. बाळाच्या जन्माच्या वेळी गर्भाशयाचा संकोच करण्याचं आणि स्तनांमध्ये दुग्ध निर्माण करण्याचं कार्य ऑक्सिटोसीन करतं. आर्गिनीन वॅसोप्रेसीनमुळे अधिक प्रमाणात मूत्र तयार होतं. पण प्रेमाशी संबंधित घटनांमध्येही ही दोन रसायनं कार्य करत असल्याचं अनेक निष्कर्षांवरून स्पष्ट झालेलं आहे. नाकावाटे ऑक्सिटोसीन शोषायला दिल्यावर विश्वासाची भावना वाढीला लागल्याचं आढळलं आहे. दोन नरांमधल्या आक्रमकतेमध्ये कदाचित आर्गिनीन वॅसोप्रेसीनचा सहभाग असू शकतो. कदाचित नरांमधल्या लैंगिक उत्तेजनांसाठीही ते कारणीभूत असू शकतं. समागमाच्या परमोच्च बिंदूवर असताना मोठ्या प्रमाणात ऑक्सिटोसीनचा स्राव होतो आणि ही लाट तीस मिनिटांपर्यंत टिकू शकते. कदाचित ही रसायनं मेंदूमध्ये इतरांवर जीव जडल्याची भावना निर्माण करत असावीत आणि त्यामुळे कदाचित प्रेमी युगुलामधला किंवा पालक-मुलांमधला भावनिक बंध तयार होत असावा.

आपण अगोदरच पाहिलं की, आपल्या मनोवस्थांमागे (moods) डोपामाईन

आणि सिरोटोनीन प्रक्षेपक असावेत. त्यामुळे प्रेमात पडल्यावर या दोघांच्या पातळ्यांमध्ये फरक पडला, तर त्यात आश्चर्य कसलं! आधी वाढत जाणारी पातळी नंतर हळूहळू खालावत जाते. काही जणांना असं वाटतं की, यामुळे सेरेब्रल कॉर्टेक्सच्या कामात बदल घडतात, ज्यामुळे आकलनातही फरक पडतो. ज्याला आपण सर्वसाधारण 'प्रेमात भान हरपणं' किंवा 'प्रेमात वेडंपिसं होणं' असं म्हणतो, ते घडतं. रासायनिक बदलांबरोबरच, प्रेमात मेंदूमधल्या सगळ्या प्रक्षेपकांची (ट्रान्समीटर्स) पुनर्रचना होते. या सगळ्या घटनाक्रमाची परिणती दोन जीवांना एकत्र आणण्यात होते. एकमेकांच्या नजरेत ते अतिशय आकर्षक ठरतात. त्यांच्याभोवतीच्या सगळ्या मर्यादा, विधिनिषेध संपून जायला लागतात. त्यांचं आकलन, अंदाज सगळंच बदलतं... प्रेमाच्या अशा बहुआयामी, बहुरासायनिक स्वरूपामुळे आपण मात्र जास्त सावध व्हायला हवं. एखाद्यावर आपण प्रेम करतो, म्हणजे त्याच्या मेंदूतल्या रसायनांशी खेळत असतो याची जाणीव सतत असू द्यावी. एखाद्या आजाराची रासायनिक किंवा संप्रेरकं देऊन चिकित्सा करताना रसायनांच्या या परिणामांचं भानही ठेवणं गरजेचं आहे. उदा. नैराश्याची चिकित्सा करताना साधारणपणे काही निवडक 'सिरोटोनिन रिअपटेक इनहीबिटर्स' हे घटक वापरले जातात. पण या औषधांमुळे फक्त सिरोटोनिनच्याच नाहीतर डोपामाईन, ऑक्सिटोसीन आणि आर्गिनीन वॅसोप्रेसीनच्या पातळ्यांमध्येही बदल होतात. मग रुग्णाच्या मत्सर, आक्रमकता आणि प्रेम यांच्या जाणिवांमध्ये बदल झाल्यामुळे या औषधांचे अपेक्षित परिणाम दिसत असतील का?

प्रेमासाठीच्या रक्ताच्या चाचण्यांचे शोध लागताहेत असं आता या प्रकरणाच्या शेवटाकडे येताना दिसतंय. आपली चेतासंस्था तयार करण्यामध्ये आणि तिची देखभाल करण्यामध्ये 'चेतावर्धक घटक' हे प्रथिन सहभागी असतं. एकेकाळी या प्रथिनाला अतिशय महत्त्व दिलं गेलं. ज्या शास्त्रज्ञाने या प्रथिनाचा शोध लावला त्याला १९८६ सालचं नोबेल पारितोषिक देण्यात आलं. माणसं प्रेमात पडतात तेव्हा चेतावर्धक घटकाचं रक्तातलं प्रमाण वाढतं, असं दिसून आलं आहे. अजून गोड भाषेत सांगायचं, तर माणसांच्या प्रणयी भावनांची तीव्रता आणि रक्तातल्या चेतावर्धक घटकातील वाढ यांच्यात परस्परसंबंध आहे. याचा अर्थ असा नाही की चेतावर्धक घटक वाढले म्हणजे प्रेम निर्माण झालं, पण प्रेमात पडलं की चेतावर्धक घटकांचं प्रमाण वाढतं. असं असलं तरी रसायनाच्या वाढलेल्या पातळ्यांमध्ये एखाद-दोन वर्षांत घट होते. या घटनेतून असं सूचित होतं की, प्रणयाच्या सुरुवातीच्या उसळणाऱ्या लाटेला हा मेंदूने घातलेला लगामच आहे. टीनएज अवस्थेतली तीव्र आसक्ती फारतर फार दोन-तीन वर्षं टिकते. तीव्र प्रणयी प्रेमाचे रंग नंतर फिकट होणं स्वाभाविकच आहे. कारण प्रेमाचं मुख्य कार्य माणसाला मूल जन्माला घालण्यासाठी प्रोत्साहन देणं आहे. केवळ एकमेकांवरच्या गाढ प्रेमामुळे

मूल जन्माला आल्यानंतर त्यांच्याकडे दुर्लक्ष करणं योग्य नाही. म्हणूनच अपरिपक्व आसक्ती आणि आकर्षणाच्या जागी साथीदारांमधलं दीर्घकालीन परिपक्व नातं उदयाला येतं. यामागचं कारण मात्र अजून कोणी शोधू शकलं नाही.

मग काय असतं प्रेम म्हणजे?

एक भावना, महत्त्वाकांक्षा, वचन, व्यक्तींमधला अंतर्गत संघर्ष, एक सामाजिक करार... प्रेम म्हणजे काय? या प्रश्नाचं उत्तर देण्याचे प्रयत्न शतकानुशतकं झाले. काहींना असं वाटतं की, मृत्यूच्या जाणिवेला स्वीकारण्याचा, सुसह्य करण्याचा मानवाचा प्रयत्न म्हणजे प्रेम. स्वतःच्या मृत्यूचं भयंकर वास्तव काही काळापुरतं तरी विसरलं जातं, ते प्रेमामुळेच. प्रेमातच मृत्यूला विसरण्याची ताकद आहे. विज्ञान असं सुचवतं की, मेंदूत घडणारे असे बदल, जे आपल्याला जोडीसंबंधात राहायला आणि समाजकुशल मूल जन्माला घालायला उत्तेजन देतात, ते म्हणजे प्रेम. आता तसं पाहायला गेलं तर मूल जन्माला घालून आपण एका प्रकारे मृत्यूला फसवतच असतो. आपल्यासारखेच अनेक जण तयार करून आपण मृत्यूच्या समस्येवर मात करतो.

पण टीनएजमधल्या प्रेमाची गोष्टच काही वेगळी आहे. अनोळखी व्यक्तीशी मैत्री करण्याची ती इच्छा, नव्या मैत्रीचा शोध घेण्याची प्रबळ ऊर्मी आपल्यात असते. टीनएज अवस्थेच्या काळातच या ऊर्मींचा आपल्याला पहिल्यांदा शोध लागतो. बाकीच्या सगळ्या प्रेरणांचं समाधान त्या-त्या गोष्टी मिळवल्याने होतं. मग ते अन्न असो, आराम असो किंवा लैंगिक सुख असो. या इच्छांची पूर्ती झाल्यावर समाधान वाटतं. पण प्रेमाची गोष्टच काही निराळी! प्रेमाची प्रेरणा ही जगावेगळी आणि कधीही समाधान न देणारी आहे. आपल्या जगातल्या सर्वांत अवघड, गुंतागुंतीच्या गोष्टींशी नातं प्रस्थापित केल्यावर ही प्रेरणा थोडीतरी शमवता येते, अशी गोष्ट म्हणजे दुसरा मानव! मला वाटतं म्हणूनच प्रेम ही न भागणारी तहान असावी. प्रेम ही एकच ऊर्मी अशी आहे, जी आपलं उद्दिष्ट साध्य केल्यावरही शांत होत नाही. तुम्ही दुसऱ्या माणसांवर हक्क प्रस्थापित करू शकत नाही. ती एक स्वतंत्र, स्वायत्त व्यक्तीच राहते. तुम्ही तिचे मालक होत नाही. तुम्हाला ती व्यक्ती हवीहवीशी वाटेल, पण जितकं तुम्ही तिच्यावर नात्याची बळजोरी करू पाहाल तितकी ती तुमच्यापासून लांब जाईल. नंतर दडपण वाटेल असा उबदार सहवास आणि एकाकीपणात बदलू शकेल, असं ताजं स्वातंत्र्य या दोन टोकांमध्ये लोंबकळणारा लंबक म्हणजे प्रणय – प्रेम. ज्यांच्यावर प्रेम करतो, त्या व्यक्तीला आपण कधीच पूर्णपणे 'प्राप्त' करू शकत नाही. त्यामुळे प्रेम कधीच समाधानी नसतं. काहीतरी मिळवण्याच्या योग्यतेचं असलं, तरी ते कधीही पूर्णपणे आपलं नसतं. तरीही मित्रांनो, प्रेम म्हणजे प्रेम असतं! तुमचं आणि आमचं सेम असतं!

५. टीनएजमधले शरीरसंबंध

जर, तर, कधी आणि केव्हा?

त्याच्या मुखातून माझ्यावर चुंबनांचा वर्षाव होऊ दे. कारण तुझं प्रेम मदिरेपेक्षा चांगलं आहे. तुझ्या सर्वगुणसंपन्नतेचा सुगंध सगळीकडे दरवळतो आहे... दयाघना, जगातल्या सगळ्या दु:खांवर फक्त तुझ्या नावाचं मलम पुरेसं आहे... म्हणूनच कुमारिका तुझ्यावर प्रेम करतात....

– द साँग ऑफ साँग्ज १ : २-३

टीनएज समागम : ताणतणाव

सगळ्यांच्याच बाबतीत हे कधी ना कधीतरी घडतं, हे प्रत्येकालाच माहिती आहे. पण आपल्याला त्याबद्दल बोलायला आवडत नाही. मनातून आपल्याला त्याबद्दल काळजीच वाटत असते. पण आता हा वाढण्याचा, जगण्याचा एक पूरक आनंददायी भाग होऊ शकतो, हे अनुभवाने आपल्यापैकी बऱ्याच जणांना माहीत आहे. आपली मुलं, आपल्या मुली त्यांच्या वयाच्या विसाव्या वर्षापर्यंत लैंगिकदृष्ट्या जबाबदार, सजग, आत्मविश्वासपूर्ण व्हावीत, या आपल्या भूमिकेबद्दल आपणच आग्रही नसतो. किंबहुना थोडे साशंकच असतो. पण आपल्या कल्पनाविलासात मुलांनी समागमातील परिपक्वतेच्या त्या पातळीला येऊन पोहोचणं अपेक्षित असतं. या अनुभवांतून त्यांना जायचं आहे ही जाणीवच आपल्याला नसते. अनुभव न येताच परिपक्वता यावी, किमान लैंगिक बाबतीत तरी – अशी आपली इच्छा असते.

पूर्वीच्या तुलनेत लोकं आता धीटपणे लैंगिकतेविषयी चर्चा करायला लागली आहेत. पाश्चिमात्य समाजाच्या लैंगिकतेविषयीच्या दृष्टिकोनाला 'बद्धकोष्ठाकडून जुलाबाकडे' झालेला बदल असं गमतीने म्हटलं जातं. लैंगिकतेविषयी आपल्या डोळ्यांसमोर, आजूबाजूला जे चित्र उभं केलं जातं, त्या व्यतिरिक्तही खूप गोष्टी अशा आहेत, ज्या समाजसंमत नाहीत किंवा त्या निषिद्ध गोष्टी आणि समाजमान्य

गोष्टी यांच्या सीमारेषेवर कुठेतरी आहेत. बालवयातला संभोग म्हणून टीनएज सेक्सवर ठपकाही ठेवता येत नाही आणि प्रौढत्वातला जबाबदार संभोग म्हणून त्याचा स्वीकारही करता येत नाही. टीनएजमधली लैंगिकता त्यामुळे अधांतरी कुठेतरी हेलकावत राहते. मानवाच्या जीवनाच्या आराखड्यावरची अशी एक अवस्था, जिथे प्रत्येक गोष्ट आपल्यावर येऊन आदळत असते, ती म्हणजे टीनएज. लैंगिकतेच्या बाबतीतही टीनएज आपल्या मनातल्या 'चूक-बरोबर', 'योग्य-अयोग्यतेच्या' संकल्पनांशी खेळत असते. टीनएज सेक्स म्हणजे अशी अवस्था आहे, ज्यात अपरिपक्व माणसांना, आपल्यापेक्षा वयाने मोठ्या माणसांसोबत काहीतरी प्रौढ, तीव्र आणि अपायकारक तरीही हवंहवंसं करण्याची इच्छा असते. लैंगिकतेविषयीचे वेगवेगळे प्रयोग करून पाहण्याची इच्छा असते.

म्हणूनच टीनएजमधल्या लैंगिकतेला मी समाजमान्यतेच्या सीमारेषेवर ठेवतो आहे. एका मर्यादेपर्यंतच सेक्ससंदर्भात चर्चा करायला आपण तयार असतो. अलीकडेच एका ज्येष्ठ ब्रिटिश पोलीस अधिकाऱ्याने सेक्ससंदर्भात विधानं करून प्रसारमाध्यमांमध्ये खळबळ उडवून दिली होती. मोठ्या जोडीदाराचं वय लहान जोडीदारापेक्षा एका ठरावीक मर्यादेपेक्षा जास्त नसेल, तर अल्पवयीन मुलांसोबतचे लैंगिक संबंध हा गुन्हा समजला जाऊ नये, असं त्याचं म्हणणं होतं. यावर प्रसिद्धीमाध्यमांनी त्वेषाने हल्ला चढवला होता. विशेषत: वयाच्या मुद्यावरून खूपच विरोध करण्यात आला. बरेच टीनएजर्स संभोग करतात किंवा लैंगिक संबंध ठेवतात. अनेकदा आपल्यापेक्षा काही वर्षं मोठे असलेल्याशी असे संबंध ठेवले जातात. पण पोलिसांनी हस्तक्षेप करावा, असं फार क्वचित घडतं.

माझ्या मते टीनएज अवस्थेतल्या लैंगिक संबंधाकडे पाहण्याचा आपला नकारात्मक दृष्टिकोन टीनएजर्ससाठी अतिशय हानिकारक ठरतो. सेक्सला रहस्यमय किंवा गुन्हा समजणं म्हणजे एका परीने त्याबद्दल सगळ्यांची उत्सुकता वाढवणंच आहे आणि सेक्सला गुन्हा ठरवण्याने त्याबद्दलचा परिपक्व दृष्टिकोन वाढीला लागतो, असंही नाही. आपल्या शरीरिक-मानसिक वाढीचा ऐच्छिक, सर्वसंमत भाग अशा सकारात्मक दृष्टिकोनातून टीनएज सेक्सकडे पाहणं, आयुष्यात फार उपयोगी ठरतं. पण टीनएज अवस्थेतल्या लैंगिकतेकडे सकारात्मक दृष्टिकोनातून पाहणं म्हणजे टीनएजर्सना भरपूर सेक्स करण्यासाठी मोकाट सोडणं नव्हे. सजग, जागरूक होऊन लैंगिक संबंधांत लपलेले धोके लक्षात घेऊन सेक्स करणं, शिकणं असा याचा अर्थ होऊ शकतो. सेक्स म्हणजे काही भयंकर जीवशास्त्रीय ऊर्मी नाही, जी टीनएजर्सनी काढून टाकावी किंवा दाबावी. उलट आपल्या आयुष्यातली महत्त्वाची नाती घडवणं, जोपासणं म्हणजे डोळस लैंगिकता होय.

दोन कारणांस्तव मी लैंगिकता हा विषय शेवटपर्यंत बाजूला ठेवला होता.

पहिलं म्हणजे उत्क्रांतीमध्ये संभोगाला अनन्यसाधारण महत्त्व आहे. जोमाने वाढणाऱ्या पिल्लांना वा मुलांना जन्म देऊ शकणाऱ्या सजीवांच्या संख्येत वाढ होण्यावर नैसर्गिक निवड अवलंबून असते. मग असं पाहता उत्क्रांतीतल्या महत्त्वाच्या गोष्टींच्या चढत्या क्रमाने लैंगिकतेचा क्रमांक शेवटचा असला पाहिजे. दुसरं कारण म्हणजे मानवाच्या आयुष्यात इतरही जे काही चाललेलं असतं, त्या सगळ्याच गोष्टींचे परिणाम त्याच्या लैंगिक आयुष्यावर होतात. आपण दैनंदिन जीवन, नाती, भावनिक खळबळ या सगळ्यापासून लैंगिकतेला दूर ठेवू शकत नाही. आपल्या बाकीच्या आयुष्याला नुकसान पोहोचविणारा एक घटक म्हणजे सेक्स, याच मुद्द्यावर बऱ्याचशा पुस्तकांचा भर असतो.

शरीरातले बदल, तना-मनाची वाढ, विकास, नाती, मनाला दु:ख देणाऱ्या विखारी गोष्टी हे सगळं सांगितल्याशिवाय टीनएजमधल्या लैंगिकतेचे अर्थ कळूच शकत नाहीत. सेक्स हा मानवाच्या सगळ्याच टप्प्यांवरचा महत्त्वाचा भाग आहे, हे विसरून चालणार नाही. टीनएजमध्ये या सगळ्याच गोष्टी हातात हात घालून एकत्र येतात. या गोंधळातून स्वत:ला, भावनांना, आपल्या इच्छा, आशा, भीती, स्वत:च्याच प्रेमात पडण्याला व्यक्त करण्यासाठी, म्हणून लैंगिक संबंधांचा आधार घेतला जाऊ शकतो. व्यक्त होण्यासाठीचं साधन म्हणून सेक्सचा उपयोग होतो. सेक्सद्वारे एका सजीवाला जन्म देण्याच्या आपल्या नैसर्गिक प्रेरणेला मानवी मेंदूने जखडून टाकलं आहे.

तर जिथे लैंगिक संबंधांचे संदर्भ येतात, तिथे जोखीम जास्त असते. टीनएजर्स करतात त्या बऱ्याच गोष्टींचा, त्यांच्या निर्णयांचा त्यांच्या इतर आयुष्यावर खूप परिणाम होतोच असं नाही, असं मी पुस्तकात सुरुवातीला म्हटलं होतं. टीनएजर्सनी नीट वागायला शिकावं. विशेषत: अशा लोकांशी, ज्यांच्यासोबत त्यांना आयुष्यभर राहायचं आहे, असं माझं म्हणणं होतं. पण याला अपवाद एकाच गोष्टीचा आहे – लैंगिकता. याबाबतीत मात्र टीनएजर्सचं वागणं त्यांचं भविष्य कायमस्वरूपी बदलू शकतं. एखादा अंदाज चुकला तर मूल जन्माला येतं... एखादा असुरक्षित संभोग भविष्यातल्या वंध्यत्वाला कारणीभूत होतो... म्हणूनच कदाचित टीनएज सेक्स इतका चिंताजनक, अस्वस्थ करणारा असतो. निसर्गातल्या सर्वांत सामर्थ्यवान गोष्टीमध्ये आपली अपरिपक्व लुडबूड चालू होण्याची हीच पहिली वेळ असते!

टीनएजर्स आणि लैंगिक संबंध

ही इतकी ताकद आली कुठून हे शोधून काढण्यासाठी आपल्याला आपल्या भूतकाळात शक्य तितकं मागे जायला हवं. टीनएजर्सचा हा लैंगिक वारसा हा हजारो वर्षांच्या उत्क्रांतीचं 'फलित' म्हणता येईल. सेक्स ही गोष्ट फार प्राचीन तर आहेच, पण त्याच्या भोवतालचा जीवशास्त्रीय लवाजमाही आपण माणूस म्हणून ओळखू यायच्या आधी उत्क्रांत झालेला आहे. टीनएजर्सना सेक्स हवासा वाटतो कारण उत्क्रांतीनेच आपल्याला हे साधन बहाल केलं आहे. ते तसं का आहे हे समजण्यासाठी आपल्याला प्राणिशास्त्राची काही प्राथमिक माहिती घ्यावी लागेल.

स्त्री आणि पुरुषांतील जीवशास्त्रीय पायाभूत फरक अर्थात सर्वश्रुत आहे. पुरुषांना वृषणं (testies) असतात, ज्यातून शुक्रजंतू निर्माण होतात. स्त्रियांमध्ये बीजांडकोष (ovaries) असतात, ज्यातून बीजांडं (ovam) निर्माण होतात. तरीही या सोप्या गोष्टींमागे काही गूढ सत्यं लपलेली आहेत. उदा. आपल्याला माहीत नाही की शुक्राणूंचा आकार अगदी पेशीइतका लहान आणि बीजांडाचा आकार त्यापेक्षा खूप मोठा का असतो. ते काहीही असलं, तरी मूल जन्माला घालण्यासाठी आपण लैंगिक संबंध का ठेवतो, याची पुसटशी का होईना आपल्याला कल्पना आहे.

पृथ्वीवरचं सगळं जीवन 'डीऑक्सी रायबो न्युक्लीक ॲसिड'च्या लांब रेणूंवरच्या जनुकीय (DNA) माहितीच्या पायावर उभारलेलं आहे. डीएनए हा लांबच लांब शिडीसारखा रेणू असून त्याला पीळ दिलेले असतात. यातूनच त्याची सुप्रसिद्ध 'डबल हेलिक्स'ची रचना तयार होते. या शिडीच्या पायऱ्यांवर ही माहिती साठवलेली असते. चार पद्धतीच्या या पायऱ्या किंवा दुवे म्हणू या, या शिडीवर कोणत्याही क्रमाने लावलेल्या असतात. म्हणजेच संगणकाच्या बायनरी भाषेप्रमाणेच हा डीएनए एक सांकेतिक भाषा असते, पण दोन नव्हे, तर चार अंकांनी बनलेली! डीएनएचे काही इतर गुणधर्मही आहेत, ज्यायोगे तो पृथ्वीतलावरच्या जीवनाचा गाभा ठरलेला

आहे. पहिला गुणधर्म म्हणजे ही सांकेतिक भाषा (कोड) प्रोटीनसारख्या उपयोगी गोष्टी बनवण्यासाठी वापरला जाऊ शकतो, ज्यामुळे अनेकविध कार्यं जीवनात पार पडतात. दुसरं असं, डीएनएच्या शिडीच्या दोन्ही बाजू वेगळ्या केल्या तर प्रत्येक बाजू ही नवीन शिडी बनवण्यासाठी साचा म्हणून वापरली जाते, जी नवीन शिडी मूळच्या रेणूसारखीच असते. त्या शिडीवर तीच सांकेतिक भाषा असते. म्हणूनच पेशींचं विभाजन होतं आणि सजीवांचं प्रजनन होऊ शकतं. प्रत्येक वेळी पेशी आणि प्राणी त्यांच्या डीएनए माहितीपत्रकाची नक्कल करत असतात.

तर आता आपल्याला 'आयुष्य म्हणजे काय' हे माहीत आहे. लैंगिक संबंध कुठून आले याबद्दल विचार करू या. खूप सजीव हे अलैंगिक असतात. ते त्यांच्या डीएनएच्या विभाजनाने स्वतःची पुढची पिढी निर्माण करतात. हे सगळं ठीक आहे. पण यात काही समस्याही आहेत. डीएनए हा जरी धट्टाकट्टा असला, तरी जगात काहीच परिपूर्ण नाही. विषारी रसायन किंवा वैश्विक किरण या डीनएनएच्या शिडीचे भाग उद्‌ध्वस्त करतात आणि त्या सजीवांना मग ते परत एकत्र शिवावे लागतात. ही दुरुस्ती नेहमीच पूर्वीसारखी नसते आणि मग पायाभूत चार सांकेतिक जनुकीय भाषेच्या क्रमाची अपघाताने अदलाबदल होते. या अदलाबदलीचा अर्थ असा की, हा संकेत नाही – त्याच्यात बदल (म्युटेशन) घडून येईल. या सजीवाचं अलैंगिक प्रजनन झालं तरी तो बदल त्यांच्या पुढच्या पिढीच्या डीएनएकडे पूर्णतया सोपवला जाईल. अलैंगिक सजीवांच्या दृष्टीने ही खूप मोठी समस्या आहे. या बिघडलेल्या डीएनएचा वारसा मिळाल्यामुळे त्यांच्यातले बहुसंख्य जण मरून जातात.

सेक्स हा नैसर्गिक प्रणालीला फसवण्याचा एक प्रकार आहे. नीट न होण्याजोगे बिघडलेले डीएनए विभागून तितकाच बिघाड झालेली नवीन पिढी निर्माण करण्यापेक्षा लैंगिक सजीव शहाण्यासारखी जोखीम पत्करतात. ते अचानक निवडलेलं अर्धं जनुकीय सामान शुक्राणू किंवा बीजाणूंमध्ये बांधतात आणि हे दुसऱ्या सजीवाच्या अर्ध्या जनुकीय भागाला जाऊन मिळतं. यामुळे लैंगिक संबंधाने प्रजनन करणाऱ्या पालकांची मुलं किंवा सजीव हे वैविध्यपूर्ण असतात. या प्रत्येकात पालकांच्या डीएनएचं वेगळं मिश्रण असतं. यातल्या काही जणांना नुकसान झालेला डीएनए वारसाहक्काने मिळतो आणि त्यांना ते नुकसान सोसावं लागतं. पण बाकीच्यांची समृद्धी आणि भरभराट होते. काही पिढ्यांनंतर हे दुर्दैवी जीव नष्ट होता. सुदैवी जीव मात्र जगत राहतात. अशा प्रकारे बिघडलेल्या जनुकांचं समजामधून उच्चाटन होत राहतं. अशा पद्धतीने आपल्या लैंगिक साथीदाराच्या मदतीने आपण आपलं सामर्थ्य टिकवतो आणि जनुकांचं, पर्यायाने समाजाचं नुकसान टाळतो.

सेक्सचे काही फायदेही आहेत. डीएनएची रचना भ्रष्ट होऊन त्याअन्वये तो आधीपेक्षा जास्त कार्यक्षम होणं हा फार दुर्मीळ योग असतो. जो सजीव नशीबवान

ठरतो, त्याचा कल आपली जमात जास्तीत जास्त प्रमाणात निर्माण करण्याकडे असतो. या जमातीला डीएनएचे फायदे मिळतात. ते स्वत: पुढची पिढी निर्माण करून तो फायद्यांचा वारसा टिकवतात. परिणामस्वरूप हे फायदेशीर बदल लैंगिक संबंध ठेवणाऱ्या समाजात फार लवकर पसरतात आणि नव्या वातावरणाशी जुळवून घेत भरभराटीला येतात. सेक्स हा जगणं आणि समृद्धी यांच्याशी निगडीत आहे आणि त्याचसाठी आपण ते करतो. सेक्सचे याहूनही जास्त फायदे असू शकतात. ते जाणून घ्यायचे असतील, तर माझ्या 'व्हिजिटर विदीन' या आधीच्या पुस्तकाचा निश्चितच उपयोग होईल.

पुरुषांमध्ये शुक्राणू असतात आणि स्त्रियांमध्ये बीजांडं असतात, हे एकदा आपण स्वीकारल्यावर आपल्याला स्त्री-पुरुषांमधले आणखी काही फरक समजून घेणं सोपं जाईल. मुळातच शुक्राणू आणि बीजांडं यांच्यामुळेच नराच्या लिंगाचं म्हणजेच पेनिसचं स्पष्टीकरण मिळतं. फार पूर्वी नर आणि मादी हा भेद जाणवणारी शरीररचना अस्तित्वात आली. त्या वेळेस शिश्न अथवा पेनिसची निर्मिती झाली. त्या काळात अस्तित्वात असलेले पृष्ठवंशीय प्राणी हे जलचर होते. चिखलात स्वत:ला खोलवर गाडून घेणारे होते. यानंतर बऱ्याच मोठ्या काळानंतर मानवी उत्क्रांतवाद अस्तित्वात आला. याच उत्क्रांतीचा पाठपुरावा आपण या पुस्तकामध्ये बहुतांशी केला आहे. काहीशे वर्षांपूर्वी मासे आपले पूर्वज होते. लिंग निर्माण होण्याइतका वेळच त्यांच्याकडे नव्हता. आधुनिक माशांप्रमाणेच त्यांच्यातले काही जण अंडी आणि शुक्रजंतू त्यांच्या छिद्रातून बाहेर टाकायचे. मग हे शुक्राणू पाण्यातून पोहत जाऊन अंडी शोधून त्यांचं फलन करायचे.

त्यानंतर हजारो वर्षांपूर्वी आपले पूर्वज कोरड्या जमिनीवर आले, तेव्हा वातावरणात शुक्राणू आणि बीजांडं सोडण्याची ही पद्धत काम करेनाशी झाली. कोरडी हवा आणि सूर्यप्रकाशामुळे शुक्राणू मरू लागले. बीजांडांचं कवचही या वातावरणात टिकून राहण्यासाठी कडक झाल्यामुळे शुक्राणूंना त्यात प्रवेश करता येईनासा झाला. या समस्येमुळे आपल्या सरपटणाऱ्या पूर्वजांनी 'अंतर्गत फलन पद्धती' (internal fertilization) उपयोगात आणली, ज्यात नर थेट मादीच्या शरीरामध्ये शुक्राणू टाकू लागला. याचा अर्थ शुक्राणू उबदार, ओलसर दमट वातावरणात सोडले जाऊ लागले, जिथे बीजाचं कवच कठीण, अभेद्य बनण्याआधीच त्यांचा संयोग बीजाशी होणं शक्य झालं. समागम या अतिशय सुंदर प्रक्रियेला इथूनच सुरुवात झाली.

अंतर्गत फलनाच्या या सहजसोप्या कलेसाठी तुम्हाला शिश्न असण्याची गरज नसते. अनेक प्राणी त्यांची आवश्यक ती छिद्रं एकमेकांजवळ आणतात आणि नर मादीच्या छिद्रावर चक्क पिचकारी मारतो. अनेक पक्षीही असंच करतात. त्यामुळेच आपल्या दोन पायांवर तुरूतुरू फिरणाऱ्या नर पक्ष्यांच्या दोन पायांत पेनिस लटकत

असल्याचं आपल्याला दिसत नाही. (याला अपवाद फक्त बदकाचा असतो. याच्या मागच्या पिसांमध्ये शिश्न असतं.) याच्याविरुद्ध आपण सस्तन प्राण्यांना बाह्य बाजूला व्यवस्थित शिश्न असतं. यामुळेच नर सस्तन प्राण्यांना आपला शुक्राणू मादीच्या आत सुखरूपपणे पोहोचतोय याच्या निश्चितीची एक जाणीव असते. प्राणी जगतात इतरत्र या शिश्नांची उत्क्रांती झाली, जशी किड्यांमध्येही झाली. पण सस्तन प्राण्यांमध्येच शिश्नाच्या अचूकतेने कळस गाठलेला आढळतो. उदा. निळ्या व्हेल माशाचं शिश्न (ज्याला तांत्रिक भाषेत 'डॉर्क' म्हणतात.) हे तीन मीटरपर्यंत लांब असू शकतं.

समांतर काळात सुरू असणाऱ्या मादींच्या नव्या उपक्रमांशिवाय शिश्नाची उत्क्रांती झालीच नसती. जर नरांना समागम करायचा प्रयत्न करायचा आहे, तर मादीही त्यासाठी तयार हवी, म्हणून माद्यांमध्ये योनीभाग (vagina) उत्क्रांत झाला. योनी हा स्त्रियांच्या प्रजनन प्रणालीचा सर्वांत खालचा भाग आहे. हा भाग फक्त नराचं शिश्न आत घेण्यासाठी तयार झालेला आहे. समागमाच्या क्रियांशी जुळवून घेता यावं म्हणून तो लवचीक आहे.

उत्क्रांतीच्या या टप्प्यावर आपल्याला योनी आणि शिश्नासह सगळी जननेंद्रियं मिळाली आहेत. पण या मार्गावर अजून एक नवी गोष्ट घडली. अंतर्गत फलनाच्या या नवीनच प्रणालीतून मुलं जन्माला घालण्याची दुसरी एक शक्यता निर्माण झाली. जर तुम्ही तुमची फलित बीजांडं जमिनीवर घातलीत, तर त्यांना उष्णता, थंडी, पूर, शत्रू यांचा धोका असतो. ज्यांच्यावर आपण आशा लावतो, त्या मुलांसाठी या धोकादायक गोष्टी आहेत. म्हणूनच मग आपले काही जवळचे नातलग – काही मासे, काही उभयचर प्राणी, पाली आणि साप – यांच्यात गर्भावस्था उदयाला आली. काही कारणाने पक्षी, मगरी आणि कासवांमध्ये मात्र असं झालं नाही. जोपर्यंत बाळं जन्माला येण्यासाठी, कवचातून बाहेर पडण्यासाठी आणि जिवंत राहण्यासाठी सक्षम नसतात, तोपर्यंत आपल्या बाळांच्या मूल्यवान ठेव्याला स्वत:च्या शरीरात सांभाळण्याचा आनंद गर्भावस्थेने स्त्रियांना दिला आहे. सस्तन प्राणी तर गर्भारपणाचे तज्ज्ञ बनले आहेत. अंडी घालणाऱ्या प्राण्यांचे अपवाद वगळता आपण सगळेच असं करतो. गर्भावस्थेला आधारभूत असा विशेष भाग स्त्रियांना मिळाला आहे. तो म्हणजे गर्भाशय. कदाचित पांढरा बलक आणि कवच निर्माण करणाऱ्या जुन्या प्रजननाच्या नळीसारख्या रचनेतून गर्भाशयाची उत्क्रांती झाली असावी.

आता आपल्याला समजलं, आपली जननेंद्रियं कशी तयार झाली. मोठंसं बीजांड तयार करण्यासाठी मुलींमध्ये बीजांडकोष असतात, शिश्न आत येण्यासाठी योनी असते आणि मूल वाढवण्यासाठी गर्भाशय असतं. मुलांमध्ये त्यांचे छोटेसे शुक्राणू निर्माण करण्यासाठी वृषणं असतात आणि ते स्त्रियांच्या शरीरात सोडण्यासाठी

शिश्न असतं. अर्थात मी हे सगळं परिस्थितीजन्य पुराव्यांवर बोलतो आहे. अंतर्गत फलन, शिश्न, योनी, गर्भाशय किंवा गर्भावस्था यांची उत्क्रांती आपण कोणीच प्रत्यक्ष होताना पाहिलेली नाही. आपण जेव्हा बहुसंख्य प्राण्यांमध्ये प्रजननाची अनुकूलता पाहतो, तेव्हा आपण अंतर्गत फलन होणाऱ्या प्राण्यांचा गट ओळखू शकतो. त्यामध्येच आपण योनी आणि शिश्न असणाऱ्या प्राण्यांचा उपगट वेगळा करू शकतो. गर्भाशय आणि गर्भावस्था असणाऱ्या प्राण्यांचाही उपगट करू शकतो. उत्क्रांतीची प्रक्रिया प्रचंड प्रदीर्घ असल्याने ती 'याचि देही याची डोळा' बघणं शक्य होत नाही. आपण फक्त त्या प्रक्रियेच्या परिणामस्वरूप घटकांवरून उत्क्रांतीचं अस्तित्व जाणून घेऊ शकतो.

अजूनही काही गोष्टींचं समाधानकारक स्पष्टीकरण मिळालेलं नाही. जसं मुलांची वृषणं शरीराच्या बाहेरच्या बाजूला का असतात? हे अजून नीटसं माहीत नाही. इथे परिस्थितीजन्य पुरावे आपल्या कामी येत नाहीत. स्त्रीची प्रणाली जास्त तर्कशुद्ध वाटते. टीनएज मुलींचे दोन बीजांडकोष हे तिचे मुलं जन्माला घालण्याचे दोनच स्रोत असतात – जे तिने जपायला हवेत. म्हणूनच गर्भाशय आणि मूत्रपिंडाच्या मधे ते व्यवस्थित बांधून ठेवलेले असतात. त्यामुळे मुलींच्या बीजकोशांना जखम होणं किंवा धक्का लागणं, हे अतिशय दुर्मीळ असतं. असं टीनएज मुलांच्या बाबतीत मात्र होत नाही. ही वृषणं निष्काळजीपणे शरीराच्या बाहेर असतात, ज्यांच्यावर फक्त एक पातळ त्वचेचं आवरण असतं. शरीराची अशी रचना धोकादायक नक्कीच आहे!

शरीराची रचना करायचा हाच फक्त मार्ग आहे का?

वृषणांना थोडंफार जपण्यासाठी मुलांमध्ये ते पोटाच्या स्नायूंना बांधलेले असतात. या स्नायूंना 'क्रीमॅस्टर्स' म्हणतात. पुरुष उत्तेजित होतात तेव्हा थंड वातावरणात किंवा कोणीतरी तिथे लाथ मारली, तर हे स्नायू आकुंचन पावतात. या स्नायूंची प्रतिक्षिप्त क्रिया आपण साध्या परीक्षणानेही पाहू शकतो. पुरुषाच्या मांडीच्या आतल्या भागावरून हलकेच बोट फिरवल्यास त्या बाजूचं वृषण किंचित उचललेलं दिसतं. पण या आकुंचन क्रियेने मिळणारं संरक्षण फारच मर्यादित आहे. अशा उचलल्या गेलेल्या वृषणांमुळे थोड्या वेळाने त्रास होतो. मुलं पोहायला गेल्यानंतर किंवा फुटबॉल खेळताना अशी परिस्थिती त्यांच्यावर येऊ शकते. लढाईपूर्वी सुमो पैलवान त्यांची वृषणं शरीरात ओढून घेतात ही कथा काही अंशी खरी आहे. ते नक्कीच मर्दन करून जांघेपर्यंत वृषणांना उचलत असतील, पण ते वृषणं त्यांच्या पोटात कदापि घेऊ शकत नाहीत.

परंतु वृषणं अशी शरीराबाहेरच्या त्या जागी आहेतच कशी काय? का? प्राण्याच्या खालच्या अंगाचं निरीक्षण करणारे प्राणिशास्त्रज्ञ आपल्याला सांगतील की

बाह्य वृषणं ही सस्तन प्राण्याची खासियत आहे. मासे, उभयचर प्राणी, सरपटणारे प्राणी आणि पक्षी त्यांना शरीरात दाबून ठेवतात, पण सस्तन प्राणी मात्र त्यांना गर्वाने बाहेर मिरवतात. ही गोष्ट दोन गटांमध्ये घडते – आपण सस्तन प्राणी जे परिपक्व गर्भाला जन्म देतात आणि मार्सुपिअलस (कांगारूसारखे प्राणी, जे पिल्लांना पिशवीत ठेवतात.) मादी पार्सुपिअलची पिशवी ही नराच्या वृषणासारखा भाग समजली जाते. या सगळ्यालाच अपवाद म्हणजे डॉल्फिन, व्हेल्स (देवमासे), सील आणि सी-लायन्स या सस्तन प्राण्यांच्या बाह्य वृषणांच्या दृष्टीने समुद्र कदाचित फारच गार असतो किंवा मग शरीराबाहेर लोंबकळणाऱ्या या वृषणांमुळे या प्राण्यांची पोहण्याची गती कमी होत असेल. महाकाय अशा या प्राण्यांची वृषणंदेखील आकाराने मोठीच असतील आणि पोहताना लटकत राहत असतील. त्याने पोहोण्यातली सहजता कमी होऊन अडथळा मात्र वाढेल. हे कारण पटण्यासारखं आहे. कारण मॅनटीस, हत्ती आणि हायरेक्स या धिप्पाड प्राण्यांची वृषणंदेखील शरीरांतर्गतच असतात. आता तसं बघितलं तर पाण्यातले पोहोणारे, सोंड असणारे प्राणी आणि मार्जारवर्गीय प्राणी हा गट एकत्रित विचार करण्याच्या दृष्टीने थोडा विचित्र वाटतो खरा, पण या प्राण्यांच्या जातीचं एकमेकांशी खूपच साधर्म्य आहे. त्यांच्या पूर्वजांच्या आयुष्यात 'जलचर' ही अवस्था आली असावी. यातूनच पुढे उत्क्रांती होऊन काही विशिष्ट प्राणी हत्तीसारखे सोंड वागवू लागले, तर काही मॅनटीससारखे प्राणी समुद्रातच वाढू लागले. कदाचित यातूनच त्यांची वृषणं शरीरांतर्गत राहण्याजोगा बदल त्यांच्यात झाला असावा आणि त्यानंतर पोटाच्या आत ती वृषणं ओढली गेली असावीत. हे झालं जलचरांच्या बाबतीत, परंतु यालाही अपवाद दिसून येतातच. ऑटर या जलचरामध्ये वृषणं शरीराच्या बाहेर आहेत, तर अँटइटर आणि स्लॉथ या जमिनीवर वावरणाऱ्या प्राण्यांत वृषणं शरीरांतर्गत आहेत.

बाह्य अंडकोशांचं कोडं सोडवण्यासाठी मानवी पुरावेही निरुपयोगी ठरले आहेत. अंडकोश पोटातून खाली न सरकणं (वृषणांमध्ये त्यांच्या योग्य जागी) ही मुलांच्या लैंगिक विकासात आढळणारी सर्वसामान्य विकृती आहे. याला 'क्रिप्टोर्किडीसम' म्हणतात. (ऑर्किड हा अंडकोषासाठी वापरला जाणारा ग्रीक शब्द आहे. त्यामुळे पुढच्या वेळी फुलवाल्यांकडे जाताना जरा सांभाळून!) अंडकोष हे अगदी जन्माच्या वेळी खाली वृषणांमध्ये सरकले पाहिजेत, पण कधीकधी ते पोटात किंवा ओटीपोटातच राहतात. असे पोटातले अंडकोश बऱ्याचदा ग्रंथी (गाठी) निर्माण करतात आणि ते अत्यंत कमी गुणवत्तेचे असतात. त्यामुळे कदाचित अंडकोष शरीराच्या बाहेर असावेत. कारण शुक्राणूंना उष्णता मानवत नाही. मानवी अंडकोष कमी तापमानातच, साधारण बत्तीस अंश सेल्सिअस (शरीराचे तापमान ३७ अंश से. असते.)ला योग्य कार्य करतात हे खरं. पण हे तसं पोकळ विधान आहे. मानवी अंडकोष आता कमी

तापमानाला योग्य कार्य करतात. याचा अर्थ असा नाही की त्याच मूळ कारणासाठी निसर्गाने आपल्या पूर्वजांचे अंडकोश शरीरातून ओढून बाहेर काढले! उलट, या बाह्य अवस्थेला ते आता अनुकूल झालेत, याचं आश्चर्य वाटायला नको. अंतर्गत अंडकोषांद्वारे शुक्राणू निर्माण करायची नर हत्तीची क्षमता हेच सिद्ध करते की, जास्त तापमानाला कार्य करण्यासाठी शुक्राणूंची उत्क्रांती आधीच झाली आहे. त्याही पलीकडे जाऊन 'हमिंगबर्ड' नावाच्या पक्ष्याचे अंडकोष तर असे विचित्र उत्क्रांत झालेत की, अठरा अंश सेल्सिअस ते ४४ अंश सेल्सिअस अशा तापमानातही ते कार्य करतात.

या प्राणिशास्त्रीय चर्चेच्या शेवटाकडे येताना आपण पाहू शकतो की, स्त्री आणि पुरुषातले अत्यावश्यक शारीरिक फरक फार कमी आहेत. पुढच्या पिढ्या निर्माण करण्यासाठी त्यांच्या जननेंद्रियांत आवश्यक ते फरक असायलाच हवेत. पण आपल्याला वाटतं त्या शारीर गोष्टींच्या पलीकडेही काही भेद आहेत. मानवी संस्कृतीतली अनेक महान कार्यं या फरकांच्या स्पष्टीकरणालाच वाहिलेली आहेत. मुलं मुलीपेक्षा इतकी वेगळी असायलाच हवीत का? तरुण मुलाचा हात तरुण मुलीच्या हातापेक्षा खूपच वेगळा का दिसतो? तरुणांचे रुंद खांदे, तरुणींच्या मऊसूत मांड्या – हे जास्तीचे आणि बिनमहत्त्वाचे फरक आपल्याला एकमेकांमध्ये आवडणं, हा काही योगायोग नाही. मानवी लिंगउत्तेजकता ही एक अप्रत्यक्ष घडणारी गुंतागुंतीची गोष्ट आहे. सेक्स म्हणजे फक्त आपले प्रजननक्षम अवयव एकमेकांशी सांधणं नव्हे. ती आपल्या सगळ्या तनामनाला व्यापून टाकणारी गोष्ट आहे.

आपल्या मेंदूमधून चालणाऱ्या सगळ्याच शरीरव्यापांच्या दृष्टिकोनातून पाहता मानव हे इतरांपेक्षा वेगळे आहेत, हे या पूर्ण पुस्तकात आपण पाहत आहोत – संभोग तरी त्याला अपवाद कसा असेल? बहुसंख्य प्राणी, अगदी सस्तन प्राणीही फक्त आणि फक्त आपली जात निर्माण करण्यासाठी संभोग करतात. खूप प्रजातींमध्ये 'ब्रीडिंग सीझन' हा संभोगासाठी मर्यादित कालावधी असतो, जेव्हा ते लैंगिकदृष्ट्या कार्यक्षम असतात. याचा अर्थ असा की, ते वर्षातून एकदा किंवा दोनदाच समागम करू शकतात. तरीही काही प्रायमेट्स त्याला अपवाद आहेत. ते योनीसंभोग, गुदसंभोग, समलिंगी-भिन्नलिंगी संभोग करतात. सामाजिक बंध निर्माण करणं, आपली सत्ता, अधिकार व्यक्त करणं किंवा सत्तेसाठी, मालकी हक्कासाठी एकमेकांवर दावा लावणं, अशा अनेक कारणांसाठी संभोग केला जातो. प्रायमेट्समधले काही जण एकाच दिवसात अनेक वेळा संभोग करतात आणि काही अनवधानाने मुलांना जन्माला घालतात. जसा सिमियन मेंदू (मर्कटवंशीय मेंदू) उत्क्रांत होऊन त्याला काही समार्थ्य प्राप्त झालं आहे, तसतसा संभोग हा सामाजिक साधन म्हणून उपयोगात आणला जाऊ लागला.

काही मानववंशशास्त्रज्ञांनी आपल्या संभोग करण्याच्या कारणांची यादी करायचा प्रयत्न केला. पण आपल्या चौकसपणाला काही मर्यादाच नाही असं वाटतंय. लोक कदाचित कुतूहलापोटी, जिज्ञासा म्हणून समागम करतील, अनुभव घेण्यासाठी करतील, एकमेकांवर शिक्कामोर्तब व्हावं म्हणून करतील, एकमेकांचं स्पर्शसुख मिळवण्यासाठी करतील, वेदना-दुःख कमी करण्यासाठी करतील, काही भावनिक एकात्मता व्यक्त करण्यासाठी करतील, काहीतरी मिळवण्याच्या हेतूने करतील, स्वार्थापोटी करतील, आनंद घेण्यासाठी वा देण्यासाठी करतील, कंटाळा घालवण्यासाठी करतील, 'आपण करायलाच हवं असतं' या भावनेतून करतील किंवा फार गमतीदार असं काही आहे या भावनेने करतील, एक ना अनेक कारणं यापाठीमागे असू शकतात. मानवी जीवनामध्ये लैंगिक संबंधांसाठी प्रजननाव्यतिरिक्तही अनेक कारणं मोठ्या प्रमाणात सापडतात. मात्र मादीच्या गर्भारपणातही संभोग करण्याचा मूर्खपणा मानवाव्यतिरिक्त कोणत्याही जातीत केला जात नाही.

या लैंगिक उत्क्रांतीच्या कथेच्या शेवटी आपणच आहोत, हे टीनएजर्सना लक्षात येतं. मूळ डीएनएला संरक्षित करण्यासाठी सेक्सचा जो नावीन्यपूर्ण फंडा उदयाला आला, त्यातूनच पुनरुत्पादनाच्या दृष्टीनं बदल घडून आले. हा सारा बदल आपसूकच टीनएजर्सच्या ठायी एकवटला आहे. पण त्याचबरोबर या टीनएजर्सच्या ठायी आणखी एक गोष्ट नव्याने एकवटली आहे, ती म्हणजे सेक्सचा वापर मानसिक आणि सामाजिक हत्यार म्हणून करणं. हा प्रकार मर्कटवंशीयांमध्ये अलीकडच्या काळात उदयाला आला आहे आणि मूळ धरू लागला आहे. तरीदेखील प्रत्येक टीनएजरने हे पक्कं लक्षात घ्यायला हवं आहे की संभोगाचा, मैथुनाचा आनंद घेणं हे शारीरिक पातळीवर घडतं ते त्यांच्या जननेंद्रियांमार्फत; परंतु ते तितक्यापुरतं मर्यादित नसून त्यांच्या मनाच्या गुंतवणुकीवर अधिकाधिक अवलंबून असते.

टीनएज अवस्थेतील शरीरसंबंध : योग्य काळ आणि वेळ

टीनएज अवस्थेतील लैंगिक संबंधांना कधी सुरुवात करावी, हे आपल्याला माहीत नाही. आपल्याला एवढंच माहीत आहे की, कदाचित अकराव्या वर्षी वयात येऊन अठराव्या वर्षी मूल जन्माला घालणं किंवा अठराव्या वर्षी वयात येऊन एकविसाव्या वर्षी मूल होऊ देणं, या दृष्टीने टीनएजर्सची उत्क्रांती झालेली आहे. टीनएजर्सनी काय करायला हवंय आणि ते कशासाठी आहे, याचा आपल्यालाच पत्ता नाही आणि किंबहुना समाजाची टीनएजर्सविषयी हीच मोठी समस्या आहे. आपल्याला हेही माहीत नाही की उत्तम आरोग्य काय आहे आणि कोणती गोष्ट सर्वोत्तम आहे. सध्याचे शाळा आणि कुटुंबपद्धतीतले सांस्कृतिक नियम टीनएजर्सच्या नैसर्गिक जीवशास्त्राला उद्ध्वस्त करणारे आहेत की लहान वयात मूल होऊ देण्याला ते पाठिंबा देतात की आधुनिक जीवनाच्या अनैसर्गिकतेशी केलेली एक तडजोड म्हणजे हे नियम आहेत! टीनएज सेक्सबद्दल एक गोष्ट आपल्याला नक्की माहीत आहे, ती म्हणजे व्यक्तिनुरूप बदलणारी ती घटना आहे आणि इतिहासानुरूप तिच्यात बदल झाले आहेत.

समागमाच्या क्रियेमध्ये स्वेच्छेने गुंतण्याआधी टीनएजर्सना 'वयात येण्या'च्या अवस्थेतून जावं लागतं. वयात येण्याच्या अवस्थेचं तंत्र आणि त्यात सहभागी असणाऱ्या जीवशास्त्रीय बदलांची मालिका मी पहिल्या भागातच स्पष्ट केली आहे. या बदलांची मालिका निश्चित स्वरूपाची असली तरी ती सुरू होण्याचा कालावधी पुढे-मागे असतो. अशा महत्त्वाच्या घटनेसाठी वयात येण्याचा कालावधी अनिश्चित असणं आश्चर्याची गोष्ट आहे. जणूकाही आपण अशाच पद्धतीने उत्क्रांत झालो आहोत. असो. आपण वयात येण्याला 'प्युबर्टी' हीच शास्त्रीय संज्ञा वापरू या.

विकसित पाश्चिमात्य देशांमध्ये गेल्या काही शतकांमध्ये प्युबर्टीचा काळ ज्या पद्धतीने मागे-पुढे सरकला आहे, ही गोष्ट धक्कादायक आहे. जसजशी दशकं उलटत आहेत, तसतशी प्युबर्टी लहान वयातच येऊ लागली आहे. याचाच एक लहानसा पुरावा देतो – सतराव्या व अठराव्या शतकात चर्चमध्ये प्रार्थना म्हणणाऱ्या मुलांचा आवाज त्यांच्या अठराव्या वर्षाच्या आसपास 'फुटत' असल्याची नोंद आहे. आताच्या काळापेक्षा हे वय कितीतरी जास्त होतं. प्युबर्टी येण्याची निसर्गाकडून घाई होत चाललेली आहे, याचे स्पष्ट पुरावे आताच्या शतकभरात युरोप व अमेरिकेतून मिळाले आहेत. वेगवेगळ्या देशांत या बदलांचं सातत्य काय आहे, याबद्दल शास्त्रज्ञांमध्ये वाद असले, तरी सुरुवातीपेक्षा विसाव्या शतकाच्या शेवटपर्यंत प्युबर्टी साधारणपणे तीन वर्षं अलीकडे येत असल्याचं बहुतेकांचं एकमत आहे.

या शतकात प्युबर्टीच्या बदलाचा दर कसा होता, हे दुसऱ्या शब्दांत सांगतो, जेणेकरून तुमच्यापुढे त्याचं चित्र स्पष्ट होऊ शकेल – सरणाऱ्या प्रत्येक वर्षाबरोबर प्युबर्टी 'बारा दिवस' आधी दिसू लागलेली आहे. हा वेग इतका जास्त आहे की, याची कारणमीमांसा निसर्गालाही आणि उत्क्रांतीलाही स्पष्ट करता येणार नाही. एका शतकात चार किंवा फारतर पाच मानवी पिढ्या असतात आणि हा काळ जनुकीय नवे बदल घडवण्यास फारच अपुरा आहे. हो, प्युबर्टीच्या काळाशी निगडीत जनुकं शोधली गेली आहेत. त्यांच्यातील बहुतांशी जनुकं सप्रेरकांची निर्मिती करणारी किंवा त्यांचं वहन करण्यास मदत करणारी आहेत. प्रत्येक टीनएजरमधले प्युबर्टीच्या काळातले बदल कदाचित ही जनुकं स्पष्ट करू शकत असल्याने ती आपल्यासाठी महत्त्वाची आहेत. त्यांचं मानवी समाजातलं वाटप केवळ या शतकात इतकं बदलावं असं नाही. यामागे इतरही अनेक शक्ती कार्यरत असाव्यात.

म्हणूनच प्युबर्टीचं वय कमी होण्यातलं सातत्य स्पष्ट करण्यासाठी आपल्याला जनुकशास्त्राच्या पलीकडेच जाऊन पाहायची गरज आहे. आपल्या बाबतीत हे आत्ता घडत आहे, पण प्राण्यांच्या प्युबर्टीचा काळ आपल्याला हवा तसा बदलता येतो, हे शेतकऱ्यांना शतकानुशतकं माहीत आहे. पूर्ण वाढ झालेल्या नराच्या सान्निध्यात ठेवून पाळीव प्राण्यांच्या माद्यांच्या वयात येण्याला उत्तेजन दिलं जात असे. मासिक पाळी येणाऱ्या मादीच्या सान्निध्यात लहान माद्यांना ठेवलं जात असे किंवा प्रजननासाठी त्यांचं वजन आवश्यक तेवढं वाढवून वयातला हा बदल साध्य केला जात असावा. त्यामुळे वातावरण, खाणं-पिणं यांत बदल करून प्युबर्टीची सुरुवात मानवांमध्येही बदलत असावी. यात आश्चर्य वाटण्यासारखं काहीच नाही.

मानवी प्युबर्टीचा काळ इतक्या लवकर येण्यामागे गेल्या काही शतकांतला वाढता पौष्टिक आहार हे कारण असावं, असा सिद्धान्त सध्या प्रचलित आहे. चार शतकांपूर्वी बहुतांशी युरोपियनांना धड खायला-प्यायलाही मिळत नसे. पण आता

असं नाही. भरपूर अन्नधान्य उपलब्ध आहे – मानवासाठी हा मोठाच बदल आहे. या सिद्धान्ताचे पुरावे आपल्याला आताही पाहायला मिळतात. जरा जाड असलेल्या मुलांमध्ये लवकर प्युबर्टी येते, तर जरा बारीक असलेल्या मुलांमध्ये थोडी उशिरा येते. कुपोषणाने प्युबर्टी फारच उशिरा येते, तर टीनएज अवस्थेतल्या खाण्यापिण्याच्या वेड्यावाकड्या सवयींनी ती फार लवकर येते. यात बऱ्याचदा मुलींची मासिक पाळीही बंद होते किंवा येतही नाही. थंडीच्या मोसमात अन्नधान्याची रेलचेल असल्यामुळे आणि वर्षभर पुरेल इतका धान्याचा साठा असल्याने मुलींची मासिक पाळीही बऱ्याचदा थंडीच्या सुमारासच सुरू होते आणि वर्षभरात त्यांचं वजनही आधीपेक्षा भराभर वाढतं. ज्या मुलींची कुटुंबं विकसनशील देशातून विकसित देशांमध्ये स्थलांतरित होतात, त्या मुलींची प्युबर्टी खूप लवकर येते, हे धक्कादायक सत्य आहे.

आपल्याला माहीत नसणाऱ्या बऱ्याच गोष्टी असल्या तरीही आहार आणि प्युबर्टीचा काळ यात जवळचे संबंध आहेत. मुलींसाठी ४७ किलो आणि मुलांमध्ये ५५ किलो ही प्युबर्टी येण्यासाठीच्या वजनाची मर्यादा सांगितलेली आहे. लक्षात घ्या की, सरासरी आकडे आहेत आणि बहुतांशी व्यक्ती पूर्णपणे वेगळ्या वजनाच्या असताना त्यांना प्युबर्टी येते. प्युबर्टी सुरू होण्यासाठी असा एक वजनाचा आकडा ठामपणे सांगता येणार नाही, हे आता सर्वमान्य आहे. प्रत्येकाच्या जडणघडणीनुसार त्याचं प्युबर्टीसाठीचं वजन ठरणार आहे. काहींचं असं म्हणणं आहे की बालवयातल्या वाढीपेक्षा गर्भावस्थेतली वाढ जास्त महत्त्वाची आहे. बाळांची वाढ ज्याने जास्त होते, त्या वरच्या कृत्रिम दुधाचा वापर आणि प्युबर्टीचा काळ यात नक्कीच काहीतरी दुवा आहे.

वजन आणि प्युबर्टी यांच्यातलं सर्वसाधारण नातं गोंधळवून टाकणारं आहे. कारण इतर काही लैंगिक बदल होण्याअगोदरच प्युबर्टीच्या सुरुवातीच्या काळात वजन वाढतं. हा सगळा गोंधळ बाजूला ठेवून उत्क्रांतीच्या दृष्टीने पाहता प्युबर्टीला वजनाशी जोडणं सयुक्तिक वाटतं. याचा असाही अर्थ होतो की, सजीवांची, विशेषतः मुलींची, जोपर्यंत एक विशिष्ट चौकट तयार होत नाही किंवा त्यांना पुरेसे ऊर्जास्रोत उपलब्ध होत नाहीत, तोपर्यंत त्यांची प्रजनन प्रणाली पूर्णत्वाला, परिपक्वतेला पोहोचत नाही किंवा हे सजीव त्यांचं 'जीवशास्त्रीय भविष्य' घडवत असतील. कदाचित, बालवयातल्या वाढीसाठी त्यांना जे अन्नस्रोत मिळाले आहेत, ते त्यांच्या प्रजननाच्या पहिल्या प्रयत्नापर्यंत उपलब्ध होत राहावेत, असा तो प्रयत्न असेल.

मानवी प्युबर्टी आपल्या वजनाशी कशी संलग्न आहे, याचे आराखडे गेल्या काही वर्षांत आपण शोधून काढले आहेत. मानवी चरबीच्या पेशी एक 'लेप्टिन' नावाचं संप्रेरक निर्माण करतात. रक्तातलं लेप्टिनचं प्रमाण हे कदाचित इतर

उतींकडून सूचक म्हणून वापरलं जातं. उदा. मेंदूमधल्या हायपोथॅलॅमसमधील भुकेच्या केंद्रावर लेप्टीन नियंत्रण ठेवतं, असं एक निष्कर्ष सांगतो. लेप्टिनची कमतरता असलेले प्रयोगशाळेतले उंदीर प्रचंड जाड झाले होते. ज्यामुळे प्युबर्टीची सुरुवात होते, त्या हायपोथॅलॅमसमधल्या गोनॅडोट्रॉपिन रिलीजिंग हार्मोनच्या (GnRH) पेशींवरही लेप्टिनचं नियंत्रण असावं. कारण लेप्टीनविरहीत उंदरांमध्ये प्युबर्टी आलीच नाही. लेप्टीन बहुधा GnRH पेशींवर थेटपणे काम करत नसावं. या पेशींपर्यंत पोहोचणाऱ्या 'न्यूरोपेप्टाईड वाय'च्या प्रमाणात पेप्टीनमुळे बदल घडत असावा आणि त्यामुळे हे होत असावं. माणसांमध्ये जसं प्युबर्टीचं वय जवळ येतं, तशी लेप्टीनची शरीरातली पातळी हळूहळू वाढायला लागते. ही वाढ प्युबर्टी सुरू होण्यासाठी गरजेची असावी. (बाकीचे घटकही या वेळी कार्यरत झालेले असतात.) जशी प्युबर्टी सुरू होते, तसं स्त्री आणि पुरुषात लेप्टीन वेगवेगळ्या पद्धतीने काम करतं. टीनएज मुलींमध्ये लेप्टीनच्या पातळ्या वाढतच राहतात, ज्यातून योग्य ठिकाणी स्त्री-शरीरात मांस व चरबी साठून तिला वळणं आणि घाट प्राप्त होतात. वेळच्या वेळी मासिक पाळी येण्यासाठीसुद्धा लेप्टीनची वाढ महत्त्वाची ठरू शकते. याउलट मुलांमध्ये मात्र या काळात वजन उतरत असल्यामुळे लेप्टिनची पातळी घटते. त्यामुळे मुलांमध्ये लेप्टीनची इतकी गरज नसावी. मेंदूतल्या बदलांचं मापन करण्यासाठी लेप्टीन नक्कीच उत्तम प्रकारे साहाय्यभूत ठरू शकतं. याच्या मदतीद्वारे प्युबर्टी कधी यावी किंवा येईल, याचा अंदाज आपण वर्तवू शकतो.

जन्माच्या वेळचं वजन आणि प्युबर्टी यांचाही अनपेक्षित संबंध आहे. गर्भावस्थेतली बाळाची संथ वाढ प्युबर्टी लवकर यायला कारणीभूत ठरते. हा नवजात बालकाच्या संथ वाढीच्या अगदी विरुद्ध परिणाम आहे. तरी हा संबंध तसा स्पष्ट आहे. कारण ज्या नवजात बालकांचं वजन जन्मतःच कमी असतं, त्यांना प्युबर्टी नेहमीपेक्षा दहा महिने लवकर येऊ शकते. हा विरुद्ध वाटणारा परिणाम दोन कारणांमुळे आपल्याला चकित करतो – एक म्हणजे यातून असं ध्वनित होतं की, गर्भाशयात घडणाऱ्या घटना मेंदूला अशा प्रकारे बदलवू किंवा घडवू शकतात की, त्याचा परिणाम जन्मानंतर दहा ते बारा वर्षांनी दिसेल. इन्सुलिनसारख्या चयापचयावर नियंत्रण ठेवणाऱ्या संप्रेरकांच्या पुनर्रचनेमुळे कदाचित हे दिसून येत असावं. दुसरा एक असाही अर्थ निघू शकतो की, फार पूर्वीच्या काळात आकाराने लहान बाळ जन्माला येणं हे अधिक सोयीचं असावं. अर्थात, 'हे असं का' याचं चोख उत्तर मिळणं कठीणच आहे. परंतु कदाचित असं असेल की, प्रतिकूल परिस्थितीतून तग धरून राहणं हे आकाराने लहान असणाऱ्या बाळांना अधिक चांगल्या प्रकारे जमत असावं. कदाचित गर्भारपणी त्यांना ज्या सकस पोषणापासून वंचित राहावं लागलं त्यातूनच बाहेरचं जग किती दुष्कर आहे, याची जाणीव त्यांना होत असावी. 'या जगात

आपली काही खैर नाही' अशी भावना त्यांच्या मनात मूळ धरत असावी. 'आता जर आपण लवकर मरणारच आहोत, तर मिळालेला हा जन्म अधिकाधिक परिपूर्णतेने जगून घ्यावा, पुढची पिढी जमेल तितकी पटकन निर्माण करावी' या भावनेतून प्युबर्टीची लवकर सुरुवात होत असावी.

सजीवांमधला प्युबर्टीचा काळ इतका वेगवेगळा का आहे, हे कळण्यासाठी जनुकं आणि आहार याशिवायही काही घटक विचारात घेणं आवश्यक आहे. उदा. फक्त आहाराची सकसता वाढली असं नाही, तर आरोग्यविषयक सुविधाही वाढल्या आणि त्याने लहानांमधले संसर्गजन्य आजार आणि जीवाणूंचा धोका कमी झाला. आर्थिक-सामाजिक स्तरांचाही यावर परिणाम होतच असतो. उच्चभ्रू वर्गातल्या मुलांना प्युबर्टी लवकर येताना दिसते. उत्तम आहाराचाही परिणाम असेल कदाचित. उत्तर आणि दक्षिण युरोपमधल्या मुलांना येणाऱ्या प्युबर्टीच्या काळात एक वर्षाचा फरक दिसून आला. हा फरक जनुकांमुळे असेल किंवा दिवसातल्या ऋतूंमधल्या बदलांमुळे असेल असं असेल, तर जिथे राहतात त्या हवामानाप्रमाणे प्रजननाच्या पद्धती बदलणारी मानव ही एकमेव जमात नाही, शेळ्या आणि मांजरांमध्येही असं आढळून येतं.

प्युबर्टीचा काळ नियंत्रित करणाऱ्या घटकांमधला शेवटचा घटक हा विशेषत्वाने विरोधाभास असणारा आहे – ताण-तणावामुळेही टीनएज मुलींमध्ये प्युबर्टी लवकर येऊ शकते. सगळ्याच संशोधकांना हे मान्य नाही. पण तणाव आणि विशेषत्वाने कौटुंबिक तणावाचं वातावरण प्युबर्टीवर परिणाम करतं, हे दाखविणारी माहिती उपलब्ध आहे. तणावपूर्ण परिस्थितीत असणारे प्राणी लवकर जननक्षम होतात. एवढंच नव्हे, तर लवकर प्रजनन करण्यासाठी ते त्यांच्या वाढीशी आणि परिपक्वतेशी एक प्रकारची तडजोडच करत असतात. अशी अनेक उदाहरणं आहेत. प्राप्त परिस्थितीनुसार परिस्थितीचा अंदाज लावणारे सजीव हे ताणतणावाला प्रजननाच्या रूपात प्रतिसाद देणाऱ्यांचं अजून एक उदाहरण. सामाजिक उलथापालथ, स्त्रियांवर होणारे अत्याचार, योग्य जोडीदार न मिळणं हे मुलींसाठी प्रजननाबद्दलचा नकारात्मक देखावा उभं करणं असेल. मुली फार काळ जगू शकणार नाहीत, त्यांचं आयुष्यमान कमी असेल असं मुलींना वाटत असणार. मग या सगळ्याला स्वाभाविक प्रतिसाद काय असेल? अर्थात, लवकरात लवकर जननक्षम होणं, थोडीफार मुलं जन्माला घालणं आणि आपल्या मागे त्यांची सोय लावणं. आपल्या जीवशास्त्रात हीच प्रणाली निर्माण झालेली असेल, तर उत्क्रांतीच्या इतिहासात मानवी माद्यांना खूप कठीण काळाला सामोरं जावं लागलं आहे असं यातून सूचित होतं. टीनएज मुलींना परिपक्व होण्याच्या आधीच मृत्युमुखी पडण्याचा धोका निर्माण झालेला होता. अशा वेळी आपल्यासारख्या दीर्घायुष्य असणाऱ्या प्रजातींनी या काही वर्षांच्या प्रतिकूलतेवर

कशी मात केली? तो काळ सरेपर्यंत शांत बसणं आणि चांगला काळ आल्यावर प्रजनन करणं हेच त्या वेळी शहाणपणाचं होतं.

प्युबर्टी सुरू होण्यासाठी गरजेचे असणारे घटक आणि या काही शतकांमध्ये प्युबर्टीच्या काळात झालेला बदल स्पष्ट करणारे घटक आपण पाहिले. पण मुळात माणसांमध्ये प्युबर्टी का येते? तिचा उद्देश काय? या प्रश्नाचं उत्तर आपल्याकडे आहे का? आपण या प्रश्नाचं निश्चित असं उत्तर देऊ शकत नाही, कारण शेतीच्या सुरुवातीच्या आधीच्या आपल्या पूर्वजांमध्ये प्युबर्टी कधी येत होती, याची आपल्याला काहीच माहिती नाही. शेतीयुगाच्या आधी प्युबर्टी लवकर येत असे असं म्हटलं जातं. मासिक पाळी वयाच्या सात ते बारा वर्षांमध्ये येत असे. अर्थात, माकडाचं माणसात परिवर्तन होण्याच्या काळातल्या माहितीवरून हे निदान केलं गेलं असल्यामुळे या विधानाला फारसा अर्थ नाही. शेतीयुगाचा मानवाच्या बालपणावरही भयंकर परिणाम झाला असंही एक गृहीतक आहे. मुलांना कोंदलेल्या, घाणेरड्या, कुपोषित अशा गावातल्या वातावरणात वाढवलं गेलं, ज्यामुळे लहान मुलांचं आरोग्य आणि जीवनमान खालावलं. बालमृत्यूंचं प्रमाण वाढलं. अशा वेळी जास्त मुलांना जन्म देणं स्वाभाविकच होतं. हे खरं असेलही कदाचित. शेतीमुळे मानवाची आयुर्मर्यादा कमी झाल्याची शक्यता मी पहिल्या भागात मांडली होती. पण हे सिद्ध झालेलं नाही. आपली उत्क्रांती पूर्वजांच्या हंटर-गॅदरर (शिकार आणि कंदमुळं-फळं गोळा करून त्यावर उपजीविका करणं) प्रणालीसाठीच झाली असेलही, पण याचा अर्थ असा नाही की आपण तीच जीवनपद्धती आदर्श मानावी. ती ओंगळ, पशुवत आणि अल्पजीवी पण असू शकतेच ना!

जंगली आयुष्याकडून शेतीकडे झालेलं स्थित्यंतर मानवी कुटुंबपद्धतीवर खोलवर परिणाम करणारं ठरलं, असंही म्हटलं जातं. नवीन स्थिर जीवनामुळे कदाचित मुलं पालकांच्या सान्निध्यात राहू लागली. त्यामुळे टीनएजर्सनाही दीर्घकाळ त्यांच्या पालकांसोबत राहता येऊ लागलं. याचा फायदा असा झाला की, पालकांकडून शेतीची तंत्रं, साधनं शिकून घेण्यासाठी टीनएजमधल्या काळाचा उपयोग होऊ लागला. मग या शिक्षणासाठी पालकांना आपली मदत अधिक काळ व्हावी म्हणून ही प्युबर्टीची वेळ पुढे ढकलली गेली असेल का? ही शक्यता योग्य वाटेलही कदाचित, परंतु व्यावसायिक गोष्टी शिकण्यासाठी प्युबर्टी पुढे ढकलली गेली हे मलातरी पटत नाही. टीनएजर पालकांसोबत राहू लागला. रक्ताच्या नात्यात शारीरिक संबंध येऊ नयेत म्हणून त्यांची प्युबर्टी पुढे ढकलली गेली का? असाही एक प्रवाद आहे. मला हेसुद्धा मान्य नाही. माझ्या मते, रक्ताच्या नात्यात संबंध ठेवायचा मानवालाच इतका तिटकारा आहे की, त्यासाठी वेगळं कोणतं संरक्षण द्यायची गरजच नाही.

शेतीयुगापूर्वीच्या आपल्या 'नैसर्गिक' इतिहासाबद्दल आपल्याला फारच कमी माहिती आहे. पण प्युबर्टीच्या काळाबद्दल आपली आत्ता जी समजूत आहे त्यातून आपल्याला 'प्युबर्टीचा असा कोणताही एक ठरावीक काळ नसतो' हा महत्त्वाचा धडा शिकायला मिळतो. आपल्या जीवनरेषेचा एक ठरलेला भाग ठरलेल्या वेळीच येतो, अशी प्युबर्टी नाही. याउलट तुम्ही ज्या घटकांचा विचार करू शकाल, त्या प्रत्येक घटकामुळे तिच्यात तिच्या मर्जीनुसार बदल घडू शकतात – आहार, वजन, गर्भावस्थेतला विकास, वादळ, जनुकं, सामाजिक तणाव अनेक घटक असे आहेत. प्युबर्टी कुठल्याही ठरावीक वयाशी बांधील नसते. त्यामुळेच ती व्यक्तिसापेक्ष बदलताना दिसते आणि नवल म्हणजे याचे कुठलेही दुष्परिणाम किंवा दीर्घकालीन परिणाम दिसून येत नाहीत. पाच हजारांमध्ये एखाद्या मुलामुलीला अकालीच, म्हणजे जरा जास्तीच लहान वयात प्युबर्टी येते. पण तरीही असं मूल शारीरिक व मानसिक पातळीवर, वागण्या-बोलण्यात, लैंगिक क्षमतेच्या दृष्टीने पूर्णतया सामान्य असल्याचं दिसून येतं. मात्र कदाचित या प्रवासादरम्यान अशा मुलाला/मुलीला थोड्या अधिक प्रमाणात तडजोडी कराव्या लागत असतील, थोड्या जास्त समस्यांना तोंड द्यावं लागत असेल. आपण लहानपणी ज्या सहजतेने चालायला शिकतो, त्याच सहजतेने प्युबर्टी येते. फक्त तिची येण्याची नक्की वेळ आपण सांगू शकत नाही. त्यामुळे प्युबर्टी कधी यायला हवी हे शोधणं अशक्य आहे. हा प्रश्न अनुत्तरीतच राहणार आहे. आपण एवढंच सांगू शकतो, प्युबर्टीची योग्य वेळ झाली की ती येते.

भविष्यात प्युबर्टीचं काय, या गोष्टीला अनेक फाटे फुटू शकतात. असं कमीत कमी वय कोणतं, ज्या आधी प्युबर्टी येऊच शकत नाही? की आता हे प्युबर्टीचं वय जरा कमी होणं असंच चालत राहणार? हे शास्त्रज्ञांना कोडंच पडलंय. पण जरा दिलासा देणारी घटना म्हणजे विकसित देशांमध्ये वय कमी होण्याचा वेग जरा मंदावला आहे. दर वर्षाला तीन दिवस असा वय कमी होण्याबद्दलचा पुढचा अंदाज आहे. पण काहींचा दावा आहे की हे वय कमी होणं थांबलंय. वय कमी होण्याचा वेग का मंदावला याची आम्हाला काही कल्पना नाही. कदाचित आताचा जो आहार आहे त्यात अजून बदल होण्याची शक्यता नाही किंवा प्युबर्टी 'खालावण्याच्या फायद्यांच्या नियमा'नुसार वागत असेल. जे काही असेल ते असो, पण मानवी प्युबर्टीसाठी अशी ठरावीक वयाची मर्यादा नाही, कारण काही सजीवांना अजूनही इतरांच्या मानाने खूपच लवकर प्युबर्टी येते.

अर्थात, प्युबर्टी म्हणजे मानवांसाठी फक्त लैंगिक आयुष्याची पूर्वतयारी असं नाही. टीनएजरने सेक्स कधी करावा याच्या अंदाजाच्या जवळ जाण्यासाठी आपल्याला हा विचार करावा लागेल की सेक्स करण्यासाठी ते इतके उत्सुक, उतावळे का

असतात? किंवा ते या सगळ्यात का ओढले जातात? आपण आकलनाच्या संदर्भात गुंतागुंतीचे प्राणी असल्यामुळे उतावीळपणा आणि बळजबरी यातली सीमारेषा जरा धूसर आहे. आपले सहकारी आणि पालकांनी परावृत्त करूनही काही टीनएजर्सना लैंगिक संबंध अनुभवायचे असतात, तर काही जण बलात्काराला बळी पडून सेक्सचा अनुभव घेतात. काही टीनएजर्स या दोन्ही टोकांच्या मध्ये अधांतरी असतात – इतर सगळेच करतात म्हणून ते सेक्स करतात, त्यांचे सहकारीही त्यांना करून बघायला प्रवृत्त करतात किंवा त्यांचे सहकारी सेक्स करण्यासाठी दबाव आणतात.

पहिल्यांदा समागम करण्याचं वय फारसं बदललं नाहीये असं जगभरात पाहणी केल्यावर दिसून आलं. जरी लग्न करायचं वय जगभरात वाढत चाललं आहे तरी पहिल्यांदा समागम करण्याचं वय बदललं नसल्यामुळे विवाहपूर्व लैंगिक संबंध घडून यायला लागले आहेत. पण युनायटेड किंग्डममध्ये असं निदर्शनाला आलं की, १९६६ ते १९९६ या काळात मुलींचं पहिल्यांदा समागमाचं वय सोळापासून चौदावर आलं आणि मुलांचं पंधरावरून तेरावर आलं. १९५०मध्ये चाळीस टक्के स्त्रिया विवाहानंतरच समागम करणाऱ्या होत्या, आता हे प्रमाण एक टक्क्यापेक्षाही कमी आहे. मुलं आणि मुलींमधली ही वयाची भानगड गोंधळात टाकणारी आहे; कारण नोंदी सांगतात, एका ठरावीक वयाला मुलांना त्यांच्याच वयाच्या मुलींपेक्षा जास्त लैंगिक जोडीदार असतात. बऱ्याचशा विषमलिंगी (स्त्री-पुरुष) जोड्यांमध्ये मोठा मुलगा आणि तरुण, लहान मुलगी असते असंच मोठ्या प्रमाणावर आढळलेलं आहे. मग हे तरुण टीनएज पुरुष कोणत्या मोठ्या मुलींकडे लैंगिक संबंधांसाठी जातात हे माहीत नाही. त्यामुळं मुलं त्यांच्या लैंगिक जोडीदारांची संख्या वाढवून सांगतात, पण पहिल्या समागमाच्या वेळचं वय लपवतात असा संशय येतो आणि मुली बरोबर विरुद्ध करतात.

बाकीचे अभ्यास टीनएजर्सच्या पहिल्या लैंगिक अनुभवामागच्या हेतूबद्दल आहेत. सेक्स करण्यामागे मुलांना कुतूहल किंवा दारूचा परिणाम असतो, तर मुलींच्या मागे प्रेम ही प्रेरक गोष्ट असते. यावरून अर्थातच असं दिसतं की, विषमलिंगी संबंधांमध्ये दोन्ही जोडीदारांचे हेतू नेहमीच जुळत नाहीत. युनायटेड स्टेट्समध्ये आफ्रिकन-अमेरिकन मुलींच्या एका घोळक्याला त्यांच्या पहिल्या लैंगिक अनुभवाबद्दल विचारलं असता अठ्ठ्याहत्तर टक्के मुलींना वाटलं की, पहिल्यांदा लैंगिक अनुभव घेतला तेव्हा त्या फारच लहान होत्या. फक्त बावीस टक्के मुलींचं असं म्हणणं होतं की, त्यांनी योग्य वेळी ते केलं होतं.

आपण संप्रेरकांचं अनुकरण करणारे नसून बुद्धिमान मानव असल्यामुळे आपला सेक्सकडे पाहण्याचा दृष्टिकोन महत्त्वाचा ठरतो. आपल्याला आवडेल तितका वेळ आपण प्युबर्टीकडे दुर्लक्ष करू शकतो आणि आपल्याला हवं तेव्हा लैंगिक सुख

घेऊ शकतो. टीनएज सेक्सची ही आकलनात्मक बाजू लक्षात घेता कमी बुद्ध्यांक असणारे टीनएजर्स लहान वयात सेक्स करतील हेसुद्धा लक्षात घेण्याजोगं आहे.

या सगळ्याचा निष्कर्ष काढताना या प्रकरणाच्या सुरुवातीला मी विचारलेल्या प्रश्नाकडे वळू या – टीनएजर्समध्ये शरीरसंबंधांची सुरुवात कधी होते? मानवाच्या 'सामान्य' वर्तणुकीसाठी आपला हंटर-गॅदरर भूतकाळ आपण गृहीत धरायला नको, कारण त्या काळच्या प्युबर्टी अथवा सेक्सच्या वयाची आपल्याला काही कल्पना नाही. वर्तणुकीचे कुठेही, कधीही असे जीवाश्म तयार होत नाहीत की ज्यावरून काही कळू शकेल. (क्षमा करा, पण!) प्युबर्टी म्हणजे चालती-बोलती मेजवानी आहे. प्युबर्टीसाठी 'योग्य' काळ असण्याची कल्पना तद्दन निरर्थक आहे. मी असं सुचवेन की, मानवाने तेव्हाच सेक्स करायला सुरुवात केली, जेव्हा त्याला पहिल्यांदा सेक्स करावासा वाटला. आपण पाहिलं की, टीनएज अवस्थेच्या मध्यात असा एक ठरावीक काळ येतो, ज्यात लैंगिकतेविषयी आसक्ती वाटू लागते. ओढ लागते. हा काळ असा भुरळ पाडणारा! जणू निसर्गच टीनएजर्सना 'सेक्स करा' असं सांगत असतो. आपलं काही म्हणणं असो, आपली इच्छा असो-नसो, टीनएज सेक्स हा माणसाच्या लैंगिक अनुभवातला अतिशय हळुवार, महत्त्वाचा क्षण असतो, असं मी मानतो. आता आपण हे सगळं कसं घेतो, याकडे कसं पाहतो ते आपल्यावर अवलंबून आहे!

टीनएजर्स आणि लैंगिक आजार

लैंगिक संबंध ठेवणाऱ्या सोळापेक्षा कमी वयाच्या मुलांपैकी, निम्म्यापेक्षा जास्त मुलांनी असुरक्षित संभोग केलेला असतो. टीनएजर्सना सेक्सच्या बाबतीत काळजी घ्यायला सांगण्यामागे गर्भारपणाशिवाय अजून एक कारण आहे – असुरक्षित संभोगामुळे होणारे आजार (एसटीडी – सेक्शुअली ट्रान्समिटेड डिसीजेस). मुलांना या बाबतीत घाबरवलं जातं, समजावलं जातं, पण या सूचनांचा परिणाम फार क्वचितच होताना दिसतो. अमेरिकेत टीनएज अवस्थेतील एक-चतुर्थांश मुलांना एसटीडीची लागण झालेली असू शकते. युनायटेड स्टेट्समध्ये संसर्गजन्य रोगाची लागण झालेल्या दहापैकी पाच व्यक्ती या एसटीडी झालेल्या असतात. (जसे गनोरिया, एचआयव्ही, सिफिलिस, हिपेटायटीस बी). सर्वांत वाईट गोष्ट म्हणजे यांपैकी अर्ध्यापेक्षा जास्त जणांची नोंदही झालेली नसते. याचाच अर्थ प्रसिद्ध केलेल्या आकड्यांपेक्षा वास्तवातली संख्या जास्त आहेच, पण दुसरा अर्थ असा की, अनेक रुग्ण उपचाराविना राहून इतरांमध्ये रोग पसरवायला मोकळे आहेत.

टीनएज अवस्थेत अशा रोगांची होणारी लागण, यावर आपली पहिली प्रतिक्रिया असते – धक्का बसणं. तरी हे आजार नवीन नाहीयेत. आपल्याकडे फार पूर्वीपासूनच या आजारांच्या नोंदी आहेत आणि दीर्घकाळपर्यंत हे आजार होत असल्याची माहिती उपलब्ध आहे. या आजारांकडे तरुणाईवरचं संसर्गजन्य संकट म्हणून न पाहता, आपण आणि तरुण यांच्या उत्क्रांतीचा परिणाम म्हणून पाहिलं तर यातला अर्थ समजू शकेल. आपल्याप्रमाणेच सतत उत्क्रांत होत राहणाऱ्या जीवाणूंमुळे हे आजार होतात. आपल्याप्रमाणेच हे जीवाणू आपली पाळंमुळं शोधतात. हे जीवाणू म्हणजे एक वैविध्यपूर्ण गट आहे – त्यात विषाणू आहेत, बॅक्टेरिया आहेत, प्रोटोझोआ आहेत आणि काही प्रसंगोत्पात तयार होणारे जीव आहेत. ही सगळी मंडळी मानवी प्रजनन प्रणालीमध्ये लहानशा कोपऱ्यात नांदत असतात. परंतु या आजारांच्या

प्रसाराचं काही वैशिष्ट्य आपण पाहणार आहोत. सर्वांत महत्त्वाचं म्हणजे मानवातील सूक्ष्मात सूक्ष्म बदलाला हे सगळे आजार प्रतिसाद देतात; हे बदल मानवी वागणुकीतील असले तरीही. आणि म्हणूनच अलीकडच्या काळात, विशेष करून टीनएज अवस्थेत लागण होणाऱ्या या एसटीडी आजारांच्या लागण होण्यामध्ये नाट्यमयरीत्या प्रचंड फरक पडलेला दिसून येतो आणि स्पष्टच सांगायचं तर समस्त मानव जातीचं पार उच्चाटन करून टाकण्याची अफाट ताकद या आजारांमध्ये आहे.

लैंगिक संबंधांतून होणारे आजार फक्त माणसांनाच होतात असं नाही. सस्तन प्राणी, पक्षी, सरपटणारे प्राणी, कोळी, किडे आणि अगदी वर्तुळाकार कृमींमध्येही असे आजार आढळून आले आहेत. लैंगिक आजार इतक्या सार्वत्रिक आढळामुळे 'आपण एकटेच नाही' असा दिलासा आपल्याला मिळतो. याचाच दुसरा अर्थ असाही आहे की असेही काही प्राणी आहेत, ज्यांच्याठायी असलेल्या लैंगिक आजारांचा आपण अभ्यास करू शकतो. माणसांप्रमाणे प्राण्यांना होणारे लैंगिक आजार हे फक्त निकटच्या साथीदारामुळेच होतात असं नव्हे, एकमेकांच्या जननेंद्रियाच्या वासाने वा घर्षणानेही प्राण्यांना असे आजार होऊ शकतात.

प्राण्यांच्या लैंगिक आजारात आढळून येणारी वेगळी गोष्ट म्हणजे प्राण्यांमध्ये यांचा प्रसार कसा होतो यामागचं गणित, आजाराच्या संसर्गाचा दर, हा कोणत्याही प्राणिजातीच्या पर्यावरणातल्या घनतेवरून ठरवला जातो. थोडेच प्राणी खूप मोठ्या भूखंडावर विखुरले असतील, तर प्रसाराचं प्रमाण खूपच कमी असतं. याचं उत्तम उदाहरण म्हणजे शेती करण्याच्या आधीच्या काळातील मानवांमध्ये आलेली फ्लूची साथ. कदाचित आपण खूप लहान गट करून लांब अंतरावर राहत असू. त्यामुळे रोगाचा प्रसार होऊ शकला नाही. आता फ्लू लक्षणीय आजार ठरला आहे, कारण आपण सगळे मोठ्या संख्येने एकत्र राहतो. संख्येच्या घनतेवर रोगाचा प्रसार अवलंबून असणं याला एक चांगली बाजूही आहे. जर नव्या विषारी जीवाणूचा हल्ला झाला, तरी पूर्ण जमात नष्ट होत नाही. सामाजिक घनता कमी करण्याइतक्या संख्येने सजीव मारले जातात आणि मग घनता कमी झाल्यामुळे रोगाच्या प्रसाराला आपोआपच आळा बसतो.

लैंगिक आजारांची गोष्ट जरा वेगळी आहे. त्यांच्या प्रसाराचा दर घनतेपेक्षाही संसर्ग झालेल्या व्यक्तींच्या समाजातील प्रमाणावर ठरतो. संसर्ग झालेल्या प्राण्यांचा गट एकमेकांपासून कितीही दूर गेला, तरी कधी ना कधी त्याला साथीदार शोधावा लागतोच. साथीदाराला शोधून हे प्राणी संसर्गाचा धोकाच वाढवत असतात. अशा प्रकारे वातावरणात विखरून संसर्ग कमी करण्याच्या नैसर्गिक पद्धतीचं संरक्षण इथे कुचकामी ठरतं. याचमुळे लैंगिक आजार पूर्ण प्रजात नष्ट करू शकतात. आपण या शक्यतेपासून पळ काढू शकत नाही. अन्न गोळा करणाऱ्या, शिकार करणाऱ्या

मानवांना लैंगिक आजार टाळणं शक्य नव्हतं. कारण लहान-लहान गट करून वेगळं राहणं म्हणजे भयंकर वंध्यत्वाला आमंत्रण देण्यासारखंच होतं. त्यापेक्षा आपल्या पूर्वजांनी वंध्यत्व टाळण्यासाठी लहान-लहान गटांमधून व्यक्तींची अदलाबदल केली. त्यातल्या त्यात टीनएजच्या सुरुवातीच्या काळातल्या मुलांना दुसऱ्या टोळीत पाठवणं, हा लैंगिक आजार टाळण्याचा सर्वोत्तम मार्ग होता.

तेव्हा लक्षात घ्या की, लैंगिक आजारामध्ये दुर्दैवाने संभोग आणि जोखीम एकत्र येतात. प्राण्याच्या जगण्यासाठी संभोग आणि त्या अनुषंगाने असणारा संसर्गाचा धोका स्वीकारणं हाच पर्याय असतो. लैंगिक आजार प्रजननक्षमता आणि पर्यायाने जीवनाच्या मुळावरच घाव घालत असल्यामुळे अनेक जमातींच्या प्रजातींच्या लैंगिक निर्णयामागे ही चिंता दडून बसलेली असते. असाही एक विचार आहे की, लैंगिक आजार पूर्ण प्रजातीच्या प्रजननपद्धती कायमसाठी बदलवू शकतात. यातूनच कदाचित यजमान प्रजाती असफल संभोगापासून दूर राहण्यासाठी उत्क्रांत झाल्या असाव्यात किंवा मग एकपत्नीत्व, बहुपत्नीत्व वा बहुपतीत्व अशा पद्धतींकडे वळल्या असाव्यात. कोणते सजीव सहजपणे संसर्गाला बळी पडतात, कोणत्या सजीवांवर संसर्गाचे परिणाम गंभीर होतात, यावर यांपैकी कोणती पद्धत प्रजातीत रूढ होणार हे अवलंबून असतं.

या पद्धतींचे फायदे-तोटे मात्र प्रत्येक सजीवाला स्वतःच ठरवावे लागतात. उदा. तुम्ही अनेक माद्यांशी संबंध ठेवणारे यशस्वी नर असाल, तर नैसर्गिक निवडीच्या खेळामध्ये तुम्हाला सुयोग्य जोडीदाराचा लाभ व्हायची दाट शक्यता आहे; परंतु यात तुम्हाला आणि तुमच्या होणाऱ्या अपत्याला जीवघेण्या संसर्गाला तोंड द्यावं लागू शकतं. या दृष्टीने पाहायला गेलं, तर असं दिसतं की, लैंगिक संसर्गजन्य आजारांपासून बचाव तंत्राचे धागे हे प्रायमेट्सच्या लैंगिक आराखड्यांमध्येच गुंतलेले सापडतील. उदा. एखाद्या प्रजातीचा इतरांशी संकर करण्याकडे कितपत कल आहे, त्याच्याशी रोगप्रतिकार शक्तीतली काही वैशिष्ट्यं संलग्न असतात. आधुनिक मानवांची लैंगिक पद्धत म्हणजे खरंतर या आजारांना आपण दिलेला प्रतिसाद असू शकतो. संस्कृती आणि जीवशास्त्र या दोहोंकडून मिळालेली दीर्घकालीन एकपत्नीव्रताची पद्धतच हे आजार टाळण्यासाठी योग्य आहे हे नक्की. आपल्या संसाराच्या सुखासाठी आपण या विषाणूंना धन्यवादच द्यायला हवेत.

लैंगिक आजार आपल्या प्रजातीच्या अस्तित्वाला घातक आहेत, असं अजूनतरी म्हणता येणार नाही. फारतर फार आपण म्हणू शकतो की, ते सहजपणे पसरण्याइतपतच उत्क्रांत होत आहेत. प्रसाराची संधी मिळण्याआधीच यजमानाला मारण्यात त्यांना रस नसतो. शिवाय मानवी प्रजनन थांबवणं त्यांच्या फायद्याचंही नाही. त्यांच्यापासून होणारे नकोसे परिणाम झटकून टाकणं, त्यांना अजून जमलेलं नसलं तरी ते

आपल्याबरोबर राहण्याचा प्रयत्न करताना दिसतात. याचं बोलकं उदाहरण म्हणजे युरोपमधला सिफिलिस रोगाच्या सुरुवातीचा इतिहास. युरोपमधील, सिफिलिस (गुप्तरोग)चं 'शून्य वर्ष' (ज्या काळात एकही रोगी सापडला नव्हता.) हे इ.स. १५०० होतं. त्या अगोदर हा रोग माहीत तरी नव्हता किंवा त्याचे रोगी दुर्मीळ होते. समज आहे की, या रोगाचे जीवाणू कोलंबसच्या खलाशांनी हैतीमधून अटलांटिक पार करून युरोपमध्ये आणले. हे खलाशी नंतर फ्रान्सच्या आठव्या चार्ल्सच्या सैन्यात भरती झाले. १४९५मध्ये नेपल्सला वेढा घालून नेपल्स लुटलं गेलं, त्या सुमारास या रोगाचा प्रसार झाला. काही इतिहासकारांना या घटनेचा संशय आहे, पण याच सुमारास सिफिलिस दिसू लागला हे खरं. लवकरच त्या रोगात अनेक बदल झाले. युरोपात या रोगाचा प्रसार होताना त्याची तीव्रता, गंभीरता कमी होत गेली, असं काही इतर समकालीन पुराव्यांमधून स्पष्ट होतं. यजमानांना कमी इजा करणारे जीवाणूंचे प्रकार सहजपणे पसरले आणि त्यांनी जीवघेण्या जीवाणूंना जवळजवळ हद्दपार केलं. असेच बदल इतरही लैंगिक आजारांमध्ये आढळले – या रोगांमुळे मृत्यू होणं, ही दुर्मीळ घटना आहे आणि त्याची अपायकारक लक्षणं अचानक दिसणं फार क्वचितपणे घडतं. त्यांनी अशी क्षमता विकसित केली आहे की, यजमानाच्या प्रतिकारक्षमतेला युक्तीने चकवून ते दीर्घकाळ त्याच्या शरीरात वास्तव्य करू शकतात. लैंगिक आजार दीर्घकाळ चालतात, ज्यायोगे त्यांना जास्तीत जास्त लोकांना संसर्गित करण्याची संधी मिळेल.

सिफिलिसच्या अचानक उद्भवावरून दिसून येतं की कोणता लैंगिक आजार झटकन पसरेल आणि कोणता अदृश्य होईल हे ठरवणं फार अवघड आहे. मानवी वागणुकीतल्या स्थित्यंतरांशी या लैंगिक आजारांचं भवितव्य घट्टपणे बांधलेलं आहे. आजच्या टीनएजर्ससाठी ही गोष्ट तितकीच महत्त्वाची आहे, जितकी आपल्या प्रजातीच्या अस्तित्वापासूनच्या टीनएजर्ससाठी होती. मानवी जीवनपद्धती जशी बदलली तसे काही लैंगिक आजार आले आणि गेले. मानवी समाजकारणाने वेगवेगळ्या संसर्गांची भवितव्यं कशी बदलली, ही गोष्ट आता सांसर्गिक रोगांचे तज्ज्ञ शोधून काढत आहेत.

पन्नास हजार वर्षांपूर्वी मानव आत्ताप्रमाणेच जगाच्या जवळजवळ सगळ्या भागात पसरलेले होते. आपण आधी पाहिल्याप्रमाणे ते लहान-मोठे गट करून लहान कुटुंबांमध्ये जगभर विखुरलेले असावेत. केवळ भौगोलिक वेगळेपणामुळे त्यांना बऱ्याच संसर्गांपासून संरक्षण मिळालं. तरीही गटागटातल्या माणसांच्या देवाण-घेवाणीमुळे, संकरामुळे लैंगिक आजार पसरू शकत होते. असंही म्हटलं जातं की, हीच परस्पर देवाण-घेवाण मुलाच्या तुलनेत मुली लवकर परिपक्व होण्यास कारणीभूत आहे. अर्थातच यामागे त्यांच्या मानसिक आणि शारीरिक

स्वाभाविकतेचा भविष्यातील परिणाम लक्षात घेतला जात असणार. शिवाय यामुळे गटातल्या गटात शरीरसंबंध ठेवण्यावर आपसूकच नियंत्रण आलं असणार. तरीदेखील एकच विवाह आणि गटांतर्गत शरीरसंबंधांवरील निर्बंध कितपत पाळले जात असतील याबाबत आपल्याला कल्पना करता येऊ शकत नाही. तरीदेखील, त्या वेळेस असणाऱ्या परिस्थितीमध्येदेखील एसटीडीचं प्रमाण नक्कीच अत्यल्प असणार. आज दिसून येणारे अनेक प्रकारचे एसटीडी त्या काळी आढळतदेखील नसतील.

पुढचा मोठा बदल झाला, तो दहा हजार वर्षांपूर्वी. काही मानव एकत्र येऊन शेती करायला लागले, त्यांनी काही गोष्टी प्रस्थापित केल्या. या बदलाचा संपूर्ण मानवी आरोग्यावर होणारा संभाव्य परिणाम आपण आधीच जमेस धरला आहे, पण कदाचित लैंगिक आजारांवरही तो झाला. मोठ्या, जास्त घनतेच्या समाजात लैंगिक आजारांच्या संसर्गासाठी जास्त संधी होत्या. याचमुळे जुन्या रूढींमध्ये बदल होऊन जगण्यासाठीच्या नवीन संकुचित अटी, नियम जन्माला आले. वाढते बालमृत्यू आणि कमी झालेली आयुमर्यादा यामुळे टीनएज अवस्थेतल्या संभोगाबद्दलचे दृष्टिकोन बदलले असावेत. जेव्हा तुमचं सगळं कुटुंब मृत्युपंथाला लागलेलं असतं, तेव्हा पुढची पिढी निर्माण करण्यासाठी कोणत्याही प्रकारच्या संभोगाचं आकर्षण वाटणं स्वाभाविक आहे. नवीन योजना, पद्धती या आताच्या अर्थाने शहरी नसून ग्रामीण होत्या आणि त्यामुळे अजून धोका वाढला असावा. आधीप्रमाणेच जंगली झाडं, कंदमुळं गोळा करणं, रानटी प्राण्यांची शिकार करणं, या गोष्टी चालू राहिल्यामुळे या गावातले रहिवासी शेती करायला लागूनसुद्धा जंगली वातावरणाशी निगडीत होते. त्यामुळे पूर्वीप्रमाणेच प्राण्यांमुळे संसर्ग होण्याचा धोका आताही कायम राहिला. जुन्या एकेकट्या गटांमध्ये हे संसर्गजन्य आजार निष्फळ ठरले होते. पण शेती सुरू होऊन गावं वसायला लागल्यापासून मात्र ते चांगलेच फैलावले. मुळात मानवाला एचआयव्हीची लागण प्राण्यांपासूनच झाली आहे, हे आपल्याला आता पक्कं ठाऊक झालं आहे. त्यामुळेच मानवाला होणारे एसटीडीचे संसर्ग हेदेखील जंगली प्राण्यांच्या संपर्कातून होऊ शकतात, हेदेखील आपल्या लक्षात येतं.

अशा प्रकारे संसर्गजन्य आजारांचं दळण दळत इतिहास विचलित न होता पुढे सरकत राहिला. तीन किंवा दोन लक्ष वर्षांपूर्वी मोठी साम्राज्यं अशा एका पातळीपर्यंत वाढली, जिथून त्यांचे एकमेकांशी संबंध प्रस्थापित झाले. व्यापार किंवा युद्धाच्या माध्यमातून हे संबंध वाढायला लागले. आता संसर्ग पसरायला खूपच वाव होता. हीच गोष्ट प्राचीन काळात घातक साथीचे रोग पसरायला कारणीभूत ठरली असावी, जशी मध्य आशियातून युरोपमध्ये काळ्या तापाची (ब्लॅक डेथ) साथ पसरली. जागतिक व्यापार आणि जगभरात वाढणारी लोकसंख्या या दोहोंचे परिणाम वेगळे

असतीलही, पण या दोघांमुळे लैंगिक आजारांना उत्तेजना मिळाली हे खरं. वाढती आर्थिक सुबत्ता नेहमीच लैंगिक स्वातंत्र्याला प्रोत्साहन देते. पुरेशी संपत्ती असलेल्या लोकांच्या हातात बराच मोकळा वेळ असतो आणि ते काहीतरी आकर्षक शोधतच असतात. मध्ययुगीन लेखकांनी अशीही टिप्पणणी केली आहे की, संसर्गजन्य आजार लोकांना प्रत्येक क्षणी आयुष्य भरभरून जगा, पुढचं कोणी पाहिलंय, या तत्त्वावर जगायला प्रवृत्त करतात. सर्वसाधारणपणे याचा अर्थ भरपूर लैंगिक सुख उपभोगून घ्या असा घेतला जातो. परंतु काळ्या मृत्यूच्या साथीतून जे इंग्लिश लोक वाचले, त्यांच्या कष्टाला नवा अर्थ लाभला, त्यांची भरभराट होऊ लागली आणि यातूनच पूर्ण देश नवा समाज निर्माण करण्यास सज्ज झाला.

युरोपियन सत्ता जेव्हा जगभरचे प्रदेश लोभीपणे काबीज करत होत्या, त्या वसाहतींच्या काळात परत एकदा लैंगिक आजारांची साथ पसरायला लागली. जसं मी आधी नमूद केलंय, कोलंबसपासून आजारांची सुरुवात झालेली असली, तरी त्याने वेगवेगळ्या निरोगी लोकवस्त्यांमध्ये नवीन आजारांची ओळख करून दिली. यातल्या बऱ्याच आजारांचे परिणाम गंभीर होते; परंतु या सगळ्याच प्रकाराने जागतिक विकासाला चालना दिली, जी प्रक्रिया आजतागायत चालू आहे. विमानप्रवासामुळे तर आता हे संसर्ग जगभरात कुठेही भुर्रकन जाऊ शकतात. खूप लोक परदेशात जातात – लैंगिक करमणुकीसाठी किंवा आराम करण्यासाठीदेखील. युद्ध आणि त्या अनुषंगाने येणारा लैंगिक अत्याचारांचा वारसा तर सदैव अस्तित्वात आहेच! आफ्रिकेचा विचार केला, तर काही बाबी प्रकर्षाने जाणवतात. आजमितीला आफ्रिकेतदेखील शहरीकरण वाढत्या प्रमाणावर दिसून येत आहे. लाखो-करोडो लोक शहरांकडे धाव घेताना दिसताहेत. मात्र या साऱ्याचं मूळ शोधायला गेलं, तर आपण पार आफ्रिकेच्या घनदाट जंगलांतील, आपली ज्यांच्याशी अतिशय जवळीक आहे, अशा मर्कटांच्यात परत पोहोचतो. नव्याने उद्‌भवलेल्या, पसरलेल्या अनेक संसर्गांचं मूळ या मर्कटांमध्येच तर आहेत. हा संसर्गाचा अंश घेऊनच हे लाखो-करोडो आफ्रिकन गजबजलेल्या शहरांमध्ये स्थायिक झाले आहेत. मग एसटीडीचा प्रसार आणि लागण मोठ्या प्रमाणावर व्हावी यात काय आश्चर्य? मी तर म्हणेन की या मार्गाने आतापर्यंत फक्त एकच एसटीडीची लागण झाली आहे हे काय कमी आहे? आजवरच्या पाहणीमुळे ही तर जवळजवळ खात्रीच झाली आहे की, साधारण १९५०च्या दरम्यान दक्षिणी-पूर्व भागातील कॅमेरून प्रदेशातील कनागा नदीच्या परिसरातील चिंपाझीमुळेच एचआयव्हीची पहिल्यांदा लागण झाली. माकडांमधील जो इम्युनोडेफिशियन्सी विषाणु त्या भागातील चिंपांझींना ग्रासतो, त्याच्याशी ह्युमन व्हायरसचं (विषाणूचं) प्रचंड साधर्म्य आहे. पण आश्चर्य म्हणजे या व्हायरसने मृत्यू होत नाही, हेही तितकंच खरं. बहुधा त्या माकडाने घेतलेला चावा किंवा खाटकाने कापलेलं मांस

एवढं निमित्तदेखील त्या जंगलातील माकडाच्या शरीरातील विषाणूंचा प्रसार मानवी जीवनात होण्यासाठी पुरेसा ठरलेला आहे.

तर इतिहासाने आपल्याला दाखवून दिलंय की, ज्या लैंगिक आजारांना आपण बळी पडतो, ते आजार म्हणजे आपल्याच वर्तणुकीचा परिणाम आहेत. आपण काय करतो आणि कोणाबरोबर करतो, यांच्याशी हे लैंगिक आजार निगडीत असतात. कोणत्याही लैंगिक आजाराचा प्रसार काही घटकांच्या एक रचनेवर अवलंबून असतो – संसर्ग झालेल्या लोकांची संख्या, संसर्गाची मुदत, किती सहजपणे तो पसरू शकतो, त्याने किती नुकसान होतं, माणसं किती वेळा लैंगिक संबंध ठेवतात, त्यांचे लैंगिक साथीदार किती आहेत आणि किती वेळा असे साथीदार बदलतात, अशा अनेक घटकांवर हा प्रसार अवलंबून असतो. त्यामुळे लैंगिक आजार कुठवर पसरत राहील, याचा अंदाज करणं कठीण आहे. उलट, पूर्वीपेक्षा आता मानवी, सामाजिक, लैंगिक आणि पर्यावरणाच्या बदलाचा दर वेगाने बदलतो आहे – मग लैंगिक आजार हे स्थित्यंतराच्या अवस्थेत असले तर आश्चर्य वाटायला नको!

विकसित देशांमध्ये मानवी वर्तणुकीतल्या बदलांचा संबंध थेटपणे टीनएजर्सशी आहे, असं आपल्याला वाटतं. टीनएजर्स लवकरच लैंगिक संबंधाला सुरुवात करतात आणि कदाचित त्यांचा अनेक लोकांशी लैंगिक संबंध येतो. त्यांची नाती अल्पकाळ टिकणारी असतात – याचाच अर्थ की ते अनेकदा जोडीदार बदलतात. हे लैंगिक आजारांच्या पसरण्याचं एक महत्त्वाचं कारण आहे. सुदैवाने आता नियोजनाची साधनं मोठ्या प्रमाणात उपलब्ध असली, तरी त्यातला मोठा भाग संप्रेरकांवर कार्य करणाऱ्या साधनांनी व्यापलेला आहे. या साधनांमधून मात्र लैंगिक आजारांपासून संरक्षण मिळत नाही. लैंगिक आजारांच्या बचावासाठी कंडोम हा सर्वोत्तम उपाय आहे. पण यांचा गैरवापर केला गेल्यास ते परिणामकारक ठरत नाही, ते समागमाची उत्स्फूर्तता आणि स्पर्शसुखातला आनंदही कमी करतात. लैंगिकदृष्ट्या उतावीळ झालेल्या टीनएजर्ससाठी ही सगळी गृहीतकं फार महत्त्वाची आहेत. क्लॅमिडा आणि पॅपिलोमा विषाणूंवरच्या लशी लवकरच उपलब्ध होतीलही कदाचित. त्यामुळे इतर विषाणूंपासून तर संरक्षण मिळणार नाहीच; पण टीनएजर्सना मात्र खोट्या सुरक्षिततेचा दिलासा देऊन जोखीम वाढवतील. टीनएजर्सना असंही वाटतं की, लैंगिक आजार उपचारांनी बरे होऊ शकतात. किंबहुना, जे उपचार उपलब्ध आहेत ते अपयशी ठरू लागले आहेत. यातल्या अनेक आजारांवर उपचारच नाहीत. उदा. गनोरिया हा विषाणू आता प्रतिजैविकांना (antibiotics) विरोध करू लागला आहे.

आधुनिक टीनएजर्सना या सगळ्या गोष्टी कुठे नेऊन सोडणार आहेत? दुर्दैवाने लैंगिक आजारांचा प्रसार टीनएजर्समध्ये कसा होतो, याची आपल्याला खूपच कमी

माहिती आहे. लैंगिक आजारांचा इतिहास स्पष्ट करण्याची संसर्गित रुग्णाची अनिच्छा, काही आजारांची लक्षणंच न आढळणं यांसारखे अडथळे नेहमीच आपल्यासमोर येणार आहेत. प्रौढांमध्ये लैंगिक आजार अशा लोकांमध्ये गती घेतात, जे लैंगिक जोडीदार वाटून घेतात. लहान गटांमध्ये अशी लोकं स्वत:तच राहतात. तिथून साधारण समाजात त्याचा हळूहळू प्रसार व्हायला लागतो. लैंगिक सदस्यत्वाचा हा आराखडा 'घट्ट गुंता' न राहता जास्त वेगाने वाढणाऱ्या शाखांमध्ये बदलतो आहे. असा दोन टप्प्यांमधला बदल प्रौढांमध्ये आढळतो. असाच टीनएजर्समध्येही आढळतो, का त्यांच्यातला प्रसार जास्त वैविध्यपूर्ण, जास्त गोंधळवणारा आहे हे आपल्याला माहीत नाही. अनेक टीनएजर्स आपल्यापेक्षा वयाने मोठ्या असणाऱ्या माणसांशी संबंध ठेवतात. त्यामुळे ते कदाचित प्रौढांच्या लैंगिक जाळ्यात अडकत असतील. खरं पाहता लैंगिक आजारांच्या प्रसारासाठी प्रौढ व टीनएजर्समधला लैंगिक संबंध हा अतिशय प्रभावी, सोपा मार्ग आहे. संसर्ग झालेल्या प्रौढाकडून तरुण पिढीकडे, जेणेकरून संसर्गाला अनेक वर्षं तरुणांच्या शरीरात राहता येईल. सर्वांत वाईट गोष्ट म्हणजे कदाचित टीनएजर्सच स्वत:च घनिष्ठ आंतरसंबंध असणारे, संकरित गट असतील, ज्यांच्यामुळे नवीन लैंगिक आजार उद्‌भवत आहेत. एसटीडीमुळे टीनएजर्सचं सर्वाधिक नुकसान होऊ शकतं, ही सर्वांत गंभीर बाब आहे. या रोगांचं स्वरूप विकोपाला जाऊ शकतं आणि मग अशा मुलांना समाजात वावरण्याची तर लाज वाटतेच, पण यौनसंबंध ठेवणंदेखील अतिशय लाजिरवाणं होऊ शकतं. यातून नैराश्य नाही आलं तरच नवल, त्यांच्या वृत्तीत आणि व्यक्तिमत्त्वात आमूलाग्र बदल घडून येतो. इतक्यावरच हे दुष्परिणाम थांबत नाहीत. काही जणांची मानसिकता विकृतीच्या थराला पोहोचू शकते. त्यांना शरीरसंबंधांचा जबरदस्त तिटकारा वाटू शकतो.

यातल्या गनोरिया, सिफिलिससारख्या आजारांवर उपचार आहेत; पण हर्पिससारखे काही आजार आयुष्यभर राहतात. त्यांच्यावर उपचार नाहीत. काहींची लगेच लक्षणं दिसतात आणि नंतर वंध्यत्व येतं (जसे क्लॅमिडा) किंवा कर्करोग (पॅपिलोमा व्हायरस). एचआयव्ही नेहमीच प्राणघातक असतो. अनेक विकसित देशांमध्ये मानवी वर्तणूक बदलत असल्यामुळे संसर्गांचा तोलही बिनसतो आहे.

मानवी आयुष्यातल्या इतर गोष्टींबरोबरच, संसर्ग टाळण्यासाठीची टीनएजर्सची आकलनक्षमता हाच संसर्गाविरुद्ध सर्वोत्तम बचाव ठरू शकतो. कंडोमच्या वापराच्या महत्त्वाकडे दुर्लक्ष, मुख-गुद-योनी मैथुन आणि त्याचे धोके यावर संसर्गाचा दर ठरत असतो. शाळांमधून दिलेलं लैंगिक आजाराचं शिक्षण खूप परिणामकारक ठरत असल्याचं अनेक अभ्यासांतून दिसून आलं आहे. टीनएजर्सची जोडीदाराकडून काय अपेक्षा असेल ती असो, त्यांच्या लैंगिक नात्यांमधल्या भावनिक बंधात आणि स्वत:च्या आदरासाठी कंडोमचा वापर ही आवश्यक गोष्ट आहे. कंडोम वापरणं

म्हणजे जोडीदारावर अविश्वास दाखवणं नव्हे! पालकांकडून आपल्या आयुष्यावर करडी नजर ठेवली जात आहे, असं टीनएजर्सना वाटत असलं तरी पालकांच्या प्रभावाने लैंगिक आजार होण्याची शक्यता कमी होते. अर्थात, प्रेम आणि एकमेकांबद्दलची ओढ टीनएजर्सच्या कुटुंबनियोजनावर मात करावयाचा प्रयत्न करतातच. पण योग्य मार्गदर्शन झालेले, आनंदी नात्यात असणारे टीनएजर्स त्यांच्या कामसुखाच्या अत्युच्च क्षणीही थोडा वेळ थांबून, जरा वेळ घेऊन योग्य कृती करतात असं समजायला वाव आहे.

लैंगिक आजार टीनएजर्सच्या वागण्यावर अवलंबून असतात खरे पण याची चांगली बाजू म्हणजे टीनएजर्सकडे त्यांना नियंत्रणात ठेवण्यासाठी असणारी शक्ती. ज्या अर्थी लैंगिक आजारांच्या फैलावात टीनएजर्सची इतकी महत्त्वाची भूमिका आहे, त्याअर्थी पूर्ण मानवजातीवर त्यांचा होणारा परिणाम घटवण्याचीही गुरुकिल्ली त्यांच्याचकडे आहे. तरीही उत्क्रांतीचा मध्यवर्ती प्रश्न राहतोच, ज्यावर हे सारं आधारलेलं आहे. जर आपण या संसर्गाचं मिश्रण रक्तात घेऊन लाखो वर्षं जगत असू, तर आपले टीनएजर्स, पर्यायाने पुढची पिढी त्या संसर्गांना टाळण्यासाठी उत्क्रांत का नाही झाली? एका तेरा वर्षांच्या मुलाला/मुलीला दुसऱ्या तेरा वर्षांच्या मुला/मुलीसोबत पवित्र विवाहबंधनात अडकावं, बद्ध व्हावं असं का वाटत नाही? अशा विवाहांमुळे लैंगिक आजार संपुष्टात येऊ शकले, तरी असं होत नाही. कितीही धोक्याचं असलं तरी मानवी टीनएजर्सना प्रयोग करायचे असतात, भरपूर खेळायचं असतं आणि मजाही करायची असते. मला वाटतं हा लैंगिक 'बेजबाबदारपणा' आपल्या पूर्वजांकडून आलेला आहे. मानव अशा सामाजिक गटांमध्ये उत्क्रांत झाला आहे, जे आतापेक्षा फारच वेगळे होते. गटांमधलं भौगोलिक अंतर आणि दूरपर्यंत आढळणारा मनुष्यवस्तीचा अभाव यामुळे लैंगिक आजार नियंत्रित होत होते. टीनएजर्सच्या लैंगिक वर्तणुकीने फार फरक पडत नव्हता.

आता मात्र आपण स्वत:च त्यांच्यावर नियंत्रण ठेवायला हवं!

टीनएजर्समधली गर्भधारणा

'किशोरवयीन गर्भारपण' (या दोन शब्दांनीसुद्धा आपण बिचकतो.) ही संज्ञा ऐकायलाही नकोशी वाटते आणि मग सहानुभूती, राग, काळजी किंवा निराशा अशा काही भावना मनात उभारायला लागतात. पूर्णपणे नैसर्गिक असलेल्या या घटनेला इतका नकारात्मक गर्भितार्थ प्राप्त होणं, ही उल्लेखनीय गोष्ट आहे. हजारो वर्षं किशोरवयीन मुली गर्भार राहात आल्या आहेत – कदाचित आत्ताच्या काळापेक्षा नक्कीच जास्त प्रमाणात! जीवशास्त्रीयदृष्ट्या टीनएजर्स हे मुलं होण्यासाठी सक्षम आहेत याबद्दल शंकाच नाही, पण आधुनिक समाजाची अशी अपेक्षा आहे की, त्यांनी तसं करू नये. 'मूल आणि पालक यांच्या नात्याला धक्का पोहोचवणारं एक सामाजिक अपयश' असा शिक्का किशोरवयीन गर्भारपणावर मारला जातो. पण प्रत्येक ठिकाणी असं नाही. आधुनिक पाश्चात्त्य शिष्टाचारांमध्ये जे वय योग्य आहे, त्याहीपेक्षा कमी वयात इतर संस्कृतींमध्ये मुलगी/मुलगा लग्नायोग्य मानले जातात. पहिली मासिक पाळी आल्यावर अथवा बारा-तेरा वर्षांच्या स्वच्छंद वयातही त्यांना लग्नाच्या बोहल्यावर चढवलं जातं. लहान वयात त्यांना मुलं होतात. जगभरात असे अनेक विवाह झाले आणि अजूनही हे बालविवाह होतात.

पण या दीर्घ, अवचित आणि बऱ्यापैकी फलन होणाऱ्या घटनेचं, किशोरवयीन गर्भारपणाचं आपण काय करायचं? हे सगळं कसं बदलायचं? त्याच काळात असणाऱ्या शैक्षणिक, कौटुंबिक आणि व्यावसायिक इच्छा-आकांक्षांवर कशी मात करायची? की आपण हेच करण्यासाठी उत्क्रांत झालो आहोत असं समजून, हे सत्य स्वीकारून आपण त्याला पाठिंबा द्यायचा? किशोरवयीन गर्भारपणाचं आपण नक्की करायचं तरी काय?

आधुनिक सांस्कृतिक व्यवस्था आणि आपल्या उत्क्रांतीचा वारसा यांच्यातल्या असमतोलालाच या विषयाने हात घातला आहे. शिवाय आपण पुढे पाहूच की यात

काही कठीण जैविक तडजोडी कशा समाविष्ट आहेत....

थोडं सोप्पं करून सांगायचं तर किशोरवयीन मुलीचं गर्भारपण प्रौढ स्त्रीच्या गर्भारपणापेक्षा थोडं वेगळं असणार. मानवी जीवशास्त्राची ही विकृती नक्कीच नाही, पण यात निश्चितपणे फरक आहे.

वेगवेगळ्या देशातल्या या किशोरवयीन गर्भारपणाच्या घटनांमध्ये जमीन-आसमानाचा फरक आहे. काही देशांमध्ये अशा घटनांचं प्रमाण जवळजवळ शून्य आहे, तर बाकीच्या देशांमध्ये निम्म्याहून अधिक स्त्रिया या अठरा वर्षं पूर्ण होईपर्यंत गर्भार होतात. एका वर्षी तर युनायटेड स्टेट्समधील पंधरा ते एकोणीस वयातील ९.३ टक्के मुली गर्भार राहिल्याचा अंदाजच होता. बाकीच्या देशांतला आकडा याच्याच जवळपास जाणारा होता. युनायटेड किंगडम २ टक्के, नायजेरिया २३.३ टक्के आणि जपान ०.२ टक्के तरीही हा फक्त अंदाजच आहे. कारण यांपैकी दर तिसऱ्या मुलीचा गर्भपात होतो आणि दर नववी मुलगी मृत अर्भकाला जन्म देते. हे प्रमाण प्रौढ वयातील गर्भारपणापेक्षा खूप जास्त आहे. सर्व विकसित देशांमध्ये गेल्या शतकात हे किशोरवयातील गर्भारपणाचं प्रमाण घटलं आहे, असं आम्हाला वाटतं. किशोरवयातील संभोगाच्या घटना वाढल्या असल्या तरीही वाढत्या गर्भनिरोधकांमुळे गर्भारपणाचं प्रमाण घटलं आहे.

विकसित देशांमध्ये किशोरवयीन गर्भावस्था आणि त्यांना प्रतिकूल वातावरण या दोहोंमधले संख्याशास्त्रीय दुवे फारच स्पष्ट आहेत. युनायटेड किंगडममध्ये अनेक किशोरवयीन माता गरिबीमध्ये जगतात. आयुष्यातल्या काही अत्याचारांशी किशोरवयीन गर्भारपणाचे धागे जुळलेले आढळतात. युनायटेड स्टेट्समध्ये तर गर्भार असलेल्या किशोरींपैकी दहा टक्के जणी कोकेन घेत असल्याचा अंदाज आहे – जो पदार्थ गर्भामध्ये जन्मतःच विकृती निर्माण करणारा समजला जातो. स्वतःबद्दलचा आदर, शैक्षणिक बांधिलकी आणि शैक्षणिक यश हे निकषही या टीनएज मातांमध्ये खालावलेले आढळते. गर्भारपण हेच त्याचं कारण पण आणि परिणाम पण म्हणता येईल. लैंगिक गोष्टींच्या संदर्भात पालकांशी संवाद नसणं, हीसुद्धा टीनएज प्रेग्नन्सीची महत्त्वाची बाजू आहे. गर्भार राहिलेल्या अनेक किशोरवयीन मुलींमध्ये अशीही गैरसमजूत असते की, गर्भनिरोधक साधनांचा वापर म्हणजे प्रेमाची प्रतारणा असते. तो प्रेमातला एक गुन्हा आहे. याहीपुढे, हे गर्भारपण एकाच पालकासोबत वाढलेल्या किशोरवयीन मुलींमध्ये आणि स्वतः ज्या मुली अशा किशोरवयीन मातांपासून जन्मल्या आहेत, त्यांच्यात मोठ्या प्रमाणावर आढळून येतं. कदाचित हे आनुवंशिक असावं!

किशोरवयीन मातांना झालेल्या मुलांच्या वडिलांवर मात्र खूपच कमी संशोधन झालं आहे. 'गर्भारपणाची आणि पर्यायाने ते टाळण्याची जबाबदारी फक्त मुलीची

आहे' हे सर्वसामान्य गृहीतक आणि मुलांच्या पळकाढू वृत्तीचं प्रतिबिंबच या गोष्टीतून आपल्याला दिसतं. या संदर्भात काही माहिती प्रकाशित झाली आहे. त्यात मुलींच्या बाबतीतही सारखीच कहाणी आपल्याला कळते. शिक्षणात अधोगती, कमी उत्पन्न, मादक द्रव्यांचा वापर आणि कायद्याच्या कचाट्यात सापडणं याच सगळ्या गोष्टी किशोरवयीन गर्भारपणाला कारणीभूत आहेत. गांभीर्याने पाहण्यासारखी बाब म्हणजे या घटनांपैकी १० ते २० टक्के घटना बलात्काराचा परिणामस्वरूप आहेत, असं काही निष्कर्ष सांगतात. काही असं सुचवतात की, ही घटना अजूनच जटिल आहे, कारण ६० टक्के पर्यंतच्या अशा केसेस या 'नकोशा लैंगिक अनुभूतीतून उद्भवलेल्या' अशा सदराखाली नोंदवल्या गेल्या आहेत. 'नकोशा लैंगिक अनुभवातून' आणि 'बलात्कार' या दोघांमधला फरक एखाद्याला कळो अथवा न कळो, अशा घटनांची आकडेवारी मात्र निराशाजनक आहे. काही किशोरवयातील मुलांचे उद्योग आणि त्यांची प्रवृत्ती आपल्याला अंतर्मुख करणारी आहे.

बहुसंख्य टीनएज प्रेग्नन्सी या हेतुपुरस्सर नसतात. पण त्यातल्या बऱ्याचशा नियोजनबद्ध किंवा ऐच्छिक असतात, हे सत्य आपल्याला नजरेआड करता येणार नाही. बरेचसे टीनएजर्स या गर्भारपणाकडे आपल्या कुटुंबापासून सुटका करून घेण्याचा मार्ग म्हणून पाहतात – घर सोडणं किंवा लग्न करणं या अर्थाने. अर्थातच बऱ्याच वेळा हेच घडतं. येणारं गर्भारपण गृहीत धरून हे टीनएजर्स आपल्या जीवनशैलीमध्ये अतिशय धक्कादायक असे बदल करतात. उदा. ते त्यांचं मनोरंजनासाठी ड्रग्ज घेण्याचं प्रमाण आधीपेक्षा खूपच कमी करतात. हे प्रमाण त्यांच्या बरोबरीच्या गर्भार नसणाऱ्या मुलींपेक्षाही कमी असतं. ते त्यांचा आहारही योग्य प्रकारे वाढवतात. चारीठाव मनसोक्त चरण्याच्या, खाण्याच्या त्यांच्या सवयीसुद्धा ते जाणीवपूर्वक सोडून देतात. अनेक गर्भार टीनएजर्सनी सांगितलं की, त्या त्यांच्या गर्भधारण-क्षमतेबद्दल साशंक होत्या. ही चक्रावून टाकणारी गोष्ट आहे. या मुलींनी गर्भारपणाचं स्वागत केलं होतं. कारण आपलं प्रजननक्षम वय फार कमी असू शकेल, अशी त्यांना भीती वाटत होती आणि म्हणूनच लवकर मूल जन्माला घालणं त्यांना शहाणपणाचं वाटलं, हेच त्यांच्या साशंकतेतून सूचित होतं. हे आडाखे, गणितं मांडून किशोरवयातच पालकत्व स्वीकारणाऱ्या गटांमध्येही कमी शिक्षण आणि लैंगिक संवादांची कमतरता या गोष्टी प्रकर्षाने दिसून आल्या. शैक्षणिक अपयश आलेल्या आयांची मुलं आणि त्याच मुलांचे इतर मुलींना गर्भार करण्यामागचे हेतू या दोन्ही गोष्टी एकत्र येणं, हा यातला सर्वांत धक्कादायक भाग आहे.

किशोरवयीन गर्भारपणाचं मानवी आयुष्यात नक्की काय स्थान आहे आणि त्याची जोखीम किती, हे पाहण्याआधी आपल्याला हे पाहणं आवश्यक आहे की ही गोष्ट जगभरात नकोशी, निराधार आणि अस्वागतार्ह नक्कीच नाहीये. पण हेही

स्पष्ट आहे की, प्रतिकूल सामाजिक, आर्थिक घटकांमुळे टीनएज प्रेग्नन्सीला विचित्र गुंत्यात अडकवलं आहे. टीनएज प्रेग्नन्सीतून उद्‌भवणारे धोके कोणते आणि अशा प्रेग्नन्सीसाठी कारणीभूत असणाऱ्या प्रतिकूल घटकांपासून निर्माण झालेले धोके कोणते हे समजणं आणि त्यावर काम करणं कठीण होऊन बसलं आहे. प्रौढ महिलेच्या गर्भारपणावरही खरंतर गरिबी, सामाजिक उलथापालथ आणि गैरवर्तन या गोष्टींनी प्रतिकूल परिणाम होतो. मग टीनएज प्रेग्नन्सीमध्ये 'मातेचं वय' हीच गोष्ट धोकादायक ठरणारी आहे का?

काही प्रमाणात ही तरुणाईच एक संकट वाटायला लागलं आहे. किशोरी माता अनेक समस्यांना सामोरं जायचा धोका पत्करत असतात. यातल्या काही समस्यांचं मूळ त्यांच्या लहान वयात असू शकतं, तर इतर परिस्थितीजन्य असतात. या माता बऱ्याचदा ॲनिमिक (रक्ताची कमतरता) असतात. आहाराची कमी आणि किशोरवयातल्या प्रेग्नन्सीला जुळवून घेण्याची जैविक प्रवृत्ती या दोन्हींची परिणती ॲनिमियात होत असावी. (ॲनिमियामुळे वारेमधील (placenta) रक्तस्राव सुधारतो.). त्यांना अनेकदा 'प्री-एक्लाम्पशिया' नावाचा आजारही होऊ शकतो. या विचित्र आजारात मातेचा रक्तदाब वाढतो आणि त्यामुळे वार झिजते. वाढलेल्या रक्तदाबामुळे गर्भावरही परिणाम होतो. मातेच्या हाता-पायावर व चेहऱ्यावर सूज येते. यकृतावर परिणाम होतो. डोळ्यांपुढे दिवे चमकल्यासारखे वाटतात किंवा आकडीसुद्धा येते. थोडक्यात प्री-एक्लाम्पशिया विकसित देशांमध्ये मातामृत्यूचं एक महत्त्वाचं कारण आहे.

बाळाच्या जन्मापर्यंत या परिस्थितीमध्ये फारशी सुधारणा होत नाही. टीनएज माता या कालपूर्व प्रसूत होऊ शकतात, बाळाच्या जन्माला अडथळे येऊ शकतात. बाळ अडकू शकतं आणि प्रसूतीदरम्यान त्यांचा मृत्यूही होऊ शकतो. विकसित देशांमध्येही नवजात बालमृत्यूचं प्रमाण इतरांपेक्षा पाचपट जास्त आहे. त्यांनी गर्भपाताचा विचार केला, तरीही गुंतागुंत वाढू शकते. कारण अवैध मार्गाने गर्भपात करण्याकडे अधिक कल असतो. कायद्याच्या कचाट्यात अडकण्यापेक्षा हा मार्ग अधिक सोपा वाटतो. गर्भारपणाच्या सर्व प्रक्रियेला या सगळ्या मातांपैकी पन्नास टक्केपेक्षा जास्त जणी नैराश्य आणि घरगुती हिंसाचाराला बळी पडतात. या सगळ्यावर वरवर नजर टाकली तरी लक्षात येतं की, या किशोरी-मातांपासून जन्मलेल्या मुलांकडे उदासीनपणे, अलिप्तपणे पाहिलं जातं. त्यांच्याकडे खूप दुर्लक्ष केलं जातं. शारीरिक छळ होतो, ती मुलं आजारी पडतात. अतिशय लहान नवजात मृत्युमुखी पडतात. शाळेत त्यांना अपमानास्पद वागणूक मिळते आणि या सगळ्याने ती पुढे स्वत:च किशोरवयात पालक बनतात. असंही यात लक्षात आलंय की, प्रौढ मातांच्या तुलनेत किशोर माता आपल्या मुलांशी कमी वेळा हसून-खेळून बोलतात, क्वचितच त्यांना मायेचा स्पर्श करतात किंवा फार कमी प्रमाणात त्यांचं पालनपोषण करतात.

सगळंच एकंदरीत निराशाजनक असलं, तरीही यावर चर्चा करण्यासारखं अजून खूपकाही बाकी आहे. यातल्या तरुणाईमुळे असणाऱ्या समस्या किती आणि तारुण्याच्या तोट्यामुळे (disadvantage) असणाऱ्या किती, यावर सखोल विचार व्हायला हवा. समस्यांच्या या यादीमधल्या प्रत्येक मुद्द्यावर स्वतंत्रपणे चर्चा करून या दोहोंपैकी त्याच्या निर्माण होण्याचं नेमकं कारण ठरवायला हवं. किशोरी मातांनी ज्या धोक्यांना तोंड दिलंय, त्यांच्या नोंदीमध्ये उल्लेखनीय तफावत आढळली. उदा. त्यांच्यामधल्या अनेकांनी असा दावा केला की, टीनएज प्रेग्नन्सीमधले धोके हे युकेमध्ये युएसएपेक्षा खूपच कमी प्रमाणात दिसतात.

अर्थातच या दोन वसाहतींमध्ये जनुकीय फरक असू शकेल. पण ही तफावत युकेमध्ये असणाऱ्या टीनएज मातांना असणाऱ्या सामाजिक, आर्थिक आणि वैद्यकीय आधारामुळे आहे, असं ठाम विधान केलं गेलं. प्रौढ मातांना उपलब्ध असणाऱ्या सर्व सेवा व संधी देऊन आपण या किशोरी मातांवरचं धोक्याचं दडपण कमी करू शकतो का, असा एक विसंगत प्रश्न इथे या निमित्ताने उभा राहतो. किशोरवयीन गर्भारपण ही वैद्यकीय समस्येपेक्षा आर्थिक समस्या असावी का?

तर असं सगळं असतानाही या किशोरवयीन गर्भावस्थेचा एक परिणाम असा आहे, जो संपूर्णपणे जैविक आहे. मानवजातीच्या जीवशास्त्रात ही बाब ठळकपणे कोरली गेली आहे – आणि ती म्हणजे या बाळांचं आकारमान. प्रौढ स्त्रियांच्या बाळांपेक्षा किशोरी मातांना झालेल्या मुलांचं सरासरी आकारमान लहान असतं. कुमारी मातांना आर्थिक, सामाजिक स्तरावर होणाऱ्या दुःखानेही या लहान आकारमानाचं पूर्ण स्पष्टीकरण मिळू शकत नाही. बाळाचं कमी वजन हा भाग इथे महत्त्वाचा आहे, कारण तो नवजात शिशूंचे आजार आणि त्यांचा मृत्युदर यांच्याशी निगडीत आहे. किशोरवयीन मुलींना लहान आकाराची, कमी वजनाची बाळं होणं, हे सयुक्तिक वाटतं. त्या प्रौढ मातांपेक्षा लहान आहेतच. किशोरवयीन गर्भारपणाला आधारभूत ठरवण्याइतके शरीरातल्या घटकांचे साठे या मुलींच्या शरीरात नसतात. मानव आणि प्राणी यांचा अभ्यास असं दर्शवतो की, तरुण माता आणि तिचा गर्भ यांच्यातलं नातं गुंतागुंतीचं असतं. सतत बदलणाऱ्या तणावपूर्ण परिस्थितीमधल्या उत्क्रांतीच्या युगांचा हा परिणाम आहे. स्वत:च अजून वाढत आहे अशी माता, हे एक वेगळंच रसायन आहे.

किशोरवयातील मातांकडून आम्हाला जी थोडीफार माहिती मिळाली ती असं सुचवते की, काहीतरी विचित्र घडतंय. मी आधीच नमूद केल्याप्रमाणे प्रौढ स्त्रीपेक्षा किशोरवयीन मुलींचा आहार अत्यंत अनियमित असतो. आपला योग्य आहार निवडण्याची त्यांची क्षमताही कमी असते आणि याचेच परिणाम शरीरावर दिसू शकतात. मासिक पाळी सुरू झालेल्या किशोरवयात मुलींच्या आहाराच्या गरजा या

प्रौढ स्त्रीइतक्याच असणार ना! गर्भार टीनएजर्सचा सखोल अभ्यास हेही दाखवतो की, कोवळ्या वयातील आई आणि तिचं अजून जन्माला न आलेलं मूल यांच्यात एक न संपणारी स्पर्धा चालू होते. ज्या माता स्वत:च वाढत आहेत, त्या गर्भारपणाच्या शेवटच्या तीन महिन्यांत असं काहीतरी करतात की, वर-वर पाहता तो स्वार्थ वाटू शकेल. आईचीही वाढ जमिनीपासून तिच्या गुडघ्यापर्यंतच्या उंचीच्या वाढीवर ठरते. कारण गर्भारपणामुळे कमरेपासून वरच्या शरीराची ठेवण आणि आकार यात विकृती निर्माण होते. त्यांचं बाळ लहान असेलही, पण इतर कोणाही वाढीच्या वयातल्या मुलामुलींसारखीच त्यांच्या शरीरात चरबी साठायला लागते. एखाद्या प्रौढ मातेचं मूल लहान आकाराचं, कमी वजनाचं असेल, तर मातेच्या चयापचयाच्या क्रियेतल्या साठ्यांमधून त्याचं वजन वाढविण्यासाठी मदत दिली जाते. तिच्या स्वत:च्या शरीरातल्या घटकांनी बाळाच्या वाढीचा समतोल राखायला मदत होते. पण टीनएज मातांमध्ये असं करण्याची क्षमता नसते. परिपक्व महिलेच्या गर्भारपणात गर्भाच्या सगळ्या गरजा शारीरिक स्त्रोतांकडून पुरवल्या जातात. वाढीच्या वयातल्या मातांमध्ये मात्र वाढणाऱ्या बाळाशी त्यांची स्पर्धाच असलेली आढळते.

हे सामाजिक आणि आर्थिक घटक वगळता किशोरवयीन मातांवरचा संशोधनाचा रोख आता मेंढीकडे वळला आहे. विचित्र कल्पना वाटते ना! पण त्यामागे काही ठोस कारणं आहेत. किशोरवयीन मुलींमध्ये जे प्रयोग आम्हाला करता येत नाहीत, असे सगळे प्रयोग या मेंढ्यांच्या अभ्यासात आम्हाला करता येतात. वयात आल्यानंतर कोणत्याही वेळी आम्ही मेंढ्यांचा समागम घडवून आणू शकतो. गर्भारपणाच्या आधी, मधे आणि नंतरच्या त्यांच्या आहाराची आखणी काटेकोरपणे करू शकतो. परंतु या अभ्यासाद्वारे असं लक्षात आलंय की अशा तरुण माता आणि त्यांचे गर्भ यांच्यामध्ये उपलब्ध ऊर्जा स्त्रोतांची वाटणी होण्याच्या दृष्टीने अतिशय गुंतागुंतीची प्रणाली निर्माण झाली आहे. इतकंच नाहीतर तिच्यातील समतोल साधण्याचा प्रकारदेखील प्रचंड गुंतागुंतीचा आहे. या निष्कर्षामुळे किशोरवयीन माता व त्यांचे गर्भ या संदर्भात अज्ञान दूर होण्याऐवजी गोंधळात भर मात्र पडली आहे. उदा. जर एका अपरिपक्व मेंढीला (किंवा दुसऱ्या शब्दांत जी स्वत: अजून वाढीच्या वयात आहे अशी!) पूर्ण गर्भारपणात वजन वाढू नये म्हणून कमी खायला घातलं. कमी खाण्याला प्रतिसाद देताना तिच्या शरीरातली ग्लुकोजची निर्मिती कमी झाली. हे तेच ग्लुकोज होतं, जे प्लासेंटामधून गर्भाकडे पोहोचवलं जात होतं. याचा परिणाम म्हणून तिचं करडू आकाराने लहान जन्माला आलं. तसंच एखाद्या वयात आलेल्या मेंढीला गर्भारपणाच्या आधी एकदा आणि नंतर मधल्या काळात कमी आहार दिला तर तिचंही करडू आकाराने लहान असेल, पण इथे पिल्लाच्या वाढीत घट होण्याचं खरं कारण लहान आकाराची प्लासेंटा असेल. दुसऱ्या शब्दांत सांगायचं तर या

सगळ्या प्रक्रियेचा एक कालावधी असा असतो की, ज्या वेळेस प्लासेंटाची वाढ आणि तिला होणारा रक्तपुरवठा हा आईच्या पोषणावर अवलंबून असतो. या नाजूक काळात जर प्लासेंटाची वाढ खुंटली, तर ती झीज नंतर भरून येत नाही. सगळ्यात शेवटची आणि अनपेक्षित धक्कादायक गोष्ट अशी की पूर्ण गर्भारपणात अपरिपक्व मेंढीला भरपूर आहार दिला तर तिचं स्वतःचं वजन खूप वाढेल. पण पिल्लू आणि प्लासेंटा मात्र लहानच राहतील आणि तिची प्रसूतीही अकाली, लवकर होईल.

या सगळ्या निष्कर्षांवरून दिसतं की अपरिपक्व माता आणि तिच्या गर्भामधले परस्परसंबंध हे तिच्या नंतरच्या गर्भारपणापेक्षा जास्त गुंतागुंतीचे आणि क्लिष्ट आहेत. नैसर्गिक घटनाक्रमाला अनुसरून खूपसे प्राणी आणि अर्थातच अनेक माणसं त्यांची वाढ थांबल्यावरच गर्भधारणेचा निर्णय घेतात. त्यामुळे या सगळ्या किचकट परस्परक्रिया उत्क्रांतीदरम्यान आपल्या जनुकांवरच लिहिल्या गेल्या आहेत असंच आपल्याला गृहीत धरावं लागेल. वाढणाऱ्या बाळाचा अग्रक्रम अगदी सोप्पा आहे – त्याचं वजन त्याला जन्माआधी योग्य प्रकारे वाढायला हवं असतं. जेणेकरून बाहेरच्या जगात जिवंत राहायची एक उत्तम संधी आणि आरोग्य त्याला मिळू शकेल. (त्याला इतकंही जास्त वजन नको असतं की, ते लठ्ठपणामुळे पोटातून बाहेरही येऊ शकणार नाही.) म्हणजेच उत्क्रांतीच्या दृष्टीनेही किशोरवयीन माता असमर्थ असते. शक्य तितकी यशस्वी होणारी मुलं जन्माला घालणं, हा तिचा उद्देश असतो. पण हे मूल त्यातलं पहिलंच असतं. हो, तिला या मुलाला वाढवायचं असतं; पण तिला पुढे होणाऱ्या इतर मुलांनाही भविष्यात यशस्वी व्हायची संधी द्यायची असते. परंतु तिची स्वतःची वाढ फक्त या पहिल्या मुलासाठी थांबवणं तिला शक्य नसतं. तिला भविष्यात मिळू वाटणाऱ्या सामाजिक मान-सन्मानाच्या संधी आणि हे झालेलं बाळ या दोघांमध्ये शरीराला त्यांचे प्रयत्न विभागणं गरजेचं असतं. वास्तविक जन्माला येऊ घातलेलं हे बाळ त्याच्या आईशी नव्हे, तर त्याच्या भविष्यातल्या भावंडांशी स्पर्धा करत असतं.

शरीरसंबंधांसाठी टीनएजर्सची जडणघडण

टीनएजमध्ये मूल जन्माला घालण्यासाठीच कदाचित मानवाची उत्क्रांती झालेली असावी. पण आता व्यक्तीचं यश त्याचं शिक्षण आणि व्यवसाय यावरच मोजलं जाऊ लागलं असल्यामुळे अचानक टीनएजमधील पालकत्व बिनमहत्त्वाचं वाटू लागलं आहे. कुठेतरी खोल मनात टीनएजर्सना मुलं जन्माला घालावीशी वाटतात, पण समाज त्यांना तसं करू देत नाही. समाजाला ते नको असतं. आता तिशीच्या वयातल्या गर्भारपणाचं प्रमाण खूपच वाढतं आहे; मग टीनएज सेक्स कुठे सुटून गेला? या सगळ्या उशीर होण्यामागे टीनएजमधल्या लैंगिक संबंधांचं, शरीर-मनाच्या गरजांचं झालं तरी काय? पुस्तकाच्या शेवटाकडे येताना मी असं म्हणेन की टीनएजमधली लैंगिक आणि प्रणयी नाती फारशी फलदायी नसली, तरी विकासाच्या प्रक्रियेत आवश्यक असतात. महत्त्वाची असतात. लैंगिकदृष्ट्या विश्वासू, जबाबदार प्रौढ माणूस होण्यासाठी शिक्षण आणि सरावाची गरज असते, टीनएज अवस्थेतच हे सगळं शिकावं असं नाही. पण लैंगिक गोष्टी शिकण्याची वेळ उत्क्रांतीनेच आपल्यावर आणली आहे.

टीनएजर म्हणून आपण आत्मसात करण्याजोगी महत्त्वाची गोष्ट म्हणजे आपला लैंगिक कल, आपला लैंगिक ओढा नक्की कशाकडे आहे, ते टीनएजमध्येच जाणून घेण्याची गरज असते. आपल्या लहान-सहान लैंगिक आवडी शिकणं, समजून घेणं असाही याचा अर्थ असू शकतो किंवा आपण ज्याकडे आकर्षित होतो, त्या सेक्सचा शोध घेणं असाही याचा अर्थ असू शकतो. माझ्या मते सद्यस्थिती पाहता असं वाटतं की, आपण वयात येतानाच समलिंगी किंवा भिन्नलिंगी असणार आहोत, ते ठरून जातं. मग टीनएजर्सना शिकण्यासारखं काही उरतं का? तर हो! नक्कीच टीनएजर्सना लैंगिकतेविषयी अजून खूपकाही शिकायचं असतं. समलिंगत्वाचं

प्रमाण फारच कमी आहे आणि त्याबद्दल समाजाकडून बहुतांशी वेळा नापसंती दर्शवली जाते. पण समलिंगी मुलंसुद्धा वयात येताना हेच गृहीत धरत असतात की आपण भिन्नलिंगी आहोत. उदा. जेव्हा भिन्नलिंगी नात्यांचं सर्वेक्षण केलं गेलं तेव्हा असं दिसून आलं की, निर्णय घेण्याच्या आधी बरेच जणांनी समलिंगी नातेसंबंध ठेवून पाहिले आहेत. लैंगिक समाधानाचे वेगवेगळे निकष या सर्वेक्षणासाठी लावले गेले होते. भिन्नलिंगी संबंधांतही समलिंगत्वाची एक पोरकट झलक दिसून येते. भिन्नलिंगत्व हेच समाजमान्य असल्यामुळे अशा घटनांचं प्रमाण फारच कमी असतं.

एखादा टीनएजर समलिंगी म्हणूनच घडला जरी असला तरी त्याला किंवा तिला याची जाणीव उशिरा होते. समलिंगत्वाच्या जाणिवेने टीनएजर्सचं विश्व, त्यांची आयुष्याबद्दलची गृहीतकं तळापासून ढवळून निघू शकतात. ही जाणीव धक्कादायक असू शकते. टीनएज अवस्थेतला हा कठीण काळ सामाजिक दृष्टीनेही फार आव्हानात्मक असतो. भीती आणि लाज यांमुळे अनेक टीनएजर्स त्यांचा समलिंगत्वाकडचा ओढा लपवून ठेवतात. त्या वृत्तीला दाबून टाकू पाहतात. आपले समवयस्क समलिंगी आहेत याचा शोध टीनएजर्सना लागला, तरी त्यांना यावर काय प्रतिक्रिया द्यायची ते कळत नसतं. टीनएज अवस्थेतलं बरचसं सामाजिक आयुष्य हे स्त्री-पुरुष नातेसंबंधांना केंद्रस्थानी ठेवून तयार झालेलं असतं. भिन्नलिंगी जोड्या ठरवण्यातच टीनएजर्सचा बराचसा वेळ जात असतो. मग समलिंगी टीनएजर्स यातून वेगळे पडायला लागतात. इतर टीनएजर्सनाही, या माणसांना सामाजिक क्रमवारीत बसवायचं कुठे? असा प्रश्न पडतो. त्यात भर म्हणजे समलिंगत्वाबद्दलचे टीनएजर्सचे गैरसमज. समलिंगी मुलगा त्याच्या लिंगाच्या प्रत्येक माणसावर 'डोळा' ठेवून असतो किंवा त्यांच्याकडे वासनायुक्त नजरेनेच पाहतो, असा टीनएजर्सचा समज असतो. त्यामुळे समलिंगी टीनएजर्स अतिशय कठीण काळातून जातात. समलिंगी टीनएजर्सना बऱ्याचदा दुर्लक्ष, शत्रुत्व, विरोध, लोकांच्या विचित्र नजरा यांना तोंड द्यावं लागतं. मग समलिंगी टीनएजर्सना नैराश्य येतं किंवा ते हिंसाचाराकडे वळतात. निराधार, बेघर होतात. त्यातले जवळजवळ दहा टक्के टीनएजर्स आत्महत्या करतात. त्यामुळे अशा काळात पालकांचा आधार खूप महत्त्वाचा ठरतो. कारण बाकी कुठूनही त्यांना काहीच आधार मिळत नसतो.

समलिंगत्वाच्या 'कारणां'चा शोध घेणं नेहमीच वादग्रस्त राहिलं आहे. (काहींच्या मते तर समलिंगत्व हा आजार किंवा दोष आहे.) पण मानवी उत्क्रांतीचं ते जगावेगळं वैशिष्ट्य आहे खरं! इतर प्रजातींमध्ये आयुष्यभराचं समलिंगत्व फारच दुर्मीळ आहे आणि ते फार अपवादाने पाहायला मिळतं. समलिंगत्वामुळे जनुकांचा वारसा पुढे चालवण्याच्या प्रक्रियेवर विपरीत परिणाम होतो. साथीदाराच्या नैसर्गिक निवडीचा हाच तर निकष आहे. आपल्या प्रजातीमध्ये हा प्रजननदृष्ट्या निष्फळ प्रकार

का आढळतो, याची आपल्याला फारशी माहिती नाही आणि अगदी थोड्या माणसांमध्ये का दिसतो हेही माहीत नाही. मी माझ्या याआधीच्या पुस्तकामध्ये समलिंगत्वाच्या काही शक्यतांची चर्चा केली आहे. पण हा विषय म्हणजे वादविवादांचं रणांगण आहे, असं म्हणावं लागेल.

एक गोष्ट मात्र स्पष्ट आहे, सामाजिक घटक किंवा मुलांना वाढवण्याची पद्धत यांचा फारसा परिणाम लैंगिक कल निवडण्यावर होत नाही. मग इतर कोणत्या गोष्टींचा प्रभाव त्यावर पडत असावा? समलिंगी आणि भिन्नलिंगी व्यक्तींच्या मेंदूच्या काही भागाच्या आकारात फरक आढळतो, हे आपण पुस्तकाच्या दुसऱ्या प्रकरणात पाहिलं. बोटांचे आकार, शरीरातल्या लांब हाडांची वाढ यामध्येही फरक दिसतो. वाढीतला हा फरक म्हणजे बालपणात संप्रेरकं स्रवतात त्यांचा परिणाम म्हणून दिसतो. समलिंगत्वाची मुळं शोधण्यासाठी शास्त्रज्ञांनी बालपणाच्याही आधीच्या आयुष्यात म्हणजेच जनुकांमध्ये शोध घेण्याचा प्रयत्न केला. पण अजूनपर्यंत जनुकांमध्ये तसं काही आढळलेलं नाही. (गे-जनुकांची कल्पना प्रसारमाध्यमांकडून उचलून धरली गेली असली, तरी त्यात काही तथ्य नाही.) आयुष्याच्या सुरुवातीपासूनच लैंगिक निवडीवर परिणाम करणाऱ्या अजून काही गोष्टी म्हणजे गर्भार महिलेची प्रतिकारक्षमता किंवा गर्भावस्थेत बाळाच्या मेंदूची होणारी वाढ. हे घटक विचारात घेण्यासारखे आहेत. कारण ज्या मुलांना मोठे भाऊ असतात, अशा मुलांमध्ये समलिंगत्वाचं प्रमाण अधिक असतं. (असं म्हणतात की, आपली प्रतिकारशक्ती आधीच्या परकीय घटकांपासून शिकते. याबाबतीत परकीय घटक म्हणजे 'पुरुष रेणू' असं म्हणता येईल. मग ती प्रतिकार करण्याऐवजी जुळवून घेते.) काही जण सामाजिक दृष्टिकोनातून समलिंगत्वाचं समर्थन करतात. समान लिंगी नातं निर्माण करण्याकडे मानवी मेंदूची प्रवृत्ती दिसून येते. या प्रवृत्तीचाच अतिरेक म्हणजे समलिंगत्व होय किंवा आक्रमकता कमी करण्याचाही उद्देश यामागे असावा. वैज्ञानिक अजूनही या गरमागरम चर्चेच्या बाहेरच आहेत. पण लैंगिक प्रवृत्ती ही नक्कीच वयात येण्याच्या खूप आधी निश्चित झालेली असते, असं आता बरेच जण मानतात. आता यामागे खरी कारणं जी असतील ती असोत, त्याच्या परिणामांना मात्र टीनएजर्सना तोंड द्यायचं असतं.

सेक्सचा अजून एक पैलू टीनएजर्सने लक्षात घ्यायला हवा, तो म्हणजे लैंगिक आकर्षण. उत्क्रांतीच्या काही सिद्धान्तांनुसार लैंगिक आकर्षण समजून घ्यायला फारच सोपं आहे. मुलांना तरुण, आकर्षक, विश्वासू, फलनक्षम मुली जोडीदार म्हणून हव्या असतात, तर मुलींना वयाने थोडा मोठा, उंच, अधिकार गाजवणारा मुलगा हवा असतो, जो थोडाफार त्यांच्यासारखा वागेल. वरवर पाहता हे साधं वाटत असलं, तरी मानवी मेंदूने गोष्ट जरा जास्त अवघड करून ठेवली आहे.

लैंगिक किंवा रोमँटिक आकर्षण लहान मुलांमध्ये पण दिसतं. बरीच लहान मुलं देखणा पुरुष किंवा सुंदर स्त्री यांकडे सहजतेने जाऊन त्यांच्याविषयीचं वाटणारं आकर्षण व्यक्त करतात. टीनएज वेगळे आहे, कारण आपल्याला ते आकर्षण तेव्हा प्रत्यक्षात आणता येतं. टीनएज अवस्थेत आपल्याला आपले लैंगिक निर्णय घ्यायची, प्रयोग करायची संधी मिळते. काही उत्क्रांतीवादी जीवशास्त्रज्ञांचा या विधानास पाठिंबा आहे. त्यांच्या म्हणण्यानुसार मानवामध्ये केवळ प्रणयी आणि लैंगिक प्रयोगांना वाहिलेला काळ टीनएज अवस्थेत उत्क्रांत झालेला आहे. काही विशिष्ट निकषांवर आधारित असलेली जोडीदाराची निवड टीनएजर्स करू शकतात आणि एकंदरीतच नातं कसं वाढतंय, ते पाहू शकतात. उदा. दीर्घकालीन सुखासाठी कोण योग्य जोडीदार ठरेल हे टीनएजर्स शोधू शकतात किंवा स्वत:पेक्षा चांगल्या असलेल्या जोडीदाराबरोबर प्रणयक्रीडेत मात्र कंटाळा येतोय का, हे ते पडताळून पाहू शकतात. म्हणजेच टीनएज सेक्स हा असा काळ असतो, ज्यात टीनएजर्स स्वत:च्या अपरिचित बालिश इच्छांना आपल्या अनुभवाची जोड देऊन बदलू शकतात. विविध हेतूंसाठी वेगवेगळे जोडीदार निवडायला ते शिकतात. जरा मोठे असणारे टीनएजर्स परिस्थितीनुसार आपल्या जोडीदाराची निवड करताना दिसतात. समोरच्या जोडीदाराचा आपण दीर्घकालीन नात्यासाठी विचार करत आहोत का 'रात गयी बात गयी' असा विचार करत आहोत यावर निवड ठरते.

अशी काही वैशिष्ट्यं असतात, ज्यामुळे माणसं इतरांना लैंगिकदृष्ट्या आकर्षक वाटतात. पण का कोण जाणे, एखाद्याबद्दल वाटणारं आकर्षण आपण आपल्या लैंगिक इच्छेची सूचना म्हणून घेतो. आपल्या कोणत्या लैंगिक संकल्पना नैसर्गिक आहेत आणि कोणत्या समाजाकडून लादल्या गेल्या आहेत हेही आपल्याला माहीत नसतं. उदा. आकर्षक दिसणं अतिशय महत्त्वाचं आहे आणि पहिल्या भेटीतच दिसण्यावरून खूप गोष्टी ठरत असतात. नंतरच्या नात्यातही कुठे ना कुठे आपल्या जोडीदाराची आकर्षकता महत्त्वाची ठरत असते. सर्वसाधारणपणे लोकांना आपल्याच पठडीतल्या पण आकर्षक व्यक्तीशी लग्न करायचं असतं, असं दिसतं. अशा जोडीमध्ये 'दिसणं' हे इतर गुणांपेक्षा वरचढ ठरतं. आपल्यातले बहुतांशी लोक सौंदर्याचे भोक्ते आहेत. पण असं का? हे उत्क्रांतीने कधीच स्पष्ट केलेलं नाही. 'दिसणं' हे आरोग्य किंवा भविष्यकालीन यशाचं निदर्शक असू शकत नाही. मग बाह्यदर्शनाची, बाह्य सौंदर्याची आपल्याला इतकी भुरळ का पडते? दिसण्यातून आपल्याला काही महत्त्वाचं कळत असतं की, आपण मूर्ख बनवले जातो? समोरच्या माणसाचा चेहरा आणि शरीर यांच्या माहितीवर मेंदू जी प्रक्रिया करतो, त्याचंच एक औपरोधिक रूप म्हणजे आपलं सौंदर्याबद्दलचं ज्ञान, असं काही 'मेंदूवैज्ञानिक' म्हणतात. मग जर प्रत्येकाचाच मेंदू असं करत असेल, तर सुंदर

माणसांचं सगळं चांगलंच होईल. कारण प्रत्येक जणच त्यांच्याशी चांगलं वागेल.

'सौंदर्य हे वस्तूत नसून पाहणाऱ्याच्या डोळ्यांत, दृष्टीत असतं' असं म्हणतात. पण मनोवैज्ञानिक आणि मेंदूवैज्ञानिकांनी एखादा चेहरा सुंदर का वाटतो, याबद्दल काही विलक्षण निरीक्षणं केली आहेत. सौंदर्याचा पहिला निकष म्हणजे त्याचा 'सर्वसाधारणपणा!' अर्थात काही ठरावीक अवयवांच्या संदर्भात लोकांची विशिष्ट मतं असू शकतात. म्हणजे जसं सरळ नाक, टपोरे डोळे, सुडौल बांधा वगैरे आणि मग आपला लैंगिक जोडीदार हा आपल्या मनातील 'सुंदर वाटणाऱ्या' रूपाशी कुठेतरी मिळता-जुळता असलेलं लोकांना अधिक भावतं.

अर्थात, प्रजात म्हणून पाहिलं तर मानवाच्या शारीरिक बाह्यदर्शनात खूपच विविधता आहे, हे आपल्याला लक्षात घ्यावं लागेल. तरीही आपल्याला या विविधतेतही संदर्भ सापडतात. भिन्न व्यक्तींमध्ये कोणते चेहरे 'उपरोधिक' आहेत किंवा कोण फक्त 'कुरूप' आहे, हे आपण ओळखू शकतो. कदाचित 'सामान्य पठडीतला चेहरा' आरोग्यदायी जनुकं आणि विकासाचा निदर्शक असावा, म्हणूनच भविष्यातल्या सहपालकत्वाशी निगडीत असावा. प्रचंड मानवी विविधतेमध्ये सरासरी प्रमाणाचं महत्त्व जास्त आहे. माणसांना विविधता आवडते. बरीच माणसं त्यांच्या मनातील आधीच्या संकल्पनांपेक्षा किंवा रूढ विचारांपेक्षा वेगळी माणसं लैंगिक जोडीदार म्हणून शोधत असतात. त्यामुळे सौंदर्याचं सरासरी प्रमाण ही संकल्पना अधिकच किचकट, गुंतागुंतीची होऊन बसली आहे.

दर्शनी सौंदर्याचा दुसरा घटक म्हणजे चेहऱ्याची सममितीतली ठेवण. सौंदर्याचा विचार करताना दोन्ही बाजू तंतोतंत एकसारख्या असणं अत्यावश्यक आणि अतिमहत्त्वाचं असतं. एकाच चेहऱ्याच्या सम आणि विषम प्रमाणातली प्रतिमा संगणकावर तयार करून त्यावरून हे निष्कर्ष काढले आहेत. चेहऱ्याचा समतोल हासुद्धा गर्भावस्थेत झालेल्या योग्य वाढीचा निदर्शक असू शकेल; पण मग मुळातच गर्भात काही जनुकीय दोष नसतील, तर हे शक्य आहे. पण या सौंदर्याच्या सरासरी प्रमाणाबरोबरच आपण आदर्शतेकडून थोडेसे बाजूला झुकलो आहोत. तेवढा फरक आपण सहनही करतो आणि कधीकधी त्यांची वाखाणणीसुद्धा करतो. कोणाचाच चेहरा तंतोतंत सममितीतला नसतो. तोंड आणि डोळ्यातला असमतोल बऱ्याचदा नजरेआड केला जातो. किंबहुना त्या असमतोलाची प्रशंसाच केली जाते. उदा. सममितीचा कंटाळा आल्यामुळे आपण केसांच्या अशा तिरप्या, विषम रचना करत असू का? चेहऱ्याची सममिती आपल्या मेंदूत इतकी पक्की बसली आहे की, कदाचित प्रजनन संप्रेरकांमुळेही तिच्यावर परिणाम होतो. जसं मासिक पाळीच्या काही अवस्थांमध्ये बायका चेहऱ्याची ठेवण उत्तम प्रकारे ओळखू शकतात. पण याचा अर्थ असा नाही की, सममिती पाहण्याचा त्यांचा दृष्टिकोन बदलतो.

चेहऱ्याच्या आकर्षकतेमधला तिसरा घटक म्हणजे लिंगभेद. सोपं करून सांगायचं तर ठळकपणे कळून येणारं 'बायकी' किंवा 'मर्दानी' सौंदर्य. वयात येताना मुलं लिंगभेद शिकूनच येतात. जसजशी लैंगिक परिपक्वता येत जाते, तसं दोन लिंगांमधलं अंतर वाढत जातं. मुलांच्या आणि मुलींच्या चेहऱ्याची ठेवण बदलत जाते. अगदी 'बायकी' चेहऱ्याची बरीचशी वैशिष्ट्यं लहान मुलांच्या चेहऱ्याशी मिळती-जुळती असतात. पण याच्या अगदी विरुद्ध 'मुली'चा चेहरा मात्र पुरुषाच्या वळणाचा असतो. डोक्याचा मोठा आकार, जबडा आणि ठळक भुवया अशी मुलींच्या चेहऱ्याची मर्दानी रचना असते. टीनएजमधल्या मुलांचा चेहरा मुलीपेक्षा जास्त बोलका असतो किंवा मुलं जास्त नाटकं करत असतील. त्यामुळे पुढे मुलांच्या चेहऱ्यावर येणाऱ्या सुरकुत्या मुलींपेक्षा जास्त छान दिसतात. त्या मुलांना शोभतातही. वैशिष्ट्यपूर्ण लिंगभेद हा मानवी आराखड्याचाच एक भाग आहे. पण ठळक लिंगभेदाची उत्क्रांती माणसात का झाली असावी, हे आपल्याला माहीत नाही. शिकार आणि कंदमुळांवर जगणाऱ्या समूहात स्त्री आणि पुरुषाची योग्य भूमिका पार पाडण्यात या लिंगभेदाचा वाटा असावा किंवा आपली लैंगिक निवड त्यामुळे सोपी होत असावी. जसं छोट्या-छोट्या गोष्टींमध्ये दिसून येणारी आकर्षकता नंतर जोडीदारावर आपला प्रभाव पाडत असावी.

मानवी लिंगभेदामध्ये जे कारण असेल ते असो, आकर्षकता मात्र व्यक्तीच्या दृष्टिकोनावर अवलंबून असते. पाहणाऱ्याच्या नजरेइतकंच आपण स्वत:कडे कसं पाहतो, तेही महत्त्वाचं आहे. उदा. स्वत:ला अतिशय आकर्षक समजणारी स्त्री बहुधा पीळदार शरीरयष्टीच्या पुरुषाकडे आकर्षित होते. टीनएज अवस्थेच्या सुरुवातीलाच जे टीनएजर्स लैंगिक आयुष्याची सुरुवात करतात, त्यांच्या नंतरच्या आयुष्यात जोडीदाराची निवड करताना लिंगभेदाला प्राधान्य देताना दिसतात. अगदी तद्दन 'बायकी' किंवा 'पुरुषी' जोडीदार ते शोधतात.

दर्शनी सौंदर्याचा शेवटचा आणि सर्वांत विवाद्य घटक म्हणजे शरीराचा बांधा, ठेवण. मादक शरीर कसं असावं, याबद्दल प्रत्येकाच्या स्वत:च्या अशा संकल्पना असतात आणि अर्थातच त्या व्यक्तिपरत्वे बदलतात. हा फरक जाणून घ्यायचा असेल, तर वर्तमानपत्राच्या किंवा मासिकांच्या कार्यालयात जा. स्त्रियांसाठी छापलेल्या मासिकाच्या मुखपृष्ठावरच्या स्त्रीचा बांधा आणि पुरुषांसाठी छापलेल्या मासिकावरच्या स्त्रीचा बांधा पाहिलात की, तुम्हाला लगेच कळेल मी काय म्हणतोय ते. (त्यातच फार वेळ घालवू नका.) स्त्री आणि पुरुषामध्ये एक परिमाण मात्र समान आकर्षक ठरतं – नितंब आणि कंबर यांच्या मापनाचं प्रमाण (ratio). अरुंद कंबर आणि पुष्ट नितंब हा मात्र नि:संशय स्त्रीचाच बांधा असतो. स्त्रीच्या 'सिंहकटी'साठी मोजमापाची आवश्यकताच नसते. या आकाराला शास्त्रीय परिभाषेत 'गायनॉइड' अशी संज्ञा

आहे. कदाचित या आकाराची स्त्री बालकाला पोषण देण्यास जास्त सक्षम असावी, त्यामुळे स्त्रीच्या कमरेच्या आकारामागे काहीतरी तर्कशुद्ध कारण असावं. विशेषत: बाळांच्या मेंदूच्या मोठ्या आकारासाठी आवश्यक असणारी चरबी स्त्रीच्या पुष्ट नितंबांमध्ये साठवली गेली असावी. स्त्रीची 'सिंहकटी' हे पुरुषासाठी लिंगभेदाचं आणि आकर्षकतेचं मोजमाप असतं. पुरुषांमध्ये कमरेचा असा आकार अभावानेच दिसून येतो.

स्त्रीच्या शारीरिक आकर्षकतेचे गायनॉईडपेक्षा चांगले निदर्शक म्हणजे बॉडी मास इंडेक्स (BMI). कारण गायनॉईडने फक्त आकाराबद्दल समजतं. BMI हा आरोग्य आणि फलनक्षमतेचाही निदर्शक आहे. अमेरिकेत यावर केल्या गेलेल्या अभ्यासात असं आढळलंय की, पुरुष 'आदर्श आकाराची स्त्री' म्हणून सरासरी किंवा त्यापेक्षा थोडा कमी BMI असणाऱ्या स्त्रियांची निवड करतात. BMI कितपत विश्वासार्ह आहे याबद्दल मी साशंक आहे. कारण पाश्चिमात्य देशांमध्ये, संस्कृतीनुसार स्त्रियांच्या आदर्श BMIमध्ये खूपच फरक दिसून येतो. विसाव्या शतकाच्या सुरुवातीला BMIचं आदर्श प्रमाण खूप जास्त होतं. शतकाच्या मध्यावर ते कळसाला पोहोचलं आणि तेव्हापासून वाढलंच आहे. यातून मला तरी असं कळलं की, स्त्रियांच्या विशिष्ट BMI पातळीला प्राधान्य देणं हे पुरुषाच्या मेंदूत रुजलेलं नसून, ते संस्कृतीनुसार बदलतं आहे. स्वत:च्या इच्छेपेक्षा सांस्कृतिक आदर्शवार या अर्थाने स्त्रीच्या BMIचा पुरुष विचार करत असावा असं मला वाटतं.

ही झाली पुरुषांची गोष्ट. स्त्रीच्या बाजूने विचार करता वेगळंच चित्र दिसतं. स्त्रीला पुरुषाच्या शरीरातली कोणती गोष्ट आकर्षक वाटते, याचा फारच थोडा अभ्यास झाला आहे. मुलं आणि पुरुषांना स्त्रियांच्या मानाने दिसण्याशी फारकाही घेणं-देणंही नसतं आणि दिसण्याबद्दल काही समस्याही नसतात, हेसुद्धा कारण यामागे असावं. पण जी काही माहिती उपलब्ध आहे त्यातून दिसतं की, 'उंची' हा पुरुषांमधील आकर्षकतेचा महत्त्वाचा घटक आहे. स्वत:च्या उंचीपेक्षा थोडी जास्त उंची असणारा जोडीदार स्त्रियांना हवा असतो.

दृश्य लैंगिक आकर्षणाची जाणीव निर्माण होत असताना टीनएजर्सना तीन गोष्टींच्या प्रभावातून आपला तोल सांभाळायचा असतो. पहिलं म्हणजे टीनएजर्सना काय पाहायला आवडतं याबद्दलच्या त्यांच्या अंतर्गत कल्पना – त्या नि:संशय महत्त्वाच्या आहेतच. दुसरं म्हणजे आकर्षकतेच्या सांस्कृतिक आदर्शांचं पूर्ण आकलन टीनएजर्सनी करून घेणं आवश्यक असतं. उदा. गेल्या शतकापेक्षा आताच्या टीनएजर्सना विविध वंशाचे लोक जास्त आकर्षक वाटतात किंवा सध्या वजनाचा संबंधही आकर्षकतेशी जोडला जातो. तिसरं म्हणजे टीनएजर्स स्वत: लैंगिक संबंधांमधून शिकू शकतात. एखादी व्यक्ती कामुक नजरेने त्यांच्याकडे पाहत

असताना काय वाटतं किंवा आपल्याला आकर्षक वाटणाऱ्या शरीराला स्पर्श केल्यावर काय घडतं, हे टीनएजर्स अनुभवू शकतात. सगळ्यात महत्त्वाचं म्हणजे काय महत्त्वाचं आहे आणि त्यांना काय मिळू शकतं, याची जाणीव टीनएजर्सना होते.

कोणाच्याही दिसण्याचं विश्लेषण करायला शिकणं कमी पडतं म्हणूनच की काय, पण टीनएजर्सना त्यांच्या जोडीदाराच्या आकलनक्षमता आणि व्यंगांचंही मूल्यमापन करायला शिकावं लागतं. 'दिसणं' या निकषावरून एकदा का टीनएज अवस्थेतले जोडीदार जवळ आले की, एकमेकांशी गोडीगुलाबीने बोलण्याचा, 'फ्लर्टिंग'चा काळ चालू होतो. मग दोन्ही पक्ष एकमेकांच्या मनाला व्यापण्याचा प्रयत्न करतात, भारून टाकू पाहतात. या काळात दोन्ही बाजू जसं काही एकमेकांच्या बौद्धिक आणि भावनिक प्रतिक्रियांची परीक्षा पाहत असतात. अतिशय मजेची, आनंददायी अशी ही अवस्था टीनएर्जसना खूपकाही देऊन जाते. टीनएजर्स बहुतकरून स्वत:च्या स्वभाववैशिष्ट्यांशी साधर्म्य असणारे जोडीदार निवडतात. जोडीदाराची निवड करताना सुरुवातीला त्यांचा उद्देश जगाला आपला दृष्टिकोन दाखवणं हा असतो. पण जसा काळ सरतो, तसतसे हेच जोडीदार एकमेकांच्या वागण्याचं समर्थन करू लागतात. या घटनेला चेष्टेने 'वागणुकीचा संसर्ग' असं म्हणतात. हे वागणं बऱ्याचदा मित्रमंडळात चेष्टेचा विषय ठरतं आणि काही एकट्या (single) मंडळींना त्याचा त्रासही होऊ शकतो. (लग्न झालेली अशी जोडपी बऱ्याचदा तऱ्हेवाईक असल्यासारखी वागतात, ती याचमुळे!).

आपल्या होणाऱ्या जोडीदाराच्या आकलनक्षमता जोखण्यासाठी टीनएजर्स फ्लर्टिंग करत असावेत, हीही एक शक्यता आहे. कदाचित ते आपल्यासारख्याच मानसिकतेचा कुणी जोडीदार मिळतोय का ते पाहत असावेत. एका अतिशय सुधारकी, पुरोगामी सिद्धान्तानुसार माणसाने स्वत:च्या कुशाग्र बुद्धीला योग्य असणाऱ्या लोकांना प्रभावित वा आकर्षित करण्यासाठीच संवाद, संगीत, विनोद, कला अशी साधनं विकसित केली.

बरेचसे व्यावसायिक कलाकार, संगीतकार, विनोदवीर पुरुषच असतात, कारण स्त्रिया बऱ्याचदा जोडीदाराच्या निवडीचं काम करतात – खरंच असं असावं का? वरचा सिद्धान्त इथे लागू होऊ शकतो का? एखाद्या पुरुषाने स्त्रीला हसवलं किंवा एखादा पुरुष त्याच्या गिटारसोबत फारच देखणा दिसतो म्हणून प्रेमात पडल्याचं बऱ्याच स्त्रियांनी मान्य केलं. खरं-खोटं देव जाणे, पण 'उच्च संस्कृती' ही केवळ दुसऱ्या व्यक्तीला बिछान्यात ओढण्यासाठीचा प्रयत्न म्हणून उत्क्रांत झाली असेल का? असं असेल, तर ते जाणून घेणं नक्कीच छान असेल.

शारीरिक दर्शन आणि मानसिक ओढ यांबरोबर तिसरा एक घटकही लैंगिक आकर्षणात सहभागी असतो,

तो म्हणजे गंध. हा अगदीच प्राणिज किंवा आदिम घटक म्हणावा लागेल. उंदीर त्याचा जोडीदार वासावरून निवडतो, हे आपल्याला खूप पूर्वीपासून माहीत आहे. पण माणसांमध्येही असंच घडत असावं, असं सगळ्यांना वाटत आहे. वासाने आपण जोडीदार निवडतो किंवा शोधून काढतो, हे आता अभ्यासाने सिद्ध झालं असलं, तरी त्यामागे तर्कशुद्ध कारण काय असावं हे माहीत नाही.

जोडीदाराला आकर्षित करण्यासाठी मादी उंदीर काही विशिष्ट गंधाचा उपयोग करते. या गंधाचा संबंध जनुकांच्या एका गटाशी असतो. गंधाशी संबंधित जनुकांचा हा समूह 'मेजर हिस्टो-कंपॅटिबिलिटी कॉम्प्लेक्स' (major histo-compatibility complex) किंवा MHC म्हणून ओळखला जातो. श्ण्ण हा गट प्रतिकारप्रणालीमध्ये महत्त्वाची भूमिका बजावत असल्याने त्याचा सविस्तर अभ्यास केला गेला. श्ण्णचं विचित्र वैशिष्ट्य म्हणजे या गटाची घटकजनुकं व्यक्तिगणिक (किंवा उंदरानुरूप) बदलतात. प्रत्येक जनुकाच्या समूहामध्ये प्रचंड फरक असतो. यातला कुठलाही समूह आपल्याला पालकांकडून मिळू शकतो. एखाद्या व्यक्तीतली MHC जनुकं ही खास त्या व्यक्तीची खाजगी, वैयक्तिक बाब असते. स्वत:च्या कुटुंबाव्यतिरिक्त इतर व्यक्तींशी या जनुकांचं साधर्म्य नसतं. तुम्ही कोणतीही एक व्यक्ती निवडलीत तर तिची आणि तुमची MHC जनुकं सारखी असण्याची शक्यताच नसते. अगदी असलीच तर ती फारच थोडी असते. त्यामुळे MHC न जुळणारे अवयवही रोपणासाठी चालत नाहीत, कारण रुग्णाची प्रतिकारशक्ती दात्याच्या MHC अवयवाला शरीराबाहेरची परकी वस्तू ठरवून नाकारते.

गंमत म्हणजे रोपणाची शस्त्रक्रिया करणाऱ्या शल्यविशारदाची ही समस्या, उंदरांमध्ये मात्र उपकारक ठरते. एकमेकांशी संबंध नसणाऱ्या उंदरांचे MHC वेगळे असल्यामुळे उंदराच्या मादीला न ओळखणं सोपं जातं. उंदराने सोडलेलं MHCयुक्त रसायन हुंगलं की काम झालं! संभोगासाठी उंदीर वेगळे असणारे जोडीदार शोधतात, पण पिलांच्या रक्षणासाठी किंवा समूहात राहण्यासाठी मात्र समान MHCचेच साथीदार शोधले जातात. असो!

मग माणसंही श्ण्ण जनुकांच्या आधारेच जोडीदार शोधत असल्याचा काही पुरावा आहे का? नाकातला एक छोटासा अवयव माणसामध्ये नाहीये – नाकाच्या पोकळ भागात असणारी, गंध ओळखणारी, छोट्या बोगद्यासारखी रचना माणसांमध्ये नाही. त्यामुळे गंधावरून माणूस जोडीदार शोधल्याची कल्पना अशक्यातली मानली गेली होती. मानवी गर्भात अशी रचना दिसते, पण आपण जसे मोठे होतो, तशी ती नाहीशी होते. पण सध्याचे निष्कर्ष असं सांगतात की, प्रौढ मानवामध्ये ही रचना अस्तित्वात आहेच, पण ती मेंदूच्या काही भागांना कार्यान्वित करून शरीरगंधाला प्रतिसादही देते. आश्चर्याची गोष्ट म्हणजे मेंदूच्या प्रतिक्रियांमध्ये लिंगपरत्वे फरकही

आहे. याचाच अर्थ असा, इतर सस्तन प्राण्यांप्रमाणे हा अवयवही प्रजनन प्रक्रियेत सहभागी आहे.

मानवी टीनएज अवस्थेतील जोडीदाराची निवड आणि गंध यांचा संबंध दाखवणं जरा कठीण आहे. टीनएजर्सना एका बंद जागेत कोंडून कोण कोणाच्या श्ण्ण गंधाला प्रतिसाद देतो हे पाहणं शक्य नाही. त्यामुळे दोहोंमधला संबंध तसा स्पष्ट करता येणार नाही. पण आपल्याकडे या प्रयोगासाठी एक नामी जागा आहे – विद्यापीठ. विद्यापीठात शिकणाऱ्या अनेक विद्यार्थ्यांचा अभ्यास करताना आढळलं की इतर विद्यार्थ्यांनी घातलेल्या कपड्यांच्या वासावरून जोडीदार निवडले गेल्याचं आढळून आलं आहे. खरोखरच टीनएज मुलींना वेगळ्या वासाची मुलं जास्त आकर्षक वाटतात.

मानवी लैंगिक वर्तणुकीत बेसावधपणे केलेली वासाची निवड फारच मध्यवर्ती भूमिका बजावते असं दिसतं. जोडीदाराशी श्ण्ण साधर्म्य असणाऱ्या महिलांची अनेक प्रेमप्रकरणं असतात असं अभ्यासावरून दिसून आलं आहे. अजून एक अभ्यास काही वेगळंच सुचवतो. सध्या कामाच्या नव्या पद्धतीमुळे वयात येण्याच्या कालावधीमध्ये बदल झाले आहेत. या सिद्धान्तानुसार वडील घरात जास्त काळ असतात आणि आई फार कमी वेळ घरात देते. त्यामुळे आपल्या या गंधावरून निवडीच्या पद्धतीच बदललेल्या आहेत. या संक्रमण काळात सध्याचे टीनएजर्स जगत आहेत आणि या गंधबदलामुळे लवकर प्युबर्टी सुरू होण्यासाठी मेंदूला भाग पाडलं जात आहे. या विधानांमध्ये कितपत तथ्य आहे कोण जाणे! पण आपल्या आयुष्यातल्या महत्त्वाच्या निर्णयांपैकी काही निर्णय फक्त वासाच्या आधारे, बेसावधपणे घेतले जात आहेत, ही जाणीवच मानसिक स्वस्थता ढवळून टाकणारी आहे. पण कदाचित आपल्याला याचं आश्चर्य वाटायला नको. आपल्या साथीदाराचा गंध हा लैंगिक क्रियेचा आनंददायी भाग असल्याची नोंद अनेक लोकांनी केली. या विषयावर माझ्या विद्यार्थ्यांची मतं जाणून घेऊन 'गंधाची प्रणयातली भूमिका' असा अभ्यास केला होता. 'एखादी वेगळी दिसणारी, पण एरवी आकर्षक व्यक्ती आणि वेगळा गंध येणारी व्यक्ती यांपैकी कोणासोबत डेटिंग करायला त्यांना आवडेल?' असा प्रश्न मी त्यांना विचारला होता. या प्रश्नावर मुलांचे जे किळस दर्शविणारे चेहरे झाले, तेच पुरेसे बोलके होते. गंध हा लैंगिक आकर्षणाचा केंद्रबिंदू आहे, यावर तेव्हाच शिक्कामोर्तब झालं. तर टीनएज म्हणजे आपला लैंगिक अग्रक्रम शिकण्याचा, ठरवण्याचा काळ असतो. आपलं दिसणं, आपलं आकलन आणि गंध या त्रिसूत्रींच्या आधारावर लैंगिक प्राधान्य ठरवायचं असतं. मनुष्य आपला जोडीदार कसा शोधतो, या संदर्भात संशोधन सुरू झालं आहे. परंतु ते अतिशय प्राथमिक अवस्थेमध्ये आहे. तरीसुद्धा जी काही अत्यल्प माहिती उपलब्ध आहे, त्यातून आश्चर्य वाटण्याजोग्या क्षमता

उजेडात येत आहेत. उदा. असं म्हणतात की, मुलांमधल्या संप्रेरकांच्या तीव्रता किंवा पुरुषांना लहान मुलं किती आवडतात, लहान मुलांबद्दल त्यांना किती प्रेम वाटतं, हे पुरुषाचा नुसता चेहरा पाहूनही बायका सांगू शकतात. काही जुन्या, पूर्वापार चालत आलेल्या लैंगिक जोडीदाराविषयीच्या समजुतीही खऱ्या असल्याचं सिद्ध झालं. टीनएजर्सचे पालक जर लहानपणी त्यांना भावनिक आधार देणारे असतील, तर टीनएजर त्यांच्या विरुद्ध लिंगाच्या पालकाला आकर्षकतेचा आदर्श समजतात. उदा. मुलासाठी त्याची आई आकर्षकतेचा मापदंड बनते आणि मुलीसाठी तिचे वडील तिच्या आकर्षकतेचा आदर्श असतात. या सगळ्या गोंधळात भर म्हणून आता टीनएज अवस्थेतील वासना अधिक गंभीर स्वरूप धारण करते आहे. हवंहवंसं वाटणं, गरज असणं याचे अनेक कंगोरे असतात. ते सारे जणू एकवटतात आणि लालसेमध्ये परावर्तित होतात.

हवंहवंसं असणं, शरीराची गरज यापलीकडे जाऊन तुम्ही काय आणि कसं करता यावरही लैंगिक संबंध आधारित असतात. आयुष्यात कधी ना कधी सेक्सची सारी शारीरिक कौशल्यं तुम्हाला शिकावीच लागतात. बऱ्याचदा आपण टीनएजमध्ये लैंगिक प्रयोग करून पाहतो. प्रयत्न करण्याची, स्वत: अनुभवाची जागा शाब्दिक सल्ले घेऊ शकत नाहीत. मानवप्राण्याच्या लैंगिक आयुष्यावर मेंदूचा 'एकछत्री अंमल' चालत असल्यामुळे आणि लैंगिक इच्छा, आवडी-निवडी तोच पक्क्या करत असल्यामुळे तरुण माणसांना शिकण्याची खूपच गरज आहे. प्राण्यांना विरुद्ध लिंगातल्या ग्रहणाच्या खुणा ओळखायच्या असतात, त्यांची जननेंद्रियं एकमेकांमध्ये अडकवायची असतात की झालं काम. त्या तुलनेने मानवी लैंगिक संबंधांत मनाचा, भावनांचा खूप मोठा वाटा आहे. एकमेकांना थोडंसं डिवचणं, थोडीशी लाज, थोडंसं हसू आणि भावनिक देवाण-घेवाण यांनी मानवी शृंगाराला एक सखोल अर्थ प्राप्त करून दिला आहे.

आपण पहिल्या प्रकरणात मानवांची काही विचित्र वैशिष्ट्यं पाहिली. त्यातलंच एक म्हणजे स्त्रिया ग्रहणक्षम आणि फलनक्षम झाल्या तरी 'माजावर' आल्याच्या कोणत्याही खुणा दाखवत नाहीत. असं वाटतं की, स्त्रीची प्रजननक्षमता/फलनक्षमता ही स्वत: स्त्रियांपासूनही आणि त्यांच्याभोवती गोंडा घोळणाऱ्या पुरुषांपासूनही मुद्दाम जाणीवपूर्वक लपवली गेली असावी. लैंगिक संबंधांतून स्त्रिया गरोदर राहतात हे सध्या सगळ्यांनाच माहीत असलं, तरी तिच्या मासिक पाळीच्या चक्राबद्दल, गरोदर राहण्याची शक्यता जास्त असलेल्या काळाबद्दल अनेक गैरसमज आहेत. म्हणूनच फलनक्षमता माणसात दडवून ठेवली गेली. अगदी जिच्याकडे फलनक्षमता आहे त्या स्त्रीपासूनही ही जाणीव लपवली गेली, कारण अखंड बडबड करणारी स्त्री आपल्या आवडत्या पुरुषापासून हे रहस्य लपवून ठेवेल असं होणारच नाही. स्त्रिया

काहीच मनात ठेवू शकत नाहीत, हे खरंच आहे म्हणायचं! पूर्ण पाळीच्या चक्रामध्ये स्त्रियांची चेहरा, शरीर आणि गंध पारखण्याची क्षमता बदलत राहते आणि त्याप्रमाणे त्यांची चालही बदलते. बऱ्याचदा बीजपरिपक्वतेच्या काळात स्त्रिया लोकांवर छाप पाडण्यासाठी काळजीपूर्वक सुंदर कपडे घालताना दिसतात. थोडक्यात काय, तर स्त्रीचं फलनक्षम होणं, हे एक व्यवस्थित जपलं गेलेलं रहस्य आहे.

आपल्या प्रजातीमध्ये प्रजनन हा लैंगिक संबंधांचा एक भाग आहे. त्याशिवायही लैंगिक संबंधाची इतरही कार्यं आहेत. म्हणूनच कदाचित स्त्रियांमध्ये प्रजननक्षम होण्याच्या काळात शरीरसंबंधांची आस गुप्त ठेवली जात असावी. जोडप्यांमधला बंध टिकून राहणं अतिशय महत्त्वाचं आहे आणि म्हणूनच कदाचित माणसांमध्ये आयुष्याच्या सगळ्याच अवस्थांमध्ये लैंगिक संबंध ठेवले जात असावेत. आपल्या जोडीदाराशी असणारा शारीरिक, मानसिक, भावनिक बंध टिकवणं गरजेचं असतंच ना! पण या दडवलेल्या प्रजननक्षमतेमुळे लैंगिक संबंधांत एक ओशाळवाणेपणा, लाज अशा भावना यायला लागतात. एकमेकांबरोबर गोड-गोड गुजगोष्टी करणाऱ्या, फ्लर्टिंग करणाऱ्या तरुण जोडप्यांना आपण कधीही सेक्स करू शकतो, हे माहीत असतं. पण त्याच वेळी कदाचित समोरच्याला ते नको असू शकतं, ही जाणीवही मनात असते. सेक्ससाठी कशा पद्धतीने मोर्चेबांधणी करायची आहे, नात्याच्या सुरुवातीलाच शारीरिक मागण्या करावयाच्या आहेत की नंतर हा ज्याच्या त्याच्या शिष्टाचारांचा एक भाग असतो. सेक्सची मागणी करण्यामध्ये नकार मिळण्याची किंवा सरळ नातंच अव्हेरलं जाण्याची जोखीम असते. जोडीदाराकडे शारीरिक संबंधांची मागणी करणं, त्याच्यासाठी फारच अपमानास्पद वाटू शकतं. सहसा मुलांना असे नकार पचवावे लागतात. म्हणूनच की काय, पण मुलांच्या स्वाभिमानात एक लवचीकता येते. जेणेकरून मुलं त्यांचा केलेला लैंगिक अव्हेर झटकून पुढे चालू लागतात. मुली मात्र संभोगासाठी किंवा प्रणयक्रीडेसाठी फारशा तयार असत नाहीत. बऱ्याचशा मुलींना कधी आणि कसा संभोग हवा आहे, यावर स्वत:ला नियंत्रण ठेवता येत नाही, असं वाटतं. संभोगाला सामोरं जाण्याची किंवा कशा पद्धतीने तो हवा आहे हे ठरवण्याची क्षमता आपल्यात नाही, असं वाटत असतं. ही अनिश्चितता प्रौढत्वातही कायम राहते. सगळ्याच टीनएजर्ससाठी संभोगासाठी एकमेकांना चिथवणं किंवा संभोगाला होकार देणं, ही अतिशय नाउमेद करणारी घटना असते. टीनएजर्सना बऱ्याचदा स्वाभिमानाविषयी काही समस्या असतात. लैंगिक संबंधांबद्दल समाजात जो चोखंदळपणा दाखवला जातो, त्यात ते अननुभवी असतात आणि प्रत्यक्ष संभोगाची क्रिया करण्याच्या स्वत:च्याच कुवतीबद्दल ते साशंक असतात. त्यामुळे 'संभोग' ही घटना एकंदरीत टीनएजर्ससाठी फारशी मनोनुकूल नसते.

टीनएजर्समध्ये समागमसुद्धा नैसर्गिकरित्या, सहज घडून येणारी घटना नसते. संभोग कसा करावा, हे टीनएजर्सना शिकावं लागतं. या प्रशिक्षणाच्या काही पायऱ्या असतात. या प्रशिक्षणाची सुरुवात बऱ्याचदा स्वत:बद्दलच्या अविश्वासाने होते. आपल्याशी समागम करावासा कधी कुणाला वाटू शकेल, हा विश्वासच त्यांना नसतो किंवा आपल्याला कधीच दुसऱ्याशी सुखदायी असा संभोग करता येणार नसल्याची भीती टीनएजर्सना वाटत असते. पुढची पायरी असते हस्तमैथुन. प्रायमेट्सचे हात या क्रियेला अगदी सरावलेलेच असतात. (मी शोधण्याचा प्रयत्न केला, पण हस्तमैथुनाचा प्रसार करण्यासाठीच माणसाला हात मिळाले असं सांगणारं कोणीही मला कधी सापडलं नाही.) जेव्हा टीनएज जोडपं (इथे जोडपं हा शब्द मुलगा व मुलगी एकत्र असणं, अशा अर्थी वापरलेला आहे. लग्न झालेलं जोडपं असा अर्थ इथे अभिप्रेत नाही.) पहिल्यांदा एकमेकांच्या जवळ येतं, तेव्हा प्रत्यक्ष समागमापेक्षा इतरच लैंगिक क्रियांना प्राधान्य दिलं जातं. याबद्दलच्या एका अभ्यासात म्हटलं आहे की, कुमारी (virgin) राहूनही ३० टक्के जोडप्यांनी परस्पर हस्तमैथुनाद्वारे लैंगिक सुख घेतलेलं आहे. १०टक्के लोकांनी मुखमैथुन तर १टक्के लोकांनी गुदमैथुन केलं आहे. एकदा का टीनएजर्सनी लैंगिक सुखाचा अनुभव घ्यायला सुरुवात केली की, विविध प्रयोगांतून समागम शिकण्याची प्रक्रिया सुरू होते आणि पुढची अनेक वर्षं ती चालते.

टीनएज हा काळच असा असतो की, जेव्हा आपण कदाचित थोडी लैंगिक अकार्यक्षमता अनुभवतो. टीनएजमधली लैंगिक अकार्यक्षमता विचारात घेणं गरजेचं आहे. कारण ज्यांच्यात ती असते, त्यांच्याकडून सगळ्याच गोष्टी चुकीच्या पद्धतीने पाहिल्या जाण्याची शक्यता असते. या गैरसमजुती नंतर लैंगिक आयुष्याचा बेरंग करू शकतात, भयगंड निर्माण करू शकतात. एखाद्याच्या आत्मविश्वासाला सुरुंग लावू शकतात. प्रौढांचं ठीक आहे. आपल्या अपेक्षा पूर्ण होत नाहीयेत, हे कळल्यावर ते हताश होतात. पण टीनएजर्स अतिशय अस्वस्थ, भयग्रस्त होतात. कारण मुळात त्यांना आपल्या काय अपेक्षा असाव्यात हेच माहीत नसतं. स्वत:तल्या तात्त्विक अपयशामुळे अशा लैंगिक समस्या आपल्याला भेडसावत आहेत, असं टीनएजर्सच्या डोक्यात पक्कं व्हायला लागतं. टीनएजमध्ये उद्‌भणारी लैंगिक अकार्यक्षमता थोड्याफार फरकाने प्रौढांमध्येही दिसून येते. अगदी मुलांचं पटकन वीर्यस्खलन होणं आणि मुली परमोच्च बिंदूला न पोहोचणं यांसारख्या साध्या गोष्टी असतात, ज्या टीनएजर्स आणि प्रौढ दोहोंमध्येही आढळतात. खरंतर या दोन्ही समस्यांचा उगम मानसिकतेतून होत असतो आणि जसजसं नातं स्थिर, सुखदायी होत जातं, तशा गोष्टी सुधारतात. समागमात सातत्याने येणाऱ्या या समस्या कमी होत जातात. टीनएजर्सना हे सुख मिळत नाही. टीनएजमधल्या लैंगिक समस्या नात्यांमधल्या

सततच्या अपयशाला कारणीभूत होऊ शकतात. म्हणजेच लैंगिक संबंधांत स्थिरता येण्याइतका वेळ टीनएजर्सना कोणत्याच नात्यात मिळत नाही. थोड्या कालावधीनंतर सततच्या अपयशामुळे टीनएजर्स सेक्स करणंच टाळायला लागतात. अगदी प्रौढत्वातही. दुर्दैवाने टीनएज लैंगिकतेची काळी बाजू म्हणजे आंधळ्या वासनेपायी बरेचसे टीनएजर्स गुन्ह्यांकडे वळतात. लैंगिक छळवणूक किंवा अत्याचाराच्या आरोपाखाली अटक केलेल्या आरोपींपैकी दर पाचवा आरोपी अल्पवयीन (अठरा वर्षांच्या खालचा) असतो. 'डेटिंगच्या दरम्यान ते जोडीदाराच्या हिंसेला बळी पडले,' अशी एक-पंचमाश मुलं आणि एक-चतुर्थांश मुलींची तक्रार आहे.

या सगळ्या नकारात्मकेतूतनही आशेचा एक किरण आहे. समागम हा आयुष्याचा अतिशय सुंदर, आनंददायी भाग आहे. प्रौढ आणि टीनएजर्स या दोघांसाठीही ही गोष्ट तितकीच खरी आहे. टीनएजमधल्या सेक्सच्या नकारात्मक बाजूवर जितका भर दिला जातो, तितका चांगल्या बाजूवर दिला जात नाही. टीनएज सेक्सच्या सकारात्मक पैलूंचं स्पष्टीकरणही कधी दिलं जात नाही. पण टीनएज सेक्सला चांगली बाजूही नक्कीच आहे. आयुष्यात कशाचीही सर ज्याला येऊ शकत नाही, अशा सुखाचा अनुभव घेणाऱ्या तरुण जोडप्यांच्या आनंदातून ही सकारात्मक बाजू व्यक्त होत असते. अनेक मार्गांनी टीनएजर्स वाढत असतात आणि विकासाच्या या प्रवासात ते खूप गोष्टी शिकत असतात. या अशा वयात जेव्हा त्यांच्या आयुष्यातील भूतकाळ, भविष्यकाळाचे सर्व पैलू हे टीनएज अवस्थेतील सुख-दुःखाच्या दोलायमान स्थितीमध्ये एकत्र येतात, तेव्हा याच टीनएज अवस्थेची देणगी असलेली, देवाणघेवाणीतून आनंद मिळवण्याची प्रवृत्ती त्यांना या साऱ्या गोंधळातून दिलासा देऊ शकते.

सारांश

पुस्तकाच्या पहिल्या भागाच्या सुरुवातीला मी अशा काही वैशिष्ट्यांची सूची दिली होती, ज्या वैशिष्ट्यांमुळे मानवजातीला वेगळेपण बहाल झालं आहे.

हालचाल	**मेंदू**	**प्रजनन**	**आयुष्यमान**
द्विपाद चालणं	आकलनक्षमतेमध्ये भाषा वाढ	मासिक पाळी	दीर्घायुष्य
		'माजा'वर येण्याचा काळ नाही	अन्न इत्यादी स्रोतांची पालकांकडून व्यवस्था
		प्रजननाच्या हेतूशिवायही लैंगिक संबंध	मुलं जन्माला घातल्यावरही दीर्घकाळ आयुष्य
		रजोनिवृत्ती	वारसाच्या अवलंबित्वाच प्रदीर्घ कालावधी

टीनएजर्सच्या शारीरिक, मानसिक, भावनिक आणि लैंगिक परिपक्वतेचा प्रवास आपण संपूर्ण पुस्तकात पाहिला. याच प्रवासाच्या वाटेवर आपण हेही समजून घेतलं की, मानवजातीच्या बहुतांशी वैशिष्ट्यांची पाळंमुळं टीनएज अवस्थेत खोलवर रुजली आहेत. वयात येण्याच्या काळातच आपल्या प्रजननाबद्दलच्या, लैंगिकतेबद्दलच्या सवयी, आवडी-निवडी दिसून येणं, यात काही आश्चर्य नाही. उलट अशा वैयक्तिक आवडी-निवडींचं दर्शन होणं म्हणजे टीनएज मेंदूची योग्य जडणघडण होते आहे याचंच द्योतक असतं. या सगळ्याचा साकल्याने विचार करू पाहता असं दिसतं की, पौंगडावस्थेत शरीरात आणि मेंदूत जे दीर्घकालीन सखोल बदल घडून येतात, त्या बदलांनीच मानवी टीनएज अवस्थेला एक वेगळं परिमाण प्रदान केलं आहे.

टीनएजर म्हणजे आधुनिक संस्कृतीला झालेला साक्षात्कार नव्हे किंवा आधुनिक जगताने काढलेलं ते खूळही नव्हे. संपूर्ण प्राणिविश्वात अभावानेच आढळणारा तो एक

चमत्कार आहे. वयात येताना होणाऱ्या बदलांचा क्रम, लिंगभेदानुसार त्यांच्यातला फरक, ज्यामुळे मुली मुलांपेक्षा लवकर वाढतात, मानवी बुद्धीला विश्लेषण, अमूर्तता आणि सर्जनाची नवी क्षेत्रं खुली करून देणारा मेंदूचा क्रमबद्ध विकास, स्वत:लाच परत पारखून पाहायला लावणारं सामाजिक बदलांचं वादळ, पालकांपासून दुरावा निर्माण होऊन मित्रमैत्रिणींशी जवळीक, प्रणयी आणि लैंगिक प्रयोग करून पाहण्याची उत्सुकता... बापरे! हे सगळं एकाच वेळी पण कालबद्धपणे, एका लयीत घडत असतं. या सगळ्या बदलांचं लयदार, तालबद्ध कालचक्र म्हणजेच मानवी टीनएज. तिचं अजून एक वैशिष्ट्य असं की, या सगळ्या बदलांचा कालावधी फार दीर्घ असतो आणि वयाच्या, जाणिवांच्या विविध स्तरांवर एकाच वेळी सगळ्या गोष्टी घडत असतात. सगळे बदल घडून विकास पूर्ण व्हायची ही प्रक्रिया दहा वर्षांपेक्षा जास्त काळ चालते. टीनएज अवस्थेच्या वेळेसच पंधरा-वीस वर्षांचं वय लक्षात घेता, विकासाची दहा वर्षं हा फारच मोठा काळ आहे. एकमेकांमध्ये बेमालूमपणे गुंफलेल्या बदलांच्या या साखळीत फक्त एकच फरक काळाच्या ओघात पडला आहे. तो म्हणजे मुलं लहान वयातच वयात येऊ लागली आहेत. निसर्गनियमानुसार मुलं वयात येतात, पण त्याच काळात त्यांना जे लैंगिक, सामाजिक प्रयोग करावेसे वाटतात, त्यापासून त्यांना परावृत्त केलं जातं. शरीराच्या, बुद्धीच्या निसर्गसुलभ कुतूहलाला, प्रश्नांना, प्रयोगांना समाजाच्या बंधनांखाली दाबलं जातं. एकीकडे मनाला, विचारांना, शरीराला लागलेली प्रयोगशीलतेची आस आणि दुसरीकडे समाजाचे जाचक नियम यात टीनएज अवस्थेची गळचेपी होते. याच वयात मुलं प्रजननक्षमही होत असतात. आपली प्रजननक्षमता आजमावून पाहण्याची सहज भावना त्यांच्या मनात प्रबळ होत चाललेली असते आणि करिअर, समाज यांच्या फेऱ्यामुळे गर्भधारणा मात्र पंचविसाव्या वर्षानंतर करण्याचं बंधन टीनएजर्सवर येतं. शरीराच्या नैसर्गिक गरजांची अनेक वर्षं उपासमार होते. टीनएज म्हणजे अगोदरच पालक-मुलांमध्ये मतभेद होण्याचे दिवस असतात, त्यात या तफावतीची भर पडते. शरीरावर, मनावर हा ताण वाढत जातो आणि त्याची परिणती मग वादविवाद, भांडणं यात होते. सगळ्या बदलांच्या गतीत थोडाफार फरक असेल; पण हे टीनएज अवस्थेचं तालबद्ध कालचक्र आहे तसंच आहे. लक्षात घ्या, याच सगळ्या गोष्टी, हेच सगळे प्रयोग करण्यासाठीच टीनएजर्सची उत्क्रांती झालेली आहे. 'मी केलेला साधा पदार्थ कसा होईल?' किंवा 'मी लावलेल्या बीजाचं रोप, झाड कसं येईल?' या प्रश्नांइतकाच साधेपणा, तीच निरागसता, तेच कुतूहल 'माझं बीज या स्त्रीच्या शरीरात कसं वाढेल?' या प्रश्नात आहे. समाजाच्या रूढी-परंपरांच्या विरुद्ध असला तरी टीनएजर्ससाठी तो निसर्गनियमच असल्यासारखा आहे. आयुष्य सर्वार्थाने जगण्या-भोगण्याचा हाच 'काया-वाचा-मने' योग्य काळ आहे असं मी म्हणेन. पण हे सारं स्वैरतेकडे जाऊ नये म्हणून प्रौढांच्या मार्गदर्शनाची

आवश्यकता असतेच असते. निसर्गाने टीनएजर्स आणि प्रौढांची योजनाच अशी परस्परपूरक केली आहे.

टीनएजर्स जगावेगळे, एकमेवाद्वितीय तर असतातच, पण ते मानवी आयुष्याचा एक महत्त्वाचा भागही असतात. जगण्याच्या शर्यतीत यशस्वी ठरलेले प्राणीच जगतात आणि त्यांचा स्वत:चा वंश पुढे चालवतात. Survival of the fittest या तत्त्वामुळे आपण जेव्हा प्रजनन करतो आणि जगण्यासाठी आवश्यक कौशल्यं आत्मसात करतो, तो काळ आपल्या आयुष्यातला सगळ्यात महत्त्वाचा काळ असतो. याच काळात 'नैसर्गिक निवडीचा नियम' आपल्याला लागू होतो. मानवाच्या आयुष्यातला हा काळ म्हणजे टीनएज. इतिहास पाहता आपल्याला दिसतं की मानवप्रजाती 'नैसर्गिक निवडीचा नियम' लागू होणं, हे टीनएजर्सच्या यशापयशाशी निगडीत होतं. 'मानव' म्हणजे प्रौढांच्या उत्क्रांतीचं फळ नसून टीनएजर्सच्या उत्क्रांतीचं फळ आहे.

टीनएज अवस्थेच्या भोवतीच मानवी जीवनक्रम गुंफला गेला आहे, असं म्हटलं तर वावगं ठरू नये. या विचारामागे काही सबळ कारणंही आहेत. उदा. जीवनकाळात लवकर प्रजनन केल्याने प्रजातीतील एका कोणत्यातरी लिंगाला (नरांना किंवा माद्यांना) दीर्घकाळ फायदा होतो. अशा काही ठळक प्रजातींबद्दल उत्क्रांतीच्या सिद्धान्तात गूढ भाष्य केलं आहे. बव्हंशी सस्तन प्राण्यांची प्रजननप्रणाली पाहिली तर लक्षात येईल की, प्रजनानाच्या यशापयशाचा परिणाम नरांवर जास्त प्रमाणात होतो. माणसांच्या बाबतीतही बहुधा हेच घडताना दिसतं. तरुणपणीचा बराचसा काळ नर आपले लैंगिक जोडीदार शोधण्यात, त्यांच्यावर स्वत:ची छाप पाडण्यात घालवतात. टीनएज अवस्थेतली नरांची बरीच शक्ती त्यात वाया जाते. मग नरांना नंतरच्या आयुष्यात हे देणं चुकवावं लागेल, असं उत्क्रांतीचा सिद्धान्त म्हणतो. म्हणजेच नरांचा, पुरुषांचा कमी वयात मृत्यू होणं अटळ आहे. पुरुष हेच तर करत असतात – तरुणपणीची रग मस्ती करण्यात घालवतात आणि नंतर आयुष्यभर तब्येतीच्या तक्रारींनी बेजार असतात. म्हणजेच थोडक्यात सांगायचं, तर टीनएज हे आयुष्याचं सार आहे.

मानवाच्या दीर्घ जीवनमानाचं रहस्यही टीनएज अवस्थेतच लपलेलं आहे. यावरून मानवी जीवनात टीनएज अवस्थेला किती महत्त्व आहे, हे आपण सूज्ञपणे जाणून घेतलं पाहिजे. गेल्या काही लक्ष वर्षांमध्ये मानव हा 'प्राणिश्रेष्ठ' ठरला आहे. आपल्या सामाजिक क्षमता आणि आकलनक्षमता दिवसेंदिवस जास्तच क्लिष्ट बनत चालल्या आहेत. मानवाच्या इतर जीवशास्त्रीय घडणीवर या दोन क्षमता मात करत आहेत. पण या दोन क्षमतांचा विकास होण्यासाठी मानवाच्या आयुष्यातला खूप मोठा काळ जावा लागतो. एका तरुण माणसाच्या विकासासाठी पालकांची दीर्घकालीन

गुंतवणूक लागते. म्हणजेच मूल तरुण होईपर्यंत पालकांना त्यांच्या विकासात सहभागी व्हावं लागतं. तरुणपणात एकदा मूल जन्माला घातलं की, त्या मुलाचं पालनपोषण करण्यासाठी माणसाला पुढची वीसेक वर्षं खर्च करावी लागतात. मुलांची बांधिलकी वीस वर्षं जपावी लागते. आपल्या समाजाची मानसिकता लक्षात घेता, आपली मुलं वयात आल्यानंतरही आपल्या नातवंडांच्या रूपाने आपण त्या बांधिलकीचा वारसा पुढे चालू ठेवतो. टीनएजर्सच्या एकूण मानसिक, शारीरिक, बौद्धिक गरजा पाहता, स्त्रियांना रजोनिवृत्ती का येते, याचं उत्तर सहज मिळू शकेल. स्त्रियांनी सातत्यानं नवीन मुलांना जन्म घालत बसण्यापेक्षा, आहे त्या मुलांची काळजी घ्यावी, त्यांचं पालनपोषण करण्याकडे त्यांच्यातली ऊर्जा वळावी, अशासाठी त्या रजोनिवृत्त होतात.

टीनएज हेच आपल्या प्रदीर्घ जीवनाचं कारण आहे. संथ वेगाने विकसित होणाऱ्या पालकांचा भरभक्कम आधार असणाऱ्या आपल्या मुलांचं संगोपन करण्यासाठी उत्क्रांतीच्या प्रक्रियेने माणसाचं जीवनमान वाढवलं. या माझ्या दाव्याला सत्यतेचा आधार आहे. हुशार, प्रदीर्घ जीवनमान असणाऱ्या, संथ गतीने विकसित होणाऱ्या हत्ती, देवमासे यांसारख्या सस्तन प्राण्यांच्या उत्क्रांतीच्या प्रक्रियेतही मानवसदृश काही घटना आढळून आल्या आहेत. या प्राण्यांच्या उत्क्रांतीतल्या काही प्रक्रियांचं टीनएज अवस्थेशी साम्य आहे. (आश्चर्याची गोष्ट म्हणजे काही विशिष्ट जातीचे देवमासे ही एकमेव मानवेतर प्रजात आहे, जिच्यात रजोनिवृत्तीसदृश अवस्था असते, असं म्हणतात.) टीनएजर्स अधिकाधिक बुद्धिमान होण्यासाठी त्यांचे मेंदू पणाला लावत असतात; परंतु त्यांच्या मेंदूत साचलेलं अफाट ज्ञान, प्रचंड हुशारीचा वारसा त्यांच्या स्वतःच्या मुलांना देण्यासाठी त्यांना दीर्घकाळ जगणं गरजेचंही असतं. एका अर्थाने मानवी जीवन ही एक दीर्घकालीन, ज्ञानपूर्ण, प्रचंड मोठी गुंतवणूकच आहे आणि टीनएजर्सनेच मानवी जीवनाला हा नवा अर्थ बहाल केला आहे. म्हणूनच टीनएज म्हणजे वैतागवाणं अवस्थांतर न राहता, ती मानवी जीवनक्रमातली बिकट पण महत्त्वाची अवस्था ठरते. टीनएज अवस्थेच्या अक्षाभोवती मानवी आयुष्य फिरतं, असं म्हटल्यास वावगं ठरू नये.

टीनएर्ज मुलं इतकी महत्त्वाची असताना मग इतरांचं काय काम? इतर सर्व निरर्थकच नाहीत का? असा प्रश्न बहुतेकांच्या मनात उठणं स्वाभाविक आहे. जसजसं आपण प्रजननक्षम वय पार करून पुढे जातो, तसतसं 'नैसर्गिक निवडीच्या नियमाचा' प्रभाव ओसरायला लागतो, हे आपल्याला माहीत आहे. पण मग वयाच्या पंचविशीनंतर आपला काहीच उपयोग नाही असा याचा अर्थ आहे का? फक्त टीनएजर्स खऱ्या अर्थाने आयुष्य जगताहेत आणि बाकीचे कणाकणाने मरत आहेत, इतक्या टोकाचा विचार आपण करायचा का? नाही. मी या विचारसरणीचं खंडन

करतो. उलट मी असं म्हणेन की, प्रौढांना एक अनावश्यक, निरर्थक, अडगळीतलं अस्तित्व बनून राहण्यापासून वाचवतात ते टीनएजर्सच. मुलं आणि तरुणांना आधार देण्याचं अत्यावश्यक कार्य प्रौढांचंच असतं की! तो आधार देण्यासाठीच तर प्रौढ असतात – इतकं सोपं आहे सगळं. टीनएजर्सना प्रौढांच्या आधाराची गरज नसती, तर आपण कदाचित तिशीतच मृत्यू पावलो असतो. टीनएजर्सना नीट मार्गी लावण्यासाठीच आपण प्रौढ निसर्गाच्या तावडीतून वाचलो आहोत आणि दीर्घकाळ जगतो आहोत. टीनएजर्स आहेत म्हणूनच प्रौढ अस्तित्वात आहेत, असं म्हणायला हरकत नाही.

सध्याच्या काळात मानवजातीच्या उत्क्रांतीचा वेग मंदावलेला असतानाही टीनएजर्स मात्र स्वत:चा वेग, स्वत:चं स्थान टिकवून आहेत. टीनएजर्सचा आपल्या प्रौढांना येणारा वैताग, त्यांच्याविषयीचा राग हा एका असुरक्षिततेच्या भावनेतून निर्माण झाला आहे. 'एक दिवस आपली जागा हे टीनएजर्स घेतील' ही ती भावना होय. कितीही कटू असलं, तरी हे सत्यच आहे आणि आपण ते नाकारू शकत नाही. आपल्याला सतत ही भीती वाटते की, टीनएजर्स एक दिवस प्रौढत्वात प्रवेश करतील. ते त्यांचे नवीन नियम, नवे आचार-विचार ठरवतील आणि आपण बाजूला ढकलले जाऊ. आपले दिवस सरून त्यांचं जग येईल. एवढंच नव्हे, तर जगाच्या अस्तित्वातली सर्वांत सर्जनशील अशी माणसं बनून टीनएजर्स एक दिवस आपलं अस्तित्वच पुसून टाकतील. ही भीती रास्त आहे; पण एक ना एक दिवस हे घडणारच आहे, या सत्याचा स्वीकार प्रौढांनी करायलाच हवा. प्रोत्साहन, नवनवे शोध, सर्जनशीलता यांच्या ठिणगीचं मूळ लहरी, अस्थिर अशा टीनएजर्सच्या बुद्धीतच सापडेल. कितीतरी बुद्धिवंतांनी प्रेरणेचा स्रोत म्हणून त्यांच्या टीनएज अवस्थेकडेच बोट दाखविलेलं आहे. प्रौढांसाठी परक्या असणाऱ्या गोष्टींमध्ये जगाला बदलवणं हेच तर टीनएजर्सच्या अस्तित्वाचं उद्दिष्ट आहे. टीनएजर्सनी घडवून आणलेले बदल प्रौढांसाठी कायमच नवे आणि परके असणार आहेत.

टीनएज हे अतिशय महत्त्वाची आहे आणि म्हणूनच ती इतकी कठीण, गुंतागुंतीची आहे. स्वत:च्या एकमेवाद्वितीय मेंदूची बौद्धिक भूक शमवण्याकरिता प्रौढांचा आधार घेणं, हा टीनएजर्सचा हक्कच आहे. कारण टीनएजर्स खूप महत्त्वाचे आहेत. आपण टीनएर्ज असताना आपल्या आयुष्याचा प्रत्येक पैलू एकमेकांवर आदळत असतो. मानवप्राणी जे काही करू शकतो, त्या सगळ्या गोष्टी टीनएजमध्ये ठासून भरलेल्या असतात. टीनएज अवस्थेमुळे मानवी जीवनाला एक अर्थ, एक आकार आला आहे. कदाचित म्हणूनच टीनएजर असणं हा अतिशय उत्कट अनुभव ठरतो. माणूस असण्याचा एक लाजिरवाणा तोटा म्हणजे टीनएज नव्हे. उलट, त्यानेच माणसाला 'माणूसपण' आलं आहे. टीनएज ही आयुष्याची गुरुकिल्ली आहे. स्वीकारा आणि पाहा – सारं आयुष्य बहारदार होऊन जाईल!

◆